**THẦN TƯỢNG NƠI TÌNH YÊU** - *tiểu thuyết*
Hương Dạ Thảo

Bìa: Uyên Nguyên Trần Triết
Dàn trang: Đỗ Huỳnh Đăng Ngọc
Nhân Ảnh xuất bản 2025
ISBN: 979-8-3485-8709-3

HƯƠNG DẠ THẢO

# THẦN TƯỢNG NƠI TÌNH YÊU

*tiểu thuyết*

Nhân Ảnh 2025

# MÃNH LỰC TÌNH YÊU

## CHƯƠNG 1

Anh Nguyên đã có suy nghĩ anh không đến Georgia Atlanta vào dịp này, anh sẽ không đến lần này với xứ sở của cô gái Scarlett trong phim "Gone With The Wind" mà anh yêu thích. Anh Nguyên đang ngồi trong phòng chơi bản nhạc tình ca Pháp, bằng tiếng gọi ủng hộ của cây guitar riêng anh, anh hát thì ít mà chỉ nghe, muốn nghe tiếng đàn mình biểu cảm thì nhiều hơn. Xong Nguyên đứng dậy nhìn mấy bức họa anh vẽ cho vui kia. Nhưng cũng ăn thua gì, chẳng mấy làm cho chàng hào hứng lắm. Nguyên vẫn thường ở nơi mẹ và ông bà ngoại của ngoại ô vùng Bắc California này là chính. Chàng có nhà riêng ở eo biển trên đảo Oahu Hawaill nhưng chàng ít ở đó. Nên bạn bè Anh Nguyên các trung tâm ca nhạc giải trí, fans ái mộ, người thân vẫn liên lạc địa chỉ - address nơi đây phần nhiều, dẫu rằng công nghệ tiên tiến nhưng Anh Nguyên là vua ngại nói chuyện qua phone, là một bản tính của anh. (Khi cần thiết lắm Anh Nguyên mới nói, không thì thôi.) Hầu hết họ chỉ liên lạc qua email và thư từ. Danh ca nổi tiếng này có nhiều tánh tật khác lạ, tiêu cực thế đó nhưng dễ thương, dễ mến. Hơn nữa vẫn có lợi cho họ một đôi điều, họ vẫn dành cho Anh Nguyên những bức thư đẹp viết rất nghiêm trang, để gởi đến đấy tí nước hoa kèm vào thư vẫn chưa bay hết hương... Dù hầu hết, chàng cũng ít coi toàn bộ thơ ai gởi luôn. Anh Nguyên chỉ để dành thì giờ ca nháp cho thuộc bài nơi thu âm, chơi đàn guitar, hoặc anh học vẽ, đọc sách nổi tiếng, và coi phim lừng lẫy có thám tử, hoặc là phim tình yêu có chất gì độc đáo...

Thư từ thì chỉ ông ngoại hằng ngày lục lấy đem vào nhà đưa cho má chàng. Rồi má để lại toàn bộ trên giá thư. Anh Nguyên coi hoặc bỏ đi là quyền của anh. Có rất nhiều fans ái mộ gởi hình đến và chia sẻ "đủ điều" trong sự ngưỡng mộ. Ấy vậy mà chàng chỉ nhìn sơ qua, rồi đưa cho má cùng ông bà ngoại. Chàng thường bảo:

- "Chọn cho con vợ đi há?"

Thế ông bà ngoại hoặc má Phương có chỉ cô mô trong hình gởi, chàng cũng lắc đầu cười và nói:

- "Chẳng được đâu, chẳng được đâu..."

Hôm nay đàn xong chàng lại đi coi mấy bức họa cũng chẳng hào hứng tý nào đó, chàng lại ưỡn ngực xoay vai, như một kiểu tập thể dục tự nhiên cho thoải mái, bỗng con mèo Nagi lại đến cạ vờn dưới chân Anh Nguyên như nhõng nhẽo. Chàng lại thương nó liền bồng ngay lên tay vuốt vuốt, vồ vồ trên vùng lưng nó một tý, rồi chàng muốn cùng nó ra ngoài, khu vườn ở bên ngoài, đi giải trí một chút là tốt nhất...

Chàng bồng Nagi ra vườn bông của má và bà ngoại đủ màu sắc, một vài cái ghế nơi đó đã đặt sẵn, chàng ngồi vào ghế ngắm hoa nở cùng nó. Anh Nguyên để Nagi trên đùi mình, rồi chàng ngắm qua rào cách đó chừng hơn 50 mét, có khu đất rộng sân chơi bóng rổ của các em thiếu nhi, có mấy con sóc nhỏ trèo chạy loanh quanh trên vài một thân cây sồi gần đó, Anh Nguyên cũng được dịp ngắm từng lá cây, ngọn cỏ đâu đó vẫn hùa theo gió đùa, như muốn lắc lư nhìn lũ chúng trẻ con đang chạy nhảy... Riêng chú Nagi cũng vui theo lắm, chú mở mắt to nhìn cảnh vật, nhìn tụi nhóc childhood kia, tuổi chưa đúng teen lắm đang đùa giỡn kia! Rồi tự nhiên Nagi đưa mắt sáng quắc hơn nhìn lại "chàng chủ mình"... Anh Nguyên cười với nó, vì biết nó đang thỏa mãn khi đi ngắm cảnh cùng với anh. Một đoạn chú Nagi nhìn Anh Nguyên như muốn ra dấu hiệu mới, cho nó xuống đi lòng vòng một chút. Anh Nguyên hiểu được Nagi lắm, anh cho nó thực hiện "tròn một ước mơ." Anh cứ để Nagi xuống nhẹ nhàng và nhìn nó bước đi. Nó đi có vẻ thiếu oai vệ, nhưng Anh Nguyên biết Nagi là loài yểu điệu bẽn lẽn nên thế thôi, dẫu nó là giống của "phái male, phái mạnh đó chứ." Anh cười với chú thêm nữa. Xong Anh Nguyên đứng lên nâng vài cánh hoa mình thích riêng. Rồi thoáng một chốc 15 phút. Anh và chú Nagi ngắm thế giới bên ngoài coi như đã đủ. Anh lại ôm Nagi đi vòng về cửa chính vô nhà trở lại. Chú Nagi này vốn của má Phương nuôi, chàng chỉ "vui ké theo" nhưng nó rất thích Anh Nguyên, và ưa đi cùng Anh Nguyên để làm nũng. Mèo thì giống female hay male gì cũng ưa được nũng nịu, thích chiều chuộng. Anh Nguyên biết nó mà. Nên anh đã chiều, cho nó có một cuộc đi du lịch nhỏ với mình rồi đó.

Chàng ca sĩ Anh Nguyên bước vào nhà, toan bỏ Nagi xuống sàn và lấy tay bún cái tai nó thêm cho vui, rồi anh bước nhanh chân đi vào phòng mình, để làm việc riêng. Anh Nguyên đi lục thư coi chừng một mớ thử? Hổng hiểu sao chàng nhìn lại đổi ý... Chàng nghĩ tới HCMT* Tức Hội Chợ Mùa Thu năm nay là khánh thành nhà thờ Việt ở tiểu bang Georgia Atlanta, nếu chàng không đến, thì tâm tư chàng coi vậy mà "hơi" bị sai mất. Chàng cảm thấy buồn trong lòng một chút chứ? Thôi thì chàng sẽ từ chối chương trình nơi Arizona mà phải đến với Georgia thì có lẽ đúng hơn. Ca sĩ Anh Nguyên vẫn do dự và nghĩ rằng: Có thể mình không đến thì còn chi tiếng nói tình nghĩa, còn chi với bạn hữu giáo dân VN tại xứ Atlanta nữa. Hoặc còn chi đối với những người tổ chức hy vọng mình; những fans ái mộ, những gì mà ở xứ đó dành cho ca sĩ nhiều năm qua, và coi như niềm kiêu hãnh với Anh Nguyên ở đó như chắc sụp đổ? Cái xứ sở có "nắng nhiều nhưng mưa không ít ấy."- Của vùng cao nguyên lộng gió Miền Đông Nam Hoa Kỳ ấy, cũng sẽ tan theo mây khói trong anh... Hay để rồi làm lệ mình nhòa, trong trái tim thao thức nhớ... Anh từng yêu mến nơi này lắm mà! Người ta có thể trách ca sĩ Anh Nguyên "Biến thể tâm hồn, hoặc cái gì đó đó, làm tệ đi dịp này trong Anh Nguyên, bởi có một hội lễ mùa thu đặc biệt năm nay, mà tại sao anh không đến? Thế là chàng chịu suy nghĩ khác hơn, chàng lấy phone cầm gọi ngay cho người đứng đầu tổ chức tên Ngọc Tuấn Minh, là chàng sẽ đến. Chàng vui vẻ bảo: - "Okay! Anh Nguyên sẽ đến với xứ sở Georgia Atlanta này không thể bỏ qua..."

Ngọc Tuấn Minh mừng rỡ như không tin vào sự thật. Nhưng sự đời vào giờ chót mới là quyết định bất ngờ, giờ chót lại cho người ta cái nhìn chín chắn, sâu sắc quả cảm hơn nhiều. Những lời năn nỉ của Ngọc Tuấn Minh vào giờ chót vẫn có một hiệu lực. Khi Ngọc Tuấn Minh vui mừng cho chính mình, chỉ vì cần nghe cú thoại là "Anh Nguyên sẽ đến đó với xứ sở cuốn theo chiều gió..." Ôi là đủ rồi, là mừng rồi. Sự thật Anh Nguyên đã gọi bốc vé chương trình đi khẩn. Và chàng chỉ kịp xách valise cùng với những bộ đồ soạn ra để xa nhà.

Má chàng không hiểu vì sao, hỏi Anh Nguyên:

- Con đi đâu vội vàng thế con trai.

- Dạ con bay về Atlanta để hát khánh thành nhà thờ. Con nghĩ không thể bỏ trong dịp này má ơi.

- Sao con nói sẽ nghỉ vài hôm, rồi nay mai đi Arizona?

- Dạ con đã đổi lịch, thưa má con đi cho kịp chuyến bay.

Bà ngoại không kịp nói gì đứng nhìn cháu trai. Anh chắp tay gục đầu chào mẹ và chào bà ngoại lần lượt. Anh Nguyên nhanh bước ra khỏi nhà, taxi riêng anh cũng đã gọi có sẵn...

Bay về Georgia Atlanta nhanh có 5 tiếng đồng hồ đã hạ cánh. Anh được taxi của Tuấn Minh vui vẻ chờ sẵn ở phi trường, họ đón đợi để đưa về một khách sạn đã đặt. Anh Nguyên vào khách sạn tắm rửa thấy nhiều sách báo Việt. Bởi khách sạn của người Việt mà, nhưng anh liếc qua không buồn coi. Chỉ ngắm một hai tấm hình đẹp trên mặt báo rồi cố đi tìm giấc ngủ ngon, anh cố giữ cho năng lượng tiếng hát cần thiết. Tối nay anh đến hát...

## CHƯƠNG 2

Sau khi thức giấc, Anh Nguyên ngủ dậy thật là khoan khoái. Những thức ăn có sẵn Ngọc Tuấn Minh thuê người làm riêng cho anh, với một thực đơn đặc biệt. Nhạc công lớn, trưởng ban tổ chức Ngọc Tuấn Minh này vẫn rành Anh Nguyên, và lo chu toàn cho anh một ngôi sao danh ca - Với một chế độ ăn uống, ngủ, nghỉ ngơi thật chu đáo, hợp lý... Anh Nguyên ca sĩ danh rất biết ơn sự chí tình nơi bạn Ngọc Tuấn Minh có một không hai. Chủ thầu, chủ bầu nào cũng ưu tiên và quan tâm đến anh. Nhưng Anh Nguyên ngôi sao danh ca thấy rằng Ngọc Tuấn Minh có gì đó khang khác hơn thiên hạ. Và chính điểm này mà anh xin hủy bỏ chương trình ở Arizona, tiền cát xê đến khủng hơn, để trở về đây hát. Anh Nguyên ăn uống xong soạn ra hai bộ đồ vừa ý. Anh dự định cho tối nay trình diễn hát. Ca sĩ Anh Nguyên đang bỗng vui nghĩ ra bao điều thú vị trong lòng một cách tự nhiên hơi lạ... Anh lại huýt sáo vang vang trong căn phòng trước khi dời điểm, để ra giờ hát...

Đêm đó mới 8pm anh đã hát sớm. Anh là người thứ nhì của bắt đầu chương trình để chào khách, mọi khán giả tin cậy sự có mặt của anh là thật chứ không sai. Thường thường Anh Nguyên ít hát cho chương trình nào sớm như vậy. Nhưng đây là lần đầu tiên hơi ngoại lệ. Ca sĩ Anh Nguyên vẫn vui lòng sốt sắng hát bốn bài tình ca liên tục; "Cô Hàng Nước." "Hai Đứa Giận Nhau." "Lại Nhớ Người Yêu." "Chuyện Hoa Sim."

Anh hát bài nào dứt lời xong, khán giả vỗ tay không ngớt, có cả ba ngàn peoples hơn. Nhưng có một cô bé đứng góc trái không xa sân khấu anh lắm, anh nhìn thấy cô ta không bao giờ vỗ tay, trong những lần kết thúc bài hát của anh. Lạ thiệt anh cố chú ý vẫn không thấy cô ta vỗ tay cho anh chi cả, mà tay chỉ đưa lên vuốt tóc của mình, cùng lắm là như vậy! Một bàn tay cô vô nghĩa với anh quá. Tuy con mắt cô ta thì tình cảm, lắng nghe và sáng ngời. Song tại sao trời buộc anh lại để ý cô ta nhỉ? Đó là vòng thứ nhất anh trình diễn với bốn bài hát. Rồi đã đến phiên biểu diễn người khác, ca sĩ khác. Anh Nguyên thấy rất lạ cứ ám ảnh, anh chú ý đến cô gái này, nhưng ai khiến anh lại hư đến thế. Anh Nguyên tự nghĩ hay là mình hát hay quá, làm cô ta nhập hồn quên mất vỗ tay, hoặc là cô ta người không thích biểu lộ trước đám đông, hoặc giả là một có thể, cô ta chê mình hát chưa hay lắm, theo lối cô thích. Nên "mỹ nhân" tuổi teen đó không vỗ tay chứ gì? Vì vì... Ôi và nhiều lý do quá. Chao ơi sao anh lại để bụng với cô bé vậy, song anh lại thấy cô dễ thương vô cùng. Từ vóc dáng, đến tóc tai, tay chân, nhất là gương mặt... Sau phần hát anh quyết chí đi tìm cô ả. Nguyên sẽ đi tìm nhìn thêm phía sau cô, ót, tóc, tai, eo, mông, cả tư cách cô nữa xem sao? Anh giả vờ bước xuống giao lưu khán giả. (Lối hát của ca sĩ bây giờ là sau times hát thảnh thơi, thì có quyền đi chuyện trò thân thương với fans hoặc khán giả.)

Ca sĩ Anh Nguyên bước xuống gặp em. Anh mỉm cười nhìn cô sơ qua và bảo:

- Em ơi CD, và Video Anh Nguyên nè, có mua giúp cho anh không? Ôi nói chứ anh tặng em nè nghen.

- Hi hi. Bé cười lắc đầu rồi trộm nhìn tóc anh, sóng mũi gương mặt anh, nhưng sau nhìn vào tay anh, bé nói:

- Dạ cũng OK anh.

- Ừ nhỉ. Anh Nguyên mỉm cười nữa và đưa một CD, một Video cho cô bé. Bé cầm, anh lẹ làng chụp lén cô một bức hình. Anh mừng quá, ca sĩ mà anh làm việc lén, nhanh như thám tử giỏi.

Anh Nguyên có được bô hình xuất sắc của cô bé, anh vui mừng, như không thể nổi mừng nào hơn. Anh nghĩ thầm trong bụng lại không cần rao bán CD, hay Video cho ai nữa đâu. Anh lại dần hồi muốn về lại nơi sân khấu, thì bị thiên hạ ngưỡng mộ "bu kéo anh" kín lối đi, làm anh khó mà bước đi quá chừng quá đỗi, với một sức cản bình thường nhưng nhiều người hợp lực thành vô song, vô lối thoát... Riêng Anh Nguyên vẫn mỉm cười happy cứ bước theo kiểu chậm rì thôi, ăn thua gì anh đâu? Thiệt ra người ta mua CD hay Video của anh từ gốc chủ công ty sản xuất chứ anh ít cần đem đi bán lắm. Vậy mà ở đây là ca sĩ nổi danh lại vờ giả, để mục kích kiếm cơ hội chỉ vì cô bé đó ... Còn bốn đĩa trên tay anh giơ cao kêu:

- CD, CD đây. Cho không, biếu không nè bà con chú bác anh chị, em gái ơi, các em trai ơi... Mãi vô nào sẽ được phần... Ha ha, vui vui nghen... Chậm thì thua kẻ nhanh, lanh sẽ được mà... Mãi vô mãi vô hi hi. Anh Nguyên thích đùa cho vui nha… Hi hi. Chàng nói bằng giọng, vui chân tình và háo hức lắm.

Những ai trườn tay giơ cao, anh đưa cho họ. Thật ra Anh Nguyên đâu cần đi bán vậy, như đã nói trên. Nhưng ở đây anh làm cho vui, anh giả tư cách mình để tìm gặp cô bé xinh đẹp là lạ, vẻ thơ ngây kia thôi… Hình như có vài người tinh ý biết anh, đang muốn gì và đang làm gì, vì ánh mắt anh cứ không muốn rời xa bóng dáng cô bé đó mà? Mặc kệ Anh Nguyên vẫn sung sướng, anh khỏi cần lo chi cho tới quan tâm tích cực, hay tiêu cực cho anh nữa…

Được hình cô bé Anh Nguyên chả hỏi tên. Và đâu có thời gian để hỏi. Và hỏi để làm gì? Anh cứ tìm về một chỗ góc sân khấu nhìn bé mãi. Những ca sĩ lần lượt hát chen nối nhau...

Rồi tiếng hát vòng hai Anh Nguyên tiếp tục, anh hát kế theo sáu bản liền. "Thiệp Hồng Anh Viết Tên Em." "Tôi Vẫn Cô Đơn." "Đôi Mắt Người Xưa." "Mùa Xuân Đó Có Em." "Hẹn Một Mùa Xuân." "Đắp Mộ Cuộc Tình." Tiếng ca anh nóng ấm rạo rực khi vui nhả giọng happy, đến nức nở của lời tình buồn, anh lại nghẹn ngào, như thốt đưa không nói được lời của trái tim… Một lời ca nhiệt huyết mạnh mẽ rất thể chất đến tâm hồn. Thể loại nào anh cũng là đỉnh của đỉnh, xuất sắc là xuất sắc cả. Phong cách Anh Nguyên lại tự nhiên chân thành, khi có chút lãng tữ, mà ai cũng phải đắm lòng, say mê yêu dấu…

## CHƯƠNG 3

Sau buổi hát Hội Chợ Mùa Thu đó, anh lại nhớ cô gái đó mới lạ chứ. Anh vẫn có facebook thật, nhưng sự thật Nguyên cũng ít khi vào. Còn thiên hạ thích anh, ngưỡng mộ anh thì họ cứ làm facebook nhiều lắm. Ba mươi mấy cái "giả" mang tên cho Nguyên nữa. Kệ anh không cấm, mà làm sao cấm được cái quyền riêng tư cá nhân họ chứ...

Một hôm cuối tuần Anh Nguyên lại thấy vui vui anh post hình cô bé lên trang. Anh có ghi tiêu đề*: "Con nhà ai đây ta? Cứ ra nhận đi nha…" ha ha.*

Chỉ bấy nhiêu chữ thôi. Thiên hạ nhìn được đồn ầm ĩm lên, bạn của bé tên Thủy Tiên thấy được, cô đành gọi phone báo cáo:

- Ê hi Mộng Thi Thi. Sao hình mày ca sĩ Anh Nguyên chụp đâu mà up đưa lên facebook trang cá nhân của Đặng Anh Nguyên nơi. Tao thấy được và nhiều người thấy nữa.

- Thiệt hôn vậy bồ?

- Còn gì không thiệt nữa chèn ơi. Chẳng lẽ tao nói láo mày. Ngon há được ca sĩ nổi tiếng lưu ý. Chúc mừng nha.

- Cái gì mà lưu ý? Và chúc mừng nha. Để tao vào trang người ta, tao tra cứu xem sao?

- Thì đó tao báo cáo cho mầy thôi. Vì tao dạo vòng vòng face nên tao bắt gặp.

- Thank you mày cho hay. Cám ơn nha.

- Hú mới.

- Gì mà hú mới vậy ta?

- Tiếng lóng lạ đó mà. Được rồi tao xin lấy chỉ cám cho heo thôi. He he.

- Mệt mày quá, ở Mỹ có nuôi heo đâu mà lấy cám.

- Tao lấy gởi về quê ngoại tao ở VN đó mày.

- Chán mày quá xạo không hà?

- Nhưng mà ca sĩ Anh Nguyên post hình mày lên Face hỏi kia *"Con nhà ai đây ta? Cứ ra nhận nha..." ha ha*. Là không xạo đa.

- Được rồi. Tao sẽ có cách truy cứu. Thanks mày lần nữa.

- Không có chi. Bye nhé. Có tin gì độc đáo cho hay với.

- Có gì mà độc đáo nữa. Thiệt mệt với mày nha.

- OK. Thì, là...

- Thì là mà... Chán với mày lắm, thích đoán ẩu phải không? Sẽ trật lất hết. Thôi Bye Thủy Tiên! Con của vua Thủy Tề.

- Ô mày cũng biết đùa ghê há.

- Vậy mới vừa với mày xin cám tao gởi về tận xứ Việt Nam. Hi hi.

- OK thế là một đều nha. Bye mày để mày còn lo cho đại

sự nữa chứ. Thủy Tiên trả lời.

- Tiểu sự đại sự đâu bằng, nói chuyện với mày vui hơn.

- Tao bận rồi, quỷ mày, tao cup phone cho mày hết nói đi. (Thủy Tiên đã cup phone.)

Mộng Thi Thi phần mình, thêm giật mình nhưng cô bé lấy lại tự nhiên vô tư, và tìm lên facebook thấy rõ ràng, bé đến hỏi trong message của ĐAN.

- Anh ơi xin lỗi hình em, anh có chụp ở đâu vậy?

Thế là Anh Nguyên đã thành công tìm ra dấu vết cô bé rồi. Anh vui mừng hết sức. Và anh chân thành:

- Ô anh chụp em hôm Hội Chợ Mùa Thu ở Georgia đó chứ. Em đó hã? Anh thật sự muốn kết bạn với em.

- Em không quen kết bạn với ca sĩ nổi danh đâu.

- Nhiều người muốn kết bạn với anh, anh lại không chịu đó nha. Em đừng chê anh chảnh nha.

- Hi hi. Họ khác em khác thôi mà. Còn chê chảnh là em không dám.

- Ô em có thích anh hát không vậy? Giọng ca Anh Nguyên đấy. Bé cho ý kiến coi.

- Em có thích chứ.

- Sao anh không thấy em vỗ tay cho anh hôm đó ta.

- Trời ơi đang hát mà làm sao để ý giỏi vậy anh?

- Anh chú ý thì thấy thôi.

- Trời ơi.

- Đúng không?

- Anh hát hay quá làm em quên vỗ tay.

- Thiệt không?

- Anh hát vòng hai lúc 10 giờ em có vỗ tay chứ.

- Nhưng anh hỏi ở vòng đầu, vòng một lúc 8h giờ tối.

- Tại sao anh thấy cái khuyết của em, mà anh không hoan hô cái ủng hộ của em kìa. Anh không công bằng cho em.

-. Anh đùa thôi. Khi em bảo anh hát hay làm em quên vỗ tay, thì còn gì hạnh phúc bằng nữa. Ha ha.

- Em nói thiệt đó chứ.

- OK em. Giờ anh muốn nối kết friend em bằng lòng cho

anh đi nha.

- Thưa em ngại.

- Anh thưởng cho em 10.000 ngàn dollars em kết bạn với anh đi.

- Còn rẻ quá.

- Hi hi. Anh Nguyên cùng cười hồn nhiên.

- Em giỡn thôi. Trời ơi em đâu có ham tiền anh? OK không sao, không lấy đồng nào em vẫn có thể kết friend anh mà? Kết bạn cũng thường thôi, đâu hư cửa hại nhà gì đúng không Anh Nguyên?

- Đúng rồi friend cho vui với anh chút thôi. Vì anh thích em thế thôi. Hư cửa hại nhà thì anh đâu dám mời em chi?

- Dạ cám ơn anh. Hi hi. Bé vẫn cười.

- Ồ thì vậy há. Anh sẽ tặng quà cho em.

- Quà gì anh tặng cho em?

- Không nói sớm mất linh.

- Nhưng em chỉ hỏi đùa cho oai, tặng em làm gì anh. Em cũng không dám nhận quà đâu.

- Tại sao vậy bé?

- Để em hỏi má em.

- Trời ơi bé ơi. Cái gì mà phải hỏi má giữ ta?

- Ha ha. Em ưa nói đùa vui thôi, nhưng có thể từ từ anh tặng nha. Đừng vội em không dám nhận nha.

- OK em. Anh sẽ chấp hành theo ý em.

- Dạ. Mà anh đang ở đâu Anh Nguyên nhỉ?

- Hát xong anh về với nhà anh chứ đâu.

- Nhưng ở chốn nào vậy chứ anh?

Tại nhà riêng anh. Ở Oahu Hawaii. Thường thường anh ở California với ông bà ngoại và má anh bên đó, nhưng tự nhiên hát xong nơi Georgia Atlanta lần này anh lại bay về đây nghỉ một mình.

- Vậy sao?

- Hôm nào anh nói chuyện thêm. Anh lấy thì giờ bé lâu quá há?

- Thưa không sao anh. Em chỉ mong anh nghỉ ngơi đi, để có năng lượng hát hay.

- Thanks. Cám ơn chúc em có nhiều mộng đẹp.

- Anh cũng vậy nha. Bye bye anh.

- Ồ cái tên thật của em là như face đó hã?

- Dạ.

- Cám ơn em.

Hai người chia tay ở facebook message chat. Họ vẫn không phone dù một giây cũng không có, chắc chưa đủ thời gian, "vì sóng chat" đang say mê đẩy họ...

...!

## CHƯƠNG 4

Nguyễn Mộng Thi Thi là cái tên nàng được má đặt ra lúc chào đời tại VN. Má đặt ba đã đồng ý. Ba nàng tên là Nguyễn Nhật Tiến, má tên là Trần Trúc Lệ Hoa. Thiệt ra cái tên nàng không dính dáng liên quan gì đến ba má cả? Ừ có dính dáng một chút chứ, là họ Nguyễn của ba thôi. Nhưng thường thường thì người ta tên con hay lấy kèm theo chữ lót của mẹ và cha. Đằng này chắc má thích bài hát câu chuyện tình người "Thiếu Nữ Tên Thi." Ba lại thích "Em Tên, Em Tên Mộng Thường" cho gọi tên bé ngoan nên đặt cho mình! Cái tên đôi bài hát nội dung nghe buồn đến thúi ruột mà đặt cho mình. Trong lúc Thi muốn mình lúc nào cũng vui vẻ yêu đời. Nhiều lúc Thi muốn đổi, nhưng má lại cứ nói:

"Để tôn trọng ba, quý ba và để tưởng nhớ ơn ba không nên đổi tên con gái à.

Nàng bé đã nghe lời má. Còn má Trần Trúc Lệ Hoa. Thường thì người ta kêu Trúc Lệ Hoa, hoặc Trúc Lệ chứ không ai thèm kêu Trần Trúc Lệ Hoa dài như một sợi dây chiều! Qua Mỹ má của Thi đi làm hãng may ở Mỹ về nhà má chỉ nghe nhạc buồn giải trí, và viết văn. Má nghe nhiều dòng nhạc, nhiều ca sĩ. Song má nghe nhiều nhất vẫn là tiếng hát Anh Nguyên. Có thể nói gần như idol ca sĩ của má là Anh Nguyên. Mộng Thi Thi còn biết má mình đam mê đọc văn, rồi viết văn riết, rồi hồi thành niềm vui riêng trong má...

Thời gian đi nhanh như cơn gió lốc. Lúc Mộng Thi Thi qua Mỹ mới là 8 niên. Nàng giờ đã lên 16 tuổi. Mới mà trên 8 năm qua... Nàng đang tuổi giữa mùa xuân teen... Mộng Thi Thi và má đi qua Mỹ theo diện bảo lãnh của ông bà nội.

Ba nàng bé đã mất vì một tai nạn xe hơi. Lúc gần đi rồi, giấy tờ đã xong xuôi, một niềm vui lớn nhất, mà trời đành nỡ bắt trả lại một nỗi buồn nặng nhất, đến giữa nơi trái tim đứa con gái thơ dại và người vợ trẻ hiền hòa. Ôi từ ngày trời cướp đi ba Nhật Tiến rời khỏi gia đình... Mộng Thi Thi cùng má Trúc Lệ Hoa buồn về chất quanh hồn, buồn như vô hạn dù những chuỗi ngày cuối cùng ở đất Việt. Hay là sau khi qua được xứ sở cờ hoa America này, nỗi buồn cũng không thuyên giảm đâu... Song đã nhờ có thời gian trôi qua năm tháng nhiều, là liều thuốc cứu lửa... Nàng bé Mộng Thi Thi lo học hành miệt mài, và thời gian ấy cũng xoa dịu nỗi đau phần nào nơi má. Để rồi hai má con tạo niềm vui vẻ, cho mình để sống, sống ở đời hơn chứ... Buồn riết chắc chỉ chết đi mất!

Riêng chính má biết được cái buồn cho nghịch cảnh, cái xót xa cho duyên nợ trớ trêu, thương cho thân phận kiếp người má hồng. Má thường viết về những cuộc tình đẹp thơ mộng song lâm ly bi đát, bởi thượng đế cố tình chia lìa họ. Bởi hai vực thẳm phải tan thương kéo đến cắt đứt nhau, chạy nhanh rượt đuổi nhau trong cuộc đời họ... Má thường thấy họ ở cuộc đời thật, má lấy nhân vật thực, và đẩy lên sóng viết một sự kết cấu mạnh mẽ. Đến thể hiện văn chương bút pháp, má "mix" đi theo số mệnh chữ nghĩa, làm cho người đọc giải trí mang nhiều tính nhân văn tư tưởng. Thường là như thế trong tác phẩm của má Trúc Lệ...

Hôm đó Mộng Thi Thi nói với mẹ. Khi mẹ đang thảo một vài tình tiết bản nháp cho câu chuyện mới. Cô bé đến thưa:

- Thưa mẹ. Mẹ ơi con có quen biết một ca sĩ, anh đó kết bạn với con và cũng có một đôi lần nói chuyện. Anh ta là Anh Nguyên đó. Mẹ ơi anh nói khi nào ảnh hát ở Tenessee hoặc Georgia này, ảnh sẽ viếng thăm nhà mình.

- Trời ơi ca sĩ danh con quen họ làm chi? Họ đa phần giòng nòi đa tình đa cảm. Con quen họ coi chừng... Coi bị dụ đó con gái.

- Không mẹ à anh đó hiền lắm.

- Làm sao mà con biết họ hiền. Khi đụng vô rồi con mới biết họ hiền hay hung dữ thì muộn hết thôi. Mộng Thi Thi con đừng ngốc.

- Dạ anh bao giờ cũng trân quý con và không có ý gì xấu đâu.

- Hứ mệt rồi đó nha. Lo học đi rồi thủng thẳng có người ta chọn. Biết chừng má sợ chuyện nửa chừng xuân đó con.

- Hìm có gì má lo xa. Con coi ảnh như anh em thôi. Mộng Thi Thi cười hồn nhiên, và bảo với mẹ nhẹ nhàng như thế.

- Thiệt hôn đó con gái? Trúc Lệ vẻ hồ nghi.

- Con sure mà. Má ơi cho ảnh đến thăm nhà mình nha. Nghen má?

- No.

- Má ơi mà...?

- Thôi không má không mẹ chi hết. Má đang bận, con làm má phân tâm tư tưởng, con phá má mất...

- Má cứ phóng khoáng chút đi. Nhà văn mà tư tưởng chậm tiến sao má Trúc?

- Văn chương má viết vậy để giải trí hấp dẫn, lôi cuốn. Và cuộc đời của những người khác... Còn má sống cho nhân vật má, chứ không sống cho ai khác hơn con hiểu chưa?

- Ý dza dza con chưa hiểu... Mà thôi để khi nào hiểu hơn. Con chỉ năn nỉ má chút đó thôi. Anh ca sĩ Anh Nguyên vẫn là người má yêu thích mà?

- Má thích giọng ca và mộ điệu làn hơi tiếng hát họ thôi.

- Bằng chứng là CD, Video Anh Nguyên nhiều nhất trong băng tầng nghe nhạc của má? Vậy không phải là idol tiếng ca má chọn sao?

- Trời ơi con chưa thấu đạt được hai vấn đề khác nhau.

Khi nào má nói kỹ hơn về điều này... Con sẽ hiểu.

- OK má.

- Cho má xây dựng tác phẩm chút con Thi. Khi nào hãy bàn tiếp. Mà nhất định là không cho danh ca Anh Nguyên tới nhà nha con.

- Dạ nhưng má nghĩ lại chút đi. Con hoàn toàn không để má thất vọng đâu. Biết đâu rồi má quý ảnh hơn con.

- Xưa lắm con đừng nói nhảm được không?

- Dạ Ok má. Con hiểu hơn.

Mộng Thi Thi lại vô phòng mình nằm, nghĩ lại về sự kiện Anh Nguyên mới gọi cho nàng chiều saturday hôm qua. Anh bảo như lần gọi:

- Em ơi Mộng Thi. Anh sắp có xuất diễn Tennessee. Quê hương của Elvis Presley từng làm ông nổi tiếng, ở gần tiểu bang, phía Bắc nghiêng về tiểu bang em, anh muốn ghé lại thăm em được không? Biết nhà em luôn chẳng sao chứ em?

- Gặp chi nơi nhà em? Mẹ em không cho.

- Gặp em để nhìn em và rồi đi uống coffee thôi. Anh tha thiết mà. Má em nhà văn như em kể, sao mà khó quá vậy ta?

- Người viết văn chủ trương nhiều đường hướng khác nhau. Đâu thể nào giống hết được anh. Với lại má em từ lâu ít giao tiếp, chỉ đi làm về nghe nhạc, viết văn, ngắm tranh làm vui thôi. Bây giờ có đọc văn ai hay, hình như đọc thì ít rồi... Vì không có thời gian cho những cái má cần đến hiện hành.

- Má em vĩ đại quá, hèn chi có đứa con tuyệt vời như em.

- Anh khen cho sướng miệng anh, hay cho em vui vậy?

- Không đâu, anh chỉ khen sự thật. Thôi em nói với má cho anh vô một lần để viếng thăm gia đình em. Sau đó có đuổi thì anh chạy.

- Hi hi nói gì giữ vậy anh?

- Everything có thể xảy ra hết mà bé. Bã không thích là đuổi thôi.

- Vâng em sẽ nói... Yên chí đi anh.

Mộng Thi Thi nghĩ lại cuộc phone cuối cùng của nàng và Anh Nguyên. Bây giờ thì anh được lý do, kết quả rồi. Anh Nguyên nghĩ vậy mà có thể đúng sao?

Thôi mệt để mai mình xin lại lần nữa. Tại Anh Nguyên thích thăm gia đình hoàn cảnh mình, và mình cũng là cô gái ngoan thôi. Chứ mình mà nổi loạn thì má đâu cản được? Bởi vậy nàng mới chính là cái tên Mộng Thi Thi dịu dàng hiền thục mà cha mẹ đã tiếp viện, đặt để cho đó chứ? Mộng Thi Thi vẩn vơ suy nghĩ trong phòng một mình khi nghĩ tới Anh...

Còn phần ca sĩ Anh Nguyên mấy tuần lễ nay anh không về California, nơi ông bà ngoại và mẹ anh cư ngụ đó. Ai cũng nóng ruột vì chàng ở mãi nhà riêng của bang Hawaii, trên đảo Oahu...

Thường khi nhiều lắm, Anh Nguyên ở tới bốn ngày là cùng. Đằng này hơn tuần lễ mà chàng cứ bấm tin nhắn về, cứ nói "- Con đây rồi - Vẫn khỏe thôi- Một ngày sẽ về mà... Ha ha." Vậy là thôi, không nói gì cả hơn.

Mỗi bữa ăn sáng không có Nguyên là mất vui. Trong nhà ai cũng ngồi ăn là nhắc nhở đến chàng. Ông ngoại bảo:

- Chắc nó thương con nhỏ nào nên muốn dắt người ta đi chơi ngày, và cả đêm không muốn về nhà thăm gia đình đó thôi. Coi như cũng được lắm rồi. Người nổi tiếng đâu phải thánh, vẫn phải lấy vợ hết chứ. Hề hề, ta cứ ăn đi chúc mừng cho nó thôi. Hoặc coi như nó đi hát xa là thường mà!

- Nhưng mà phải có gì bằng chứng chứ? Chỉ bằng chứng cái miệng ông nói làm sao tin. Bà ngoại nói ngước nhìn ông chồng cười vui, he hẩy cái đầu cộng thêm bờ vai nhún nhún.

- Ô ô... nó tương tư ai cũng sẽ nên việc thôi. Ăn đi nè, nói chi nhiều, ôi cơm canh nguội lạnh hết nè... Ông ngoại vui vẻ giảng nghĩa thêm.

- Con mong có dâu đó chứ. Tây, Tàu, Mễ, Ấn hay Phi. Thái, Ả Rập gì vẫn đồng ý. Nhưng cô gái Việt sẽ thích hơn.

- Ồ không sao, gia đình ta thích thì thánh thần sẽ biết

cho kết quả mà. Ăn đi cả gia đình nha... Bàn tán để bụng là tới đó thôi. Phải không nào? Ông ngoại của Anh Nguyên làm nghề phụ trách cho một công ty xe "kéo tow" mới nghỉ vài năm nay. Ông thì ưa nói nhiều, nhưng bản tánh hiền lành.

- OK ba. Phương Trinh đáp (Phương Trinh là tên của mẹ ca sĩ Anh Nguyên.)

Còn mẹ của mẹ Anh Nguyên tức là bà ngoại, chỉ gật đầu làm thinh nhìn ông chồng mập mạp khỏe mạnh nhưng có vẻ không lùn ấy, và nhìn người con gái bà nói chuyện. Bà phản ứng với ông một câu đầu đề cho vui. Giờ thì bà chỉ nhóng cổ vào hai người chồng và con mà bà nghe... Sau đó họ hết nói, cả gia đình họ ăn cơm với mắm nêm thịt luộc, tôm ram, canh chua cá chép, rau sống salad, có cà pháo Việt Nam hôm nay nữa.

Còn thậm chí con mèo trắng đốm Nagi kia cũng tròn xoe mắt nhìn mọi người, như muốn hỏi là Anh Nguyên ở đâu nhỉ? Anh Nguyên ở đâu rồi? Mọi người sớm biết tư tưởng nó, họ cào vuốt lưng nhẹ cho nó, để giải thích:

- Anh Nguyên vài hôm nữa về thôi. Mày sẽ có chị dâu đẹp đó. Vui nhĩ? Ông ngoại Anh Nguyên bảo thế.

- Mày chuẩn bị đón chị dâu và làm nũng thêm nha. Má Phương Trinh như bổ sung thêm câu ông ngoại cho vui hơn

Con Nagi dỏng tai nghe, không biết nó hiểu hay không? Mà nó đưa chân lên vuốt râu, vuốt cái mặt mày nó, nhìn nó tươi tắn hơn, hồi thời gian lúc trước đó bội phần. Trông Nagi thật ngồ ngộ, dễ ghét lắm...

## CHƯƠNG 5

Cuối cùng rồi Anh Nguyên vẫn được đến thăm nhà của Mộng Thi Thi sau buổi hát, trình diễn tại Tennessee. Anh đến đâu cũng bằng máy bay và một valise với bốn bộ đồ. Đó là hành trang duy nhất của Anh Nguyên đi lưu diễn. Hôm từ Tennessee về Georgia anh chỉ đi bằng taxi riêng của Tuấn Minh. Tuấn Minh bao giờ cũng chu đáo cho danh ca Anh Nguyên này, nếu muốn ghé về Atlanta- Xứ Tara, xứ có nhiều trái đào và bông vải khi xưa... - Xứ sở tạo lên một Margaret Mitcheell lừng danh. – Xứ sở đó có một nhà văn nữ tài hoa đáng kính v.v... Dù Nguyên bao nhiêu lần đã đến, dù chuyến đi viếng thăm chơi, hay ca hát... Hình ảnh quê hương này khó phai mờ trong lòng ca sĩ Anh Nguyên để nhớ...

Lần đó Mộng Thi đã thuyết phục má được, anh đến thăm.

Khi Anh Nguyên đến thì Trúc Lệ Hoa chỉ ở trong phòng mình, nơi trên lầu viết văn trên máy computer laptop của bà. Được Mộng Thi Thi lên báo, bà mới bước ra và xuống chào, lúc mà Anh Nguyên đã ngồi trên bộ ghế sofa nơi phòng khách rồi. Thấy Anh Nguyên hiền lành hơn cả trong những hình bìa trong CD. Và con gái mình đang ân cần chu đáo, cho khách danh ca. Trúc Lệ Hoa cũng vui theo bảo rằng:

- Hân hạnh được biết ca sĩ Anh Nguyên. Và đã ghé nhà thăm chúng tôi. Thanks rất nhiều.

- Dạ, em mến bé thành ra ghé thăm cho biết.

Lẽ ra vai vế chàng phải kêu Trúc Lệ Hoa là cô hay dì nhưng vì thấy Trúc Lệ Hoa còn khá xinh đẹp và trẻ nữa, nên chàng tự nhiên không cần khách sáo.

- Thôi nhà chúng tôi chỉ có hai mẹ con đừng ngại. Anh Nguyên vào nhà thăm rồi coi như thân thương đi. Cứ ngồi chơi nói chuyện với Mộng Thi Thi cho vui, nó cũng ít bạn bè và không có anh chị em ruột.

- Dạ. Anh Nguyên xin cám ơn.

Trúc Lệ Hoa nói chừng đó, rồi nhẹ nhàng dời gót đi lại vào thang lầu, lên phòng mình. Bà còn viết thêm một vài đoạn văn cho cảm hứng mới khởi, đầu tư khi bận nãy...

Mộng Thi Thi còn ngồi đó với anh. Nàng bé lấy tranh mình vẽ và tranh má vẽ, đưa cho Anh Nguyên ngắm. Mộng Thi Thi biết rằng chàng vẫn ưa hội họa, nên cũng là dòng máu yêu mỹ thuật thôi. Song chàng ngây người nhìn những bức tranh treo trên tường kia. Chàng hỏi:

- Hai bức tranh ai vẽ giản dị, mà đẹp quá em!

- Là một bức của em và bức của mẹ em đó anh.

Bức của Thi Thi là mùa thu. Bức của mẹ Trúc Lệ Hoa là dòng sông. Mỗi bức tranh có đều hai câu thơ đi kèm.

Bức mùa thu ghi là:

*Cho nhau một chút lòng son*
*Yêu nhau em nhé thuở còn hương thu...*

Bức của dòng sông ghi là:

*Tóc em là một bài thơ*
Đẹp hơn tất cả trăng mơ sông dài...

Lặng ngắm rồi Anh Nguyên lại khen lên tiếng:

- Thơ hay quá ai làm vậy em?

- Má em làm đó. Chỉ là trích hai câu của hai bài thơ thôi anh. Lúc trước là má em làm thơ, sau này thì viết văn. Vì làm thơ buồn quá sợ không tốt cho sức khỏe. Em muốn má viết văn sẽ sinh động và vui thú hơn đúng không anh? Hì. May mà má vẫn hạp văn xuôi.

- Má em hay quá ta, chắc em cũng có phần nào của má chứ.

- Má em biết hát hay nữa. Em chỉ được một môn họa giống má. That's it.

- Em học giỏi chứ Mộng Thi Thi?

- Học OK anh. Lúc đầu em mới qua buồn vì ba mới mất em học thường. Nhưng sau để dịch chuyển tâm tư đối với cuộc sống. Em đã học giỏi và bây giờ, là trên bốn chấm toàn bộ tất cả các môn. Hì anh.

- Chúc mừng em. Sẽ cố học lên nha Thi.

- Dạ.

Sau một hồi nói chuyện, dùng vài cốc nước cam trái cây, Mộng Thi Thi đã xin phép mẹ đi uống coffee với Anh Nguyên. Lúc đi uống coffee Nguyên có gọi mời thêm Ngọc Tuấn Minh. Chính Ngọc Tuấn Minh đã tới địa chỉ nhà Mộng Thi Thi, để rước Anh Nguyên cùng Mộng Thi Thi đi cùng với mình, đến coffee Thảo Nguyên. Điểm mà coffee Việt, Anh Nguyên và Ngọc Tuấn Minh đã thích số một, nơi tiểu bang này. Họ uống coffee và dừng lại nơi đó khoảng hơn hai mươi phút. Sau họ đi vào chốn chơi Arcade game.

Một nơi khá là "hot" nổi tiếng game ở đây. Tên là Dave and Buster's Arcada... Họ vui vẻ chơi vài trò chơi để thỏa thích cho tay chân hoạt động hơn, và thêm một chút náo nhiệt tâm hồn hơn. Ngọc Tuấn Minh, với Mộng Thi Thi, chơi rất nhiều thứ game nhưng bé thích nhất môn chơi ném banh lọt vô các ô số có vòng tròn, và chơi môn bóng bàn. Thi Thi chơi môn đánh bóng bàn này khá lanh lắm, được hai anh vỗ tay tán thưởng nhiều. Đoạn sau Ngọc Tuấn Minh và Anh Nguyên tột bóng billiard. Mộng Thi Thi chỉ còn nhìn bóng chạy qua chạy lại, va vào nhau, rồi thỉnh thoảng bị rơi xuống lỗ, bởi đối thủ bên kia "yếu vía," không đỡ kịp đường banh bất ngờ của đối phương... Cô bé thích chí cười vang vang. Trong môn chơi billiard thì hình như Thi Thi thấy hai anh đổ đồng như nhau, vẫn tột bóng giỏi ngang nhau, đỡ đòn kịp như nhau, dù đôi lúc họ sa sút đột xuất, nhưng xét về bình diện điểm lớn, thì hệt nhau...

Cuối cùng họ đi ăn pizza thay cơm, cũng tại nơi game Arcade này. Nhưng Mộng Thi Thi đã không chịu vậy, cô bé dẫn Anh Nguyên cùng Ngọc Tuấn Minh đi ăn một bữa cơm hến thêm tại nhà hàng Tân Tân bé thích kia. Và Thi mua về cho mẹ Trúc Lệ Hoa luôn, vì đó là món đặc biệt mẹ thích trong lòng, khi ăn uống... Tính tình Mộng Thi Thi thì rất hồn nhiên trong sáng, lễ phép chân thành, đạo nghĩa chừng mực. Ngọc Tuấn Minh và Anh Nguyên rất thương mến quý trọng em...

**

Cuộc sống cứ trôi đi. Mộng Thi Thi đi học những năm gần cuối cấp high school trường điểm. Nàng luôn học giỏi bạn bè thương, và cô giáo khen. Anh Nguyên thì đi hát khắp nơi có show diễn. Anh thường hát ngoài các trung tâm thu hình lớn ra đĩa CD hoặc Video của Asia. Paris by night Thúy Nga. Vân Sơn. Làng văn. Trung Tâm Thái Bình Dương. Hiệp Lực Thành. Cội Nguồn. Ơn Người Việt. Tuổi Thần Tiên... Anh còn hát ở các nơi sân khấu như Arizona, Florida, California, Texas, New York, South Carolina, North Carolina, Massachusetts, Alabama, Virginia, Kentucky,

Michigan, NewOland, Georgia, Tennessee, và nhiều bang khác nữa. Hầu như tiểu bang GA Alanta rất nhiều chương trình được mời anh. Được về Atlanta của xứ sở của cô nàng Scarlett xinh xắn. Xứ sở đặc trưng của quả đào này, Anh Nguyên như mừng lắm. Như về với tổ ấm không bằng. Lại được thăm bé Mộng Thi Thi, uống coffee, chơi game những chỗ lớn, đi ăn cơm hến giản dị. Được đọc sách viết của Trúc Lệ Hoa, được ngắm tranh mới phớt thảo của Trúc Lệ. Dù Anh Nguyên không nói chuyện với "bà" nhiều... Nhưng sách và tranh Trúc Lệ đều có, Mộng Thi Thi đem đưa khoe anh coi về một má tuyệt vời của mình. Trúc Lệ đã viết hầu như hoàn tất, chỉ là bà đang để đọc dò lại, khảo sát thêm. Trúc Lệ vẫn chưa chịu cho xuất bản ngay bao giờ... Vì đối với má Trúc xuất bản một quyển sách là bà phải coi đi coi lại nhiều lần, đọc kỹ rất nhiều lần, mình có thể thay đổi ít nhiều nếu cần. Trúc Lệ luôn luôn nghĩ rằng: biết đâu một tý tưởng mới lạ, hay, đang được hình thành mà sách ở vị trí lên khuôn thì làm gì được nữa, hoặc chỉ còn biết chào thua, "khóc lếch buồn" mà thôi, ai mà chịu sửa lại cho mình. Làm gì kêu ai thay đổi được nên cho mình! Nên nói tóm lại Trúc Lệ viết sách, chỉ chờ và chờ thời gian phù hợp nhất, sẵn sàng nhất, để đem ra in hoàn toàn, mà cố tránh sự hối tiếc còn non sớm, hoặc còn cẩu thả tính logic, hoặc bị chê về một khiếm khuyết nào đó, hay thật sự chưa khéo về độ sâu sắc của tác phẩm v.v... Nên nàng quả là người viết sách đã học được tính kiên trì, cẩn thận...

Nói về Anh Nguyên về lại Atlanta có những lần Anh Nguyên chỉ thích đi chơi với Mộng Thi Thi mà không cần sự có mặt Ngọc Tuấn Minh. Mộng Thi Thi vẫn lo cho Anh Nguyên ổn và anh vui thích lắm. Cô bé thường đùa:

- Em là hướng dẫn viên du lịch của anh tại Georgia Atlanta này nha.

- Sure luôn nơi em. Nhà của Mộng Thi Thi bốn phòng vậy thì Anh Nguyên đến ở vẫn còn hợp lý, và dư một phòng khách nữa mà đúng không em?

- Of course anh. Mộng Thi Thi trả lời nhoẻn miệng cười

tươi nhìn ca sĩ Anh Nguyên.

Lần đó Anh Nguyên đến vào tháng hai nhân lễ tình nhân, được hội Thanh Niên Sinh Viên Việt Nam kết hợp với binh chuẩn Hải Quân và Cộng Đồng Việt tổ chức "Đêm Ca Nhạc Tưởng Nhớ." Đêm hát xong... Anh Nguyên lại về nhà Mộng Thi Thi nghỉ, mà anh không cần hạ lưng khách sạn nữa. (Đêm đó vẫn có Mộng Thi Thi đi xem. Song cô về trước. Anh Nguyên được taxi xịn của Ngọc Tuấn Minh đưa về sau.) Không có người quen thì anh nghỉ ở khách sạn. Nhạc trưởng, đồng thời là trưởng ban tổ chức "Bầu Show" Ngọc Tuấn Minh lo lắng, sắp xếp thuận lợi hết, trong đó nói đến sự an toàn nữa. Còn có người quen thân thiện, thì Anh Nguyên toàn quyền ước vọng. Tuấn Minh chỉ help theo con đường "chủ nhân danh ca thích mà thôi." Hôm ấy Nguyên muốn về nơi nhà house của Mộng Thi Thi. (Anh có nhắn tin ở message phone cho Mộng Thi Thi mới nhất lần rồi.) Ở nhà người thân bên ngoài khách sạn, vẫn nhẹ nhàng an vui hơn chứ? Với Nguyên điều anh nghĩ này, là một sự thật ở tâm hồn mới mẻ nhất của anh...

## CHƯƠNG 6

Lần đó Anh Nguyên ở lâu hơn, anh mê man đọc cho xong bốn tác phẩm của Trúc Lệ Hoa. Đó là: "Nước Mắt Cho Cuộc Tình" "Sóng Tình Yêu." "Giấc Mơ Một Luật Sư." "Trái Tim Người Mù." Anh Nguyên lại tơ tưởng yêu thương "nhân vật nữ" trong từng tác phẩm của Trúc Lệ Hoa thật kỳ lạ, tiểu thuyết của Trúc Lệ nhân vật nữ rất khéo, rất lạ, rất lãng mạn khôn cùng, tuy họ là nhân vật từng giàu lòng hy sinh, chịu đựng, từng muốn yêu thương trọn vẹn của cuộc tình. Nhưng rồi lắm lúc trời già buộc họ phải gặp bất hạnh, phải gặp gian nan cam go, họ vẫn phải lấy đó làm niềm vui vươn tới, thử thách... Dù những tác phẩm góc độ biểu cảm khác nhau nhưng dòng chảy nghịch lý nào, tác giả Trúc Lệ Hoa vẫn mô tả được tỉ mỉ, ở từng giai đoạn, từng tâm trạng, từng cá tính. Với một hành văn sinh động chân thực, tinh tế và uyển chuyển. Bà mô tả sâu sắc có sẵn trong mỗi tâm lý nồng nàn, từ sắc thái đạo đức, và cả phi đạo đức... Trúc Lệ Hoa xử lý một bút pháp hồn nhiên, duyên dáng, tự sự kể chuyện. Nguyên rất là ưa thích. Một bút tích gãy gọn, tuôn chảy và hiện đại, đôi lúc có dàn trải cũng dễ nhớ, làm người đọc mau cảm nhận. Bút pháp của Trúc Lệ chẳng hề suy suyển lung tung, hoặc xa vời rời rạc khó hiểu hoặc nhiễu loạn mà, để vây rối rắm tâm can, mệt nhoài vô vị, lạt nhếch cho người đọc đâu... Trúc Lệ đa cảm khi trình bày, nhưng không gởi ra sự dư thừa để vụng về ở tầm thường. Anh Nguyên nghĩ văn chương hay người ta nói nghĩa là sống, văn chương dở nghĩa là "chết." Tác phẩm đọc không có ma lực, không có lay động, không điện đốm của ngôn ngữ, là thua non, là chết chắc. Nó đã là điều tối cần của văn chương... Anh Nguyên luôn biết nó là như vậy ở tâm hồn.

Anh Nguyên đã sớm đọc văn chương và tiểu thuyết giải trí, nên anh hiểu nhiều về tác dụng của văn học - Sự gắn bó và liên can. Một ca sĩ cần hiểu được tâm trạng từng mẫu người, mỗi tâm lý để rung động mở rộng, để nuôi dưỡng trái tim, nơi tình yêu đích thực, cái hạt mầm của tinh thần chiếm hữu văn nghệ ở đó. Chàng sẽ để dành khi chàng biểu diễn thần sắc vốn có trong lòng, nó sẽ tự phựt dậy được nơi quá trình nuôi dưỡng, chăm sóc, bảo vệ, trải nghiệm... Vậy nghĩa là bài ca phải nhập hồn, phải quan tâm, phải cảm xúc từ trái tim thật. Đó chính là "Thần Y Vũ - Từ Vũ Trụ Ban Thưởng... - Chính là gia tài của sản phẩm văn chương..." - Con người những ngày đọc được, lắng nghe ở sách vở, nhận biết được những kiến thức tinh hoa, để thấm dần một tư tưởng của một ý thức hệ, để khiến người ta không trơ ra khi lời ca có, mà hồn người ca sĩ, chẳng nhập cuộc gì? chẳng xao xuyến buâng khuâng? Anh Nguyên từng nghĩ đạo đức và thần thái trời cho là một việc ít, mà chính nơi ta phải trải qua, quá trình tu dưỡng, rèn cấp, tự học tập hun đúc lên, kết hợp tạo thành... Không phải là một diễn viên ngôi sao điện ảnh mới cần có thần sắc đó, mà ngay cả một danh ca vẫn cần chỉn chu với bài hát, một cách vi diệu nơi lời nhạc sĩ trao tặng cho chúng ta. Cái hơn thua giữa hai ca sĩ là chất tố bên trong biểu cảm… Biết cảm nhận được giá trị nội dung bài hát, là tiếng hát đầy nội lực…là dòng chảy nơi trái tim…

Anh Nguyên cám ơn Mộng Thi Thi và cám ơn Trúc Lệ Hoa tạo cho anh những cảm nhận về sách mà anh đã đọc để biết. Anh không hiểu sao má của Mộng Thi Thi viết lên những trang sách, với một tâm hồn phong phú, giàu năng lượng như vậy. Và bỗng nhiên anh ray rứt về người phụ nữ này. Và bất chợt anh vô duyên ưa ngắm lén Trúc Lệ lạ lùng…

Rồi bỗng thần trí Anh Nguyên đôi lúc cảm giác là lạ! Anh cảm giác tại sao mình có những cảm xúc bất thường nơi trái tim anh? Anh chưa có tình yêu da diết nào với người khác giới, và chưa ấn tượng một nữ nhân nào sâu đậm trong lòng, nhưng anh vẫn hiểu ít nhiều về danh ngôn tình yêu với muôn ngàn câu nói, với nhiều khía cạnh khác nhau... Tuy nhiên Anh Nguyên vẫn nhập vô tâm những câu mà anh cho là hạp nhất nơi trái tim anh. "Tình yêu là kết hợp của hai nguồn năng lượng sung sướng và đau khổ nối tiếp - Không biết đau khổ vì tình một lần thì chưa hẳn biết yêu. Tình yêu sẽ làm cho con người ta can đảm hơn nhiệt tình hơn - Trên đời này mọi lẽ người ta giải thích được ngoại trừ tình yêu... - Tình yêu thật sự đến với chúng ta không thấy được mà chỉ cảm nhận và biết mà thôi – Hoặc Điều Lạ của ái tình là say đắm, không muốn dừng lại... Tình yêu khác phái ta muốn nâng niu, nhớ nhung, khác vọng với hình bóng đó, cũng là dấu hiệu tình yêu... - Tình yêu sẽ đẹp như một giấc mơ... Tình yêu khiến người ta lúng túng - Tình yêu khiến người ta thích nhìn lén nhau. Tình yêu biến người ta thành trẻ thơ và dại khờ v.v..." Những câu nói hay về tình yêu thì mênh mang ý nghĩa, hiểu không bao giờ hết và thi vị vô cùng… Rồi hình như là anh cảm xúc nơi lòng, mình đã thầm yêu Trúc Lệ Hoa nhiều rồi, yêu đến thế sao? Và có lẽ, anh thích phong cách Trúc Lệ đến mức độ sâu đậm vậy thế sao? Và anh có mộng tưởng đến người đàn bà ấy thế sao ta? Ồ anh chẳng dám đâu, anh nào "ngoan cường" đưa ra một cảm nghĩ quá tân tiến, quá lạ kỳ ấy...!

Rồi một đêm Anh Nguyên lại nằm mơ một điều kỳ lạ...

Tại sao chàng có giấc mơ kỳ lạ đó? Chàng chẳng dám ước vọng mà giấc mơ lại sẵn sàng cứ đến, cứ trao, cứ tặng cho chàng? Chàng là một người nam tử đã sợ sự thật như một lỗi lầm trong hoang tưởng. Nhưng rồi Nguyên mơ thấy chàng thật sự như không hoang tưởng lỗi lầm, hoặc huyễn mộng. Mà chính chàng được ôm người phụ nữ có cái tên Trúc Lệ Hoa - Một nhà văn viết tiểu thuyết thật lãng mạn có thừa đó... Chàng như ôm hạnh phúc và ôm người đàn bà đó vào vòng tay mình yêu thương nồng ấm, và hai người được gần gũi thân thiện như đã từng yêu nhau say đắm, rồi được ngủ bên nhau ngọt ngào... Họ như đôi tình nhân, hoặc vợ chồng của những giây phút đê mê, của ân tình lên sóng, nơi nhịp tim họ tìm tiếng gọi...

Giật mình, giấc mơ thoáng qua mà tư tưởng cứ đọng lại... Kỳ thực ở nhà Trúc Lệ Hoa. Nguyên vừa coi xong quyển sách thứ tư là anh nằm ngủ "xả hơi." Hổng biết sao anh lại có tư tưởng mà mơ mộng, để xảy ra thấy vậy? Nguyên có hư, có xấu không ta? Chàng lại tự mình cảm giác mắc cỡ, và bối rối, bẽn lẽn hơn... Chàng tự trách mình đã coi sách Trúc Lệ Hoa, nên phần nào ám ảnh, hoặc nhập tâm về tác giả viết hay này?

Nhưng xong giấc mơ, tự nhiên một điều đến khác hơn. Nguyên, anh không ghét Trúc Lệ Hoa, không thấy xoàng nơi mình. Bởi lẽ giấc mơ đã định hình, giấc mơ đã làm nên thi vị ân tình, đã biến chuyển thành thật trong tư tưởng từng ngày nơi Nguyên rồi. Hóa ra anh lại cứ thấy thương yêu Trúc Lệ Hoa vô cùng, và thích "nàng" vô cùng. Tại sao có điều như thế nữa? Nguyên thương Trúc Lệ không thể nói được, thích không thể nói xong, tỏ cũng chưa hết thành lời, vì mỗi ngày, mỗi phút, mỗi giây, mỗi gia tăng... Cứ một lần Trúc Lệ xuất hiện nơi phòng khách, hoặc lên xuống lầu làm cái chi, là Nguyên ngồi chơi game hay đang ôm cây guitar, thì hồn vía anh lại bay đi trong hoảng loạn, tim nóng ran, mặt mày đỏ bừng gắt, tay chân như thừa như thiếu... Hay còn lạ hơn nữa, Trúc Lệ nếu bước ngang qua lối phòng anh, dù bên ngoài phía cửa hành lang, là anh cũng muốn nhảy thoát trái tim lên... Ôi là một dị ứng khác thường quá? Có lúc chàng ca sĩ phải tự chống cằm suy nghĩ...

## CHƯƠNG 7

Về Trúc Lệ vẫn quý trọng Nguyên một danh ca tri thức, thân quen với con gái bà. Nguyên có tiền nhiều, vì mỗi cat-xê Nguyên hát lương rất cao ngất ngưởng. Mà nơi sinh hoạt cuộc sống danh ca không đòi hỏi, đôi lúc quá đối đơn giản... Nguyên rất đáng yêu, như xem sách nhiều, đọc nhiều, biết cưng nựng thú vật nhiều: mèo, chó, thỏ sóc, bướm ong, biết vẽ đẹp, biết chơi guitar một cách hiền hòa và lãng mạn... Lời nói tế nhị dịu dàng... Nếu mà Nguyên cố tình yêu thương Thi Thi một cách chân thành, thầm lặng thì đợi Thi Thi học xong college bốn năm đầu, bà sẽ cho Thi Thi cưới Anh Nguyên. Cưới trước khi Thi Thi bước vào chuyên ngành giáo dục. Tức là bà cho hai đứa marry nhau trước khi Mộng Thi Thi bước vào hậu đại học. Bà có những ý nghĩ như vậy nơi lòng. Riêng phần mình Trúc Lệ Hoa bà đã thủ phận "yêu chồng hết kiếp." Dù người chồng Nhật Tiến đã từ giã trần thế, giã từ vòng tay ôm ấp của bà khá lâu rồi...

Tại sao giữa thời đại hôm nay mà Trúc Lệ chung tình đến mức độ như vậy. Khi Nhật Tiến người chồng bà đi vào thiên cổ trên tám năm hơn. Nói chính xác gần chín năm. Cái gì làm Trúc Lệ tôn thờ hình bóng chồng nhất nhất. Bà e ngại những người đàn ông khác sẽ không yêu Trúc, như chồng bà yêu bà chăng? Sẽ làm tổn thương bà đó sao? Không phải vậy hết đâu. Mà chính là Trúc Lệ trung thành chỉ một lời thề khi xưa, nằm bên chồng bà từng bảo Nhật Tiến rằng, bà đang mắc nợ lời thề đó. Đối với người trong danh dự thì lời thề mang trọng trách và bổn phận lớn lắm. Không khác chi người quân nhân nặng lòng ái quốc khi ra đi bảo vệ biên giới, với lời hứa chí tình của mình giữ được giang sơn... Hay là lời danh dự của vị vua tốt lòng yêu dân yêu nước, trong lời thề ban đầu mãi nhớ.... Cũng như nàng Trúc Lệ đây đã thề với chồng, nhân một hôm hồi đó nàng nói chuyện:

- Trên đời em chỉ yêu anh và một anh mà thôi. Em không thể nào yêu ai khác đó nha cưng. Đôi lúc Trúc Lệ Hoa vẫn thường kêu cưng đối với chồng.

- Cảm động quá em, nhưng yêu nhau là nói vậy thôi. Lỡ mai anh có trúng gió chết. Làm sao mà em ở vậy được nếu tuổi em còn xuân sắc.

- Làm gì trúng gió mà chết anh? Anh nói bậy không anh yêu. Không, em không thèm đâu. Bất cứ giá nào em cũng không thể yêu người thứ hai khác trong đời.

- Anh cũng vậy, mình yêu nhau như đôi chim suốt đời bên nhau nha Trúc Lệ Hoa.

- Anh con nhà giàu đẹp trai, lại đàn ông nữa hay thay đổi là thường tình? Chứ em con nhà nghèo, lại gái có con rồi ai thèm để ý làm gì?

- Nhớ nha em mà thay đổi là anh cắn lưỡi chết đó.

- Cái chắc rồi mà cưng của em? Làm gì có vụ cắn lưỡi chết nữa hà. Nói tầm bậy anh Nhật Tiến?

- Ai mà biết đâu. Con mắt và cái miệng em là đa tình thấy sợ luôn đó chứ. Hi hi em.

- Đa cái đầu anh nghĩ thôi cưng.

Trúc Lệ Hoa lại hôn chồng say đắm, cô nhìn chồng như chưa nói hết bao ý nghĩ của con tim... Và nàng nằm, đưa cái mông để nhõng nhẽo lên mình chồng, như tỏ hết bao lời yêu dấu mới nói ra đó...

Không bao lâu Nguyễn Nhật Tiến lái xe cung ứng cho một đơn vị đặt hàng, anh bị xe tải khác bươn vào, xe anh bị lật và anh bị chết bởi não sọ tổn thương nhanh... Đời người không ai lường trước hết. Tuy nhiên những lời tình tự, những câu nói đường mật yêu thương thủy chung kia là di sản quý báu, sẽ bám vào lòng Trúc Lệ Hoa khó nhạt nhòa, làm sao nàng nỡ quên lãng chồng Nhật Tiến được, dù bao tháng lụn năm tàn, đông qua hạ tới, thu về xuân reo... Với Trúc Lệ bây giờ thời gian chỉ vui đi làm về ham viết sách, xem phim nổi tiếng, nghe ca nhạc hay với nhiều thần tượng mà thôi...

## CHƯƠNG 8

Yêu thầm yêu đơn phương không dừng lại. Nguyên mang nặng nơi lòng tuy sắc thái chàng lúc nào bề ngoài cũng nhẹ nhàng, thoải mái. Và một hôm chàng mời Thi đi chơi biển với chàng, để chàng có thể trút bầu tâm sự éo le này. Vì sự thể ngày càng cứ đến với chàng dồn dập hơn, mãnh liệt hơn. Chàng nghĩ rất nhiều...

Chàng nghĩ dù sao chàng vẫn trong sạch, chàng từng hôn Mộng Thi Thi nhưng chỉ là nụ hôn trong sáng. Và ở nơi nhà nàng, Nguyên vẫn ở phòng riêng chưa bao giờ chàng bước vô phòng Mộng Thi Thi. Và với Mộng Thi Thi cũng vậy, anh chưa bao giờ cho nàng bé xuất hiện vào phòng riêng của anh. Có gì cần thiết anh text message, sợ bé không coi, Nguyên bỏ mảnh giấy nhỏ dán trước cửa phòng bé Thi, hoặc cần hơn nữa chàng gọi điện rồi hai anh em bước ra, xuống phòng khách tâm tư, giải bày, hoặc chung vui. Đi chơi ở ngoài thì khỏi nói. Thời buổi này anh em nắm tay đi thân thiện là lẽ thường... Hôm đó hai anh em đi chơi trên một vùng cảnh có góc đá nổi đẹp ở eo biển H.U. Anh Nguyên bảo nàng bé:

- Em ơi Mộng Thi Thi ơi anh nói thật với em một điều.

- Điều gì anh? Cô bé Mộng Thi có vẻ ngơ ngác.

- Em có từng yêu anh chưa?

- Chưa, em thương mến anh Nguyên thôi. Em không dám yêu anh đâu. Em và anh vẫn còn trong sáng. Trong sáng như ánh trăng rằm từng tháng về đẹp, mình thấy phải không anh? hi hi.

- Văn chương dễ sợ nha cô bé.

- Con nhà tư tưởng văn học. Thì ít ra có ảnh hưởng một của một phần ngàn, hoặc một phần của triệu triệu chứ anh?

- Em nói chuyện vui quá, đúng quá. Nhưng mà em ơi Thi Thi, anh có điều tâm tư này.

- Gì nữa anh?

- Rất đúng là anh quý em lắm ngay từ đầu Hội Chợ Mùa Thu, ở Georgia anh đã tập trung đổ mắt về em. Anh cảm giác một thứ gì gần gũi với em lắm, thân thương mộc mạc. Nhưng anh vẫn coi em như em gái, anh từng kỹ càng khi tiếp xúc, ở nơi nhà em... Anh mãi còn là anh trong sạch với em.

- Em biết mà. Nên em kính anh chứ đâu trách gì anh? Một người con trai danh ca như anh thật vĩ đại khó có. Người có đó chỉ anh mà thôi. Hi hi.

- Cũng còn có nhiều người khác nữa chứ em. Bé đừng tâng bốc anh quá, anh Nguyên buồn thì sao?

- Em chưa gặp nên chưa biết. Mộng Thi Thi nói rất cởi mở hồn nhiên như bản tánh cô.

- Anh chưa bao giờ tìm niềm vui để lấp trên thân thể người phụ nữ, để rồi mai đây lại hối tiếc. Nhưng tâm hồn anh lại tràn trề dành tình yêu cho một người, thật bất ngờ mà anh chưa từng nghĩ. Anh đã yêu rồi em ơi, ôi điều là dị thường...

- Anh Nguyên nói gì em thật khó hiểu? Bé Thi còn ngơ ngác.

- Khó hiểu. Vâng đúng làm sao em hiểu. Chính anh Nguyên cũng không hiểu nổi. Nhưng anh biết đó là dấu hiệu tình yêu thật sự. Hỡi ai nào định nghĩa một tình yêu.

- Có nghĩa gì đâu một buổi chiều. Đúng không? Hi hi.

Mộng Thi Thi đọc thơ của Xuân Diệu để chọc ghẹo ca sĩ Anh Nguyên. Cô nhìn anh rồi bình tĩnh thố lộ thêm:

- Nói chứ... Em càng khó hiểu. Em càng xa cách những luận đề anh đưa ra đó nha. Chuyện gì nào anh nhỉ?

- Nhưng em chưa yêu anh là anh mừng rồi bởi vì?

- Bởi sao Anh Nguyên biết hôn? Vì em thấy anh không có đặc thù, đặc trưng gì trong tình yêu em. Thì em vội vàng chi anh. Em không dám trao gởi. Trái tim đàn ông con trai muôn lối, em sa chi cho gặp vấn nạn. Em sợ lắm tình yêu...

- Trời ơi trái tim thơ ngây mà cũng hiểu nhiều về tình yêu và luận hay quá ta. Nhưng coi chừng cũng sai số Thi.

- Không sai đâu. Bằng chứng em chẳng tương tư ai nên chẳng bao giờ phải khổ, chẳng phải vương vấn. Và em không yêu anh, nên em hồn nhiên trong sạch đi bên anh nè, vui nè.

- Anh nói đùa chọc Thi thôi để hiểu trái tim son trẻ em. Cám ơn em đã không yêu anh. Trời cho em cảm giác về anh. Vì anh sợ em khi anh nói ra đây...

- Gì mà anh lòng dòng hoài vậy. Cảnh đẹp quá anh? Anh Nguyên ơi hãy cầu nguyện cho nơi lòng mình tình yêu đi.

- Vâng anh cầu nguyện cho anh được yêu người đó. Và sẽ sống bên nhau suốt đời. Và em cũng nên cầu nguyện đi nếu em từng thích ai?

- Em vô tư em chỉ cầu nguyện cho mẹ con em được hạnh phúc mọi chuyện thôi. Em chỉ yêu ai khi người đó thương em. Love em "too much" và cho em biết về trái tim họ.

- Cám ơn Thi nhiều. Giờ em hãy lắng nghe Anh Nguyên nói đây. Ôi sao mà khó nói quá ta.

- Nói đi anh. Cái gì như thụt lưỡi mà không phải thụt lưỡi, mà cứ quanh co hoài vậy anh nè.

- Ôi tình yêu có tội lỗi không em? Mộng Thi Thi ơi.

- Tình yêu chân thành không có tội. Anh đã vướng vào ai sao. Một danh ca hào phóng mà lại chết trước thảm họa tình đó sao anh? Yêu ai mà không nói, em có gỡ rối tơ lòng được gì không? Trời ơi coi vậy anh cũng quá yếu mềm.

- Chắc vậy Mộng Thi Thi ơi. Chàng ôm chai rượu tuy nhẹ đô nhưng trút hết vào miệng rồi thêm tâm sự:

- Tha thứ cho anh nha em. Anh đã yêu.

- Yêu ai Anh Nguyên?

- Thôi anh không nói được đâu. Chiều nay anh sẽ nói, Anh Nguyên chỉ biết rằng em không yêu anh là tốt, anh đối xử với em vẫn trong sáng, tốt vô cùng. Dù anh thương em lắm. Nhưng đó không phải là tình yêu khác phái chứ.

- Thi hiểu. Cám ơn anh. Nếu anh không nói hôm nào nói em nghe nghen. Song anh vui lên, Anh Nguyên mà đem lòng yêu ai thì sẽ được ai đó yêu lại, hạnh phúc chắc chắn mà.

- Chưa chắc đâu em. Thôi mình đi về Dream Hotel đi Mộng Thi.

- OK ta về thôi. Anh em ta đi chung, để thưởng thức cảnh biển đẹp như vầy, thiệt ra cũng thích lắm rồi anh há.

- Đúng rồi. Anh thích và cám ơn câu nói em Mộng Thi.

Hai người đi một đoạn nữa. Nghe tiếng một vịt trời kêu đâu đó lạc một nơi, nó kêu buồn thảm thê lương và cô đơn quá. Rồi Anh Nguyên ngước nhìn về phía tây những ráng mây hồng pha đỏ trông đẹp, và cũng đã đổi thay màu gam buồn tím nhạt lơ kia, sang gam đậm chất hơn, đúng với tâm trạng anh...

Mộng Thi Thi không thể bỏ qua cho anh. Bé cứ bám Anh Nguyên hỏi tiếp:

- Ai vậy anh nói đi, em không thể muốn đợi ngày mai.

Anh Nguyên lắc đầu bước đi. Tiếng kêu của vịt trời nó về một hướng nào, âm thanh nó xa dần, vang vọng trông hiu hắt...

Chàng lại buồn bã phóng tầm nhìn như tìm kiếm hướng đi của nó, rồi cầm tay Mộng Thi Thi, Anh Nguyên đã nói lên ước vọng cuối cùng:

- Thi biết không? Em tha thứ cho anh nghen. Anh đã yêu... Yêu Trúc Lệ Hoa má của em?

- Trời ơi... Anh nói có thật lòng không vậy? Mộng Thi Thi vẫn còn nắm chặt tay Anh Nguyên ngỡ ngàng. Nàng thở gấp nhưng hơi thở của cô bé trong sáng. Hai người gương mặt họ gần tư thế đối diện nhau, cô bé như cố thấu hiểu chàng ca sĩ si tình Anh Nguyên hơn. Và muốn chia sẻ tận cội nguồn, tấm chân tình bên trong Anh Nguyên đang nói thật...

- Anh đã yêu thật lòng khi đến nhà em lần thứ hai. Và lần thứ ba anh đã mơ... Nói đến đây Anh Nguyên muốn buông thả tay mình xuống, nhưng Mộng Thi Thi giữ chặt đôi tay Anh. Nàng bé gục đầu qua vai Anh Nguyên, như cố gắng thấu đáo hơn về anh, nơi một trái tim người ca sĩ nổi danh. Cái gục đầu của tình yêu bao dung, tình người, tình anh em chia sẻ trong sáng... Còn Anh Nguyên vẫn cảm giác lòng nhẹ nhàng thoát tục. Vậy mà riêng anh đang thương lấy hướng về hình bóng Trúc Lệ Hoa hiển hiện nơi con tim anh... Một Trúc Lệ nghiêm nghị, lại lãng mạn văn chương cho nhân loại... Tâm hồn Trúc Lệ ưu việt vô song...

Ngoài kia sóng về chiều vẫn vỗ nhẹ gập ghềnh trên những vòm đá, mỏm đá; như cho những ai muốn nhìn về thế giới rung cảm, một sự bí ẩn nào đó của thiên nhiên, mà chỉ có chính nước và ghềnh mới biết được những gì, và đã cho nhau những gì? Của sóng lớn, của sóng nhỏ ưu tư, hoặc dạt dào lắng sâu hơn niềm tâm cảm, ngấm lấy điều chi đó... Nguyên cảm cảnh, anh dịu dàng nhìn sâu vô mắt Mộng Thi Thi và bảo thêm rằng:

- Anh có lỗi xin Mộng Thi Thi tha thứ cho anh nghen.

- Anh Nguyên không có lỗi. Chúng ta không ai có lỗi. Anh đừng tự trách mình như thế không đúng. Thi đang hiểu con tim anh mà.

Hai người lại tự nhiên tách tay nhau, mỗi người muốn đi về một hướng, nhìn một miền sóng biển riêng sau mười phút, của thế giới riêng họ với nỗi lòng... Để họ nghĩ riêng nơi chính tâm hồn họ đang có những gì? Thân phận và cuộc đời, nỗi buồn nào đó nhưng lại là niềm vui, trái nghịch nhưng rồi hạnh phúc được mở ra... Rồi hai người lại đi đến, hai anh em lại gặp nhau, họ như hiểu nhau hơn, và cả hai đưa tay nhau, để cầm tay đi về. Trời càng về chiều nơi này thêm vắng vẻ... Ngoại trừ họ là tình nhân...

## CHƯƠNG 9

Trúc Lệ Hoa đang đọc dò chỉnh sửa xong một tác phẩm. Lệ Hoa có vẻ hài lòng và vui lắm vì cảm thấy đạt nhiều ý mình mong, và hơn thế nữa...

Mộng Thi Thi thấy má vui một mình, ngồi ăn những trái dâu tây thích để nơi bàn, cạnh bàn viết nơi phòng. Nàng vội bước đến nhìn Trúc Lệ Hoa, cô thỏ thẻ:

- Má ơi con thấy má đẹp lắm nha. Bữa nay rất đặc biệt.

- Má là má của con lúc nào không đẹp. Nhưng má chỉ muốn đẹp trong mắt ba con thôi mà. Và con mà thôi.

Lệ Hoa nói rồi cười vui vẻ chứ không buồn rầu. Thi Thi thấy má tâm tư như phấn chấn, nàng bé thêm đùa hơn:

- Má ơi má có thích ca sĩ Anh Nguyên nhiều không?

- Thì mẹ thích nên mới mua CD cậu ta nhiều đó.

- Nhưng con muốn hỏi mẹ có thích về phương diện tư cách, tính cách Anh Nguyên đó chứ?

- Cái đó thì mẹ quan tâm làm chi con gái.

- Có một điều lạ lắm má ơi. Con không biết nữa thật đó.

- Sao phần con như thế nào rồi Thi?

- Con và ảnh bình thường thôi. Coi như tình bạn tình fans ái mộ, tình anh em thôi.

- Như vậy sao con tiếp Nguyên về nhà mình ở, và con từng đi chơi chung.

- Đi chơi chung chưa hẳn là yêu... Thời đại bây giờ tiến bộ, không thể có cách nhìn ích kỷ như xưa vậy đâu má ơi. Và Anh Nguyên đã yêu một người rồi.

Nhìn con gái nói và nó nhoen nhoẻn miệng cười. (Mộng Thi Thi thì có tới ba danh từ để gọi cho Trúc Lệ Hoa là: má, mẹ, mom. Tùy theo lúc cô thích gọi danh từ nào.)

Trúc Lệ Hoa bỗng đỏ mặt và bảo Mộng Thi Thi:

- Con đừng có nói giỡn chơi nha. Đừng đùa giỡn tình yêu là dại đó con? Tình yêu là lửa bốc gây đau khổ. Con đừng dại cõng rước đem vào lưng người. Nếu như con...

- Có gì đâu là đùa giỡn má, có gì đâu là dại má. Có gì mà cõng rước khổ đau má? Con vẫn vô tư và hồn nhiên, con cũng chưa từng yêu ảnh mà.

- Ý con tâm tư như thế nào? Má như không hiểu lắm.

- Con đấy à. Cứ coi như một đường đóng khung để đó đã. Má ơi con thấy má còn đẹp trẻ, má nên lấy chồng đi má.

- Thôi thôi... má có người yêu từng hay bên má rồi, má không muốn ai nữa đâu.

- Ô ai vậy má?

- Thì chàng thơ và chàng văn má đó.

- Trời ơi má làm con mừng hụt.

- Chứ con không thương ba con sao mà muốn má lấy chồng? Mộng Thi Thi con gái yêu.

- Con thương ba con chứ. Nhưng tôn thờ ba trên tám năm đủ rồi, quá lâu rồi.

- Má tôn thờ mãi mãi, vì má có lời thề với ba khắc vào tim má rồi.

- Thiệt là má nói chuyện hay quá, nhưng đừng cứ là như vậy má Trúc? Má phải cấp tiến lên một chút đi.

- Cấp tiến hì hì... Thôi con gái hôm nay rảnh quá, muốn nhiều chuyện với má. Riêng má Trúc thấy đủ, chỉ cần nơi con lo học hành đi nha.

- Con thấy má vui nên cũng vui theo má, và có một chuyện bất ngờ cho má lắm đó.

- Má vui vì vừa hoàn thành nhiều ước muốn. Má cảm thấy mình có viết được nhiều tác phẩm hay thế thôi.

- Nhưng tại sao mom viết truyện nhiều. Mà không in từng giai đoạn, từng tác phẩm mà chờ in một lượt. Vậy những tác phẩm viết lâu "bị ủ tờ" tội nghiệp nó.

- Hi hi. Ủ tờ thì Ủ tờ có sao đâu? Ồ không sao con à. Thời gian lâu như mình mài dũa ngọc thôi. Đến khi thấy sáng quá thì biết và dừng lại. Với lại mỗi người có cách viết khác nhau. Má cảm xúc thì viết khung, viết kiểu ồ ạt, nhưng rồi đi vào chi tiết sau, chỉnh tề sau. Đã vậy còn thêm bớt, bố cục tình tiết, gọt sửa thêm văn chương cho hay, sâu sắc và súc tích để gọn ghẽ gợi hình ảnh hơn, nên không cho xuất bản non sẽ sai lầm. Vả lại má thích đạt tới kỷ lục viết nhanh nhất, tính theo thời gian và số lượng tác phẩm, để coi mình có cái khác họ nữa chứ...

- Wow. Má ý nghĩ thật tuyệt vời quá. Con thua mất. Thôi đủ rồi khi khác má con mình chuyện trò.

- Má đang dồn thời gian chỉnh thêm vài tác phẩm nữa. Má nghĩ sẽ cố gắng hoàn thành tất cả năm nay.

- OK má. Chủ nhật má nên nghỉ chút đi. Làm ơn...

- Còn năng lượng má làm chút. Một tý nữa má nấu canh chua cá chép, hôm nay cho con ăn nha.

- Thanks má. Má tuyệt vời của con. Con đi tập thể dục nha. Hay là hôm nay má nên đi ra ngoài cùng con.

- Khi nào rảnh thời gian má sẽ đi thể dục cùng con. Má

chỉ tập trong nhà cũng OK mà.

- Trong nhà thì tập không bằng bên ngoài má ơi?

- Má biết. Và má vẫn thỉnh thoảng hay đi ra ngoài đó chứ. Tại con không thấy thôi.

- Nếu đi chung với nhau sẽ thú vị nè. Con mong vậy.

- OK. Một ngày khác đi con gái.

- Con biết. Bye mom!

Thi nói, chạy lại hôn mẹ Lệ Hoa, rồi cô rời nhà lái xe đến với các nơi thể dục đông người, với từng khu vực, từng khúm cụm, từng mối môn, mỗi kiểu, có cách tập tành từng món khác nhau...

## CHƯƠNG 10

Anh Nguyên đang ở nhà riêng anh. Cả gia đình trông đợi Anh Nguyên cả tháng mà anh chưa quay về. Ông ngoại bà ngoại và má Phương, cả con mèo Nagi của họ. Một tháng nay Anh Nguyên không đi hát. Anh buồn tương tư ở nhà lo vẽ hình Trúc Lệ Hoa để anh ngắm thôi. Anh Nguyên biết anh yêu và anh điên. Chỉ là anh chưa phải khùng thất chí mà thôi. Nơi nhà riêng trên đảo Oahu Hawaiii anh vẽ bốn bức hình to. Nói to chứ không to lắm kích cỡ 24- 35. Một tấm anh để phòng ngủ anh, một tấm nơi phòng khách, một tấm nơi ăn, một tấm nơi phòng để sách và dụng cụ thể thao tạ tiết, đấm đá boxing ấy. Hôm nay anh lo chơi đàn guitar. Anh Nguyên ngồi gần đó mà nhìn thôi. Ngày xưa anh đâu có ở đây trong hai tuần liền, mà nay anh ở trên một tháng. Chính xác là một tháng hai ngày anh chưa về xứ Sacramento- California, (nhưng xa xa hơn, thuộc vùng ngoại ô...) Nơi gia đình mẹ anh và ông bà ngoại đang sống...

Không thể ở đây lâu hơn. Họ trông anh lắm anh biết. Anh Nguyên vội mua vé may bay về nơi mẹ. Anh vẫn không nguôi ám ảnh Trúc Lệ Hoa, Nguyên lại đem theo bức ảnh, và về nơi đó anh sẽ vẽ một tấm tiếp, anh đang phớt thảo để dưới gối. Nguyên trở thành họa sĩ bất đắc dĩ si tình nhất thế gian mất rồi. Anh nằm lại thì chỉ tơ tưởng Trúc Lệ Hoa trong lòng mà thôi. Nguyên không hiểu sao anh mắc nợ ngầm với người phụ nữ này.

Về nơi ấy nơi nhà có ông ngoại, bà ngoại, và má Trinh. Sáng hôm sau anh dẫn con mèo Nagi đi chơi cùng loanh quanh cho đỡ buồn.

Cả nhà đang nói hành nói tỏi về anh. Ông ngoại lên tiếng vui vui:

- Nó đang vẽ một tấm hình dường như là một thiếu nữ lớn tuổi hơn nó. Chắc là một phụ nữ thôi, dẫu sao nó cũng đã có một người để tơ tưởng rồi. Chắc là chúng ta chuẩn bị mừng cháu dâu. Ông nói và nhìn bà vợ ông.

- Làm sao mà nó thương một người lớn tuổi hơn nó ba? Mẹ Anh Nguyên - Phương Trinh phản ứng ngay.

- Thì ba nhìn hình nó vẽ thôi. Thời buổi nay đã có nhiều chiều hướng, những anh thanh niên lấy vợ, là lớn tuổi hơn đó. Họ vẫn thương yêu con ơi...

- Con đang lo sợ nó ế vì năm nay Anh Nguyên đã 28 tuổi rồi.

- Thời đại này 28 mùa thu vẫn là con nít thôi. Cháu ông đẹp trai, hát hay nổi tiếng sao ế được con gái.

Bà ngoại chỉ nhìn hai cha con nói chuyện, bà ít nói hồi giờ. Rồi nhìn lại con gái. Bà bảo rằng:

- Thôi đừng nói xui xẻo con gái Phương Trinh ơi. Cháu ngoại bà nhất định là không ế vợ đâu...

- Con cũng mong như má nói thôi. Chúng ta cứ nuôi hy vọng đi phải không má.

- Phải rồi con gái ạ. Tiếng của ba Phương Trinh nói hớt cho mẹ. Bà vẫn chậm chạp trả lời và làm thinh nghe ông chồng hớt hải nói nhanh thay mình.

Và họ bắt đầu chuẩn bị đũa chén bên cạnh để ăn cơm khi chờ Anh Nguyên lâu quá lâu. Thì đột nhiên Anh Nguyên lại bước về, vô nhà vào phòng mình, bỏ con mèo Nagi xuống bên chân, anh đến phòng ăn của cả gia đình. Ông ngoại, bà ngoại, má Trinh đang nhìn anh, như đang dò xét. Anh Nguyên thưa liền.

- Bộ nhà có gì vui mà nhìn con giữ vậy.

Ông ngoại mau miệng:

- Chắc sắp chào mừng con lấy vợ.

- Chắc sắp thôi, nghĩa là chưa bao giờ có. Ha ha đúng không ông ngoại?

- Mẹ thấy như con tương tư một người? Phương Trinh nhìn Anh Nguyên hỏi và là câu khẳng định luôn.

- Mẹ thấy thì tốt quá đi, nhưng họ chưa chịu yêu con? Chàng cười buồn một chút trả lời như thế.

- Sao vậy có thể kể cho gia đình nghe đi. Tại sao con bị chê về mặt nào kia chứ? Phương Trinh nhìn vào chiếc cằm vẻ vuông vức của anh và bảo thế.

- Mẹ ơi khó nói lắm mẹ à.

- Để dịp khác bàn. Bà ngoại đói bụng quá thôi. Anh Nguyên về còn không mau ăn, để cơm canh buồn nguội hết.

- Đúng rồi ăn đi, đừng ép nó. Có ngày nó sẽ khui bí mật thôi mà. Đúng không cả nhà? Ha ha. Ông ngoại tiếp ứng kế bà ngoại.

- Phải đó, phải đó ngoại. Con ủng hộ bà ngoại, ông ngoại, và má con nữa. Trước mắt ăn đi, ăn đi cả nhà cơm cho ngon thôi...

Sau đó thì họ nhìn Anh Nguyên như vui hơn. Cả gia đình càng happy. Khi bữa ăn do bà ngoại đặc biệt lo môn thức ăn cá hấp, canh chua, má Trinh thì lo những món nho nhỏ còn lại...

**

Một tối hôm đó ở ngôi nhà vùng phụ cận ngoại ô Sacramento anh cùng má ngồi uống coffee Việt nói chuyện. Hai má con không ngồi trong nhà, cũng không ngồi phòng khách, mà họ ngồi một nơi mé hiên lầu phía sau, nhìn ra thấy cảnh trời đẹp sao đêm nhấp nháy. Nơi đó vẫn có cái bàn tròn nhỏ, hai chiếc ghế và một bình hoa cắm sẵn lối. Má Anh Nguyên Phương Trinh uống cofee nhìn sao trời, nhìn hoa, rồi nhìn con trai bà thốt ra lời:

- Mẹ chỉ có một mình con. Mẹ cưng con lắm. Nếu con yêu ai mẹ vẫn bằng lòng cưới cho con là niềm vui của gia đình khi con lấy vợ. Dẫu rằng con là một ca sĩ, danh ca đi hát và nổi tiếng cũng phải lấy vợ con à.

- Con biết và cám ơn mẹ cùng gia đình, tất cả ông bà ngoại nhiều lắm... Anh Nguyên cũng dùng nhẹ một chút coffee của mình ở ly riêng, mà má đã chế làm ra đó.

Mẹ Phương Trinh tiếp tục nói:

- Mẹ muốn hỏi hình ai con vẽ đẹp quá, chắc con đem lòng yêu thương họ nhiều. Từ lâu mẹ không thấy chuyện này xảy ra nơi con như vậy Anh Nguyên?

- Dạ thưa mẹ con mới yêu. Nhưng chưa chắc họ yêu lại.

- Trời ơi sao vậy con?

- Kể nghe dài dòng lắm. Nhưng khi nào có tin vui con nói mẹ nghe. Còn tin buồn thì dẹp tiệm luôn hết kể? Hi hi...

- Tổ cha cái thằng con vui buồn trong nó lẫn lộn như hai ngọn sóng chao đầu...

- Má cũng nhà văn má ơi. (Chàng lại đổi chữ mẹ kêu má.)

- Ngày xưa má cũng thích viết văn và đọc những tác phẩm hay, nhưng từ ngày ba con mất má lại buồn bã muốn quên đi tất cả. Bà nói và ngụm thêm một chút của coffee...

Lời nói má Trinh khiến Anh Nguyên nghĩ đến Trúc Lệ Hoa. Thì ra nàng phi thường quá. Và có lẽ mỗi phụ nữ là một trái tim riêng biệt, mà thượng đế đã đặt để cho họ mà thôi...

Thấy con không nói gì thả hồn đâu đâu. Bà Phương Trinh. Mẹ Anh Nguyên lại hỏi tiếp:

- Con đang nghĩ gì thế. Lúc này Anh Nguyên đã đứng lên rời ghế. Nhưng chàng chưa buồn để mà ngụm thêm ly coffee...

Chàng thưa:

- Không mẹ ạ. Con chỉ nhìn sao trời lấp lánh đẹp quá, dù xa xôi...

- Đừng giấu mẹ nha. Có vợ đi con.

- Làm sao con giấu được mẹ. Chỉ là lúc này con chưa muốn bọc bạch hết thôi.

Anh Nguyên lại ngồi xuống uống ngụm coffee, rồi nhìn

vầng trán mẹ và tóc mẹ Phương Trinh búi cao. Anh cũng thầm tự hào tướng tá mẹ anh chảnh và sang đó chứ. Phục sức của mẹ thì luôn xinh đẹp rồi, dù ở nhà hay đi du lịch. Đi du lịch mẹ vẫn thường mặc áo dài dạo biển, hơn là áo đầm, song vẫn đẹp tuyệt vời. Mẹ luôn luôn tôn trọng nét đẹp truyền thống phụ nữ VN nơi linh thiêng, và ở nhà mẹ vẫn ưa mặc bà ba cổ tròn, hay cổ trái tim cộng với quần lĩnh đen, hay trắng tùy lúc mẹ thích... Hôm nay mẹ mặc quần lĩnh trắng ngà màu mỡ gà, đi với áo bà ba màu hồng đậm... Cách ăn mặc của mẹ nghiêng về những phụ nữ của Việt Nam, Trung Hoa và Á Châu nhiều hơn...

Bà Phương Trinh cũng đang nhìn cậu con trai mình là một ngôi sao danh ca đã bước vào tuổi hai tám, mà vẫn còn độc thân gối chiếc... Tuy rằng biết bao cô gái gởi thư tán tỉnh, ngưỡng mộ nó...

Anh Nguyên có một tình yêu lạ lẫm. Anh yêu một phụ nữ vẫn còn trẻ đẹp, biết viết văn lưu loát, một tâm hồn quả cảm, giàu yêu thương kiếp người... Nhưng tuổi lớn hơn chàng, và là một phụ nữ đã từng có chồng, liệu má chàng có tiếp nhận không? Nếu chàng nói sớm e chăng gãy đổ bất lợi cho mình. Mà còn rất phụ thuộc vào Trúc Lệ có đồng hành cùng mình trong nhịp tim yêu hay không nữa? Thì thử hỏi làm sao chàng dám thú thật chi tiết này quá sớm. Anh Nguyên cứ nghĩ và vờ đi vào một dịp khác, mong hợp lý hơn chàng sẽ tỏ bày... Nghĩ đoạn và chàng nói với mẹ:

- Dạ nói chứ chắc tin cũng đến vui thôi mẹ ạ. Con mong mẹ an bình giữ gìn sức khỏe mẹ nhé... Mong tin vui sẽ đến với con và mẹ gần hơn. Thanks mẹ dấu yêu lần nữa.

Chàng nói và tự đứng lên bỏ đi như ôm cả gối mộng trăng sao vào lòng... Chàng muốn tiếp tục về phòng để ngắm hình Trúc Lệ Hoa...

Mẹ Phương Trinh vốn là phụ nữ lịch sự, thấy Anh Nguyên chưa trả lời chu đáo, nhưng đã ngưng và đi làm một cái gì riêng tư, thì bà không còn khám phá chi trái tim con trai bà nữa. Cứ để một dịp khác nó sẽ trình bày, thưa gởi gì đó thôi, có thể thì hãy tốt hơn chăng? Một mình bà uống thêm ngụm cofee rồi đứng dậy, cũng ung dung ngắm màn đêm, li ti những vần mây bay và trăng sao thơ mộng xa lắc... Hai ly coffee kia vẫn còn im lặng trong bổn phận, và vị trí trên chiếc bàn nhỏ chờ đợi họ... Song cả hai mẹ con họ, như sẽ không còn trở lại dùng nữa...

## CHƯƠNG 11

Một này nọ. Mộng Thi Thi rủ đưa được mẹ đi chơi tại eo biển đẹp nổi tiếng, mà Anh Nguyên từng đưa mình đến đó để cho biết trong lòng anh đang ấp ủ yêu ai. Chính là mẹ mình Trúc Lệ Hoa. Hôm nay nàng đưa mẹ đến đây mục đích là bé muốn nhắc đến "mục sở" chuyện tình yêu của chàng ca sĩ hát nổi danh đó...

Đi chung với mẹ một hồi lâu, ngắm mây trời non nước. bé Thi Thi tâm tình cùng mẹ:

- Mẹ ơi hôm bữa Anh Nguyên đưa con đến nơi này, anh mở bí mật anh đã yêu một người, con thật không ngờ mẹ ơi.

- Là ai vậy?

- Chính. Chính là mẹ đó mẹ ơi. Người có tên Trúc Lệ Hoa.

- Con đừng giỡn chứ. Trúc Lệ Hoa vẫn bình tĩnh tâm trạng mà hỏi con gái.

- Chuyện này nghiêm túc chứ? Làm sao con dám giỡn.

- Con đừng cố tạo ra trang tiểu thuyết phi nghĩa.

- Không mẹ ạ trang tiểu thuyết rất là chính nghĩa đó. Như mẹ thấy đó. Anh Nguyên thương yêu con một thứ tình yêu trong sạch. Chẳng hề một chút khác hơn, ảnh luôn tách bạch ranh giới. Anh Nguyên chưa bao giờ vào phòng con và chưa bao giờ gọi con vào phòng ảnh nơi nhà mình. Có gì trao đổi anh em chat cho nhau rồi ra phòng khách. Đến khi đưa con về nhà riêng anh, anh vẫn coi trọng như em gái thăm nhà ảnh thôi. Ảnh chẳng hề suy xiểng tăm tối bao giờ... Đến lúc tại nơi đây và chỗ này anh ta nói với con đã yêu mẹ. Vì đọc tác phẩm mẹ thích tâm hồn mẹ anh bị lôi cuốn, mà yêu mẹ say đắm rồi.

- Trời ơi. Con nên biết chỉ là những tâm hồn của truyện,

của một người viết phong cách văn chương, hoặc của một vài dấu ấn hồi ký ai, má lượm góp nhặt thêm, pha một chút cự ly rộng, để thành tiểu thuyết của má thôi mà.

Nhưng con biết chắc là anh ta yêu má rất nhiều. Đứng đây với con nhưng đưa đôi mắt đi đâu đó tìm hình bóng má. Và cả tháng nay không đi hát chỉ ở nhà riêng nơi đảo Oahu Hawaii mà thôi. Anh ta vẽ hình má lên 4- 5 tấm, mỗi kiểu mỗi khác về má và nhìn. Má từng biết con giới thiệu Anh Nguyên biết ca hay, còn biết đàn giỏi, biết làm họa sĩ cự phách nữa. Phải không nào?

- Ai biểu con đưa truyện má cho nó đọc chi? Trúc Lệ lắc đầu hỏi con gái Mộng Thi Thi.

- Coi như ảnh là độc giả tin yêu đầu tiên của má đi. Bé trả lời.

- Con hại má mất rồi. Trúc Lệ đưa tay lên đầu như muốn ngỡ ngàng điều chi.

- Má đừng nghĩ quẩn. Ảnh chưa từng yêu con. Con chưa từng yêu ảnh. Thì giữa tình yêu má và ảnh có liên quan gì con đâu, má đem lòng khó xử chi vô lối vậy.

- Không má đã tôn thờ hình bóng ba con Nguyễn Nhật Tiến suốt đời, thì má không thể yêu ai cho bận lòng.

- Con đưa má đi đến nơi đây như để má chứng minh Anh Nguyên đã nói tại nơi này, trời đất này còn đó. Để má biết lòng ảnh, còn tùy thuộc vào má suy nghĩ lại, hoặc sự chọn lựa của má...

Sau đoạn Mộng Thi Thi bỏ đi một nơi, để mẹ tự đi nẻo đó một chốn... Cho mẹ cảm nhận hơn những điều mình vừa kể. Đúng là mỗi người đã đi vào một hướng, họ ngắm sóng nước thả hồn trong cảm giác riêng tư của họ, làm sao họ không mềm lòng với sóng nước mênh mông gợi cảm... Nhưng với Trúc Lệ Hoa người văn sĩ chẳng nhọc lòng gì với điều con gái Mộng Thi Thi vừa kể. Phải chăng bà là chỉ nhọc lòng nơi thế giới con người sự có mặt, rồi tan biến đi, hay bất hoại bất biến, và tâm hồn bà như dập dềnh vào một thế giới văn học, những tâm hồn số phận, và mỗi định mệnh của nó mà thôi...

## CHƯƠNG 12

Lần lượt các hợp đồng ở Anh, Pháp, Đức, Canada, Úc, Bỉ, Thụy Điển - Đến hát cho các chương trình lễ hội người Việt ở America anh cũng từ chối rút lui - Và cả các chương trình thu âm băng đĩa Video Asia, Thúy Nga, Vân Sơn, Làng Văn, Thái Bình Dương, Hiệp lực Thành, Cội Nguồn, Ơn Người Việt, Hy Vọng Mới. Tuổi Thần Tiên... Anh cũng trốn thoát hết luôn. Anh Nguyên không báo không trả lời, nghĩa là chàng chấm dứt "chiến trường ca hát." Ở nhà ông bà ngoại anh không được tự do thoải mái, bởi những câu hỏi dồn dập. Và Anh Nguyên đã về nhà riêng một mình. Anh ráng đi mua một con chó khôn ở với anh, cho có bạn. Con mèo trắng đốm Nagi anh thích lắm, nhưng nó vẫn là con mèo của má với bà ngoại, anh chỉ vui ké ở đó, mà anh không thể đem đi đâu cho nó xa họ được. Con mèo Nagi là "hằng số" bất duy bất dịch nơi căn nhà má và ngoại rồi. Nên thay vào đó anh tìm ra con chó, loài chó Chihuahua xinh đẹp, khôn ngoan, nhỏ nhắn dịu dàng... Nó ở sát bên cạnh anh mỗi phút, mỗi giây anh cần chứ! Anh Nguyên đặt tên cho nó là Rocky, tên khá thú vị.

Anh Nguyên ở nhà tìm trong thú vui, anh vẽ hình. Đã vẽ xong khi trước sáu bức. Bây giờ anh còn tiếp tục, cả thảy gần 20 bức tranh về Trúc Lệ Hoa. Anh Nguyên vẽ đủ thể loại. Tranh nước, tranh sơn dầu, tranh bút lông, tranh acrylic, tranh cọ chỉ đưa vài đường nét tượng trưng... Anh vẽ nơi thần trí hình dung với hiện tại, và anh tưởng tượng vẽ lúc Trúc Lệ Hoa mới lúc 18, 20, 24, 26 tuổi v.v... Anh tưởng tượng và giảm tuổi nàng vẽ thôi, Anh Nguyên không cần ai cho bức ảnh cũ nào để tìm ra cảm xúc khởi sinh... Có lẽ anh không cần điều đó. Vì anh có nguồn cảm hứng từ nơi trái tim mình còn lớn hơn...

Sau đó phối hợp anh vẽ hoa lá bên kề, Trúc Lệ ngồi nâng cánh hoa, vẽ cảnh hai con thiên nga, và vẽ ghép một, hai bức có chàng đứng chung với nàng mới ác chứ? Anh Nguyên tự yêu thích bản thân mình cùng nàng mà vẽ ra thôi, như một số người ghép tạo hình trên trang web hay trang facebook đó. Không ai có quyền thế cấm chàng mà!

Chàng lại đi biển ngồi vẽ nghe gió hát, sóng ru, cát gọi... Chàng đã trở thành họa sĩ bất đắc dĩ nhưng chàng lại yêu lắm. Nguyên mang theo cây đàn guitar đứng buồn ngẩn ngơ hát. Anh thương và thích bài "Thu Hát Cho Người." Dù hợp hay không? Nguyên vẫn thích lời bài hát này đẹp lắm. Bao nhiêu tâm trạng Nguyên trút hết vào bài hát ấy. "*Dòng sông nào đưa người tình đi biền biệt/ Mùa thu nào cho người về thăm bến xưa/ Hoàng hạc bay, bay mãi bỏ trời mơ/ Về đồi sim ta nhớ nhớ người vô bờ... Ta vẫn chờ em dưới gốc sim già đó/ Để hái dâng người một đóa đẫm tương tư/ Đêm Nguyệt Cầm ta gọi em trong gió/ Sáng linh lang hồn ta khóc bao giờ/ Ta vẫn chờ em trên bao la đồi nương/ Trên mênh mông chiều xuống/ Giữa thu vàng trên đồi sim trái chín/ Một mình ta ngồi khóc tuổi thơ bay...*

Anh Nguyên tìm vô rừng, với nỗi cô đơn cực kỳ tâm trạng... Anh đang tìm một thế giới bình yên nhưng tâm hồn anh là dậy sóng. Một thế giới dậy sóng của tình yêu, của con tim đang ràng rịt. Đi rừng chàng ngồi vẽ, như vẽ cho đất mềm, cho cây gọi... như vẽ cho lá thu gieo mình, réo gọi tình yêu miên man, trong mắt chàng si. Anh Nguyên lại hát... Chàng vẫn thường hát bài không tên cuối cùng của Vũ Thành An những khi anh đi rừng một mình để nhớ ai. Rừng kia như chia sẻ được nỗi lòng anh không? Rừng cây hoa lá hoang dại bí mật kia có an ủi thương mến anh không? Nhưng Anh Nguyên vẫn cho nơi đây là tri kỷ, là tri âm, là hiểu anh hơn những đại lộ thênh thang, với chốn đông người sầm uất ngược xuôi kia. Anh muốn xa lánh họ, xa lánh một thế giới náo nhiệt, đang rượt đuổi con người trong sự sống đi tìm kiếm những thứ xa hoa. Nơi Anh Nguyên chỉ muốn vào rừng để tự đau xót, tự nén cảm xúc, với lời ai oán tuổi buồn mình với cao sanh "*Nhớ em nhiều nhưng chẳng nói/ Nói ra nhiều cũng vậy thôi/ Ôi đớn đau đã nhiều rồi/ Một lời thêm càng buồn thêm... Còn hứa gì...Biết bao lần em đã hứa. Hứa cho nhiều rồi lại quên...*

*Anh biết tin ai bây giờ...*

*Ngày còn đây người còn đây. Cuộc sống nào chờ... Này*

*Này em hởi con đường em đi đó/ Con đường em theo đó/ Sẽ đưa em sang đâu. / Mưa bên chồng có làm em khóc có làm em nhớ, những khi mình mặn nồng. Này em hỡi con đường em đi đó, con người em theo đó. Đúng hay sao em? Xa nhau rồi thiên đường thôi lỡ, cho thần tiên chấp cánh. Xót đau người tình si...Suốt con đường ai dìu lối, hãy yêu nhiều người em tôi. Xin gởi em một lời chào một lời thương, một lời yêu lần cuối cùng...*

Chàng lại lang thang cứ vậy một mình, như một kẻ thất tình cùng chí, thất vọng khi yêu. Mà chính chàng lại cảm thấy yêu thích vẻ phong trần đó của bản thân, như một lãng tữ phiêu du... Dù chàng nhận lấy lại bốn chữ "không tỷ đô la nào" nơi biển xa, hay rừng vắng ấy với tiếng hát... Đời vốn trái ngang nhưng chàng tự nguyện và tìm đến phơi bày tâm sự, với một thể trạng tình yêu thật não nùng... Chẳng ai hoan hỉ cho mình. Chỉ là mình hoan hỉ cho mình mà thôi. Một linh hồn tương tư của chính mình thôi. Anh Nguyên chẳng biết một đại ngu hay đại nghĩa, hay là gì gì ấy ở Anh Nguyên? Nhưng rồi chàng phải nghĩ cho rằng, cần biết xả buồn ở chính mình. Anh Nguyên biết như thế, là chỉ đủ mà thôi...

Một ngày nọ anh viết lá thư trên facebook nơi message cho Mộng Thi Thi.

*Trái tương tư đã chín đỏ nơi lòng.*
*Mà nỗi buồn cứ tiếp tục sầu đong.*
*Anh trở thành họa sĩ bất đắc dĩ long đong...*
*Mất rồi em... Ôi ngày tháng dần trôi, ai mong...*
*MTT hiểu anh chứ.*

Đúng vậy lần đầu tiên 28 tuổi. Anh Nguyên biết tương tư, biết si tình quá quất. Mà là một tình yêu đơn phương thật tội nghiệp cho trái tim mình. Và tại sao chàng phải nghỉ đi hát. Chàng rời khỏi chốn showbiz đã từng huyền thoại và thân thương của chàng. Như vậy chàng có quá ích kỷ, chỉ biết sống cho tình yêu bản thân, muốn vun vén cho bản thân. Nhưng trên đời này có ai không từng sống cho bản thân và thèm cho hạnh phúc bản thân của mình kia chứ!

Rồi chàng ngớ ngẩn vượt đèn đỏ hai lần. Còn nữa, Anh Nguyên quẹo xe không đúng cách với quy trình nơi vùng cấm quẹo, cấm rẽ trái vào hướng ấy, mà anh lủi xe bẻ lái cua nghịch. Lại thêm một lần dắt con Rocky đi chơi công viên qua lộ, anh dành tư thế của người lái xe đúng với đèn xanh của họ. Nói chung ai đã lấy hồn chàng? Anh Nguyên như một cái xác không hồn bởi lòng cay đắng, số mệnh khắc khe không tròn ý nguyện cho chàng...

"*Tình yêu ơi biết thuở nào nguôi*

*Và tình yêu ơi biết thế nào mong...*"

Anh Nguyên không còn ai để mà anh tâm sự thích hợp hơn là Mộng Thi Thi. Chỉ có Mộng Thi Thi là thương anh, và hiểu anh nhiều nhất. Anh Nguyên cũng một lần nữa làm cho Mộng Thi Thi giật mình hình dung ra những câu chuyện "thần chết" sém lấy thân xác anh. May mà thần sống "anti" cố ra sức giữ lại, để cho anh an toàn còn sống với hôm nay...

Sau đó nàng bé ngày càng hiểu và thông cảm về Anh Nguyên lắm, nàng mới đem ra thuyết phục mẹ hơn:

Một hôm gần nhất khi nghe anh kể. Mộng Thi Thi nói chuyện với Trúc Lệ Hoa.

- Mẹ ơi có thể nào mẹ giết một người tài hoa như Anh Nguyên. Thứ nhất là một ngôi sao giọng ca bao nhiêu người cần nghe, cần thưởng thức. Tại sao mẹ lại làm ảnh buồn thất vọng đem vào chôn vùi. Trời ơi uổng cho ảnh chứ mẹ.

- Con nói sai hết rồi con gái...

- Không không, mẹ để con nói hết ý cái đã nè.

- Hừm...

- Thứ hai nè mẹ. Anh Nguyên buồn thất chí yêu đơn phương thì đi đứng, lái xe không tự chủ được, có ngày thần chết không tha thứ ảnh nhiều lần đâu? Tội cho ảnh lắm chứ mẹ Trúc ơi. Ảnh đã gặp nhiều sự cố của accident mẹ ơi mẹ. Vì lòng bối rối tương tư...

- Hừm con gái. Tất cả những việc ấy má không cố tình gây nên, má không có lỗi mà. Tại người ta thôi con?

- Trời ơi má nhà văn, má là người phải hiểu trái tim tình yêu trước nhất. Tình yêu luôn hóa ra dại dột mà má Trúc Lệ.

- Thật con không công bằng cho má. Nói chuyện quá nhiều thiên vị cho người khác đó nha.

- Má cũng có lỗi chứ, má làm người ta yêu đảo điên xách nhiễu hồn vía họ đó.

- Trời ơi con xử oan cho má quá đi Mộng Thi Thi con gái.

- Má ơi tạm mở rộng lòng để nghĩ đi má nè. Tại má viết truyện hay, tại má còn trẻ, tại má xinh đẹp, tại má còn hấp dẫn, nên vô tình lấy được trái tim Anh Nguyên...

Trúc Lệ Hoa không nói nửa lời nữa. Bà chỉ đứng nhìn con gái mà lắc đầu, bà như trong hoang dại...

## CHƯƠNG 13

Hai tháng trôi qua Trúc Lệ Hoa buồn vui lẫn lộn, nàng suy nghĩ mãi về ca sĩ Anh Nguyên. Thật ra nàng rất cảm tình về Anh Nguyên về giọng ca, sắc vóc chàng luôn. Đúng hơn Anh Nguyên là tiếng hát idol của nàng Trúc mà. Trong phòng nàng biết bao là băng đĩa từ CD, và Video của chàng, Trúc Lệ từng bỏ đầu giường nghe mỗi đêm ru nàng ngủ mà. Nhưng nàng vì yêu chồng và yêu một lời thề không thể phá lệ, không thể sang ngang, không thể để mình nhụt chí... Lời thề đó không khắc trên đá, trên vách, mà khắc thật đậm giữa tim nàng rồi. Ấy vậy mà nay lẽ thường nào Trúc Lệ có thể nào phản bội lời thề chung thủy? Song người chồng nàng đã chết trên tám năm, chàng nào bó buộc cuộc đời xuân sắc còn đó của nàng chứ... Nàng nằm giường suy nghĩ, Trúc Lệ ngồi bàn viết nghĩ, nàng pha coffee ngồi uống nghĩ, nàng đi lang thang suy nghĩ, và Trúc Lệ thường bấm trán trong nhiều lần, thắc mắc ở nơi nàng...

**

Không ngờ sau đó một ngày Mộng Thi Thi đã thuyết

phục được mẹ. Hay nói đúng hơn là do vì Trúc Lệ Hoa suy nghĩ thương cho tiếng hát Anh Nguyên. Nàng Trúc vẫn thầm muốn chàng không bị mai mọt tiếng hát. Tiếng hát Anh Nguyên mãi cất cao, luôn mãi được đáp ứng mọi nơi, mọi người Việt yêu thích, chàng là một tài năng, một giọng ca rất ư là xuất chúng. Chàng vốn được là mệnh danh "tài sản tiếng ca của đất nước, của quốc gia Việt Nam." Lẽ nào nàng vô tình hợp tác với gian ác, gián tiếp hủy diệt danh ca chàng? Trúc Lệ Hoa nghĩ thiệt hơn rất nhiều, rồi nàng bằng lòng gởi đến cho chàng Nguyên một thông điệp, một trái tim mới mẻ nhất của mình.

*Tình là thế là ràng buộc muôn thuở đợi.*
*Nói gì đây khi mộng đã chung đôi.*
*Núi kia mấy thủa không đồi*
*Sông kia mấy thủa chia phôi... lạnh lùng.*
*TLH*

Nghĩa là Trúc Lệ Hoa đã bằng lòng có ý "chịu yêu" chàng lại. Một cuộc hành trình yêu thầm lặng của Anh Nguyên đã được mỹ mãn vào điểm cuối, một sợi tơ treo mong manh của thế giới tình yêu chàng được neo đậu, và đáp ứng bến bờ như tận cuối dòng sông xinh...

Chàng Anh Nguyên không cần tổ chức đám cưới lớn, theo yêu cầu của Trúc Lệ Hoa muốn. Mà hai người chỉ chụp hình cô dâu chú rể nơi biển và nơi nhà Anh Nguyên làm kỷ niệm, đối với nàng Trúc Lệ Hoa coi như điều đó là quá đủ, quá hoàn thiện với nàng lắm rồi...

Thời gian sau đó chàng si tình hoang dại này mới "chịu" trở lại đi hát vì mọi ý nguyện chàng đã đạt niềm mong đợi, đã như thành tựu nở hoa... Giờ thì ngôi sao danh ca Anh Nguyên lúc nào hát xong, chàng cũng chỉ xuống đi tìm bên vợ Trúc Lệ Hoa mà thôi. Ngày xưa chàng hát song ca với biết bao cô ca sĩ trẻ trung, xinh đẹp, diễn cảm hết sức lãng mạn. Nhưng giờ đây chàng không cần chi, chỉ thèm hát một mình mà thôi. Mặc dầu Trúc Lệ không ghen. Nàng biết chàng là ca sĩ nổi danh, hãy để cho chàng tự do hào phóng theo con tim với tiếng hát...

Song kỳ thực nàng như bỏ bùa yêu, bùa nhớ thương quyến luyến, bùa thủy chung tất tần tật... Nàng Trúc như đã tự quản thúc và chế ngự lòng chàng rồi, một Anh Nguyên không cần những thứ khác hơn nữa. Nàng bây giờ Trúc Lệ Hoa, cô ca sĩ không hát mà đẹp nhất trong lòng chàng muốn ôm. Chàng muốn tự ràng buộc tâm hồn mình với vợ...

Và một sự kỳ lạ lượng sách nàng để sắp in, đều là những bức hình Anh Nguyên vẽ từ bao giờ, chàng kiếm ra đem lại cho nàng tận tay. Trúc Lệ Hoa mỉm cười ngạc nhiên, rất ưng ý, cả yêu thích nữa. Nàng sung sướng lấy làm từng trang bìa mẫu. Ôi bìa rất là nên thơ và cực kỳ hấp dẫn. Trúc Lệ Hoa nghĩ như thế thì nơi tâm hồn Anh Nguyên đã dành cho Trúc thật lớn lao, từng nhiều bí mật...

Rồi những tuần trăng thiêng liêng của nàng và chàng chính nơi nhà riêng chàng trên đảo Oahu mà thôi. Không bè bạn, không cần ai cả. Trúc Lệ Hoa cực kỳ thích điều này. Ông bà ngoại và mẹ vẫn ở ngôi nhà họ tận bên Bắc California vùng cận ngoại ô xa Sacramento một tý, dĩ nhiên là họ biết tin và bằng lòng nơi Anh Nguyên ước vọng, ai cũng thầm mong hạnh phúc đến với chàng, và chắc chắn một điều là không hề có chuyện chống đối hay phản đối nào cả. Thật sự chàng từng thiếu "mỹ nhân nàng trong lòng." Anh Nguyên giờ có nàng chính là, như chàng có đủ tất cả... Thiên đường tình ái và sự nghiệp trong tay, chàng thêm cao hứng, niềm vui phấn chấn với hạnh phúc lên ngôi... Tiếng ca Anh Nguyên chàng giờ trở lại nơi đâu, đến chốn nào vẫn luôn cứ bay bổng và tuyệt vời, thêm tuyệt vời. Một nội lực vô song khó ai sánh nổi, hay bì kịp nơi chàng...

Còn Mộng Thi Thi con của Trúc Lệ Hoa sau này ưng lấy một ca sĩ cũng đẹp trai tuy hát chưa nổi tiếng mấy, là em kết nghĩa với Anh Nguyên thương yêu và dìu dắt. Chàng tên là Khôi Nguyên.

Cả hai cặp uyên ương thường dẫn nhau ra đảo "eo biển tình H.U" để thưởng thức không khí trong lành nơi biển cả và họ ngồi, hoặc giả đứng, hoặc đi bên nhau như nói lời thì thầm cùng sóng ru, gió hát. Ôi những tần số đẹp biển cả mênh mông, có thác ghềnh đá vẫy gọi, có tơ tình thương yêu, có mây trời háo hức, như hòa quyện giữa tâm hồn họ... Với những ngày nghỉ hát, của những ngày vacation thần tiên nơi họ...

HDT. Viết năm 2018-------

# KHI ĐỜI CHƯA TRANG ĐIỂM

*(Viết cho một cô gái xứ Quảng...)*

## CHƯƠNG 1

Trên chuyến xe Lệ Thủy như muốn khóc, bởi vì nàng không đi thì không được. Ở cái xứ Quảng Ngãi thị trấn Sơn Tịnh đói khổ này, có việc gì cho nàng làm, con đau không tiền mua thuốc. Chính nàng cũng không có hột cơm, ăn cho đủ bữa. Ngồi trên xe lửa, nàng buồn trầm ngâm cuộc đời nàng trải qua nhiều dâu bể.

Lúc xưa nàng lớn lên từ một gia đình giàu có. Quá trình giàu có của cha nàng cũng mang nhiều thăng trầm dù, may mắn của ông là phần lớn hơn. Vốn ông được sinh ra nơi T.K... Gia đình ông nội ở thuộc vùng đất Quảng Ngãi không giàu có lắm, nhưng cũng đủ nuôi sống họ, ông bà nội cuộc sống có nghề làm thuốc Nam sau giỏi, họ chuyển có thuốc Bắc kết hợp, cứ xem mạch hốt thuốc cho bịnh nhân, nghề thuốc ông nội đi vào khá giả an nhàn qua từng năm, từng năm. Nhưng ba của nàng Lệ Thủy – Tức là Hồ Kỳ Hiệp lúc nhỏ lớn lên lại không yêu thích nghề thuốc, ông chỉ muốn đi giang hồ tứ xứ để vui hơn. Ông đi chơi lang thang, rồi xin làm lơ xe cho một người có xe khách, từ chuyến Quảng Ngãi đến Nha Trang - Người chủ xe vốn quê chính là Nha Trang. Ông ta vợ người Quảng Ngãi. Không biết họ biết nhau trong trường hợp nào, và lấy nhau đã có bầy con bảy đứa, cơ nghiệp họ đang sừng sững sống Nha Trang.

Hồ Kỳ Hiệp lang thang nơi bến xe Quảng Ngãi (Lúc bấy giờ bến xe còn thô sơ lắm.) Ông chủ tức là tài xế chính nhìn ba Lệ Thủy, nhìn Hồ Kỳ Hiệp thì ông chịu ngay, vì mặt mày Hồ Kỳ Hiệp có vẻ rất sáng láng, thông minh, tử tế. Sau thời gian không bao lâu Hồ Kỳ Hiệp nhanh nhảu trở thành tài xế loại ưu của họ... Nghĩa là tài xế chính. Như vậy ba của Lệ Thủy- Hồ Kỳ Hiệp đã đổi đời không làm nghề y, cũng không thích gõ đầu trẻ, như Hồ Kỳ Hảo ông nội ước mong. Mà ông lại đi theo lối thích riêng mình, một lối kinh doanh bằng xe cộ, bằng xe chở khách... Chẳng bao lâu ba

Hồ Kỳ Hiệp đem vốn tậu xe đi về hướng tuyến đường Sài Gòn- Buôn Mê Thuột. Vì tuyến đường này có vẻ mạnh kinh tế hơn. Thế là lại gặp má Lê Trúc Phương con nhà giàu, quê cũng vốn ở thành phố Buôn Mê, có nhiều xe chạy khắp nơi ở nhiều tỉnh thành. Sau đó ba tán tỉnh má. Tán cua chi là hên quá, và nặng ký lắm chắc? Ông đem lòng yêu má Lê Trúc Phương nhanh. Lê Trúc Phương cũng đã phải lòng yêu ông không kém chi...

Họ yêu thương nhau, và rồi cưới nhau. Ba được quyền định đoạt tương lai vợ chồng họ. Ba Kỳ Hiệp rủ má Trúc Phương vào Sài Gòn làm ăn sẽ mau phất hơn. Má Trúc Phương đồng ý nghe và đi theo, như lời ba ước muốn. Và bà đã sinh ra ba người con, nàng Lệ Thủy là út nơi đó. Hai người trước nàng là hai anh trai, chỉ nàng là gái, nên ba mẹ yêu nàng như một công chúa chính hiệu. Gia đình ba má làm ăn thì ngày càng phát triển giàu thêm. Được bên vợ ủng hộ mạnh mẽ cho ý tưởng mới của ba. Ba má mua bán xe hơi có shop lớn lấy biển hiệu Hiệp Phương (Tên ba má ghép lại.) Quyền uy ba ngày càng đủ đầy, thời lên như gió, chẳng mấy chốc ba má giàu nhanh, cơ nghiệp rộng mở. Ba má còn quen lớn với các tướng tá, bên quân đội VNCH. Thế là thêm nhiều vai vế mua bán "áp phe gỗ" từ rừng các nơi Ban Mê Thuột đem về Sài Gòn, còn từ các nẻo rừng Tây Nam nữa. Ba Hồ Kỳ Hiếu giàu lại giàu to, tiền vô như nước. Ba bỏ luôn tài xế lái xe cho khách, vì thời đại chiến tranh, súng ống, mìn mỏ, đạn dược, đâu có từ ai. Bộ phận an ninh giao thông, chúng cũng hay chõ vào các múi xe khách của ba, mà khai thác kẻ thù, hay tình địch vô cớ v.v... Nên ba cắt bớt một con đường chạy xe khách, và mở rộng những thương trường làm ăn mới mẻ hơn.

Rồi ba Hiệp hay đi chơi ngoại giao với các tướng tá của quân lực VNCH, cho chương trình khai thác gỗ rừng. Lên nơi tầm xa để mở nhiều kế hoạch vui chơi "dụ" lòng dân Thượng nơi xứ đó, hoặc để dễ bề làm ăn hơn... Mặt khác chế độ nào cũng muốn dân vào phe ta, và ta sẽ có ảnh hưởng với dân tuyệt đối là sẽ đánh mạnh làm ăn kinh tế, rồi nhiều bước trườn lớn hơn, may mắn tiến nhanh, của phe phái về chính trị, quân sự chiếm đất nữa... Cũng có thể là một truyền thống yêu văn hóa của họ. Không ai biết hết thao lược họ, những bí mật nhà nghề của họ...

Chỉ biết rằng như vậy trong một lần ông bà dẫn Lệ Thủy đứa con út đến nơi đó. Ở một mùa hội - Lễ Hội Văn Hóa Dân Bản Địa... Lúc đó Lệ Thủy thật ra nàng mới 15 tuổi. Ôi cái tuổi thần tiên và nhiều mộng mơ...

## CHƯƠNG 2

Chính nàng Lệ Thủy đã phải lòng yêu một chàng trai trong lễ hội, vì chàng biết đi voi, biết chăm sóc voi, biết đánh đàn đá, biết múa lửa, biết chơi gõ cồng chiêng tuyệt chiêu, chàng chơi rất đậm đà bản sắc, nhất là gõ cho đám mỹ nhân núi rừng với những vũ điệu hết sức ngoạn mục lạ kỳ. Lệ Thủy thích nhiều nhất là Y Ron biết múa lửa thật khéo, chàng vòng xoay lửa hết chê thì đã đành, chàng lại biết tạo cảm hứng cho người khác nhìn khi theo dõi, Y Ron luồn qua các gối chân, xoẹt qua bên hai nách và cổ tay, lộng nơi quần rượt vô nơi lòng háng, chàng cứ đứng giang rộng, giang rộng cây đuốt lửa chàng cho rà vào bụng rún, lúc tréo qua sau lưng, còn một tay khác bốc lấy đổi tay, lúc thì hơ gần đụng tóc sát đầu, lúc châm như sắp cháy cổ... Động tác nào Y Ron làm cũng nhanh nhảu, nhưng thật sự nhìn kỹ không nhanh lắm, tốc độ vẫn trên trung bình, song lửa không thể táp vô người chàng. Đúng là hay thật! Chỉ đoạn quay tít vòng lửa kia, thì chàng mới cho hai cánh tay quay nhanh, hỗ trợ cho lửa chạy, nhìn như sao băng, hay sao chổi đi thôi, màu lửa vàng cháy đôi lúc đổi chút xanh hỗn nhấp nháy. Ôi thật là đẹp tuyệt ý, và kỳ diệu hết ý luôn...

Thế rồi nàng yêu ngay sau đó, Lệ Thủy thơ ngây song trái tim ngưỡng mộ lại quá ư dạn dĩ, nàng cố bắt chuyện làm bạn quen biết như thâm tình, rồi đã trốn theo chàng về nhà chàng thăm chơi, bước vào căn nhà sàn dân bản địa, nàng thêm ngỡ ngàng yêu thích hơn nữa. Và một lần thêm nữa: Nàng xác định dụng cụ đàn của chàng nhiều lắm; nào đàn bằng những thanh tre trúc móc xích, gọi là đàn T' rưng gợi cảm, nào cây đàn đá dễ thương, nào trống cồng chiêng đáng yêu. Nào có con voi sau nhà đang ăn lá mía chờ chàng v.v...

Dù cha mẹ Lệ Thủy: Hồ Kỳ Hiệp và Lê Trúc Phương không cho phép, nhưng nàng quyết định chỉ yêu và đòi ưng lấy anh chàng Y Ron này mà thôi.

Nàng bảo khi về lại Sài Gòn lần thứ nhất. (Bởi nàng đã rung động chàng nhiều trong lòng, sau khi nàng gặp gỡ...)

Nghe Lệ Thủy nói, thì vợ chồng Hồ Kỳ Hiệp tưởng chừng như nghe trời long đất lở. Song nàng cứ ung dung khẳng định:

- Nhà mình đã giàu con đâu cần lấy người nhà giàu nữa ba. Ba cũng từng có ước mơ riêng để đi xây dựng cuộc đời mà. Con yêu ai thì ba mẹ cho con lấy người đó, chính là hạnh phúc tuyệt vời của con thôi. Con quyết chọn lựa theo ý.

- Cây đàn đá đó có đủ nuôi sống con không? Không nên mơ mộng hảo huyền. Hãy thực tế đi con. Ba Hồ Kỳ Hiệp buông lời hỏi vì khó chịu nơi lòng ông.

- Con chọn ảnh cái nghề khác, tương xứng ý thích ảnh. Nàng trả lời.

- Con thật thơ ngây chọn người tình và vị hôn phu đó nha?

Nhưng có lẽ không được.

- Không con đã chọn thưa ba. Làm ơn cho con đi...

- Chọn lựa của con là những thứ trang sức quá ngu ngốc mà thôi.

- Con chấp nhận, vì con tim con.

- Nhưng trái tim con thổn thức đã lầm con gái ạ.

- Thưa ba con không lầm đâu. Xin ba hãy để con được yêu, và được rung động ngẫu nhiên. Con xin lạy ba...

Thiệt ra Lệ Thủy được biết, chàng trai tài hoa chơi đàn đá, và múa lửa đẹp mắt kia là gốc kinh. Mẹ chàng mang thai với một người lính, rồi buồn tình hay hoàn cảnh sao đó, buộc thế bà đem bỏ chàng vào nơi một gốc cây lớn, lúc khi chàng mới sanh được ba tháng, chàng bú mớm bằng mút tay, và còn khóc oe oe... Một ông già lượm về và nuôi chàng lớn lên, rồi ông đặt cho chàng cái tên Y Ron giữa buôn làng này thôi. (Chuyện xảy ra ông già Mân Gi thật bụng kể cho Lệ Thủy nghe khi cô đến thăm nhà lần thứ hai.) Lệ Thủy yêu chàng tha thiết trong lòng. Nên đã gan góc dũng cảm, và làm một cô gái thơ ngây trót dại? Khi về đất Sài Gòn rồi, nàng mướn xe lên Buôn Mê Thuột lại liền, đi vào buông rẫy tìm chàng đó là lần thứ hai nàng tìm đến. Ôi với nàng đi tìm chàng dễ như đi du lịch vậy mà, nơi chàng trai trẻ cũng mừng quýnh, cứ ngỡ như mơ, khi gặp lại người con gái thông minh, lại thương mình hết dạ. Sau đó cả hai như tạo được những kỷ niệm của họ. Cả hai chui vào núi tìm các hang động có thạch nhũ, kiếm tìm những hướng đi lâu năm, chọn những lối mòn đi rừng đẹp, nào hoa lá, nào dây mơ, nào chim chóc như nhìn thấy ngưỡng mộ hai người, của hai trái tim thơ ngây nhưng nóng bỏng yêu nhau, đi chơi một dịp, một sáng cho thỏa thích... Lệ Thủy thật sự cũng quá nhàm quen với chốn phồn hoa Sài Thành, nên nàng muốn tìm vui đến nơi thiên nhiên hoang dã khác hơn một chút. Thì sẽ thấy tuyệt hơn với nàng...

Hay nói đúng hơn trái tim nơi nàng đã bị, để cho chàng Y Ron đang nắm giữ chặt ở đây rồi. Và cuối cùng nàng đã được ông già Mân Gi nuôi chàng kể một cách tương đối đầy đủ, ngay khi tại nhà của họ, lúc mà nàng sắp chia tay để nàng về lại Sài Gòn khi ấy... Ông già muốn kể cho nàng hiểu thêm rằng chàng vẫn có nguồn gốc lai lịch người kinh. Ôi cũng là hay cho mối tình thiên định, hay cho nàng nhiều mà.

Lệ Thủy chuyên nghiệp đi học về là đọc tiểu thuyết ngắn ngôn tình. Đó là bộ môn nàng lấy làm thích bậc nhất đấy. Nàng cầm sách đọc khắp nơi, như một con nhà giàu thong thả mê sách vậy. Quả là Lệ Thủy sống trong ý tưởng nhiều của tiểu thuyết, nhưng làm sao ai cản được nàng ước vọng, làm sao ai dám tiêu hủy một mầm xanh...

Khi mà cô gái Lệ Thủy quan niệm rằng "Con người sống

chết với nhau trong tình yêu, thì mới thấy được yêu nhau thật sự. Và đó chính là, là những mối tình đẹp nhất trên thế gian này..." Nàng ám ảnh câu chuyện được một tác giả, viết về truyện ngắn "Vì Tình..." Một chàng trai tên họ Lê Dinh, là một nhà văn trẻ, anh yêu một cô gái tên Trần Mỹ Hòa, xinh đẹp, hiền lành. Cha mẹ không đồng ý gả cho anh, nhưng cô nàng quyết ưng anh ta. Khi lúc nàng lấy được chồng Lê Dinh rồi, thì cha nàng có vẻ khinh và coi thường anh chàng rể văn sĩ nghèo đó, chẳng bao giờ muốn đón tiếp chàng ta nồng nhiệt. Và cứ mỗi lần chàng dẫn vợ ghé về thăm gia đình, thì cha mẹ nhìn chàng còn thua người dưng nước lã. Buồn quá chàng dần hồi ít muốn về thăm...

Rồi lại một hôm có dịp, có nhà triệu phú Đ.H làm ăn trúng tiêu chí kế hoạch, ông liền mở tiệc chiêu đãi, ông mời Lê Dinh nhà văn trẻ đến dự để viết giùm cho một trang phóng sự hay, mong được đăng quảng bá cho khắp nước biết...

Lê Dinh đi, anh dẫn vợ theo, anh rất là hân hạnh. Nhưng ôi thôi nhà triệu phú lại "phải lòng" cô vợ trẻ xinh đẹp của anh. Ông ta tìm cớ để nói thầm với Lê Dinh một khắc về cái gì đó cô nàng...

Sau khi nghe Lê Dinh lại nghĩ ngay ra một kế khác mới mẻ, tương xứng của anh. Anh mong khi về nhà chàng bảo vợ mình Trần Mỹ Hòa để nàng xem sao? Đúng là anh về nói với vợ:

- Mỹ Hòa em ơi... Anh có một chuyện... Có thể em chịu hy sinh một chút, ta sẽ giàu cho cha nàng thấy Mỹ Hòa em ạ. Em có muốn mình giàu có không? Chàng dò la, lựa lời khéo để hỏi ý vợ như vậy.

- Giàu có ai chẳng muốn nhưng phải chính đáng chứ anh? Vợ chàng đáp.

- Sự hy sinh nào cũng là chính đáng cả em à. Tình yêu ở trong sâu thẳm tâm hồn chứ không phải ở dung tục thể xác? Đúng không em yêu?

- Em chưa hiểu ý anh lắm. Trần Mỹ Hòa có vẻ ngạc nhiên hỏi, và đưa mắt nhìn chồng.

Lê Dinh đáp ngay:

- Nghĩa là em ơi… Em có thể em chịu cho nhà triệu phú Đông Hưng nọ hôn em một cái, ông ta sẽ mất một triệu mỹ kim với anh. Em đi cùng ông vào khách sạn ăn ở một lần. Hắn sẽ đưa anh 1/3 gia sản của ông ta. Và cái thứ ba xảy ra; nếu em đi cấp ba ngày với ông ta. Ông ta sẽ đưa cho anh hết 2/3 số của ông ta có bằng tiền. Nghĩa là anh sẽ giàu hơn ông ấy, và ông ta có quyền, có cách làm giàu kiếm lại sau đó, tùy ông ấy… Chỉ vì ông ấy thích vậy thôi.

- Trời ơi anh không thương em sao? Mà anh đưa quẳng xác thân em cho nhà triệu phú Đông Hưng đó anh yêu?

- Yêu em chứ. Chính yêu em, anh phải hy sinh để cho ba em không khinh anh? Lê Dinh này nghèo, và ba em khỏi nhạt nghĩa với anh? Mình có được của, nói là trời thương cho mình trúng số em à. Mà đúng là chúng ta y như trúng số vậy.

Mỹ Hòa nghe bỗng khóc vì đâu.

Nhưng chồng Lê Dinh còn van lơn khóc theo:

- Anh quý em ở tâm hồn thuộc về anh mãi mãi thôi. Chỉ là một kế sách nếu như em yêu anh, em hãy vì một lần ước vọng cho anh, và cho chúng ta đi em. Chẳng lẽ anh nghèo hoài để ba má em khinh, nếu mình có cơ hội trở nên giàu mà em…

Rồi nghĩ và thương chồng quá nàng Trần Mỹ Hòa đành chấp nhận, để cho cha nàng không thể khinh thường chàng mãi. Và biết đâu rồi tình "nhạc phụ" lại thêm khắng khít.

Nàng Mỹ Hòa đã suy nghĩ nhiều lần và cuối cùng chịu đi cấp với nhà triệu phú Đông Hưng đó. Tất nhiên là có sự ăn nằm một chút, đúng với giao ước. Nhà triệu phú Đông Hưng phải đưa tiền của cho đôi vợ chồng nhà văn trẻ như 2/3 sản nghiệp mình.

Nhưng một điều trớ trêu, khi về nhà ba tuần thì trời ơi, nàng lại biết mình lỡ mang thai với người triệu phú Đông Hưng. Nàng thấy người bỏ ăn khó chịu, và khi bụng cứ lớn lên. Rồi nàng đi khám bệnh thì không phải bệnh mà nàng chính thức đã mang thai nhi. Chồng nàng Lê Dinh bây giờ lại cảm giác quý nàng hơn cả tiền của. Chàng lại nổi máu ghen tuông ngất trời. Chàng ghen mãi và đặt nhiều câu hỏi với nàng:

- Điều đó làm sao mà có được? Vô lý quá em, khi em không từng yêu hắn chứ? Anh thật không tin... Em ở với anh hơn một năm chưa có gì? Cớ sao mới ba ngày lại có... Chứng tỏ em yêu hắn mãnh liệt hơn anh?

- Em không biết, nhưng em không yêu hắn. Và tất cả lỗi lầm này là do anh.

- Anh không thể hiểu, và không thể hỏi ai bây giờ?

- Song em muốn giữ lại đứa con anh Dinh ơi.

- Nhưng trời ơi nó không phải là con anh làm sao em?

- Nhưng nó là con em, nấm ruột em. Em lạy Lê Dinh. Em chỉ muốn giữ lại đứa con thôi mà.

- Thì thôi em, quyết định theo ý em đi.

Rồi thời gian thai lớn dần nàng tới ngày sinh nở, Mỹ Hòa đem con vào chùa đúng ngày tháng là con của nhà triệu phú Đông Hưng kia. Nàng để lại một lá thư dặn sư cô, khi con lên bốn tuổi thì cho con hay. Như thế nàng cũng đã trọn vẹn với con thơ... ( Nàng không thể giết chết một hài nhi. Con nàng vô tội, thành ra nàng làm theo cách đó, để bảo bọc nó.)

Còn Trần Mỹ Hòa thì... Sau nàng tự uống thuốc tự vận ở một chiều. Khi mà chàng Lê Dinh đi làm một công sở nhà báo nọ chưa về. Và nàng để lại bức thư cho chàng ghi là:

"Đó là đã chứng minh được lòng chung thủy chẳng tiếc sống của em... *Biết nói làm sao cho anh hiểu được lòng em, lòng của người mẹ đã vì thương con. Vĩnh biệt anh" Lê Dinh. Em, Trần Mỹ Hòa.*

Chàng Lê Dinh về coi xong thư, chàng như không thể tin được, nhưng sự thật đã phơi bày. Chàng vô cùng hối hận với nỗi đau đớn. Song chàng đã khóc như mưa, với nỗi thống khổ này.... Chàng đành phải cắn lưỡi chết theo nàng tức khắc, cho yên. Thiệt ra Lê Dinh yêu Mỹ Hòa vô cùng, và chẳng thiết sống là gì nữa, khi thiếu Trần Mỹ Hòa trong đời chàng...

Lệ Thủy ưa đọc truyện ngắn ngôn tình và nàng sốt sắng hưởng ứng cho lý tưởng yêu nhau, dù mai này có chết như thế cũng đẹp. Cũng trọn vẹn hơn là không yêu...

Thế nàng Hồ Lệ đã đòi ưng lấy anh chàng Ê-Đê múa lửa giỏi, đánh đàn đá hay, chăm voi tuyệt kia cho bằng được...

Và rồi thế là nàng được toại ý, Hồ Lệ đã lấy người nàng yêu dù nghèo khó ở tận bản làng... Nàng lấy chàng về giống như sự kiện của Tiên Dung lấy Chữ Đồng Tử vì một duyên nợ. Nàng đã thỏa mãn kiêu hãnh với niềm tiêu chí ước ao đó... Rồi về sau ra sao hãy tính? Nàng không cần nghĩ xa xôi chi lắm, cho mất phần thi vị trong tình yêu...

Hồ Lệ Thủy, nàng cho chàng đi học lấy một nghề nhiếp ảnh, chụp hình chân dung kiếm tiền để sống. Nhưng thực ra với một gia đình hạng giàu có bậc nhất, nhì Sài Gòn, thì làm sao má nàng để cho nàng sống một đời phải thiếu hụt chứ? Chàng làm việc chỉ là một hình thức giải trí thôi, nàng biết vậy. Tuy nhiên còn chàng Y Ron. Vốn yêu buôn làng chàng không chịu về thành thị nhanh liền đâu? Nhưng vì có ba lý do mà Lệ Thủy cũng thuyết phục được chàng về thành phố "Sài Hoa này." Thứ nhất chàng đã biết lá thư người mẹ để lại, chàng vẫn là gốc người kinh chính thức, dân tộc Ê- Đê chỉ là cái vỏ bề ngoài của chàng mà thôi. Thứ hai chàng cảm động vì Lệ Thủy dâng hiến tình yêu cho chàng, và quyết lòng ưng lấy chàng, dù ban đầu gia đình cha mẹ nàng khó dễ. Thứ ba nữa Y Ron cũng rung cảm trước vẻ đẹp mỹ miều của nàng, người con gái mang tên Hồ Lệ Thủy...

Tình yêu họ chẳng bao lâu non ngày non tháng. Nhưng nàng đã sinh cho chàng hai con; một trai đầu, và cô em kế tiếp năm sau, kiểu sinh con theo năm một...

## CHƯƠNG 3

Có phải thời thế tạo anh hùng? Nam Việt Nam lúc bấy giờ bất ngờ đã đổi ngôi. Miền Bắc tấn công Miền Nam, và chế độ họ đã cưỡng thắng.

Chính phủ Nam Việt Nam không thể đánh lại lúc bấy

giờ, và coi như thất trận, đã bị thua. (Tức Việt Nam Cộng Hòa buộc vào thế bạc nhược, hồi cảnh đã ra lịnh, kêu gọi đầu hàng, kêu gọi bỏ súng, kêu tháo lui nhượng bộ, cho chính phủ lâm thời v.v...)

Và trong cơn ly loạn đó. Những người giàu có không ưa chế độ mới thì họ chuẩn bị di tản hết. Binh lính cao cấp thì được máy bay hoặc phi cơ rước đi rời tổ quốc Việt Nam. Hồ Kỳ Hiệp không được may mắn mau trong những dịp này. Nên sau ông quyết chí ra đi vượt biên, vì ông không mấy thiện cảm cái chính quyền mới của Miền Bắc này dựng lên. Ông và vợ cùng hai con trai quyết chí ra đi. Khi đại thắng thành công của Miền Bắc xảy ra trên mảnh đất Nam Việt cũng không bao lâu. Chỉ cách lá cờ họ treo lên dinh độc lập Sàigòn một tuần hơn thôi. Và ông Hồ Kỳ Hiệp để lại cho Lệ Thủy một lá thư có hai câu nói ngắn, vỏn vẹn hai dòng chữ:

"*Ba má, hai anh ra đi rời khỏi quê hương yêu dấu...*

*Tạm biệt con. Ba, Hồ Kỳ Hiệp.*"

Tại sao ba chỉ viết lá thư để lại, mà không cho mình hay biết gì trong vụ này. Nàng nghĩ không phải là không có lý do chứ? Điều thứ nhất là: Ba nghĩ rằng nàng thương chồng, và anh chồng Y Ron mình chưa chắc đã chịu ra đi với họ. (Bỏ buôn làng là một điều trốt khó với anh ta, huống hồ vượt thành trì, vượt thác, vượt biển tẩu trốn ra nước ngoài...)

Thứ hai là: Ba biết mình bao giờ cũng ngang bướng và ít chịu vâng lời cha mẹ.

Điều thứ ba: Chắc ba vẫn giận mình, muốn ly khai mình khỏi thành viên gia đình ông, nhưng vì con cái còn lại, là ông phải cho biết thế thôi.

Nàng cầm thư trong tay suy nghĩ hoang mang, nhưng mà tin chắc là rõ ràng vậy. Nàng phải gánh chịu, và phải chấp nhận tất cả để thoáng buồn đau...

Sau đó vài tháng lần lượt nhà cửa, xưởng gỗ, trại cưa, nơi hùn vốn với những doanh nghiệp khác, cơ sở shop buôn bán xe máy, xe hơi v.v... của ba mẹ bị niêm phong thu hồi hết. Nàng lại tay trắng tay cùng chồng và hai con thơ dại. Biết làm sao bây giờ đây, đứng trước khó khăn bởi thời cuộc. Nàng cùng chồng đành quay về núi rừng Buôn Đôn-Buôn Mê, để sinh sống.

Thì diễn tiến khác đi. Nào ngờ rằng người cha nuôi Mân Gi của chàng biến đâu mất. Nhà cửa hoang tàn, buồn thảm lạnh ngắt, đau thương hoang dã... Có thể nghi là ông bị chết rồi vì lý do nào đó chăng? Bịnh tật, đạn dược, hay ai uy hiếp, hoặc bị dí súng thao tính, hay ông tự sát, hoặc bỏ chốn này đi đâu? Nhưng Lệ Thủy đoán là trên 80% ông đã chết rồi, vì hai vợ chồng nàng có dò hỏi vài người buôn làng, mà chả ai đủ biết cho cặn kẽ, với ý nghĩ như vậy...

Nàng không còn cách nào khách hơn. Lệ Thủy lanh trí chuyển đổi lịch trình, khuyên chàng về xứ nội mà sống. Tìm về nơi quê hương đất tổ Quảng Ngãi...

Chàng đi theo nàng cùng hai con. Song chàng có chút hận nàng, đôi co cãi vã một tý đỉnh... Thật ra chàng thương yêu người đàn ông nuôi chàng, hơn là người mẹ và cha ruột nơi cốt nhục thâm tình đã tạo ra hình vóc chàng, mà rằng chàng như chưa bao giờ yêu lấy họ? Vì chàng cũng chưa bao giờ biết mặt mũi họ mà? Người đàn ông núi rừng này vẫn là người kinh, nhưng không hiểu lý do nào ông gia nhập vào làng Ê Đê, và ông nuôi chàng, cho chàng đủ thứ, cho chàng nhiều năng lực: Sự hiểu biết thông hanh, học hành tiếng Việt Kinh. Chàng biết đi voi giỏi, biết chơi đàn đá, biết đánh nhịp theo chiêng cồng. Ông dạy chàng... Và cho chàng học lỏm những người nơi buông rẫy này múa lửa, chơi đàn ống. Tức là đàn T'rưng cũng khá tuyệt vời! Với những ngày tháng Y Ron lớn lên nơi đó - Công ơn ông làm sao chàng quên chứ. Chàng thăm nơi đó với nàng. Chàng buồn bảo với vợ Lệ Thủy:

- Nếu anh không đi theo em, chắc là ông già này còn sống, dẫu sao anh lớn rồi sẽ biết chăm sóc ông hơn. Anh nghĩ rằng ông ta đi rừng và chết bất đắc kỳ tử rồi em.

- Anh biết chứ. Em vẫn từng bảo ông ta về thành phố?

- Làm sao ông đi được em?

- Ông vẫn là dân kinh.

- Điều đó không đặt thành vấn đề trong ông lâu rồi.

- Vậy đâu phải là do em.

- Thật sự anh buồn lắm, nếu khi ông ta qua đời em ạ.

- Nhưng ông ta và em với hai con, anh coi ai hơn?

- Em không thể so sánh Lệ Thủy ạ.

- Anh có biết những lời vô tình anh làm em tổn thương chứ? Em là vợ yêu thương anh mà?

- Thôi bây giờ không còn gì để nói nữa em. Anh vì nóng ruột nếu ông ta mất đi, nên đã nói sai với em. Cho anh xin lỗi em Lệ Thủy nhiều nha.

- Không sao anh. Nàng đáp.

Lệ Thủy và người chồng đã từ giã thành phố Sài Gòn. Từ giã quê hương rừng quý Buôn Đôn đó. Và họ phải về lại Quảng Ngãi vợ chồng nàng sống với ông bà nội thôi. Ông bà nội Hồ Kỳ Hảo vẫn yêu thương cháu nội, và cháu cố của họ. Song quý nàng lắm thì họ không còn quý. Vì họ tức ba nàng Hồ Kỳ Hiệp. "Tội của ba mà nàng phải gánh mang là đây..." Ba Hồ Kỳ Hiệp những lúc giàu, ba lại chỉ trang trải lo bên phía vợ, và tánh ông nội lại không thích làm phiền con trai, khi mình đủ sức lo cho cuộc sống dạo đó. Nên ba Hồ Kỳ Hiệp không vô tình, mà cũng coi như cố ý rồi. Ba không mấy lo lắng, hoặc quan tâm gì cho ông bà nội, với cái thời kỳ ba kiếm tiền ra như nước kia...

Lệ Thủy đem chồng và hai con về xứ Sơn Tịnh bươi chải, nàng làm thuốc cùng ông bà nội. Nàng chặt rể, tán sao giã chày, làm nhuyễn bột thuốc khi cần, tẻ cành, róc xác, cân vỏ, gói cật, phơi thổ thuốc... và nhiều thứ khác nữa cho khách ông nội cần. Nàng làm việc khổ cực không khác chi một lọ lem với kỳ điểm khắc khó. Mà nàng cứ như phải ngậm buồn lấy vui, say mê công việc...

Y Ron Đặng Côn (tên mới của chàng.) Vốn chán nghề thuốc, chàng lại xách máy lang thang đi làm nhiếp ảnh, vì chàng mới ra nghề thì chính quyền Miền Bắc vô chiếm Sài Gòn Miền Nam. Và rồi chàng nghĩ kế sách mới tự nhiên trong đầu hiện ra, chàng lại thích đi đào vàng. Vì nghe thiên hạ khao khát lúc này, khắp nơi rang rang đồn tin *"Sẽ trúng mánh giàu to phất, tìm vàng là mau giàu nhất."*

Chàng lại có ý tưởng đó rồi nói với Lệ Thủy ở một đêm trong căn nhà ông bà nội, ngoài trời đầy sao mờ sao tỏ, lúc ẩn, lúc hiện như giấu cất, như thương cho tâm hồn những ai kia xa vắng lạc loài... (Lúc đó hai vợ chồng đã về ở nơi nhà nội khá lâu, trên tám tháng.) Đặng Côn bảo:

- Cuộc sống tù túng nơi đây anh không hạp. Em và con cứ ở nhà, anh đi đào vàng may đâu mình sẽ giàu. Anh biết thiên hạ đào vàng trúng nhiều, rồi giàu có lẹ lắm em... Ăn đậu ở nhờ như vầy anh không thích Lệ Thủy ơi.

- Là ông bà nội của em mà. Anh ngại chi?

- Ba má em cũng là của ba má em, ông nội cũng là của ông nội, thế thôi. Mình phải gầy dựng. Bàn tay này em ạ. Chàng nói và đưa hai bàn tay lên cao để nàng ngắm.

Lệ Thủy vốn ít thích tranh cãi, nàng lắc đầu nhìn chồng.

Chàng tiếp tục khuyên vợ:

- Chịu cho anh đi em, có gì đâu em lo chi?

Thời gian này chàng Y Ron Đặng Côn quyết đi tìm vàng, đãi vàng. Dù vợ Lệ Thủy cố ý ngăn cản. Nàng nói nhiều hơn, lúc một đêm khác trời không trăng sao, bên ngoài bầu trời tối đen như mực, trong nhà chỉ vài ánh đèn leo lét...

- Anh ơi nơi chốn rừng thiêng nước độc, may mắn thì ít, mà rủi ro thì nhiều, vợ chồng lại chia cách em không lấy làm thích. Còn hai con thơ vắng cha nó sẽ buồn. Anh nghĩ lại đi, đói no gì em cũng chẳng muốn anh ra đi tìm vàng đâu.

Chàng nghe vợ nói trong lòng chàng như kiểu nước chảy lá môn chẳng ăn nhập chi nơi chàng. Y Ron Đặng Côn quyết định lập chí lên tới bến rồi, kiểu lòng anh như cứng sắt đá rồi, muốn đi thôi. Y Ron cứ nhất quyết trong lòng đưa ra ý tưởng:

- Trời ơi tùy theo thời thế chứ em? Các nhà địa chất, các thám tử lừng danh cũng phải xa vợ con cho công trình lớn hơn của họ thôi. Sự kỳ vĩ phải chấp nhận hy sinh mới có, ai mà vợ chồng ôm gốc cột nhà để chết vì khổ sao em? Anh là người ít học hơn em, anh còn hiểu được giá trị lẽ sống tiến bộ. Lẽ nào em buộc chân anh bó gối nơi đây sao Lệ Thủy.

- Em nói với anh rồi. Em không thích xa anh. Bộ anh không yêu em và con sao, mà muốn đi xa vậy?

Chàng cười thành tiếng đáp:

- Yêu thì yêu chứ em. Bao nhiêu người họ ra đi vì lý tưởng cao cả, vì tiền bạc, vì cuộc sống, vì danh dự thôi.

- Danh dự gì ở đó anh yêu.

- Mình giàu có thì cũng là một danh dự ở đời chứ em.

Nàng lặng lẽ buồn như có lẽ thất vọng vì khuyên chồng không xong. Lệ Thủy không cho chồng đi. Nhưng nàng nói mấy với chàng cũng không còn ý nghĩa gì nữa. Làm sao nàng khóa được đôi cánh ước vọng của chồng Y Ron. Vì biết bao người cũng ra đi như chàng nói. Khi họ nghe tin đào vàng sẽ là cất cánh, nó sẽ là "cánh chim tàng hình giỏi giang" cách làm giàu mau nhất, nếu thời hên sẽ nhảy tới gõ cửa nhà mình v.v...

Những buổi tối nằm bên vợ và hai con, chàng vẫn cứ mơ nơi núi rừng trùng điệp kia chàng sẽ đặt chân đến, cùng bao người, vượt sông vượt suối, vượt đèo vượt truông rộng, đạp gian khó đi tìm kho báu thiên nhiên" "vàng trong đất mà..." Giờ thời gian cũng đã đến. Con đường chàng Y Ron sẽ chấp nhận, chọn lấy bấy nhiêu rồi, không thể khác được đâu!

Thật là quá đau lòng vào một buổi sáng hôm nọ, nàng và hai con tiễn chàng rời căn nhà ông bà nội Hồ Kỳ Hảo. Nàng và hai con muốn khóc với cuộc chia tay này, họ muốn nói nhưng cũng đã hết lời. Riêng chàng Y Ron tỏ ra hiên ngang hùng mạnh, thái độ chàng còn hơn người lính trước tinh thần chiến đấu. Vai mang ba lô, tay cầm xách, chân chàng lẹ bước...

## CHƯƠNG 4

Trên hai tháng trời gian khó tìm vàng để đãi, nhưng chả có một mẻ nhỏ lộng lưng, chẳng có một tý để làm thuốc bắc khi chàng cố công đi tìm... Tuy vậy chiều về, họ sơ sài bài bạc vui chơi, nhiều lúc chỉ có một hai người trúng mánh dù nhỏ, vẫn có được một vài chủ chơi xộp, chiêu đãi bia lon, rượu tốt, kêu ca nhạc giúp vui xả hơi, xả stress, enjoy v.v.. dù cuộc sống chỉ có vẻ tạm bợ nơi ấy, nhưng cũng trãi nghiệm ra được sự xa hoa đài các để sống. Rồi có dịp một cô gái trẻ đẹp gốc Ê Đê, nhưng lai người Kinh cô tên Trịnh Khánh Linh ( Khánh Linh cha Kinh mẹ Thượng Ê Đê.) Nàng đàn được các loại đàn dân tộc, biết chơi đàn đá biết đánh đàn ống tre, cồng chiêng là do ông ngoại truyền nghiệp cho...) Cô lại biết hát rất là hay. Bài hát cô thường hát khi đến đây là "Hồ Trên Núi." Người anh ruột cô ta là bạn tìm vàng với Đặng Côn mới gặp gỡ nơi đó. Nhân một dịp đào không ra vàng, họ đến hút thuốc lá nói chuyện gẫu. Rồi quen biết nhau giữa hai người, với một buổi sáng tinh mơ, chim bay tìm mồi, chúng còn nặng cánh đôi khi kêu phành phạch, có gió lộng đường xa, đưa hương thơm ngào ngạt thoảng dịu... Buổi sáng đẹp và lãng mạn nơi đó, vô tình Đặng Côn biết anh cô ta là Trịnh Can.

Rồi nay là một chuyến cô em đem lương thực lên cho anh trai theo định kỳ. Cô bé có mang các dụng cụ lên tận nơi để phục vụ cho cộng đồng người đào vàng, vài bản nhạc cô hát giữa núi rừng, nơi một lán trại, nhưng nghe rất sướng tai... Cô ta đem theo một cây đàn đá, và một cây đàn T'rưng giản dị. Anh trai cô ta Trịnh Can là người "trùm" trong công việc tìm kiếm vàng - Của một nhóm biệt danh là "Ăn Chắc"

Thế rồi một chiều kia xảy ra trận lụt, đến mưa to gió lớn bất ngờ. Có những nhóm, đóng cửa lán về gia đình chờ nắng lên, chờ trăng dội, chờ một ngày đẹp mới... Đặng Côn có dịp bước theo Trịnh Can anh trai của cô bé là về nhà cô thăm chơi.

Hổng hiểu sao ma đưa lối quỷ chỉ đường. Chàng nghe được, cô gái chơi lại lần thứ hai, của bản đàn đá kỳ diệu và tiếng đàn T'rưng, Y Ron Đặng Côn chàng lại mơ màng khoái cảm, "mở rộng lòng mình" mở rộng tình yêu hào hiệp há chăng? Chàng đã thích cô bé này. Chàng chờ cơ hội mà như dại khờ tỏ tình với cô bé Khánh Linh:

- Anh lại thích em, mê em tiếng hát, anh yêu em. Anh

mê tiếng đàn của em Khánh Linh nhiều lắm. Em ơi, anh cũng từng biết chơi hai nhạc cụ em chơi. Anh mê em khi thấy em xuất hiện lần đầu tiên nơi lán đào vàng mà.

- Trời ơi anh còn cách nào nói khác hơn không? Anh nói lệch quá rồi. Còn đàn có duyên học thì biết thôi. Nghe anh Trịnh Can em nói anh có vợ hai con rồi mà.

- Thì có vợ nhưng em làm trái tim anh rung động thật sự. Vì mình chung nguồn cảm hứng.

- Anh có vợ. Anh nên yêu vợ con nơi nhà anh đi. Em chỉ coi anh như anh trai thôi là tốt nhất.

- Ngày xưa cô ta từng yêu anh, chứ không phải anh đem lòng yêu cô ta trước.

- Anh yêu cô ta trước, hay chị ta yêu anh trước cũng vậy có gì khác đâu? Anh và chị đã có hai cháu rồi. Như anh Trịnh Can nói phải không?

- Thì đúng vậy, nhưng trái tim anh đã ngã, thuộc trao về em nơi đây.

- Trời ơi anh nói khùng quá. Không được đâu. Anh coi chừng em vào nơi để báo cáo đó. Cô bé Khánh Linh nói và cười ý nhị.

- Anh đâu có sợ. Đặng Côn đáp.

- Em đùa thôi. Em vào chi, chị sẽ thêm buồn nhỉ? Anh đào không ra vàng, lại đi chơi hoang phí thời gian. Lại nói tiếng yêu em. Anh vô cùng sai lầm. Khánh Linh đổi ra trạng thái hơi buồn chút, vì chiều sâu vì tâm cảm mới nói nơi cô.

- Đâu có sao em, anh chờ đợi có ngày rồi cũng được báu vật thiên nhiên thôi. Anh nghĩ là...

- Ôi cũng khó lắm. Năm ngoái anh Can em đào có ba lần, năm nay không có cái chi. Chỉ ôm hận tốn thời gian, ít người trúng lắm anh...

- Ôm hận tốn thời gian... Ôi em nói vui hay quá.

- Câu nói của dân đào vàng em nghe bắt chước thôi. Hi hi. Linh lại cười một cách tươi vui.

- Nhưng nơi đây bắt gặp em, thích và yêu em cũng đủ rồi.

- Anh lại cù nhây quá, không được anh trai. Em đã nói.

Là anh nên coi Linh như em gái đi.

- Cuộc đời anh buồn lắm không biết cha, không biết mẹ, biết yêu em là niềm vui lại không được, lấy thêm cái buồn.

- Anh Ron đừng xạo em nha? Anh đừng bi quan vậy. Anh từng lấy vợ giàu có xinh đẹp. Anh biết chơi đàn mê hoặc chị, thì đừng giết chết kỷ niệm đó anh biết chưa? Khánh Linh lại nhướng mắt lên nhìn vào Y Ron như cố cảnh cáo chàng.

Hai người nói chuyện nơi giàn củi khô, có mấy cộng dây mướp xanh, và bông vàng cong cong vòng, trèo leo lưa thưa, ở phía sau nhà cô gái. Giàn củi này ba má cô kiếm để dành đun bếp vào mùa đông sắp tới... Khánh Linh đi ra hướng đó lấy củi, và sắp xếp lại. Nàng còn hái được vài cái mướp hương thơm đã ăn được, do ba nàng thả trồng vui chơi làm cảnh, nhưng đã có hơn một kết quả mỹ mãn... Đặng Côn Y Ron đã dần mò theo nàng ra phía ngoài đó, và tỏ tình hơn...

Những thước củi nằm im lìm vài ống bó chặt, và có cả những bó nghiêng ngã chưa sắp xếp hết còn rớt rời kia, không biết có nghe lời bé Linh nói không? Cô đang đưa mắt nhìn nó, lòng cô như rung động hơn nhìn cảnh vật đầy thương yêu... Với một cô gái mới lên mười bảy tuổi, nhưng nàng đã biết phân biệt thế nào là đúng sai, thế nào là chuyện phải trái đạo lý, hoặc thế nào là yêu một cách sai lầm, mù quáng... Đối với chàng Đặng Côn, Khánh Linh vẫn vô tư trong sáng, nhẹ nhàng tâm tưởng... Một tư cách, một ý thức tốt nơi nàng với cái tên Trịnh Khánh Linh trong yêu. Tuy nàng chưa từng trải nghiệm nhiều ở tình yêu. Song trái tim nàng đã là cô gái như vậy...

Đến nhà Trịnh Can thăm chơi mấy hôm rồi nắng lên. Y Ron tức Đặng Côn và Trịnh Can lại lên rừng tìm vàng như nghề một cộng đồng, đào vàng nơi đó từng nhóm, từng cụm. Thời gian tìm không ra của, những "quý kim ngân tìm ẩn nơi lòng đất đó bị người ta khai phá hết rồi, hay đã chạy trốn về nơi nao." Lâu quá không phát hiện được vàng, có những người phải lìa xa bỏ đi thưa thớt dần, họ lìa bỏ nghề ra đi đâu, hoặc tìm về gia đình chung lưng chung cật, chung cơm cháo rồi với vợ và đàn con rồi...

Mấy năm đầu thì trúng lắm, dần dà đào không có nữa, không biết tại sao? Thành ra người đi đào vàng đã hết dần ham muốn. Song Trịnh Can vẫn quyết dạn dày với nhóm với nghề. Y Ron Đặng Côn vẫn thế. Chàng vẫn chưa sẵn sàng về thăm vợ con, cứ biền biệt nơi núi rừng dù vợ Lệ Thủy cùng hai con trông ngóng đến rã rời. Ông bà nội có phần lo cho Lệ Thủy. Một hôm bà nội lên tiếng:

- Sao nó Y Ron đi lâu thế không về thăm vợ con Lệ Thủy hè.

- Từ từ ảnh sẽ về thăm nội ạ.

- Chồng gì đi lâu thế không nhớ nhung vợ con. Coi ra cũng kỳ quá Thủy ơi...

- Ảnh ham vàng đó nội. Chắc hẳn sẽ về một ngày mà.

- Ừ... Là vì thấy nó đi lâu nội lo cho con. Nội cũng mong vợ chồng con cái đoàn tụ đó mà.

- Cám ơn nội lo. Con sẽ chờ ảnh về một ngày đẹp trời mà nội.

- Nội cốt chỉ mong vậy thôi... Nhưng nội lo xa không biết nó có hư đốn gì không?

- Chắc không có gì hệ trọng đâu. Xin nội an tâm, đừng lo ngại phiền tâm ý nội.

Lệ Thủy nói như trấn an bà nội, và nàng để lấy tâm tư mình thăng bằng thôi. Nàng đang phụ giúp ông bà nội làm thuốc, nuôi con trước mắt. Thời gian tờ lịch mãi xé qua. Mà chồng Y Ron còn nơi mô biền biệt... Đêm nằm trở giấc, Lệ Thủy vẫn thấy thương nhớ người chồng nàng nhiều chứ, làm sao nàng nỡ quên người chồng nàng đã từng yêu và có hai con...

## CHƯƠNG 5

Thế rồi mấy tháng sau cô bé Linh dắt bạn trai lên giới thiệu, vì cô đã có bạn trai. Mục đích bé Khánh Linh muốn đánh tan giấc mộng hư huyền của Đặng Côn. Nhân chuyến đem lương thực cho nhóm anh trai mình. (Nếu không có thân nhân đem đến, vẫn có những người đem bán tận nơi: nào gạo thóc, nếp tẻ, cá sấy, tôm khô, đường, muối, nước mắm, thuốc hút, xà phòng v.v... Hoặc trong toán cử một hai người của nhóm đi về vùng chợ búa mua đem lên - Của những tổ toán không rời, quyết bám ở lại đây kiếm vàng. Cách sinh hoạt nơi người đào vàng, để tìm vận may hầu như là vậy. Xem ra cũng có một vài kiểu tổ chức hay đấy. ) Lần này đến nơi đây Khánh Linh mang theo hai mục tiêu, chuyên chở một nỗi niềm. Nàng đã bảo khi đứng gần như đối diện với Đặng Côn lần ấy:

- Anh Y Ron đây là Nguyễn Hùng Vĩ bạn trai em, anh ấy đàn được hết các loại đàn dân tộc, đá, trúc, trống, cồng chiêng. Anh chơi đủ loại nhạc phía người Kinh và anh đang học trung cấp âm nhạc... Ồ chắc khi nào có đám cưới tụi em sẽ mời anh.

Đặng Côn nghe nhìn hai người, anh bảo vừa ngạc nhiên, lại không ngạc nhiên:

- Vậy sao? Có thật không em?

Khánh Linh nhìn bạn trai gật đầu như đồng ý, tuyên bố:

- Thật chứ. Chắc vậy thôi chứ anh Vĩ. Yêu thì phải có. Phải không nào anh yêu?

- Hiển nhiên em. Hùng Vĩ đáp.

Rồi Đặng Côn nhìn hai người vẻ lơ là, Khánh Linh thấy không hay lắm, không thân thiện và hơi ngượng nghịu nữa. Cô lại vui vẻ dắt Hùng Vĩ đi thăm một vài nơi khác cho vui hơn "bông lá suối nguồn, cỏ tươi hoa dại" và "sương đọng chim hót, vượn kêu trên cành, có cả suối buồn tình róc rách"... ở những nơi đó được hình thành. (Dân ở đây họ kêu tên Suối Buồn Tình. Nhưng hầu hết không ai biết nguồn gốc, vì sao có cái tên gọi kỳ lạ đó.) Ôi là các nơi của cộng đồng đào vàng, tìm vàng, đi tìm vận may trời cho ấy... Tuy nhiên phong cảnh vùng lân cận cũng khá đẹp, làm thú vị đến nao lòng như tuổi trẻ đang yêu...

Và để người yêu Hùng Vĩ thỏa thích cho biết, đi chơi với người yêu một chuyến vượt núi, đi phượt một ngày lịch sử... Mà Khánh Linh đã làm giàu một kế hoạch cho người yêu Hùng Vĩ tham quan cùng nàng tới bến...

Sau những nhịp bước đôi chân thử thách vùng núi đồi, thì họ vẫn phải về lán anh trai Trịnh Can nói chuyện lần thứ hai, của một đêm trăng non chiếu đẹp như mơ... Anh trai nàng - Anh Trịnh Can thích nghe tiếng đàn đá từ em gái Khánh Linh chơi, nên lúc nào cô em lên đây, hành trang không bao giờ Khánh Linh mang thiếu nó, và quên tiếng đàn đó qua đôi tay mình để ngân lên...

Đến rồi về. Thăm rồi cũng phải từ giã dời gót. Khánh Linh và Hùng Vĩ rồi cũng giã từ "chiến trường" nơi những người tìm kiếm, đào vàng này, họ giã từ cuộc tham quan, để trở về lại thành phố, để học và làm việc. Tuổi trẻ họ ưa đi chơi, nhưng rồi cũng về với thành phố non trẻ mời gọi họ, dù là thành phố đang phát triển, hay hư hoại đôi chút, hoặc phiến khuyết một phương diện nào đi chăng nữa... Thành phố vẫn là thành phố đáng yêu của họ...

Đặng Côn từ ngày nghe và biết Khánh Linh bảo như thế, anh lại buồn chán uống rượu. Anh sinh ra tật ưa đánh đấm những chàng trai đẹp khác, vào mỗi sáng uống coffee nơi quán lán trại. Không hiểu sao anh lại oán giận ông trời kiểu vô lý đó. Cánh chim trời sao lại nỡ ghét một đường bay? Riêng anh cũng đẹp mà sao ích kỷ vậy? Họ đẹp có chi là có lỗi với anh, mà anh phải chán ghét họ chứ? Tâm hồn và trí óc anh như có gì hư hỏng chả biết nữa, không ai mà moi nghĩ cho ra nổi? Lúc đầu thôi, sau Y Ron Đặng Côn gặp trai đẹp, trai xấu gì anh đều đánh ráo, đánh búa xua. Đến lúc gặp đàn bà phụ nữ, con gái anh cũng chả buông tha. Anh như kẻ điên, thời loạn nơi lán trại tìm vàng đó. Những người biết anh có tánh thô lỗ, uống vài chung rượu là ưa quậy phá, nên họ tránh né và bỏ qua cho Đặng Côn nhiều... Họ nghĩ rằng "rượu đánh chứ không phải anh đánh" Thôi kệ, hơn thua chi với kẻ say dại... Cuộc sống chung số phận, đi tìm vàng khắc khổ, nhưng trời thương trúng lối họ cũng sẽ trở nên giàu có nhất mà! Nên họ cũng dễ dàng thông cảm bỏ qua - Những con người đến tận nơi đây đào vàng họ điều mang tư tưởng như vậy rồi.) Bởi vậy họ vẫn có chung tiêu khiển kiểu vui bài bạc, chơi xì lác, cát tê, bài cào, tiến lên, binh xập xám, lắc tài xỉu chút đỉnh khi chiều về hoặc đêm lên... Và còn coffee thì hằng dầm mỗi tối hoặc những sớm mai, trước khi "ra trận hành quân đào vàng"... Có khi lai rai cho những kẻ ở lại lán trại buổi sáng, vì cảm sốt bất ngờ, hay lý do nào đó v.v... Thời điểm Đặng Côn đã vung tay, ném chân đánh "đá cà ngấu" nhiều trận. Rồi khi tỉnh lại thì anh mới biết mình sai và hối hận xin lỗi. Khi đó anh mới thể hiện con người khá chí tình, chí nghĩa, vui hết lòng với bạn bè khi ăn bài, hoặc thua đậm trong vài ván chơi, anh vẫn vui, không có hề hấn gì. Con người thái độ của Y Ron Đặng Côn cũng khó định nghĩa vào lúc này.

## CHƯƠNG 6

Sau đó Y Ron về một lần thăm vợ và hai con rồi ra đi. (Về như vợ con chưa kịp mừng đủ.) Anh về gặp vợ lần đó. Lệ Thủy mất hồn như không nhìn ra nổi chồng mình, giống như Chí Phèo ngày nào tái hiện, anh càng say mèm hư nát... Nhưng nàng không phải là Thị Nở mà? Vả lại Chí Phèo thương vợ lắm, còn anh chồng nàng sao lại khác quá. Tại sao và tại sao vậy? Chàng về, cứ lấy đôi mắt nhìn nàng trừng trừng thay cho bao cái nhìn tình tứ ngày xưa? Mới đó mà chàng thay đổi quá là nhiều. Nàng chẳng hiểu vì đâu nên nỗi... Những tình yêu thủy chung kia, lời lẽ hay đẹp cho tình yêu kia khi xa vắng kia. Giờ đâu hết rồi... Ôi chỉ là một lối kiểu, ngụy ngữ cho tình yêu thế sao, là một thứ trang sức che đậy, một dạng giả dối tột cùng cho tình yêu thế sao chăng? Nhưng ai mà ngờ đời Lệ Thủy đã bị uống độc dược, bởi những từ ngữ hoa mỹ đó, từ những trang viết chuyện tình đẹp đẽ đó từ nhỏ... Bây giờ nghĩ nàng mới thấm dần những trang sách viết về tình yêu của Vũ Trọng Phụng - Một lối viết khác cho tình yêu, một người viết cho tình yêu như một triết gia chuyên chở chân lý và vĩnh cữu. Ông viết một cách khác thường, là tình yêu vốn không có thật, nó chỉ là giai đoạn vay mượn của tuyệt đỉnh, và rồi sẽ có ngày đổ vỡ, mất trắng, thù hận... Những lật tẩy của bịp bợm, hoặc gian trá và hư hèn gói trong những tội lỗi khổng lồ tình yêu? Ôi tại sao nàng không ý thức sớm hơn với những tác phẩm đó, mà chỉ đi theo những trang tiểu thuyết màu hồng. Để rồi giờ đây chạm trán nàng mới vở lẽ, nàng mới giật mình, như một dòng đê lớn tuôn vỡ không kịp chữa cứu nữa rồi... Phải chăng nàng con gái nhà giàu không chịu động não xa một chút, nàng cứ nghĩ cho "yêu" và "được yêu" là thứ tình yêu tuyệt vời. Mà đâu biết được mặt trái của ái tình vốn có. Vả lại tuổi trẻ hồn nhiên thơ ngây đẹp như cánh diều lộng gió, bao nhiêu hy vọng tràn trề... Thì làm sao, nàng có thể tự đưa tay dập nát một con diều tình yêu, lúc khi tung nhảy cao... Giờ thì còn gì để nói...

Rồi một sáng kia chàng Y Ron bảo:

- Vợ với con thiệt mệt. Tất cả chỉ làm cho ta khổ sở, ôi bước cản lớn nhất của đời ta. Vợ là nợ, con là oan gia cửa nhà là nghiệp báo. Ôi ta ngán hết sức. Ôi ngán hết sức...

- Trời ơi sao anh hư vậy anh ơi. Em và con thơ đâu có muốn anh khổ sở. Em và con chẳng than thở chẳng màng giàu có cao sang mà anh? Anh nỡ ra đi đào vàng làm chi giờ đây về lại, say mèm trách trả mẹ con em? Nếu không tìm ra vàng như ước vọng anh. Ta cứ về chung sống lại, em và con đâu mong mỏi gì? Về bên mẹ con em đi anh.

- Hừm. Cô tưởng dễ sao khi ước vọng không thành. Chàng nói và như khốn khổ liếc nhìn xéo nơi bờ vai nàng Lệ Thủy. Dù nàng Hồ Lệ Thủy vẫn đẹp mặn mà, vẫn dễ thương thu hút, nhưng đối với chàng đã trở nên vô ích, vô hiệu.

- Con thơ và em yêu anh lắm, thì có gì hạnh phúc hơn anh? Nghĩ lại đi anh... Hồ Lệ Thủy dùng hai ngón tay cái của đôi tay, cầm chấu lại với nhau, nàng nói và nhìn chồng. Rồi nàng tiến tới như muốn nắm tay anh.

Song chàng lại đáp trả bằng sự lạnh tanh, miệng lại nhếch mép lên, rồi hô hoán:

- Nhưng tôi không cần, không ước vọng tình yêu của cô và hai con nữa đâu. Đời thật nghịch cho lòng tôi cảm hứng...

Y Ron nói hất tung vợ và con để ra đi. Chàng vẫn cầm chai rượu như lì lợm hơn, rồi lắc đầu bỏ bước đi nhanh. Xa một đoạn. Chàng quay lại dặn dò:

- Đừng tìm kiếm tôi. Tôi sẽ sống chết nơi ấy mà thôi... Chàng ta trút hết "hũ hèm" vô miệng, tả tơi rơi rớt nơi mặt, xuống râu, xuống cằm mình. Chàng bước lê chân ra mặt đường. Y Ron đã rời nhà nữa mất rồi. Nàng cũng khó hiểu, tại sao chàng hư và quá tác tệ như vậy? Nhưng con người mà, hư nên nào đâu khoảng cách xa xăm lắm...

Ông nội đi làm thuốc khi các gia đình họ mời. Khi vợ hoặc chồng họ không thể đến, chỉ trông ông thầy thuốc tới nhà khám chữa giúp. Ở lại đây chỉ có bà nội và hai con chứng kiến cảnh đời người đàn ông bạc lòng với người vợ như thế.

Bà nội nghe muốn xỉu nhưng bà còn tỉnh táo nhìn cháu nội, và hai con thơ của Lệ Thủy, một đứa mới lên bốn, một đứa mới lên năm tuổi kia...

Y Ron vẫn không tê buốt cho nỗi buồn của ai. Anh cứ tiếp tục hành trang đến nơi đó, anh tìm đến nơi đào vàng nữa. Y Ron càng lún sâu tệ hại hơn, anh không lo đào vàng, chỉ càng rượu chè bê bết đánh người bất kể, kiểu đánh xông vào vô cớ gây hoãn loạn. Nhiều lần quá anh phải bị phạm kỷ luật, phải bỏ vào khám giam, tội hành hung đánh người vô tội vạ, làm tổn thương người một cách trái phép vô lý... Họ có tha anh nhiều lần, nhưng không thể tha mãi tội "hư rượu" của anh quậy nát cả lối đi, làm bạn bè thân, hoặc không thân ai ở đây điều khiếp đảm, họ tìm trốn, ẩn xa lánh...

Sau đó một ngày nọ Đặng Côn tự uống rượu đâm người vào cây trụ để mà chết đi, trong khám giam này gọi là tự sát, (Rượu vẫn có người mua vô cho anh độ khoảng lúc trước, anh để dành.) Thỉnh thoảng anh đào, đãi trúng một chút vàng nhỏ thôi, anh bán cho chủ thương buôn mua, và anh tiêu xài xả láng. Tuy nhiên việc tự sát anh vẫn trượt không thành, anh chưa chết. Rồi anh tự có kế hoạch mới, phải vượt ngục tù. Tù ở đây chỉ là tù nhẹ hình phạt bắt nhốt răn đe, cảnh báo cho con người, có nề nếp trật tự lại, những ai sai lầm gây rối trị an, mượn thời gian cho họ thấy tội lỗi hồi phục hơn... Tù giam ở đó có tính chất ấy vậy thôi, mà Đặng Côn không chịu hối cải. Anh bẻ kẽm rào, chui ra từ các trụ, nơi các lỗ hổng. Anh muốn đi tìm cái chết thật sự. Đặng Côn tìm đi lên núi ngắm phong cảnh lần cuối cùng, ngắm hoa rừng, ngắm ong đi hút mật bay cao, ngắm mặt trời trang điểm cho sương mai... ngắm lá rừng còn xanh chưa úa, ngắm những khe nước nhỏ đẹp chảy im lìm róc rách... Thế nhưng chàng chán đời, rồi tự động can đảm nhảy cao từ hốc đá rơi tỏm xuống chân núi mà chết, như nhà phi thân một cách ngạo nghễ. Trước khi thong nhảy chàng có nói:

- Đời ta giờ thì có gì vui đâu. Thì xin lấy sự bất hạnh này là nguồn vui.

Song chắc chắn là sự phi thân của anh chẳng để ai khen được, mà có lẽ còn bêu réo cho tiếng xấu ngàn đời mà thôi. Không biết tại sao anh lại phải giải quyết điều đó như vậy. Đặng Côn yêu Khánh Linh hay là anh xấu hổ với vợ con, vì mình đã sai đường rồi trở nên nhụt chí...

Tin được biết nơi chồng chết một cách ngu xuẩn vô lý kiểu đó. Lệ Thủy vẫn không tránh khỏi buồn phiền và đau đớn. Nhưng nàng nghĩ cuộc đời nàng ưng lấy anh ta như giấc mộng thôi... Nàng phải nghĩ khác hơn phải nuôi con và không thể đầu hàng trước cuộc sống... Còn bà nội thì thương nhớ con trai Hồ Kỳ Hiếu, người cha của Lệ Thủy đã biệt dạng xa xăm chẳng hề tăm tích. Và còn nữa, bà buồn tình đời cho con cháu nội Lệ Thủy quá mức, nó đã gặp người chồng chẳng hề xứng đáng. Ông chồng Hồ Kỳ Hảo khuyên can nhiều, nhưng một phụ nữ tuổi lớn bà khó quên được những việc ám ảnh nơi bà, nhất là đứa con trai Hồ Kỳ Hiếu sống chết nơi đâu bà chẳng hề biết tin một lần. Không bao lâu bà nội - Tức là vợ Hồ Kỳ Hảo ngã bịnh biến chứng sốt cao, rồi chết đột ngột. Ông nội Hồ Kỳ Hảo không dùng thuốc chữa được, vì bà là tâm bịnh mà. Ông càng đau lòng nhức nhối thêm.

Ông đau lòng nhức nhối về nhiều thứ khác, nên ông nội không còn làm thuốc giỏi cho khách đông đảo như xưa, khách cứ cạn dần, chỉ còn một vài người đến với ông nội. Coi như khách đã chỉ bằng một phần mười khi trước.

## CHƯƠNG 7

Riêng Lệ Thủy muốn đi vào Sài Gòn kiếm cách sinh nhai, dù sao đất Sài Gòn nàng được sinh ra ở đó, với nàng cũng dễ kiếm công việc hơn... Hay là nàng muốn đi xa để tránh khỏi nỗi buồn nơi chồng, bởi bối cảnh Xứ Quảng này ám ảnh nàng. Lệ Thủy nghĩ kiếm cách làm ăn đơn giản. Nàng sẽ làm nghề đi đánh giày mướn dạo. Ngày xưa thiên hạ đánh giày cho gia đình mình, ba mình, bây giờ mình đi đánh giày cho thiên hạ. Thôi cuộc đời vẫn thế, lên voi xuống chó là thường mà, vô cùng lầm lạc nơi xã hội mà? Tuy nhiên nàng vẫn cố vui lấy cái nghề, và ngửa tay hân hoan cầm tiền với công sức mình bỏ ra. Lệ Thủy vẫn tỏ ra yêu đời yêu cuộc sống, muốn quên lãng những đau thương. Rồi một hôm nàng đang làm với công việc đó, lại bị bắt phạt. Với những tên công an khu vực khó tính. Một tên hắn đến hỏi nàng:

- Cô là ai? Mà lại đi làm việc này thế nhỉ?

- Tôi là con người yêu lao động, yêu sự sống. Nàng đáp.

- Ô hay cô gái đẹp thế kia, sao lại đi đánh giày nhỉ? Cô có thể rất nhiều nghề để làm mà. Cô có biết cô đã làm mất vẻ đẹp mỹ quan đường phố.

- Không có nghề gì xấu. Tôi yêu nghề này, thích hợp nghề này, tôi làm việc để kiếm tiền cho gia đình sinh sống nghề này, tôi còn hai con thơ tội nghiệp. Nghề làm đẹp cho người ta dưới đôi tay của mình mà thôi.

- Hừm nói hay quá sá đấy... Chứ còn chồng cô đâu nào?

- Chồng tôi chết rồi. Xin ông đừng hỏi nữa. Tôi sẽ bị cảm thấy tủi thân mình hơn.

- Ô sao lại chồng chết sớm thế. Và ôi lấy chồng sớm làm gì cho cực hởi cô gái xinh đẹp. Trông cô ăn mặc cũng bảnh bao, tươi ghê nè, chứ có đói kém gì đâu.

Nàng làm thinh không trả lời. Chỉ đưa mắt nhìn giỏ xách đồ nghề của mình.

- Tôi đùa với cô một chút thôi, nhưng luật ở khu phường này phải dẹp bán buôn linh tinh, và phải dẹp luôn những kẻ đánh giày không có giấy phép.

- Giấy phép, phép giấy khẩu lịnh nghe ớn lạnh xương sống của các quan thầy quá. Tại sao phải giấy phép, phép giấy nhiều nơi nhiều chỗ thế. Lệ Thủy nhìn vô mặt tên công an, như cố tình cho biết thái độ của mình hơn. Và cô nhìn kỹ tên công an. Hắn già không già, trẻ không trẻ lắm, chắc cỡ mới 35 tuổi. Nàng đã say sưa bảo với ông ta như thế.

Ông ta lại bảo thêm:

- Tôi cảnh báo nhẹ cô nên bỏ nghề nha.

- Dạ hổng dám bỏ nghề đâu.

- Trời ơi cô thấy tôi dễ, cô giỡn mặt sao?

- Dạ em nói thiệt chứ dám giỡn đâu.

- Vậy thì nên bỏ nghề đi. Ông nói lần này không chờ Lệ Thủy trả lời và bỏ đi nhanh. Lệ Thủy nhìn theo ông tự nhủ:

- Bỏ nghề, bỏ nghề thật khó. Nàng nói và cũng bước đi trong nhịp điệu bước chân của mình...

Nhưng lần thứ hai gặp lại. Ông ta cảnh cáo lớn giọng hơn:

- Tôi có cảnh báo rồi. Sao cô lại tiếp tục hành nghề lau đánh giày mãi là sao? Thế nào nhỉ cô gái?

Lệ Thủy vẫn ngồi im đang đánh đôi giày cô vừa mừng, khi khách khứa đưa cho cô làm.

- Ôi lần thứ hai số tiền phạt phải đưa lớn hơn nha. Lẽ ra tôi đưa cô vào danh sách ngồi tù vì mua bán trái phép, kinh doanh hỗn tạp vô lối. Nhưng tôi cần đốt đồ nghề cô thôi nhé.

- Thôi trời ơi, tôi sẽ bỏ nghề. Song xin ông cho tôi muốn giữ lại những hình ảnh kỷ niệm. Mong ông làm ơn, làm ơn chút đi?

- Được OK. Mà cô phải tự hứa với mình nhiều hơn

nghen. Không thể sai phạm nhiều lần nữa nhé.

- Dạ xin tôi hứa... Lệ Thủy chớp chớp mắt như cám ơn, và van lơn đáp lời thế...

- Thôi tôi chấp nhận tha cho cô lần nữa. Nhớ nha không có lần thứ ba nha.

- Dạ, dạ thưa ông. Lệ Thủy nói và nhìn ông bước đi.

Lệ Thủy chưa qua được mấy hơi thở, tên công an quay lại hắn chì chát:

- Nhưng không, chúng tôi muốn đốt đồ là thượng sách hơn. Cô sẽ không nghĩ tới việc đi đánh giày một cách ham muốn nữa. Cái kiểu này thì có lý và mạnh hơn chứ nào. Phải không hè? Tự nhiên tên công an lại đổi ý cấp kỳ, và ranh mảnh.

Ông nói và tự cho châm xăng đốt ngang ngọn lửa cháy bùng lên le lói... Ông đốt cả những đôi giày của ai, cô vừa mới nhận lãnh để đánh bóng cho họ, và cả những đôi được đánh xong đang để triển lãm mời khách ngắm. Bấy giờ ông làm việc như một sự ngẫu hứng, nhưng mà chẳng ai dám cầu cứu, họ đi dọc đường còn nhìn vào nghe mùi cháy khét, thêm khiếp đảm thì có. Những kẻ đi đường nhìn không vô hồn, nhưng họ trở nên những kẻ vô tình hoặc vô cảm lúc đó thôi. Vì họ nghĩ họ không thể cứu được cô gái tội nghiệp kia, với một tên công an bạo hành với luật pháp khắt khe, kiểu rừng của hắn...

Sau tên cảnh sát khu vực kêu một người phụ ông, dọn đám tro tàn, khét nẹt kia.

Từ đó nàng rời khỏi nghiệp đánh giày đường phố. Tối về Lệ Thủy suy nghĩ. Nàng than vãn thuật lại cho chị Ư (Một chị mướn phòng ở chung sát vách với nàng.) Chị nghe mà biết chuyện xảy ra của Lệ Thủy sáng nay. Chị đành tâm sự:

- Chị thì đi làm ở khách sạn dọn dẹp, lau bụi, sửa hoa, đổ rác, trải đệm, căng màn, rửa làm sạch, đủ thứ khác nữa...

- Rồi bây giờ sao chị?

- Gần đây chị lại đổi nghề khác, trang điểm cho người chết, khi thân nhân họ cần. Nghề này ít khách nhưng tiền tăng gấp tám, gấp mười so với quét dọn lau chùi nơi khách sạn. Nghĩa là khi tang liệm người chết xong, lúc người ấy không còn sống nữa. Chị chỉ cần mang bao tay, mang mặt nạ, mang mặt đồ an toàn nơi mình vào để tô son, trét phấn đánh cho má họ hồng hồng hơn, kẽ môi, kẽ chong mày người ta nhìn dễ coi hơn, để đẹp hơn chút thôi, để tránh né nhợt nhạt khó nhìn khi máu họ ngưng hoạt động. Vậy thôi nhưng tiền nhận công lao nơi làm, thật là nhiều như chị nói thiệt tình vậy đó em à.

Nghe chị Ư kể. Nàng Lệ Thủy vẫn giật mình:

- Em thì chỉ thích dọn dẹp phòng ốc thôi chị Ư. Em hổng làm cái nghề sởn gai ốc đó được đâu.

- Ôi cái nghề dọn dẹp chị bỏ rồi mà em. Chị đã đổi nghề mới cả tháng rồi. Làm sao chị giúp em? Chị em mình đến Sài Gòn làm nghề linh tinh mà em. Đụng cái chi cũng làm, kiếm tiền giai đoạn thôi mà em gái? Nghe lời chị đi. Nghề đó không học ai, không ai dạy. Song chị làm được, thì cưng sẽ có thể làm tốt hơn chị mà. Tiền bạc chủ họ thoải mái vô cùng. Đa phần họ tư bản đỏ giàu có lắm, họ mới mướn làm nghề này em ạ. Làm một ngày ở nhà cả bảy, tám tháng, một năm tiêu chưa hết tiền.

- Dạ thôi thì cũng được, em thử theo chị nha.

- Được em gái. Em dân Quảng Ngãi chị dân Bắc Thanh Hóa gốc nhưng gặp nhau, ta quý nhau bởi cùng nghèo khổ, phải đi làm kiếm cơm nuôi con mà em.

- Nhưng chị ơi, em chỉ muốn làm cho thành phần con nít bị chết sớm, hoặc người trẻ yểu, hoặc thanh niên xấu số thôi. Em hổng làm cho người già đâu. Em sợ họ lắm... Ui chị ơi.

- Trời ơi người già mới ra đi, trẻ ai mà chết đâu có để làm? Khách già thì tỷ lệ có nhiều hơn chứ Thủy.

- Em chỉ làm cho lớp trẻ, nếu ai thiếu may mắn giã biệt cuộc đời sớm. Chị tin cho em hay, ai mướn em sẽ làm. Còn không có thì thôi, em đi nấu xôi mì bán hà.

- Thôi được. Bán xôi ế thì ngồi đó ăn nha cưng? Hì hì.

Nói chuyện không khí buồn, nhờ vài câu đùa, tiếng cười

người chị đã làm Lệ Thủy như tỉnh ra hết buồn, vui hơn một tý. Nàng cũng nhìn bà chị cái tên Ư ngộ nghĩnh, rồi Lệ Thủy cười tươi mát, khoáng đạt lại hơn... Dù gì cuộc sống cũng nên tươi trẻ chút chứ. Nàng tủi thân nhưng lại nghĩ...

## CHƯƠNG 8

Sau đó nàng phải bỏ nghề đánh giày, đi làm trang điểm cho "người khuất" Lệ Thủy sợ lắm nàng né tiếng, không dám kêu người chết. Nàng chỉ kêu "người khuất" cho hợp trong lòng Thủy hơn. Vậy mà làm nghề đó, ba lần ám ảnh giấc mộng thất kinh. Lệ Thủy phải bỏ nghề tiếp.

* Đó là một lần đầu tiên, nàng làm cho một em gái khoảng năm tuổi, không hiểu sao em chết lại to mập, chiều ngang phù ra, nhưng trông thì không dễ sợ lắm, cũng thường thôi. Vậy mà làm, tối về nàng nghe em đứng trước mặt la lên. Em bảo rằng:

- Chị Lệ Thủy ơi cứu em đi, sao chị trang điểm em đẹp làm gì? Mà em không được sống nữa. Chị ơi thật sự em muốn sống. Chị ơi em muốn sống. Em van chị thương em đi...

Nàng giật mình lạnh tanh, không có gì cả. Gian phòng chỉ có một nàng, và chị Ư thì về phòng riêng rồi... Nàng sợ đến nỗi thấy cái màn xanh của nàng treo nơi giường cũng trở thành một màu trắng toát đáng ghê...

* Lần thứ hai chị Ư kêu cho Lệ Thủy đi làm trang điểm một cô gái mười tám tuổi, vì giận người yêu dối gạt, cô gái đã dại uống thuốc ký ninh nhiều liều lượng để tự vẫn, cô cứ đắp mền như ngủ, qua một ngày gia đình mới hay biết, và tình hình không còn cứu vãn được. Nàng cô gái trẻ đó đã chết thật, đã đi vào thiên cổ luôn, và phải liệm thôi, đánh mặt thôi.

Tối về Lệ Thủy lại thấy cô gái đẹp đó hiện ra đứng một góc giậm chân, la giận Thủy:

- Chị Thủy thân mến ơi. Sao chị không cứu em, vì em giận chút thôi mà? Chị trang điểm em chi mà không cứu em được sống. Em vẫn thèm sống chị ơi. Có cách nào không chị, em giận em làm vậy, nhưng em vẫn còn thèm sống, thèm sống lắm... Chị có biết nơi tấm lòng em mong không nhỉ? Cứu em, cứu em giùm...

Cũng trong căn hộ thuê này, nàng ngủ chập chờn mơ thấy vậy. Nàng hoảng sợ quá, nhưng rồi Lệ Thủy ráng trùm mền kín để ngủ tiếp biết kêu ai bây giờ, đã là thời gian ngủ say của thiên hạ... Căn nhà phòng ốc nàng một màu hồng phấn, sợ quá nàng nhìn nó biến thành một màu vàng khè như nghệ sống, và mờ nhạt loãng máu, cảm giác như thật hãi hồn...

* Lần thứ ba nàng đi trang điểm cho một cậu con trai mười chín tuổi. Cậu bị người yêu phụ tình bỏ đi lấy chồng, chàng cầm dao bén đâm vô tim mà chết đi vì thất vọng khi yêu.

Tối về nàng thấy em trai chạy từ phía sau lưng trên một tuyến đường đồi hoa nào đó, và cứ đến trước mặt dốc đón đường đi Lệ Thủy. Em réo kêu năn nỉ hoài:

- Chị ơi sao không cứu em. Chị tệ quá. Em giận người yêu không nói nên lời em làm thế, nhưng em có muốn chết đâu? Sao chị trang điểm cho em mà không cứu em nhỉ? Em vẫn còn khao khát sống hơn. Và chị kêu gọi giùm người yêu lại cho em nào? Chị làm ơn giúp em đi... Chị ơi có nghe em nói không? Chị Lệ Thủy ơi... Em còn muốn sống, em còn muốn sống trên cõi đời này lắm. Chị có biết điều đó không? Chị biết chứ. Tại sao chị như vậy? Chị có từng yêu say đắm chưa? Em hỏi chị trả lời đi... Không thì em giận em hận, em tức chị lắm đó. Em bắt đền chị đó nha. Tại sao chị không cứu em? Phải cứu em đi. Phải cứu em đi, làm ơn, làm ơn cứu chứ...

Nàng giật mình tán hoảng. Hồn như tan, phách như lạc...

Thiệt ra ba người ma đó hiện về trẻ trung xinh đẹp phần lớn, song vẫn cứ làm cho nàng toát mồ hôi. Cái cuối cùng ở chàng trai đâm dao vô tim làm nàng sợ muốn bấn đái luôn.

Và Lệ Thủy nói với chị Ư, nàng xin bỏ nghiệp từ đó. (Chị Ư lúc nào rảnh, và có Thủy ở phòng hết giờ làm về chị hay qua tâm sự ngọt bùi, cả cay đắng với em Thủy này mà...) Nghe xong Lệ Thủy kể qua những viễn cảnh. Chị Ư cố gắng bình tĩnh vuốt tóc Thủy để nói:

- Thì em thích nghi với người trẻ, chị Ư giao cho em. Còn chị vẫn trang điểm người già, mà có thấy gì đâu? Không ai van xin chi cả...

- Chị ơi. Em không biết nữa, nhưng giờ già trẻ gì em vẫn không làm nữa chị Ư. Em sợ lắm dù tiền nhiều. Mặc kệ em không cần điều đó đâu.

- Chứ Thủy làm gì bây giờ em muốn?

- Em đi dọn dẹp, lau chùi, ngăn nắp phòng nơi khách sạn như chị ngày trước, hay nấu xôi, bán chè kiếm sống còn hơn. Chị cố gắng xin cho em đi.

- Nhát thế cô bé. Nấu xôi bán chè, về quê chặt củi bán còn hơn. Hi hi. Chị Ư nói vẫn cười.

- Vậy chị muốn em làm gì bây giờ theo chị. Lệ Thủy hỏi.

- Em còn trẻ đi làm mấy cái nghề cô gái lọ lem đó tội nghiệp lắm. Vì họ không có nhan sắc, họ già cỗi họ mới làm. Còn em trinh trắng nơi lòng mình, thì biết thôi. Đúng không?

- Chị cắt nghĩa gì em hơi khó hiểu?

- Chị nói chân thật em có sắc đẹp nè. Vậy thì em đi làm gái đi, không có gì xấu hổ đâu em. Cuộc sống nghề gì vẫn là một cái nghề mình đâu trộm cắp? Chỉ vì đàn ông hay mê sắc đẹp mình làm để kiếm tiền thôi. Chị thì già làm không có khách chuộng, chị mới chịu dọn dẹp chứ Lệ Thủy à. Nếu em đi dọn dẹp, hoặc giặt giũ thu gôm nơi phòng ốc... Có ngày đàn ông thấy em họ cũng thông đồng với chủ đòi em, và chủ không cho em ở khâu dọn dẹp clean- up mãi đâu.

## CHƯƠNG 9

Nàng không dám nghĩ nhưng rồi phải vương theo ý chị Ư. Nàng đi làm gái mới một ngày khách sạn ở T.L, đã có ngay "dập dìu lá gió cành chim" nhiều người thích "thưởng thức nàng" Nhưng nàng đã lọt vô người thứ nhất có tướng tá đẹp trai tuấn tú, một làn da hồng hào, một vẻ phong lưu, lại một chút vẻ pha trộn làn da màu bánh mật, pha chút nắng gió phong sương... Ánh mắt chàng nhìn nàng lần đầu tiên đã thật cuồng nhiệt, rồi chàng hôn nhẹ nhàng từ trán đến môi, từ môi hôn đến mông, chàng hôn đậm nhất vùng eo bụng, chàng hôn trên rún sâu của nàng, một cách say đắm mơ màng... Còn nàng thì như con cá trên thớt, với niềm rung cảm chạy đi đâu hết, chưa về... Nàng cảm thấy run sợ rất nhiều. Sau trên hai mươi phút kề cận nàng... Lệ Thủy cảm giác chàng thích nàng đến tột độ, song có gì đó làm chàng cố kiềm. Chàng cố ngồi dậy hất mái tóc cong mềm bờm ngựa của mình, như tách nàng ra. Rồi châm điếu thuốc hút, chàng lại hỏi:

- Em tên gì? Quê ở đâu, làm nghề này bao lâu rồi em?

Im một chút nhìn nàng, anh chàng lại bảo:

- Lẽ ra anh không nên hỏi em vào bao lâu? Nhưng anh thương em quá, thành ra đành hỏi.

- Em tên Hồ Lệ Thủy quê đang ở Quảng Ngãi. Còn nghề bao lâu em không dám trả lời vì nếu như em cố gạt anh? Hoặc em chân tình với anh, khó mà anh biết được?

- Tên sao nhẹ nhàng, mà đau như nước vậy em? Hay là sóng ngầm của đại dương... Cám ơn em cho biết thế. Chàng lại ngơ ngác nhìn vầng trán của Lệ Thủy rồi nói:

- Ô anh một điều tự nhiên muốn hỏi em thêm.

- Dạ anh cứ nói.

Chàng lại lặng thinh mơ màng một chút gì xa xôi, rồi chàng xoay người nhìn nàng, hỏi liền:

- Em có yêu biển cả không em?

- Sao anh hỏi em câu đó. Có dụng ý gì anh?

- Hỏi như một điều vui với em ấy mà. Không có gì đâu.

- Có chứ anh? Mà hình như em yêu cả sông nước, và rừng thiêng xa xưa...

- Ô vậy sao? Tuyệt quá em? Chắc em nhiều kỷ niệm về rừng mới nói thế.

- Dạ. Lệ Thủy nhẹ nhàng đáp.

- Anh nhiều kỷ niệm với biển cả. Đất liền với anh là

khách. Biển cả với anh mới là nhà.

Lệ Thủy lắng nghe. Anh lại mà rằng:

- Ồ thôi, sao anh lại muốn tâm sự với em nhỉ? Chàng lắc đầu với câu nói mình vừa thốt ra.

Rồi chàng nhìn kỹ vào mắt Lệ Thủy đưa tiền trong một chiếc khăn nhỏ màu hồng đẹp. Ngoài ra chàng còn để một chiếc hộp lớn hơn tầm tay của hình chữ nhật, trong đó chứa đựng một chiếc lược xanh, có hoa vân cán cầm đẹp, và một trâm cài tóc nạm bằng con sò nhỏ màu vàng mơ, để nơi đầu giường, chưa khui. Chàng ân cần:

- Cám ơn em! Lần sau bên anh phải nóng lên thêm em nhé. Anh hình như đã yêu em lắm, yêu chân thành... Có lẽ anh sẽ trở lại tìm em. Gắng đợi anh nhé Thủy...

- Dạ. Lệ Thủy nói và tiễn khách. Chàng còn hôn lên trán nàng mấy lần nữa, cầm tay nàng thật chặt rồi chàng bỏ tay ra đi. Lệ Thủy đứng nhìn, lòng nàng bỗng nhiên bất chợt bối rối vô biên một thứ gì, của cảm xúc nơi mình...

Và không có người nào cho nàng biết tên cả, chỉ là nàng đặt theo thứ tự. (Vì trong đời làm gái với khách, nàng chỉ có ba chàng, là Lệ Thủy giải nghệ.)

Rồi đúng vậy, bỗng nhiên nàng có cảm giác thích thú với người thứ nhất đó thật nhiều. Nàng chờ đợi và cảm thấy thương, nhưng chàng biệt tích xa xăm... Nàng cũng không thể hiểu chàng làm gì, đi đâu? Làm sao nàng đem lòng tin lời hứa của một người con trai ham vui, thề hẹn huyễn mộng đó... Trong khi nàng chỉ là một thứ gái hư nộp mình, vì tiền cho khách qua cơn? Nhưng tại sao Lệ Thủy ám ảnh và thao thức với lời hẹn ước nơi chàng? Ngộ thật, biết rằng lời hẹn ước đó không tồn tại, nhưng mà hẹn ước hão chi, bắt nàng chờ mỏi mắt trên một tháng vẫn còn biệt tăm... Lệ Thủy còn ở lại đây cũng chỉ là nỗi lòng mang nặng tình yêu ngóng đợi chàng ta mà thôi. Nàng luôn nhìn chiếc khăn tay mùi xoa màu hồng nhỏ xíu mong manh và giản dị, chỉ có điều nàng thích là cánh hoa sen thêu bằng máy nhưng trông thật đẹp, thánh thoát mà kỳ vĩ... Và chiếc lược nàng cũng mân mê hoài, cây trâm cài tóc vẫn thế. Nàng ưa nhìn hai kỷ vật này hơn là dùng nó. Lệ Thủy vốn ít cài trâm...

Và rồi nàng phải tiếp khách, không thể chờ mãi người ra đi vạn dặm...

Người thứ hai đến với nàng dáng điệu tướng tá to, song không cao thanh lắm, da chàng ngăm đậm chắc nịch, cằm chàng hàm bạnh, mắt sáng, môi dày, râu ria dư giã, cánh mũi hơi lớn... Lại nhập cuộc ưa mơn trớn nàng, với cảm giác mạnh. Nhưng xong cuộc, chàng không cho nàng tiền đủ, chàng lại nợ nàng... Chàng hí hửng cho tin:

- Anh nợ tiền em một phần, một tý nhé. Cám ơn em đã làm anh sung sức.

Lệ Thủy làm thinh, ném cái nhìn ngờ vực.

Chàng lại bảo:

- Để lần sau, nhiều lần sau nữa, anh mãi mãi là bên em...

- Dạ. Lệ Thủy nói hiền từ ngoan ngoãn như trong cơn mơ. Chàng nói thế và không đưa tiền qua tay nàng, mà chỉ bỏ dưới gối nằm của nàng.

Trong lúc nàng "ngủ tình" với người thứ hai, là do nỗi hứng cảm có từ người khách thứ nhất, nàng cảm tưởng được như vậy. Không hiểu sao nàng buâng khuâng mà mơ cảm xa vời nhiều, và không hiểu sao nàng chờ đợi để thương chàng ấy đến vậy, biết rằng người nàng chọn sai lầm lại ở với nàng trên bốn năm, người nàng chọn lựa không sai lầm có thể không ở với nàng được một ngày. Hồ Lệ Thủy mang trái tim của một tâm hồn đa cảm nhưng chân thành... Song ông trời luôn buộc nàng mang lấy trái ngang và nghịch thứ. Bởi vì nàng, trái tim nàng lại dành để đi tin một sự thiết tha của tâm tưởng, hơn thực tế nơi nàng. - Một sự hẹn ước nơi chàng với lời lẽ thật dễ thương, và lịch sự, ẩn chứa nhiều suy tư, đã làm nàng say sưa, háo hức, bẽn lẽn, và rạo rực mong chờ... Tội nghiệp nàng, song chính nàng lệ Thủy vẫn là cô gái giàu lòng hào hiệp, mơ mộng...

Một lần cuối cùng người thứ ba, người tầm thước da trắng thư sinh. Xong cuộc chạm trận lại hỏi nàng:

- Em tên gì cô gái?

- Hồ Lệ Thủy. Nàng vẫn nhìn chàng bằng đôi mắt long lanh của mình và đáp.

- Tên sao mà nhiều nước mắt của thế gian vậy em?

- Tên như thế nhưng em mong đời mình đừng như thế thôi. Tên là do ba mẹ đặt mà anh? Mình lúc nhỏ đâu có thể định vị được.

- Ồ em nói vẫn hay nhỉ? Ồ anh có thể đã yêu em? Sẽ hỏi cưới em làm vợ nhé em. Được không nè?

- Không được anh ạ. Coi như em làm việc với anh như một cái nghề đã mang vào thân em, không có tiền đồ, chỉ có tiền xài... Em đã có chồng chết, và có con...

- Không có tiền đồ, chỉ có tiền xài... hay hay lắm. Câu nói như một sáng tạo hình ảnh ngôn ngữ.

- Em chỉ nói thật lòng mình nghĩ.

Vậy sao? Cám ơn em. Em đã có con và chồng khuất núi phải không? Nếu em muốn tái giá anh sẽ cưới. Anh cũng nói thật.

Chàng nói và nhìn nàng, rồi chàng nói thêm:

- Ồ Lệ Thủy anh quên mang tiền theo. Em cứ cho anh nợ đi. Anh sẽ trả cho nha. Thêm bù chứ không bớt cắt nào đâu mà em lo.

- Dạ. Anh nói sao em nghe vậy thôi. Nhưng em đi làm thì cần tiền lắm, mới phải vào nghề này chứ anh?

- Anh đùa đấy, làm sao để nợ nơi em chứ. Vợ chưa cưới hãy để dành cho anh nha. Một tháng em tiêu thả xăng chưa bao giờ hết đâu nhé.

Chàng nói và đưa tiền đủ qua tay như giao kèo.

Hai chàng đến sau nàng không từng mong mỏi. Cái người Lệ Thủy chỉ mong là người thứ nhất. Ba tháng nay trôi qua nàng cũng chỉ những mong đến chàng, chàng nói năng đơn sơ nhưng tại sao nàng lại nhớ chàng nhất. Chờ lâu chàng mãi bên đâu biền biệt... Lệ Thủy mỏi mắt ngóng trông mà nàng không hiểu vì sao chàng lỗi hẹn. Kỷ vật như một lời hẹn ước mà chàng đi mãi không về cùng nàng như chàng đã hứa. Vì sao chàng đem lời giao tình, rồi không đến, để tâm tư nàng lại hướng đến chàng một cách kỳ lạ, nhiều mơn trớn. Nàng ngu ngốc dại khờ, nhưng làm sao cưỡng được niềm khao khát cháy bỏng đó trong trái tim người đàn bà con gái còn trẻ, đó là nàng...

## CHƯƠNG 10

Rồi Lệ Thủy buồn ý, bỏ nghề đi làm nuôi dạy một em bé, nấu ăn cho gia đình nhà kia. Nàng cũng được họ thương yêu tín nhiệm, ủy thác nhiều. Bởi Lệ Thủy là cô gái có chữ nghĩa khá, tính tình ôn hòa, em bé hết sức thương yêu, kính mến và hài lòng Lệ Thủy lắm. Nàng làm việc chăm chỉ, lễ phép người lớn, chăm sóc bé thơ thì ân cần chu đáo. Một hôm chị chủ nhà ngồi đối diện với Thủy nơi cái bàn họ thường ăn cơm hằng ngày. Và chị chủ bảo:

- Gia đình không muốn cô về quê đâu, coi như chỗ gia đình thân thiết đi. Vợ chồng tôi bận rộn với cái xưởng in lắm. Ít có thời gian nói chuyện với cô. Song chúng tôi rất quý cô. Cô lại dạy cháu Thùy Hạnh học tấn tới giỏi. Cô biết phụ việc nhà tốt. Ôi chúng tôi ơn lắm...

- Dạ em chỉ giúp khi nào cần thì về. Tại vì còn ông nội.

- Khi nào cần lắm mới về nha. Tôi quý và coi Thủy như em gái thôi.

- Dạ cám ơn chị, khi nào về em sẽ báo trước.

- Nói vậy chứ tôi không muốn cô đi chút nào đâu. Cô đi con bé Thùy Hạnh nhớ khủng lắm đó.

- Dạ em biết nhưng. Đời luôn vô thường và sự việc đến không như mình nghĩ.

- Tôi hiểu mà. Hàng họ đặt rồi. Ngày mai lại kêu hồi... à xuống tiền.

- Vậy sao chị?

- Nói cho thấu chân lý cuối cùng. Nhưng thật sự xưởng in chị ít xảy ra, ít gặp phải những chuyện... Và chị luôn thăm dò ý họ, của khách hàng để cân nhắc...

- Dạ em hiểu. Lệ Thủy đáp.

Được lòng chủ xưởng in Tìm Năng thương mến. Tội nghiệp vẫn nơi chị Ư giới thiệu cho mình, khi nàng từ chối nghề gái kia. Và tội nghiệp chị Ư tuổi đã cao, lên hàng trên năm bó rồi, công việc nặng nhọc gánh không nổi, sống giữa thành phố xô bồ xô bộn, tuổi già kéo đến xồng xộc, không kham nổi, chắc chị phải về quê chặt củi rồi? Nói chứ chị làm thuê đất khách trên mười lăm năm giờ thì cũng nên nghỉ ngơi bên chồng con là vừa. ( Chị là gốc Bắc Thanh Hóa nhưng gia đình vào Nam cũng khá lâu. Chồng con đang sống vùng quê Sông Ngòi Cam Ranh. Thủy từng nghe chị Ư kể vậy.) Nàng còn đang làm nghề này, nghề dạy học thêm cho con người ta nhà giàu, dọn dẹp nhà cửa họ. Trên đường trở lại đất Sài, trên đường đi tàu nàng suy nghĩ đời nàng trải qua quá nhiều biến cố, quá nhiều dâu bể. Còn ba mẹ Thủy giờ đang ở đâu? Sống chết thế nào, sau chuyến vượt biên, nàng vẫn không hề tường tận biết? Riêng hai con nàng đang ở, Lệ Thủy đã nhờ ông nội coi ngó...

Nói về ba người nàng từng làm gái cho họ, sau này nàng tìm hiểu thì chủ khách sạn T.L Bình Minh cho biết. Người thứ nhất là thuyền trưởng trong một chuyến đi gặp bão táp ở biển Đông trên đường đi về eo biển của Malacca để về Indonesia, anh ta chống chèo con thuyền đã hy sinh đến cùng...

Bởi vì khi có dịp về đất liền, hữu duyên chàng gặp nàng, và ra khơi mang niềm thương nhớ. Chàng gởi cho nàng một lá thư với lời hẹn ước đáng yêu, trước khi chàng muốn trở về gặp gỡ nàng lại.

*Em thương nhớ của anh*

*Hồ Lệ Thủy... Anh từng hỏi em. Em có yêu biển cả không? Chính là liên quan đến nghề nghiệp của anh đó.*

*Anh muốn về thăm em sớm hơn nhưng con thuyền vẫn còn lướt sóng, kế hoạch lại cứ leo thang, chuyến đi vẫn kéo dài hơn anh tưởng, hãy gắng đợi anh em nhé. Hoa sóng vẫn nói với anh thì thầm... Biển cả là nô lệ, là sóng lướt dưới đôi tay anh, nhưng đôi tay anh lại nô lệ trước trái tim- cuốn hút tuyệt vời nơi em. Lệ Thủy ơi, anh ước mong em hiểu anh, là anh đã yêu em, vâng anh yêu nhiều lắm...*

*Một ngày anh mong được cưới em làm vợ. Nếu em bằng lòng, em sẽ là cô dâu trong lòng anh đẹp nhất... Nếu anh về anh sẽ lấy lược chải tóc cho em, và lấy cài trâm hình con sò cài lên tóc em. Con sò là vốn nhỏ bé, nhưng ôm cả một đại dương của biển nước rộng lớn, mênh mông... Anh yêu lắm dù là một vỏ sò thôi... Em có hiểu và yêu được như ý anh không?*

*Hồ Lệ Thủy em yêu của anh! Anh sẽ đưa em đến nhìn biển khơi, như anh từng hỏi em... Để em nhìn biển bao la, nhìn sóng của biển dạt dào, nhìn những con thuyền, những thủy thủ dịu dàng nhưng ngoan cường, yêu lấy biển cả là sức sống tự nhiên của họ... Ôi hạnh phúc tuyệt vời. Anh sẽ đứng bên em, và em đã biết anh làm gì? Thủy ạ...*

*Rồi em sẽ mỉm cười thật dễ thương, và anh nhìn tóc em bay bay dịu dàng mềm mại, như có lời huyền thoại cảm ơn biển kia đã mang anh về bên em...*

*Hẹn một ngày về bên em. Anh hứa...*

*Anh yêu em mãi mãi nhé em Hồ Lệ Thủy. Một cái tên anh ấp yêu trong từng hơi thở, trong từng nhịp đập nơi trái tim mình. Anh yêu em đến những khi anh sắp chết đi, dù bão táp có đến quấy phá, ngược ngạo đối với anh thế nào đi chăng nữa. Vì anh hứa sẽ yêu em hết kiếp, hết cuộc đời này... Em có hiểu được cho lòng anh đưa ra khái niệm, và phân định như vậy chứ em yêu.*

*Anh, Trần Nhật Bình.*

Người thứ hai là trùm buôn bán gỗ, và là trưởng hạt kiểm lâm. Hiện vẫn còn sống. Người thứ ba là con cưng của một giáo sư có tiếng tăm ở đại học Hà Nội. Anh ta đang đi học kỹ sư điện ở Matxcova. Và thuở đó nàng chỉ là cô gái, của tròn hai mươi tuổi xuân...

## PHẦN 2 - CHƯƠNG 11

Thời gian mãi trôi 11 năm sau đó. Thời gian như vó câu... Lệ Thủy đã trở lại quê nhà làm thuốc cùng ông nội... Ông nội muốn truyền cho Lệ Thủy một cái nghề chăm sóc sức khỏe và cứu sống mạng người trong bịnh tật. Nàng học và làm theo sự chỉ dẫn của ông nội. Lệ Thủy còn nghiên cứu thêm nơi sách vở cổ xưa, nàng đối chiếu với hiện tại, tùy theo căn bịnh để đi vào chi tiết hơn. Sách vở và thực tế phải trọn vẹn cân bằng...

Thế nhưng nàng cũng trải qua nhiều giai đọan dở khóc dở cười, khi lòng người đầy gian ác hiểm tỵ. Nàng đã xây dựng một khu viên đơn sơ nhưng làm thuốc, có tấp nập người đến, kẻ ra người vào. Bên cạnh chuẩn thuốc và điều dưỡng bịnh, nàng có một vườn dược thuốc được trồng những cây thuốc quen thuộc, tuy mới gây cấy trồng chưa nhiều lắm... Bịnh nhân ở đây đã bao lần mừng vui sung sướng, bởi cái chết không còn ở bên cạnh họ, để đe dọa họ nữa. Họ yên ổn sau một thời kỳ ở lại nơi đó điều trị. Vậy mà nàng vẫn phải đối diện gặp những cảnh phe đảng lương y khác, của các nhóm khác tới kiếm chuyện. Tội lỗi của các nhóm dùng vàng bạc để rẽ chia, để lung lạc, để mua chuộc, họ cố tạo ra những sự oan khiên, đến đánh phá, nhằm lật lề Lệ Thủy... Lệ Thủy phải trải qua ba chuyện lớn nhỏ, để mà họ vu khống nàng:

Người thứ nhất đến kênh kiệu tung hô để kiện:

- Ta là người chữa bịnh ở đây, sao chân tay ta chẳng bớt tý nào lại thêm lở loét đáng sợ thế này. Thật là đau đớn thân xác. Ta muốn đến đây bắt đền ngươi ạ, ngươi không xứng đáng. Người nữ này, đã từng chữa bịnh cho đôi chân ta thật kỳ dị?

Hồ Lệ Thủy chú ý nghe một hồi chới với. Nhưng nàng vẫn cười hồn nhiên, vẫn vẻ vui tươi, và mạnh mẽ bảo rằng:

- Dạ xin thưa việc này. Làm sao mà tôi chữa bịnh cho chị đôi chân chứ? Những bịnh nhân tôi đều có danh sách. Và thuốc tôi trị cũng ghi tên tuổi hẳn hoi, tính tác dụng, tính ảnh hưởng, tính loại trừ v. v... Tôi không thể lầm bịnh nhân tôi được.

- Cô đã xé bỏ các thứ đó chứ. Có thể dễ dàng như đường bay của một con chim tự do chứ gì đâu? Ôi dễ dàng quá thôi... Ai lại mần, mà không được thiên hạ ơi?

- Tại sao chị có thể so sánh một cách vô lý thế. Tôi cam đoan không thể điều đó xảy ra. Bởi danh sách tên tuổi, được tôi đối chiếu rõ ràng theo thứ tự con số ghi báo, kẻ đến trước, sẽ ghi trước, người đến sau, phải ghi sau của thứ tự. Ngày rời khỏi nơi đây hết chữa bịnh, tôi vẫn ghi ngày tháng, làm sao mà có thể. Thật là một sự vu khống thêu đặt quá sá... Điều tôi muốn nói khuyên chị đừng vì ham một chút bổng lộc, nơi bạc tiền của phi nghĩa, để làm hại người chân chính. Tôi mong chị hồi tâm suy xét, làm ơn cho tôi điều đó. Tôi nghĩ cách đó thì chị nên đúng hơn.

- Cô đừng múa miệng, khua môi, hàm hồ chạy tội, cô muốn bảo tôi ham chút tiền cặn bã của thói đời, làm con sâu chuyên đi phá hại như vậy hã? Ôi cách nào thì nên đúng hơn nhỉ. Hứm lạ đời không chưa?

- Chị còn biết nói thế, thì chị vẫn còn thức tỉnh. Tôi mong đừng làm phiền, quấy nhiễu tôi. Trời xanh không có mắt như ta được nhìn thấy đâu, nhưng trời xanh nhìn thấu tất cả những chân tướng, chị nên biết. Lệ Thủy này rất chân thành cám ơn.

- Chúng tôi đánh bể đầu hoặc nát mặt cô. Chứ còn giải thích chuyện trời đất, và thanh minh.

- Không đâu, không thể là. Làm người phải biết sự thật đúng sai, và gian xảo chứ?

- Như vậy cô không chấp nhận tôi từng là bịnh nhân cô?

- Điều đó là như ánh sáng, cái chắc rồi. Chị không bao giờ là bịnh nhân tôi. Tôi biết... Xin chị làm ơn nghĩ cho tôi.

Cô ta người xấu nết ấy như chợt tỉnh, cô đứng im thở dốc, đoạn ngẩn người ra ngẫm nghĩ tủi hổ, rồi rút lui hết còn kiện cáo nữa. Cả đoàn năm, bảy người cầm gậy cây, cuốc xẻn, dao búa, giáo mác, như những kẻ hung nô một thời nào ngoan cố kia, họ liếc nhìn chủ xướng, người phụ nữ đó, rồi họ cũng đã thẹn thùng, chùng bước lui binh... Vì cả thảy họ tin hết đường chối cãi. Chỉ còn vài tiếng lí nhí than vãn ít ỏi:

- Biết khó ăn, thì đi chi bể mặt mày quá chứ.

- Đời mà thua thắng giờ chót mới biết mà lị?

- Đằng nào ta đã cầm được tiền bạc, là khoái cả thôi. Ha ha. Một tên trong đồng bọn vẻ còn thích thú bảo vậy.

Cả bọn ngoái cổ nhìn lại dinh thự của Hồ Lệ Thủy như

vừa khâm phục vừa tức tối, vừa hậm hực, vừa chao đảo rồi biến nhanh theo ý họ.

Có một lần khác, người thứ hai nữa, cũng là một chị thanh niên mạnh khỏe tới, chị đến lên tiếng vu khống:

- Tôi thật khó tin tưởng cô gái này trị cho tôi nơi ở cổ hạch này, không thuyên bớt, mà cứ trông to bự ra như quả núi. Lỗi cô cho uống thuốc không trúng bịnh, tác dụng phụ nhiều, gây rối hiệu ứng lâm sàng. Phần thiệt về tôi... Đề nghị cô phải bỏ nghề, chớ ai để mà tin, tiền sẽ mất tật mang tận bến. Thiếu gì nơi chữa bịnh tốt hơn nơi này nhé.

Lệ Thủy vẫn bình tĩnh lắng nghe rồi phân tỏ:

- Tôi xin thưa quý vị nghe đây. Tôi chưa bao giờ chữa cái cổ này. Thật là nơi đâu vào đây thôi vu oan giả họa, chỉ vì mục đích cố bài xích tôi. Xin mọi người thương tôi, không thì bất quá tôi có thể đi hầu kiện, khởi kiện lại.

- Kiện hứ, tôi thách đó... Cô chứ ai còn chối cãi. Cô đừng có chạy tội kiện lại vô ích lắm. Khôn hồn thì nhận lỗi ngay đi.

Lệ Thủy vẫn hồn nhiên:

- Xem đây. Sổ danh sách đây chị tìm có tên chị. Tôi sẽ chịu trách nhiệm trước hình phạt gì cũng được.

- Cô xóa tên tôi rồi làm sao mà kiếm cho ra chứ? Dễ còn hơn ăn ớt cay mà. Hừm lạ nghen ta.

- Thưa chị. Xin chị đã đau bịnh thì nên nghĩ đến lẽ phải và tích đức, đừng ăn nói lôi thôi. Nếu mà tôi xóa tên sẽ có dấu xóa, tôi làm việc một cách rành rạch, và tôi làm việc đánh móc dấu theo thứ tự hệ thống để chuẩn nhìn. Thí dụ như người thứ ba rồi tới người số bốn tên gì. Chứ không bao giờ ghi người thứ ba rồi nhảy cóc lên số năm, hay số bảy được. Nếu tôi xóa thì vẫn có dấu lưu nhảy số. Tôi tỉ dụ như vậy. Chị hiểu chưa? Nói tóm lại chị chưa từng đến đây bao giờ.

Cô gái này trông còn khá trẻ, chỉ lớn hơn Lệ Thủy độ năm tuổi là cùng. Đi theo cô là ba người, hai đàn ông, một đàn bà họ cũng lắc đầu ra hiệu thối lui đi trong im lặng ngơ ngác. Vì họ không nghĩ họ thắng được phiên cược này. Họ nghĩ họ đã ngu đi theo một sự sàm tấu không có căn cứ và vô lý hoàn toàn kia. Họ như biết, sẽ rớt đài đua, rớt việc đòi tố cáo này rồi. Sẽ thất bại cuộc chơi thảm hại thôi. Và Lệ Thủy sẽ cầm chắc trong tay phần thắng thôi.

Nàng phải mắc vào vụ thứ ba nữa. Người thứ ba một em bé trai. Lệ Thủy từng chữa bịnh, thường chảy máu cam nơi bên trong cánh mũi đột xuất cho em, ra về em còn tạ ơn. Rồi hôm nay em quay lại làm bộ tắt tiếng, để vu khống nàng, em đi theo đồng bọn gian ác, chắc họ chỉ huy em, nhằm gây áp lực cho Lệ Thủy bỏ nghề. Một tên trong đoàn đem em đến. Hắn đại diện, với tư cách ngang ngược. Hắn to họng hét:

- Cô Hồ Lệ Thủy này. Đây là một hình thức cô chữa bịnh gây hậu quả nghiêm trọng, cô biết không? Cô đã làm biến chứng, bé đã không nói được, bé mất âm thanh, và vô vọng vô cùng khó khăn khi muốn mở miệng. Cô hãy nhìn kỹ thêm, giờ chúng tôi đem nó đến, để là chúng tôi bắt đền tội lỗi cô, và cảnh cáo cho bao người biết về cô. Cô phải đền tội một cách xứng đáng với nghề thuốc giả tạo, sai lầm hư hại. Thuốc nơi cô vô hiệu, chữa bịnh không được vì có độc tố...

- Xin thưa quý vị, thưa các bậc trưởng bối, các bậc huynh trưởng, các bậc anh chị em. Thủy xin thưa rằng, chảy máu nơi cửa cánh mũi bé thì chính tôi làm chữa cho em. Tôi biết có danh sách, em Hồ Trọng Nghi. Còn câm tiếng nói của em hiện giờ là do mấy người cố tạo dựng lên, để làm một màn kịch hại oan cho tôi.

Tên trưởng nhóm vu khống kia còn ngang ngược. Hắn cướp lời Hồ Lệ Thủy và bảo rằng:

- Im ngay khốn nạn! Hứm cái đồ già mồm nữa không được đâu, đồ nữ quái ô nhục, đã giả dạng làm thiện nhân kia. Tội lỗi mi rành rành kia mà. Lương y với lương chình chi? Ha ha ha. Hắn tên to miệng nhất, còn hả hơi, giọng cười ngạo mạn tiếp, như đắc thắng tới bờ.

Thủy nhìn họ rồi nhẹ nhàng, ung dung cô trình bày theo ý nghĩa:

- Nếu muốn bớt điều này nhất thiết không khó, chứ mà không phải dễ. Các ông bà làm điều như thế, cố ý ép em để gây sự cùng tôi. Rất tổn thương cho thanh quản em lớn lắm. Các người vì một âm mưu bẩn thỉu nhỏ nhặt, vì quyền lợi cá nhân mà làm càn nhất thời, đã quá xem thường sức khỏe em, làm tai hại nơi em. Rất nhiều thứ để ảnh hưởng, nhưng tôi xin thưa, tôi sẽ chữa được bịnh tắt tiếng của em một cách dễ dàng. Chỉ cần tính kiên trì uống thuốc đúng bữa, đúng kiểu nơi ba hôm... Là em bé sẽ hết ngay bịnh tình ấy. Tôi biết là...

Em bé nghe cô Lệ Thủy nói, bé lật đật thưa ú ớ rằng:

- Con muốn cô cứu cơn bịnh này, con không thích tạo ra cảnh đau bịnh con thêm này đâu? Con nói không được là do uống thuốc gì đó, họ ép, họ thúc, họ quản... Bé Hồ Trọng Nghi nói có chữ được, có chữ mất không ra âm, như người câm một nửa, em đang buồn bực, tâm trạng thật tội nghiệp...

Hồ Lệ Thủy thấu hiểu và cô đi tới ôm đầu, ôm tóc bé Hồ Trọng Nghi, tỏ vẻ thương mến. Rồi nàng vỗ về:

- Cô sẽ chữa hết cho con. Mai này ai bảo gì con nhớ cẩn thận nha... Cô Thủy sẽ vui lòng...

Bé không nói nữa chỉ gật gật cái đầu như đồng ý.

Thế là sau đó, bé đòi ở lại nơi đó cho Hồ Lệ Thủy chữa bịnh tắt tiếng của mình, chữa trong vòng hai hôm. Lệ Thủy đã giã thuốc và sao thuốc cho bé dùng đúng cách, đúng liều với nước nóng ấm, khi đun sôi đã được để nguội. Em uống thuốc hết khỏi bịnh, và đã tươi tỉnh tuyên bố...

- Con sẽ không để ai mua chuộc ba mẹ, để phá cô nữa đâu. Cảm ơn cô đã khai cho cái miệng con, Nghi nói lại được bình thường, và con người con vui ra hơn rồi nè. Nếu mà không nói được thì Nghi chết sướng hơn cô Thủy ơi.

- Giỏi lắm. Cô thương Nghi mà. Lệ Thủy nói và nhìn Nghi với ánh mắt, như đưa hết tấm lòng nhân ái nơi mình gởi đến vầng trán tuổi thơ của Trọng Nghi vậy!

## CHƯƠNG 12

Cuộc đời nàng làm thuốc cứu nguy biết bao người hết bịnh, sống khỏe. Nhưng đâu phải dễ dàng, để cô nắm bắt thành công nhanh. Lệ Thủy cũng gặp bao cảnh sóng gió của phường người cạnh tranh, hiểm ác, và gian tà. Thế nhưng nàng vẫn biết mình khi cầm kiếm đấu, mới biết mình giỏi và thắng ở chỗ nào, hụt ở chỗ nào nếu? Có thể họ quẳng mình xuống sông, nhưng họ quên đi rằng mình từng biết bơi giỏi, mình từng biết lội hay thì có gì sợ chết? Hoặc nguy hiểm chứ? Ngoại trừ ông trời không muốn mình sống, không muốn cứu mình mà thôi...

Cậu bé lên mười một tuổi Hồ Trọng Nghi là một sự biểu hiện rành rành em đã cho biết. Còn hai người đàn bà kia nhất định cũng nghe theo hạng người mua chuộc, để đi tìm phá công kích một người, một lương y hết lòng như nàng... Song lòng hiểm độc mưu mô con người vẫn đầy rẫy, vẫn gieo rắc. Có những hung thủ họ muốn bước đến quậy phá, vì lòng tham tàn không giới hạn kia. Nhưng bằng chứng thực tế nàng chữa biết bao bịnh hiểm nguy, ngặt nghèo trên bản thân con người, mà nghiệp dĩ họ phải mang lấy kiếp đau đớn, và chấm dứt biết bao trường hợp, thân thể lở lói sâu hỏm tanh hôi, đau ung tê tức, nhức nhối rên rỉ hằng ngày, hằng giờ... Đó là niềm vui của ông nội, cũng là nỗi mừng chính nơi nàng!

Lệ Thủy vô ra Sài Gòn nhiều lần. Bao lần đi của nàng vẫn giống nhau, là lúc nào Lệ Thủy cũng muốn đi tàu lửa để trầm ngâm, để im lặng chiêm nghiệm, để suy gẫm đời mình trải qua... Với cảnh trí bên ngoài không thể làm nàng biến duy, suy động, hoặc tan rã, hay cắt khúc chia đoạn. Mà cứ còn làm nàng thêm dạt dào, liên tưởng, móc xích, hoài thương... Bởi vì tâm nàng đã không rời rạc khi nghĩ đến cuộc sống nàng, trong những chuyến xe hành trình đó...

Nhưng ấn tượng cho nàng nhớ nhiều nhất, là lần thứ nhất. Khi nàng chưa tới 20 tuổi. Khi chồng Đặng Côn vừa mất. Lệ Thủy đến Sài Gòn như một tiếng kêu xé lòng, muốn tìm việc làm kiếm sống cho mình, kiếm cơm cho đỡ vất vả nơi con, ông nội đang chờ, khi nàng gởi tiền về... Và mục đích lớn hơn nữa Lệ Thủy muốn quên đi một người chồng, nàng muốn xóa nhòa bao nỗi buồn đau, uất ức nơi ấy xứ Quảng. Nơi có dòng sông được mệnh danh, nàng rất thương mến "Sông Trà Khúc - Đẹp Hiền Hòa - Một Thuở ai cũng từng yêu..." Và rồi đời nàng vẫn phải đứng lên để làm việc trong trăm cay nghìn đắng, tủi hổ dở dang. Tuy thế cái kết thúc nàng được một thuyền trưởng yêu thương, chàng đã gởi cho nàng một bức thư thật tuyệt vời. Dẫu rằng chàng đã phải ra đi biền biệt. Nàng không thể ngờ nàng mất chàng... Lệ Thủy không thể được đoàn tụ bên chàng. Song đó là một tình yêu đẹp nhất, chân thành mà người con trai đã mang đến cho nàng giữa thời khắc khó, đã nói lên những tiếng thiêng liêng của người yêu dấu. Về sự hy sinh nơi chàng vì biển cả, và đành vắng xa người thương trong một kiếp... Nàng nguyện sẽ tôn thờ chàng với cái tên Trần Nhật Bình mãi mãi, ở tâm hồn và lòng ngưỡng mộ nàng biết yêu sau này...

Cuộc sống khá giả trở lại. Mà nàng cần gì khá giả? Lệ Thủy chỉ mong mình làm thuốc giỏi, phục vụ nhân sinh tốt, và sức khỏe nơi mình có đủ, nhan sắc mình sẽ được tươi thắm, giữ được nét phong độ đậm đà lại là đủ rồi... Điều nàng ước chỉ có bấy nhiêu, nhưng như cũng đạt nhiều. Ông nội vào chùa ở và làm thuốc. Con hai đứa đã đi tu từ thuở mười một, mười hai tuổi. Thì có gì để cho nàng phải bận rộn lo lắng điều chi nữa? Lệ Thủy không hiểu sao con nàng một trai, một gái được ông nội dẫn vào chùa nhiều lần ở xứ quê, rồi lớn lên một chút lại muốn mặc áo cà sa đòi đi tu hết, vào cửa Phật hết. Một con trai, nàng tên cho con là Như Thiện và một gái nàng Lệ Thủy tên cho con là Như Mai. Hai anh em đã vào các chùa lớn ở Đà Lạt. Một chùa tăng và một chùa ni. Lệ Thủy vẫn cảm thấy vui khi con cái có duyên với Phật sớm, và giác ngộ nơi cõi chúng sanh...

Lệ Thủy vẫn muốn cái duyên với Phật nhưng nàng không đến cửa thiền được đành phải chịu. Đi tu lòng phải tu mới được. Đi tu mà vương nghiệp trần thì chỉ là thêm tội lỗi nên nàng chưa dám? Nàng chỉ tu trong lòng từ bi, bác ái, độ lượng, không chấp thế tục… Coi như cũng là một đường tu của Phật Pháp đạo rồi.

## CHƯƠNG 13

Lần đó, năm đó nàng hơn 20 năm sau... Tức là Lệ Thủy ở vào tuổi bốn mươi. Lệ Thủy ngồi trên xe lửa kỹ nghệ hơn, đẹp hơn, tiện nghi hơn Lệ Thủy vẫn cứ nghĩ bao điều bâng quơ. Vì lời mời của bé Thùy Hạnh ngày xưa nàng phải đến Sài Gòn, nàng đã hoãn lại nghề làm thuốc một vài khi. Và có gì cần thiết, họ cứ lên chùa tìm ông nội giải quyết giùm. Tạm đợi nàng về…

Lệ Thủy người con gái ngày đó, và người đàn bà hôm nay giàu lòng thương người, làm thuốc giỏi nhờ phước ơn trên. Thủy đến thành phố Sài Gòn, như lời mời của Thùy Hạnh - Cô bé bây giờ đã là bác sĩ rồi đó. Xưởng in cha mẹ Thùy Hạnh vẫn còn, nhưng sang nhượng hai phần cho em ruột, là cậu Tư Quá trông coi luôn. Ba má Thùy Hạnh hay đi đi về về Đà Lạt. Họ có khách sạn, một cách làm ăn mới của họ trên cao nguyên...

Thùy Hạnh đã khéo gởi một lá thư và gọi điện, với lời lẽ nài nỉ: *Cô Thương mến của Thùy Hạnh.*

*- Cô Lệ Thủy cứ vào nơi con. Bây giờ con ra bác sĩ rồi. Con là bác sĩ nhưng vua mê sách, vua mê phim hay, mê ca nhạc hay. Công việc nhà có người khác làm coi. Cô vào con đi cô ơi, cô là người mẹ thứ hai của con. Khi nào cô muốn về vẫn không sao hết. Làm thuốc cũng có khi nghỉ đi chơi chút chứ cô Lệ Thủy? Làm miết là sẽ chết sao cô? Vô đây có nhiều sách lắm, cô tha hồ đọc, tha hồ "ngâm cứu" Hi hi..* Và khi rảnh hai cô cháu ta bàn thảo, tranh luận, những lúc đi chơi chẳng hạn… Con vẫn muốn cô dẫn Thùy Hạnh đi chơi mua kem ăn. Ôi thật thích thú như hồi con lên năm, lên sáu tuổi đó cô.

*.Con, Thùy Hạnh*

Làm sao từ chối được khi con bé Thùy Hạnh đã là bác sĩ ăn nói thiết cốt, và chí lý quá. Đã thơ còn nói qua phone nữa, hai mũi giáp công. Lệ Thủy khó chối từ.

Lệ Thủy - Nàng vào Sài Gòn lần này gia đình họ đã có một ngôi nhà mới đẹp hơn nữa. Nàng ở nơi đó, không có việc gì làm. Nhưng bản tính không thể ở không, Lệ Thủy hay dọn dẹp nhà cửa cho Thùy Hạnh. Tưới hoa cho Thùy Hạnh, thay hoa tươi trên bàn cho cô bé. Ủi đồ áo dài, sườn xám, cả đồ vest nữ cho bé Thùy Hạnh này. Bác sĩ cũng cần ăn mặc đẹp như diễn viên, hoặc đẹp thời trang chứ... Có người giúp nhưng Lệ Thủy dành làm giùm, cô chỉ muốn để người ta còn thời gian nghỉ ngơi và lo bếp núc. Dù Thùy Hạnh không chịu la lối hạch họe, nhưng "chị vú năm xưa" Lệ Thủy vui vẻ bảo:

- Cô còn trẻ phải hoạt động cho chân tay mạnh mẽ. Sẽ tốt cho sức khỏe cô mà. Còn thời gian rảnh cô mới đọc sách? Nếu Thùy Hạnh không cho cô làm gì cả. Cô buồn lắm... Thôi thì cô về quê mần thuốc vậy.

- Thôi được cô muốn gì để cô vui, thì chắc là con sẽ chiều cho cô vui rồi. Nhưng nói tới cùng là cô không được làm nhiều nha, phạm luật lệ, phạm nội quy nhà đó nha?

- Tuân lịnh gia chủ. Lệ thủy nói và cười nhìn Thùy Hạnh khá trưởng thành, và "cô bé ngày xưa" cũng đang tươi cười nhìn mình.

Cứ thế thời gian dư dã Lệ Thủy mới đọc sách. Nàng hay đọc. Nàng chỉ thích đọc ba loại sách. Một sách Y Học hay. Hai sách Phật Học hay. Ba sách Tiểu Thuyết Xã Hội Ngôn Tình hay.

Và nàng bắt gặp một tác phẩm tiểu thuyết có giá trị. Mô tả một tình yêu thật đẹp ở cuối tác phẩm "Tình Yêu Vĩnh Cửu." Tác giả là tên Lê Trúc Như Mai.

Một điều làm cho Hồ Lệ Thủy ấn tượng vương vấn hơn bởi "Họ Lê" và chữ lót "Trúc" giống má nàng, lại còn cái tên giống con gái mình "Như Mai" là Lệ Thủy từng đặt cho con gái duy nhất của nàng lúc mới sinh. Điều đó gợi ý tò mò Lệ Thủy muốn ham đọc hơn, về một tác giả này.

Viết thì Lê Trúc Như Mai viết hay lắm, về bố cục và tình tiết, văn phong cũng rất là đẹp, nên thơ, ngôn ngữ mới mẻ, lại dễ gần... Một cách, một cuộc viết hết sức rất mới về cấu trúc, lại song hành phi mã, với một thời đại mạnh mẽ công nghệ. Nhưng có điều vấp phải là ở chính tả, chấm phẩy có vẻ chưa thật sự tốt lắm, chưa gãy gọn để hoàn chỉnh, hoặc là cách nhấn lạ, cách ngắt ý, nhịp ngắt câu, cách chạy hành văn tạo khúc xạ để chú tâm. Điều này Lệ Thủy chưa quyết lắm? Có thể mình chưa hiểu hết, chưa thấu đạt ý tình của tác giả, và còn nữa, lai rai có chữ mất nét, dư nét. Nếu mình chịu giúp, trợ lý thêm, cô ấy sẽ trở nên nhà văn viết hay, tuyệt vời lắm. Hồ Lệ Thủy nghĩ một điều thêm, hoặc giả có lẽ ở Mỹ không có thì giờ hoặc qua cái xứ "tự do" Cờ Hoa lâu ngày ấy, nên nàng viết cũng không chuẩn lắm về văn phạm giữa hai chữ "c t". Thí dụ chữ gật đầu Như Mai lại viết gậc đầu; thất chặt, nàng lại viết thắc chặc, chắc chắn, Như Mai lại viết chất chắng v.v... Không nhiều lắm, có thể tác giả gõ nhanh, thành chữ bám dính theo hóa sai nhầm. Bây giờ máy tính làm hết mà, chữ leo tay vô tình là thường. Nhưng văn chương văn học, một từ, một ngữ không thể là sai lệch, phải kiểm soát kỹ khi thành sách! Sai một chút là dấu hiệu của khinh thường độc giả, sai một chút là dấu hiệu cẩu thả, sai một chút cũng chứng tỏ, mình mất đi một năng lực cần có của ngữ pháp...

Thế rồi phone chuyện trò theo tạp chí và hiện tượng sử dụng trang xangga. (Kiểu giống như facebook sau này.) Hai người lại quen thân thiết nhau. Cả hai nói chuyện nhiều lần trên phone. Họ nói nhiều về văn chương...

Và Lê Trúc Như Mai nhận Hồ Lệ Thủy là chị nuôi. Nàng gởi toàn bộ sản phẩm tinh thần văn chương nàng về nước cho Hồ Lệ Thủy coi chỉnh sửa, giống như nàng Lệ Thủy là một nhà chăm sóc bản in chính thức vậy.

Tuy không nhiều lắm, song Hồ Lệ Thủy vì mến mộ Lê Trúc Như Mai cô đành dành thời gian này làm thuốc thay vì nghỉ xả hơi. Hồ Lệ Thủy lại lăn xả vào thơ văn truyện tiểu thuyết của Như Mai, chỉnh đốn từng câu, dấu chấm, dấu phẩy, từng dấu thiếu nét, hoặc dư nét... Đến khi nàng hoàn chỉnh Hồ Lệ Thủy báo, song thì Lê Trúc Như Mai vẫn chưa cho in. Cô tác giả họ Lê vẫn điềm nhiên:

- Cứ để xem rà lại nhiều lần đi đã chị ơi. Khi lên bản in, là coi như lên khuôn đã đóng dấu, không thể còn sửa được đâu. Có gì xảy ra thì uổng lắm. Và nàng mãi chưa chấp thuận để cho Hồ Lệ Thủy xuất bản nhanh, nghĩa là Như Mai chưa chịu tiến hành in, qua những trang sách chính thức chuẩn đẹp. Nàng trong tư thế, sách in cứ sẵn sàng chờ đợi thôi.

Đến một ngày bất chợt thấy trang báo tạp chí ở trang web Q.H đăng tin chia buồn tác giả Lê Trúc Như Mai...

Hồ Lệ Thủy bàng hoàng như trong giấc mộng. Thủy không thể tin như vậy? Nhưng nàng phải khóc như mưa một mình, cho cái tin người tài hoa vắn số này. Nàng thấy thương cho Như Mai làm sao? Tuy nhiên Hồ Lệ lần lượt bỏ tiền in hết cho Như Mai đến năm đầu sách lớn tại đất Việt. Dẫu buồn lớn và suy nghĩ, song Hồ Lệ Thủy làm được cái nàng đã làm hữu ích đó...

Rồi nàng gởi về Mỹ cho con gái người văn sĩ. Với dĩ nhiên tên tác giả và hình là Lê Trúc Như Mai chứ không phải là nàng Hồ Lệ Thủy.

Trước tấm lòng tốt và chân tình của Hồ Lệ Thủy. Con gái Lê Trúc Như Mai nhận được sách cảm động biết nhường nào, và biết ơn lớn nhường nào. Nó cũng không thể nghĩ công trình của mẹ to cao như vậy, được người chị tinh thần của mẹ; Hồ Lệ Thủy bỏ công sức cùng tiền bạc ra, làm biên tập rồi in ấn như thế tại xứ sở Vn. Nó suy nghĩ quý yêu trân trọng Hồ Lệ Thủy vô bờ. Trong lòng con gái của Lê Trúc Như Mai ấn tượng mạnh mẽ về người phụ nữ này, nên chẳng mấy chốc hai tháng sau, nó xúc tiến ký một hồ sơ giấy bảo lãnh Hồ Lệ Thủy sang Mỹ diện đặc biệt. Con bảo lãnh mẹ nuôi. Con của Lê Trúc Như Mai là bác sĩ thì làm sao mà không bảo lãnh ai dễ kia chứ? Tiền và uy tín, cùng với điều kiện mẹ nuôi chúng dư sức làm nhanh.

*"Xứ Mỹ là một xứ có tiền mọi phiền cũng xong mà. Xứ Mỹ là Money talk first mà!"*

Tuy nhiên nói thế nhưng về "cửa luật" họ cũng phải

đúng, và chỉn chu nghiêm ngặt...

Lệ Thủy lại sẽ được qua Mỹ một cách ngon lành xuôi chảy thôi. Nàng đến giờ chót có giấy, có visa, Thủy vẫn không ngờ mình được như vậy...

Con gái Lê Trúc Như Mai là Trần Thúy Hằng nhận Hồ Lệ Thủy làm mẹ. Vì lý do: Một là để quý trọng người đã vì mẹ, mà làm việc cật lực. Thứ hai Hồ Lệ Thủy đã không gian dối khi in ấn tác phẩm, thú thật Hồ Lệ Thủy có in sách, được ghi là tác giả Hồ Lệ Thủy chính mình, cũng khó mà ai biết. Bởi vì Lê Trúc Như Mai đã không còn, và những tác phẩm mẹ Như Mai giữ rất kỹ, ít tuôn ra thị trường văn chương, hoặc để cho đăng tải ở đâu nhiều. Cùng lắm mẹ chỉ cho quảng cáo một hai chương mà thôi. Lê Trúc Như Mai có một cách suy nghĩ, khi hay thì tự động nó sống bền sau này, và không cần hoa hòe khoe khoang sớm. Biết đâu đôi lúc khoe khoang nó rồi sẽ trở thành "tam sao thất bổn." Lại phá hư giá trị của tác phẩm, khi chưa hình thành, chưa qua trang sách in chuẩn đầy đủ. Nàng luôn luôn cho rằng, tác phẩm là sự sống còn của thời gian. Nếu có chất hay là "hữu xạ tự nhiên hương" mà thôi.

Nàng Lệ Thủy đem chuyện kể cho Thùy Hạnh nghe với thời gian Lệ Thủy ở bên Thùy Hạnh. Cô bé bác sĩ chỉnh hình vô cùng mừng cho Hồ Lệ Thủy. Cô bé Thùy Hạnh tin yêu chúc mừng đến Lệ Thủy, và những lời:

- Chuyện gì rồi cũng có số cả. Hạnh mong cô Thủy tới Mỹ gặp nhiều may mắn. Con không ngờ cô làm việc cứ đi vào những cái tuyệt đỉnh, mà người khác không thể làm được.

- Cám ơn con quá lời khen. Và cô đi đâu đi, những mong, ấp ủ nơi mình, giúp mình học hỏi thêm nghề thuốc từ nơi các bịnh nhân mà thôi...

- Dạ chúc cô thành công trong ước vọng. Bây giờ nếu có điều kiện ra hải ngoại xứ người, đi bất cứ hình thức nào. Có lời mời là một danh dự, để chúng ta trải nghiệm, học hỏi và enjoy những nơi xứ lạ, thì thú vị lắm cô à.

- Thương lời con lắm lắm, bé Thùy Hạnh của cô Thủy

ơi...

## CHƯƠNG 14

Thế rồi thời gian như đã đến, như mặt trời tạo cho con người những năng lượng và hoan hỉ. Và rồi Hồ Lệ Thủy mang valise giã từ người thân, một chuyến bay qua Mỹ như lời mời. Đến với Ameria nàng được con của Lê Trúc Như Mai là Trần Thúy Hằng đón đợi ở phi trường rồi đưa về nhà với nỗi hân hoan chưa từng thấy.

Dấu hiệu là Thúy Hằng mang theo một tập sách làm chứng "Xứ lạ Quê Người" cầm trên tay. Hồ Lệ Thủy rất vui mừng khi Thúy Hằng trân trọng quyển sách đó trên đôi tay đẹp để chào đón mình.

Về ở ngôi nhà Thúy Hằng độ hơn một tuần lễ. Thúy Hằng đưa Hồ Lệ Thủy đi ăn uống các nơi nổi tiếng mà cô thích, đi rong chơi đây đó ở vùng Tara nơi có nhân vật Scalett đáng yêu của nhà văn Margaret Mitchell - Đi thăm nơi bà ở từng sinh sống và làm việc. Và thăm nơi chủ nhân của "Tôi Có Một Giấc Mơ." - Một người hoạt động mang tinh thần dân chủ lỗi lạc. - Một người anh dũng hy sinh trước một cái chết bi thương đã bị ám sát... Đó chính là vị mục sư MartinLuther King tài hoa. Người có nhiều câu nói để lại, với những ý chí sống quyết liệt đẹp đẽ... Nơi ông từng ngự lãm ở đó...

Hơn nữa lúc sinh thời Lê Trúc Như Mai. Mẹ của Thúy Hằng vẫn thường cùng nàng rong chơi nơi đó "những thắng cảnh". Và bà biết lấy hồn mình yêu thương để hòa nhập tâm hồn của những vĩ nhân, cùng với trải nghiệm qua những bước chân đã mềm mỏng của người phụ nữ nhưng sự ý thức dồi dào cứng rắn và lòng nhiệt huyết dâng đầy. Và rồi để khi về nhà những sáng sớm tinh mơ, hay đêm tối chợt về, hoặc khuya lơ trăng dội, Lê Trúc Như Mai ngồi "hạ bút" tạo dựng được những tác phẩm riêng của mình, khi những kẻ tài hoa đó như đã âm thầm hiến tặng một nguồn năng lượng khủng lớn đến các thành viên đã từng thiết tha trong lòng quý trọng họ...

Hồ Lệ Thủy rất cảm động cách tiếp đón nồng nhiệt của Thúy Hằng và lối kể chuyện của cô gái. Điểm nổi bật của Thúy Hằng là cô bé đối xử rất ân cần, giản dị, hết sức gần gũi với Lệ Thủy. Sau Lệ Thủy lại muốn đi làm từ thiện. Nàng vào nhà nursing home thăm những người già Việt lớn tuổi, hoặc bịnh tật ở đó v.v... Để Lệ Thủy biết họ, chia sẻ cùng họ, an ủi cùng họ. Dù sao họ vẫn là người cùng dân tộc VN, chỉ vì lý do làm ăn hoặc một vấn đề gì khác, họ mới chịu xa quê hương, xa giống nòi mà thôi...

Trước khi đến những nơi kể trên Thúy Hằng đã đưa Lệ Thủy đến một ngôi chùa thiêng liêng tên là Chùa Huyền Không tại xứ sở Georgia Atlanta để tạ ơn đất trời cho mình, đến với đất lạ Cờ Hoa. Mối nhân duyên mình đến nơi này. (Hồ Lệ Thủy luôn nhắc nhở và yêu cầu Thúy Hằng làm điều này trước tiên, khi mà Hồ Lệ Thủy chạm vùng đất Mỹ và về nhà Trần Thúy Hằng chỉ sau một đêm!)

Đến với chùa Huyền Không nơi đó, một nơi tôn giáo Phật Pháp trang nghiêm và đẹp đẽ. Lệ Thủy và Thúy Hằng đã lạy Phật cùng cầu nguyện ơn trên. Khi ra cổng về. Thúy Hằng tấm tắt khen Hồ Lệ Thủy:

- Cô quả là một Phật Tử ưu tú. Đến xứ Hoa Kỳ mà vẫn mong thăm chùa trước tiên lạ thật. Cô đủ điều để con ngưỡng mộ.

- Con người chúng ta cần sống tốt, trước hết cần có tâm linh con à.

- Dạ cô nói đúng.

Và rồi như đã nói điểm cuối cùng Thúy Hằng đưa Lệ Thủy đến một Nursing home như cô mong. (Cố nhiên là Nusing home này là của Mỹ có nhiều dân tộc khác nhau, được tham dự vào sống. Nhưng Thúy Hằng cho biết là nhiều người Việt ở đây lắm.) Lệ Thủy cùng chân sánh bước với Thúy Hằng vô thăm nơi đó, Thúy Hằng ghi tên trước. Lệ Thủy loay hoay ghi tên Hồ Lệ Thủy sau. Ở đây chính sách họ tổ chức, làm việc rất văn minh, thứ tự, để mục đích ngăn chận rắc rối nếu có gì xảy ra, họ quan trọng nề nếp, công việc chu đáo an toàn, ngăn nắp và trật tự cùng an ninh... Mọi thứ sẽ dễ dàng một khi có việc cần thiết để siêu tra. Xứ Mỹ quý tự do, nhưng an toàn, và ngăn chặn nguy hiểm họ luôn đặc lên hàng đầu... Nên ai vào là phải ghi tên trước tiên - Sign name cẩn thận. ( Kế tiếp được nhận số thẻ để mà đi, cuối cùng khi về thì phải trả lại.) Hồ Lệ Thủy làm xong theo thể lệ. Nàng định vui vẻ đi tới gặp năm, đến bảy người Việt trong một vùng, một cụm nhỏ, nhóm họ giải trí, coi ti vi, họ kẻ đứng, người ngồi có vẻ thoải mái chia sẻ đủ chuyện kia... Thì lúc đó Thúy Hằng có cuộc gọi đến. Nàng bé chân tình bảo Lệ Thủy:

- Cô ơi Hằng đi có việc chút... Hằng trở lại đón cô Thủy về nha.

Lệ Thủy nhìn Hằng chợt nghĩ ra một sáng kiến mới:

- Con khỏi lại cũng được. Cô thích ở đây lâu... Và khi muốn về, cô Thủy vẫn gọi Taxi được mà.

- Dạ cô cứ vui chơi thăm hỏi họ... Và làm theo ý cô thích... Hoặc cô Thủy gọi con. Hằng sẽ kêu Taxi cho cô. Hay Hằng đến rước cô về chung cho vui cũng được.

- Tới đây là con khỏi phải lo đi. Cô tự lo được mà. Con cứ vui với công việc con đi nhé. Thank con nhé.

- Dạ cô. Chúc cô vui và may mắn.

Hằng nói và đã dời gót rời cửa chính để ra xe. Lệ Thủy nhìn con bé với bước đi thật nhanh, xinh xắn và dịu dàng... Rồi nàng quay lại nhìn những con người họ kia. Lệ Thủy chân thành tiếp cận nhìn họ. Nàng vui vẻ:

- Con xin kính chào các bác, các cô chú ạ... Con từ Việt Nam đến muốn thăm viếng nơi đây... Các cô chú bác an vui và khỏe mạnh chứ? Dạ người Việt chúng ta, già trẻ ở đâu vẫn đáng yêu cả. Con xin chân thành nói...

- Vâng chúng tôi khỏe, an vui và tán gẫu nhìn nhau đây. Cám ơn cô có lòng khen. Một hai người nói lên câu đó nhìn cô. Có người lặng lẽ làm thinh nhìn cô để ngạc nhiên. Hồ Lệ Thủy vẫn như cảm giác ấm áp đứng cùng bên họ không sao! Họ vẫn là người Việt máu đỏ da vàng như cô kia mà. Cô đã được nhìn thấy họ trong chuyến qua Hoa Kỳ là niềm vui của cô rồi. Tự nhiên cô lại thích đi thăm họ. Dù cho là họ không phải ruột rà máu mủ, hay họ hàng bà con thân thích chi cả. Nhưng Lệ Thủy vốn làm nghề thuốc, nên yêu người già tuổi cao mang bệnh tật, và số phận họ. Và Lệ vẫn nhớ câu ca dao nàng học thuộc lòng từ thuở bé:

*Nhiễu điều phủ lấy giá gương.*

*Người trong một nước phải thương nhau cùng.*

Hay là: *Bầu ơi thương lấy bí cùng*

*Tuy rằng khác giống vẫn chung một giàn.*

Hoặc: *Môi hở răng lạnh máu chảy ruột mềm.*

*Một con ngựa đau cả tàu bỏ cỏ.*

*Thương người như thể thương thân, chị ngã em nâng.*

Lệ Thủy thương và thích những câu ca dao tục ngữ dân gian đó vô cùng. Lệ Thủy băng qua Hoa Kỳ cơ hội nàng tìm đến họ dễ dàng mà. Biết đâu trong lòng họ vẫn thích người Việt đâu đó ghé thăm, thân nhân hoặc không thân nhân, cũng là cùng nòi giống họ? Và thử hỏi bàn chân còn trên đất Việt thì làm sao nàng đến đây được. Cơ hội đã dâng tặng nàng mà!

Ngay lúc đó có một người đứng một góc bàn nhìn nàng. Nhìn nàng xong ông như có gì thúc bách vui vui buồn buồn lẫn lộn... Rồi ông đi coi tên nàng thử, ông ra cửa lối vô đầu tiên, ông nhìn vào nơi danh sách tờ giấy ở nơi tiếp tân tự ghi... Ông thấy có tên thực sự là Hồ Lệ Thủy. Ông vui mừng khấp khởi, như ngỡ một hiện tượng không thể xảy ra, mà lại đang xảy ra trước mặt ông. Ông như muốn chảy nước mắt, như một kẻ nằm mơ. Lại ngậm ngùi một chút tan thương, ông đi đến hỏi nàng:

- Cô có phải là Hồ Lệ Thủy?

- Dạ. Tên con... Nàng trả lời và nhìn ông đăm đăm, như chưa biết chuyện gì xảy ra. Nàng đang ngờ ngợ một cái gì...

- Trời ơi con là con của ba đây, ba là Hồ Kỳ Hiệp đây.

- Ba là ba của con đây sao. Trời ơi ông trời còn xui khiến ba ơi, ôi giấc mộng con không thể tin... Nàng nói mà nước mắt muốn lã chã vì sung sướng cả buồn đau, như chốn giấc mộng nào. Đây là khu vực nursing home, nhưng phần lớn của những người già còn tỉnh trí. Chỉ vì điều kiện họ muốn sống với thế giới người già của họ, chung vui chơi quây quần cùng lứa tuổi họ, với cách sinh hoạt họ được chăm sóc kỹ lưỡng, chu đáo sức khỏe và y tế, tâm linh vẫn được coi trọng bậc nhất.

Đúng là cha con gặp nhau không khác chi trong mơ tưởng, nhưng mà hoàn toàn là 100% sự thật.

Hồ Lệ Thủy ôm chầm cha mà khóc trong nụ cười mừng rỡ, long lánh mãi về sau đoạn gặp. Ông Hồ Kỳ Hiệp cũng thế, nước mắt chan hòa theo nụ cười khi gặp đứa con gái của mấy mươi năm xa cách. Thoạt đầu ông ngờ ngợ, nhưng chính cái tên Hồ Lệ Thủy khiến ông tìm ra đáp án. Chính lúc này và sau đó ông mới cho cô biết lần vượt biển năm đó má cô và hai anh trai đã mất vì biển cả giông bão. Và ông qua được Mỹ rồi đi lấy vợ Mễ, sau vợ Mễ lại mất. Ông không con, ông ở vậy độc thân trên đất Mỹ gần 30 năm hơn.

## CHƯƠNG 15

Cha con gặp lại nhau tương hội lần đó tưởng như hi hữu, nhưng nào ngờ trời cao như đã chỉ đường cho họ tái ngộ tương phùng trên một đất nước xa lạ. Đó là đất Mỹ nơi cờ hoa có hàng vạn hàng triệu người trẻ trên thế giới yêu thích. Và dù đất nước này có những ưu và khuyết điểm của nó, có lẽ ưu là nhiều khuyết là chẳng bao nhiêu, phần nhỏ thôi những nhược nhỏ thôi. Nhìn ra cận thế giới thì có xã hội nào hoàn hảo hơn về thể chế dân chủ, tự do và bác ái hơn ở đây...

Tuy vậy sau này Hồ Lệ Thủy thuyết phục để đưa ba về lại Việt Nam thăm quê hương, qua mấy mươi năm xa cách chưa hẹn cuộc về. Và ông đã vui chịu ở lại cùng Hồ Lệ Thủy làm thuốc để cứu giúp người trong một khoảng thời gian... Họ đã có một khuôn viên đẹp hơn rộng lớn hơn, gọi là "Nơi Vườn Dược Thuốc." Và khu điều trị đó bây giờ được bung mở to hơn. Các loại cây dược thuốc được trồng nhiều hơn, mát mẻ hơn, trưởng thành hơn, và cũng quy mô lớn hơn nhiều. Người tới ưa học về dược thuốc, y học cổ truyền Phương Đông nhờ nàng chỉ dẫn làm thuốc, lại đông đảo hơn bội phần.

Hồ Lệ Thủy quá nhiều người yêu nhưng lòng Thủy đã chết, đã quyết... Nàng chỉ nghĩ làm thuốc, và hướng nghiệp cho học trò thích hợp, cách làm môn thuốc kiểu này, kiểu nọ Đông Y. Hàm lượng thay đổi tùy theo bịnh nhiều ít, ghi chép, sắc thuốc, sao sấy thuốc, tán nhuyễn, các loại thuốc, và chữa đúng phương cách về nó. Hàm Lượng thuốc và tình hình sức khỏe nơi thân chủ, tùy theo mỗi người "hạp thổ" cho phép nữa...

Đúng là nàng không nghĩ gì hơn khi nàng là một lương y, để giỏi về thuật pháp thuốc. Nhưng không phải vậy đâu, trong lòng Hồ Lệ Thủy vẫn còn một tâm sự. Có một người mà nàng luôn nghĩ tới đó là Trần Nhật Bình với lá thơ của chàng ngày xưa... Luôn cứ đọng lại trong tim nàng, không dễ xóa nhòa!

*Em thương nhớ của anh.*

*Hồ Lệ Thủy... Anh từng hỏi em. Em có yêu biển cả không? Chính là liên quan đến nghề nghiệp của anh đó.*

*Anh muốn về thăm em sớm hơn nhưng con thuyền vẫn còn lướt sóng, kế hoạch lại cứ leo thang, chuyến đi vẫn kéo dài hơn anh tưởng, hãy gắng đợi anh em nhé. Hoa sóng vẫn nói với anh thì thầm... Biển cả là nô lệ, là sóng lướt dưới đôi tay anh, nhưng đôi tay anh lại nô lệ trước trái tim cuốn hút tuyệt vời nơi em. Anh ước mong em hiểu anh, là anh đã yêu em, vâng anh yêu nhiều lắm.*

*Một ngày anh mong được cưới em. Nếu em bằng lòng làm vợ anh, em sẽ là cô dâu trong lòng anh đẹp nhất... Nếu anh về anh sẽ lấy lược chải tóc cho em , và lấy cài trâm hình con sò cài lên tóc em. Con sò là vốn nhỏ bé, nhưng ôm cả một đại dương của biển nước mênh mông. Anh yêu lắm dù là một vỏ sò... Em có hiểu và yêu được như ý anh không?*

*Hồ Lệ Thủy em yêu của anh! Anh sẽ đưa em đến nhìn biển khơi, như anh từng hỏi em... Để em nhìn biển bao la, nhìn sóng của biển dạt dào, nhìn những con thuyền, những thủy thủ dịu dàng nhưng ngoan cường, yêu lấy biển cả là sức sống tự nhiên của họ... Ôi hạnh phúc tuyệt vời. Anh sẽ đứng bên em, và em đã biết anh làm gì? Thủy ạ...*

*Rồi em sẽ mỉm cười thật dễ thương, và anh nhìn tóc em bay bay dịu dàng mềm mại, như có lời huyền thoại cảm ơn biển kia đã mang anh về bên em...*

*Hẹn một ngày về bên em. Anh hứa...*

*Anh yêu em mãi mãi nhé em Hồ Lệ Thủy. Một cái tên anh ấp yêu trong từng hơi thở, trong từng nhịp đập nơi trái tim mình. Anh yêu em đến những khi anh sắp chết đi, dù bão táp có đến quấy phá, ngược ngạo đối với anh thế nào đi chăng nữa. Vì anh hứa sẽ yêu em hết kiếp, hết cuộc đời này... Em có hiểu được cho lòng anh đưa ra khái niệm, và phân định như vậy chứ em yêu.*

*Anh, Trần Nhật Bình*

Ôi lời lẽ chàng thật dễ thương, và hình ảnh chàng ước vọng, cứ bám víu vào tâm tư nàng những khi...

Có lẽ mộng ước không thành, nhưng trái tim nàng vẫn đổ về người con trai đó. Dù chỉ là giấc mộng, nàng vẫn thấy vui và yêu đời làm việc giỏi. Nàng chỉ còn biết hẹn chàng ở một kiếp sau, một kiếp sau nàng sẽ vồ lấy và yêu chàng ngay ánh mắt lần đầu tiên gặp. Một kiếp sau nàng sẽ yêu chàng hơn tất cả....

Câu chuyện này chính là tác giả Lê Trúc Như Mai viết ra, khi Hồ Lệ Thủy được lời mời của nhà văn Lê Trúc Như Mai qua Mỹ thăm chơi. Lê Trúc Như Mai không có chết. Nàng chỉ yêu thích một cô bạn, vai người chị tận tụy cho nàng, đang chăm sóc bản in của nàng. Và nàng đa cảm, biến hóa nghĩ viết ra đoạn kia thôi.

Lê Trúc Như Mai có cảm hứng, và có lối viết lạ. Một cuộc cách mạng văn chương cho phép riêng mình, định hình, viết rất mới, do trí óc năng động nghĩ ra, với thời đại 4.0...

Đi xa thực tế một chút về bối cảnh, tuy nhiên tâm linh và ý tưởng sự kiện không hề xa. Và chính nàng đang nói chuyện với một đạo diễn trẻ tuổi để làm cho bộ phim "Khi

Đời Chưa Trang Điểm" với góc độ, từng bố cục và tình tiết, cùng cấu trúc như thế. Người đạo diễn trẻ Trương Ngọc Tâm đang nhìn Lê Trúc Như Mai với đôi mắt vừa ngạc nhiên, vừa đồng ý, vừa thán phục, cả bỡ ngỡ nhiều của câu chuyện.

Thanks các bạn đã đồng hành đọc câu chuyện mang tính chất kể chuyện hồi tưởng về một cuộc đời, một giai thoại, một cô gái tên Hồ Lệ Thủy. Nơi người bạn cô thân thương tạo cảm hứng, đã cho cô nhà văn Lê Trúc Như Mai viết về một cách rất mới, và để dễ dàng hoàn mỹ cho tác phẩm này*/*

Thân ái...

HDT. Viết năm 2018________

# THẦN TƯỢNG TÌNH YÊU...

*Ai vẽ cho em nét mũi cao,*
*Ai cho em đôi má thắm hồng đào.*
*Ai tô cho em đôi mắt màu biết nhớ...*
Và hồn em tựa một ánh sao...
*(Trích bài thơ Ai Cho...- Cùng tác giả)*

## CHƯƠNG 1

Ngọc Thúy Hạ đi chơi với người yêu. Nàng cầm quyển sách trên tay "Gánh Hàng Hoa" của Nhất Linh và Khái Hưng mong đọc cho hết nốt theo dự định. Dù đi chơi với người yêu, thú vui nàng ưa cầm theo sách, mặc cho lúc hát hò, hoặc bận rộn khi nói chuyện, nàng cũng ưa là đem nó như thế, không biết tại sao nàng ghiền cầm sách quá nhỉ? Năm đó Ngọc Thúy Hạ mười sáu tuổi đã học vào lớp, xong lớp 11. Ngồi bên nhau nơi một ngọn đồi đẹp, dưới đó là một thung lũng dễ thương...

Nàng hát hết một bài hát "Trăm Nhớ Ngàn Thương" cho chàng nghe. Đi chơi vui mà nàng cứ thử giọng ca buồn của mình để chàng nghe mới lạ chứ lị?

*Mất anh rồi, xa anh rồi. Hoa đã tàn nhụy đã phai. Chiều hôm nay trời thanh vắng.../ Em đi về, về với ai...*

*Một người đi, một người sầu, nhìn hoa úa buồn về mau. Đôi chân mòn tìm dư âm hè phố vắng.../ Lòng còn thương tình còn nồng. Đêm mỏi nhớ ngày chờ mong bao thu rồi nhìn lá chết rơi ngoài sông...*

*Cánh thư này, kỷ niệm này, ta đã tìm về với nhau. Rồi hôm nay tàn mơ ước, em âu sầu anh ở đâu...*

*Chiều nay mây đen giăng sầu đường về, nhìn hoa rơi não nề. Người ơi sao chẳng về, còn mong chi câu thề. Giận nhau sao không nói, ra đi không một lời... Để buốt giá tim tôi...*

*Ai ngờ chim trời vỗ cánh tung bay... Người đi để nhớ cho đời. Làm sao tôi đến bên người... Bao giờ mây hồng đưa bước anh sang... Hay từ đây em dở dang, tình hỡi chôn vào thiên thu...*

Chàng nghe như hốt hoảng la lên:

- Em ca hay lắm, anh nghe chết mất thôi. Mà ca chi bài buồn vậy em, Ngọc Thúy Hạ ơi nè.

- Bài hát em nhập hồn tý thôi mà, miệng vẫn cười bên anh, anh yêu.

- Hì hì... Không được em.

Nàng bảo:

- Anh ơi em hát ca là phụ thôi. Em cứ thiết tha đi vào diễn viên kịch và điện ảnh, anh cho em đi nghen. Em muốn đóng phim hay như... Dù em chỉ yêu anh thôi mà.

- Em đi thì em nổi tiếng em đâu còn yêu anh? Em sẽ biết bao người theo đuổi.

- Không đâu em yêu anh thôi. Tin em đi anh.

- Làm sao anh dám tin kia chứ.

- Thôi thì anh tập hát đi, tập diễn đi rồi anh đi với em, em tập cho anh nè.

- Anh làm sao biết hát?

- Hát đi tập nè anh. Hát theo em thử đi. Nàng cười mở miệng hát, làm chàng phải hát theo như song ca. Dù tiếng nàng có lấn lướt giọng chàng. Vì nàng là cô gái hát hay mà!

- *Nàng là trinh nữ/ Tóc buông kín đôi vai gầy/ Một làn môi đỏ/ Mắt chưa vấn vương vì ai/ Chân son gót nhỏ đi tìm hương phấn cho đời/ Trời sanh đã an bài/ Yêu nhau như bướm say hoa/ Đẹp như giấc mộng/ Vượt qua những năm đầu/ Năm sau mưa gió vì đâu/ Người đã quên rồi/ Xa rồi năm thứ ba...*

Chàng đứng dậy, toan bỏ đi còn nói:

- Thôi không tập nữa đâu. Trời ơi em mà quyết định đi hát, hoặc làm diễn viên, anh buồn anh đi lính đó.

- Nếu đi lính anh về khét mùi thuốc súng, không hôn anh đâu nha? Nàng cũng đứng dậy nhìn theo chàng và bảo thế.

- Không hôn thì người khác hôn. Chàng nói giỡn không thèm nhìn lại nàng.

- Hứm, chưa chi nói phụ em nha. Em nín thở chết đây

nè cho anh vừa lòng.

- Hi hi. Đâu có, chọc em thôi. Chàng giờ mới quay lại nhìn người yêu mình. Và nói tiếp:

- Em nghĩ coi... Em thì đẹp hết sức, hát hay diễn giỏi, xinh tươi tuyệt trần... Anh có gì xứng với em đâu.

- Anh có chứ, anh có đẹp trai nè, cho em nhìn em yêu nè, là đủ rồi nè...

- Đẹp trai đâu bằng lắm tiền em?

- Em có bao giờ mê tiền đâu mà anh lo. À anh, anh có biết em thần tượng là ai chưa? Em mê người nào chưa?

- Chưa?

- Anh nói thử đi.

- Anh không làm thầy bói cho em đâu? Vụ này...

- Thì Ngọc Thúy Hằng đó.

- Y trời ơi giống mình chữ N, T, chữ H, là đâm thích há? Hi hi em đó nha?

- Không phải vậy đâu anh... Chỉ vì em thích chị ta xinh đẹp... buồn cũng đẹp, lại diễn nóng sexy hay chứ anh yêu!

- Diễn nóng sexy, hay. Ôi, em gan há bày anh, để anh chết bên em?

- Hứm. Khi nào làm diễn viên em làm, bây giờ em không làm đâu. Em làm, là anh xúi em hư sao? Em chỉ hôn anh chút chút thôi vầy nè nghen. Nghen anh... Nàng nói đưa tay ôm cổ chàng hôn.

Xong ngưng lại. Ngọc Thúy Hạ nói tiếp:

- Và anh biết hôn? Em ước ao những gì nữa hôn anh?

- Là gì hã em?

- Em sẽ là vợ anh, em sinh con không cần giống em, không cần giống anh chi cũng được, chỉ cần giống minh tinh Ngọc Thúy Hằng là em thích rồi.

- Trời ơi chưa ai mê diễn viên như em nha. Sợ luôn Thúy Ngọc Hạ em?

- Nhưng em đâu có mê nam diễn viên?

- Anh hiểu và rất yêu tính cách em, chỉ có điều không thích em đi làm diễn viên thôi.

Nàng chỉ nhìn chàng cười mỉm chi, không thèm nói nữa.

- À Ngọc Thúy Hạ anh muốn nói chuyện này em nghe nè. Được không?

- Chuyện gì hã anh?

Chàng nói và đến một chỗ khác ngồi lại. Ngọc Thúy Hạ đi theo chàng, và đã ngồi xuống bên cạnh nữa. Chàng nhìn nàng đắm đuối mà cất giọng:

- Mai mốt em sinh con, mình cho con mình đi làm nghệ thuật. Giờ em thì không được đi nha. Em ở cạnh anh thôi...

- Anh ích kỷ ghê nha. Hứm cho con đi mà không chịu cho em đi gì hết. Anh thiệt là kỳ cục hà...

- Em mà đi xa anh. Anh buồn đi lính lỡ có chết, sẽ theo làm con ma yêu em suốt đời.

- Thôi đừng nói rủi anh yêu. Em sợ lắm...

Nàng nói thế nhưng miệng vẫn cười, mặt sáng như gương.

Chàng lại lấy tay, vén hết tóc người yêu lòa xòa trước mặt, và chàng âu yếm hôn môi nàng, với một sự rung động tuyệt vời dành cho nàng...

## CHƯƠNG 2

Nói vậy mà Ngọc Thúy Hạ đã lén dự thi nàng dẫn đầu cuộc thi tuyển lựa "tìm khả năng diễn viên." Bằng một chiếc áo đầm tự chọn nóng bỏng, và một tiểu phẩm diễn hoàn toàn chưa được dẫn dạy, nàng phải mặc áo dài học sinh để thử tài năng diễn cảm nữa. Tiểu phẩm được thể hiện nàng đi học về đang vui, bỗng bất chợt thấy mẹ già bịnh nằm, Ngọc Thúy Hạ từ vui sang buồn, nàng bối rối, nhưng bình tâm và phải đi làm thuốc, giã gừng pha chanh, nấu nước pha cho mẹ uống, để ấm lòng tạm. Nàng hỏi mẹ bằng một vài câu hỏi ân cần.

Ngọc Thúy Hạ đã diễn với một sáng tạo cá tính, hồn nhiên và chân thật lại nóng bỏng sân khấu...

Nhân dịp được đến coi thi diễn của Ngọc Thúy Hạ tại phòng thông tin huyện nhưng chương trình tỉnh tuyển lựa, tuyển chọn. Võ Tài Xỉn con của một nhà buôn bán vàng tên hiệu là Hưng Yên vùng thị trấn này. Chàng là con nhà giàu, có được một con ngựa riêng đẹp, cha cho cỡi đi chơi vào những dịp nào nếu thích. Chàng cũng tỏ ra khoe mẽ con ngựa mình nên cỡi đến đó, chàng cột ngựa bên ngoài vô xem rồi mê thích nàng Ngọc Thúy Hạ. Thế là Tài Xỉn liền về nhà nhờ cha dạm hỏi nàng để làm vợ cho mình. Sau khi đi coi chương trình chàng về hối thúc rất mạnh:

- Ôi ba ơi đi hỏi cưới cho con, cô Ngọc Thúy Hạ làm vợ con đi ba. Con thích và yêu cô đó ngay rồi.

- Trời ơi người ta đi thi chương trình "tìm kiếm khả năng tài năng," là để họ được công nhận để đi làm diễn viên đó chứ con. Ai đâu có thi để làm cô dâu đâu, mà con đòi cưới họ... Chuyện thiệt bậy con... Không phù hợp tý nào...

Im một tý Võ Tài Xỉn ngẩn ngơ chưa tìm câu trả lời. Người cha bảo tiếp:

- Tỉnh táo đi, họ không ưng mình quê chết. Con biết gia đình mình là một gia đình không thể để mất giá. Trời ơi...

Võ Tài Xỉn giờ thì vẫn ra sức năn nỉ người cha:

- Ba cứ đi cho con. Biết đâu cha mẹ cổ gả cho con, cô thương quý cha mẹ là phải ưng, phải làm vợ con thôi. Hơn nữa con đâu xấu trai, thế mạnh nhà mình tiệm vàng giàu có.

- Tiệm vàng là thế mạnh, chứ mày đẹp trai là tao không dám hô lớn tiếng đâu. Hô lớn là tao nổ tung con mắt mất.

- Ba nói gì kỳ vậy. Con nhìn chuẩn cũng đâu có tệ. Thì con tự tin lên một chút chứ.

- Chuyện này cũng hơi rối đây. Không biết con Ngọc Thúy Hạ nó ưng hay không? Còn nữa, hoặc giả nó mê làm diễn viên không chịu, là coi như mình bỏ công đi câu con cá không đúng chỗ con ơi?

- Con đã nói và tin, ba má Ngọc Thúy Hạ chịu là cổ phải chịu. Cuộc thi thì thi để có lệ, đẹp tài năng có tiếng thôi, chứ cổ đang cặp bồ với thằng Trần Quân đó mà.

- Trời trời chết chết con ơi, nó có bồ lại là hỏng to nữa con ơi. Kiếm đám khác đi nha con.

- Con không thèm đám nào cả. Vậy mình giàu để làm chi, ba không cho con một ưu tiên nào.

- Hứm mệt đấy con trai ơi hừ.

- Ba cứ thử đi mà.

- Thiệt cũng không xong ở đó thử. Mà tại sao mày đi mê nó làm chi khổ vậy?

- Con đâu thèm mê. Tại trái tim con rung động, biết phân biệt người đẹp, kẻ xấu để mà thích thôi ba ơi.

- Trời ơi nói quanh co, đúng mày mê nó, còn không chịu.

- Chịu chứ. Con chịu mới mong ba đi hỏi cưới cổ đó.

- Tao nói một đàng mầy hiểu một nẻo. Ý là mày mê trong lòng, còn không chấp nhận mê, chạy kiểu nói vòng vo tốn thời gian...

- Dạ con muốn nói cho vui thôi. À ba ơi... Dạ con nói thêm cái này cũng là điều hên và có thể may mắn cho mình nữa đó ba. Ba phải lắng nghe...

- Ý trời ơi cái gì mà hên, và ba phải lắng nghe. Tao là cha mày, mày biểu phải lắng nghe là sao hã thằng con.

- Thì nếu như con nói điều hay hên, điều cần thiết ba cũng nên lắng tai chứ sao?

- Lý luận giữ đa. Thôi nói đi tao lắng tai vẫn được. Nhưng phải hên hay may mắn gì nghen?

- Thì đúng rồi ba ơi. Hôm qua con có gặp ba cổ, ổng xuống huyện chi đấy. Con gặp ổng nơi coffee quán Mùa Nhớ. Con tới chào, coi bộ ổng thích con lắm.

- Vậy sao? Thiệt không?

- Dạ. Thiệt mà.

- Nhưng ở ổng thì ăn nhằm gì. Ăn thua là ở chỗ con gái ổng con Ngọc Thúy Hạ thôi con à.

- Nếu ông ta vui vẻ thích con, coi như mình có dấu hiệu đèn xanh bật, và may mắn vẫy gọi chứ ba...

- Mày học đâu cũng văn từ hoa mỹ quá. Ồ thôi được để từ từ ba tính cách cho...

- Dạ con chịu trăm phần trăm nha ba.

Cha của Võ Tài Xỉn chỉ còn nhìn anh và lắc đầu. Chính ông cũng không hiểu nổi cái lắc đầu của ông lúc này.

## CHƯƠNG 3

Ông Lâm Đỗ cha của Ngọc Thúy Hạ có vẻ vui nơi lòng, đi qua đi lại hoài trong căn nhà, như thấy mình sung sướng lắm. Ông kêu bà và nói.

- Bà ơi tôi nói bà nghe cái này, mình không có đi đào vàng, nhưng mỏ vàng tự nhiên chạy tới có ngay nhà mình sướng hông bà?

- Ông nói gì tôi khó hiểu.

- Con trai ông Võ Trung Kiên tiệm vàng Hưng Yên tiếng dưới huyện đó, nó muốn đi hỏi cưới con gái mình làm vợ đó.

- Ông nghe ai nói?

- Họ gặp tôi dọ hỏi sơ thôi, nhưng tôi biết chắc là như bắp...

- Gặp ở đâu?

- Thì bà biết tôi hớt tóc đàn ông con trai nổi tiếng ở xã mình, còn lấn tới huyện về tay nghề cạo râu và lấy ráy tai... Nên ba nó mò lên đây, giả đò hớt tóc, dò la hỏi mấy câu thôi. Mỏ vàng đến nơi là vậy bà ơi...

- Nhưng trời ơi con gái mình nó không ham vàng đâu.

- Nó không ham vàng vậy chứ nó ham gì? Trên đời này còn gì hơn tiền của vàng bạc bà? Bà thử nói tôi nghe nào.

- Nó ham nhiều thứ khác là tình nghĩa nè, là tâm hồn nè, kiến thức nè.

- Xí... Mấy thứ đó chẳng phải là chất hầm rượu? Xí trừu tượng quá. Và nó có thấy những thứ đó ăn được đâu. Có làm thuốc Bắc, hay thuốc Nam được đâu? Quý chi tầm bậy vậy...

- Làm thuốc cho tâm hồn trong sạch, giữ đạo nghĩa thanh cao đó chứ. Ông ơi là...

- Lời ma không thật đâu. Tôi không tin chi đâu.

- Thì khổ là nó không thích. Ông lại ép con sao?

- Ép tuốt. Bây giờ nó không chịu, cứ làm mầm làm trỉ chặp thôi, nhưng sau được vợ chồng rồi, nó lại si mê kêu nhả bỏ, không bỏ đó chứ bà nói... Tôi giàu kinh nghiệm về đàn bà con gái lắm.

- Ai đó chứ con mình Ngọc Thúy Hạ coi bộ không có điều ấy đâu.

- Ồ con tôi mà tôi không biết sao? À thiệt tôi không biết mấy. Ha ha.

Bà nhìn ông chưa nói gì, ông tiếp tục khoe luôn:

- Mà có lẽ he he... Chỉ là nghe suôi gia với nhà giàu, tôi hơi thích thích lắm. Tại con gái tôi đẹp, con trai họ đem lòng mê mẩn chứ không phải tôi thèm đi kêu, rao để gả bán nha? Thôi từ nay xuống tiệm hớt tóc ế cũng có cơm ngon ăn nha. Có thể có rượu xịn uống, đã nữa quá...

- Tôi đã nói con mình Ngọc Thúy Hạ nó không chịu đâu. Ông đừng nuôi mộng.

- Trời ơi làm sao mà tôi nuôi mộng chứ. Khi sự kiện đưa đến tay mà. Trời ơi sao bà cứ kẽ đường cho nó leo thang theo vậy. Bà phải tự kiểm điểm bà đó. Tôi sẽ điều hành một cách tốt nhất thôi. Bà tin đi.

Vừa lúc Thúy Ngọc Hạ không phải đi học về, mà đi chơi đâu về. Thấy con đúng dịp ông Lâm Đỗ nói liền:

- Ngọc Thúy Hạ ba gả chồng cho con đó. Thằng Võ Tài Xỉn nó muốn ưng cưới con.

- Trời ơi thưa ba. Con muốn đi làm diễn viên và con có người yêu rồi mà. Anh Quân đó ba ơi.

- Ba cho con tự do yêu đương vậy cho vui, nhưng lấy chồng là quyền cha mẹ quyết định. Ba quyết định tất.

- Không được đâu ba ơi. Cái anh Võ Tài Xỉn đó xấu trai, hung hãn, cộc cằn thô lỗ con không chịu đâu...Thưa ba.

- Con nghĩ lại đi. Làm vợ nơi như một mỏ vàng con lại chê, mười lần nghĩ lại đi con. Ba đi đây đã, cho con thời gian suy nghĩ...

- Thưa ba?

- Không thưa thốt gì cả. Con đừng để ba thất vọng mà đau ốm đổ bịnh mất nha con, nhớ lấy đó.

- Dạ ba ơi?

- Không ba ơi, ba ới gì nữa. Ba nói một là một thôi, không có hai, ba, tư. Không nên chậm nghĩ. Bỏ cơ hội tốt đang đến với con. Ba đã có quyền định đoạt tất cả, để nhìn cho tương lai con. Ông Lâm Đỗ nói dứt câu và bỏ đi. Hai mẹ con chỉ còn đứng ngóng. Ngọc Thúy Hạ buồn nơi đến hai giọt nước mắt tuôn ra cô không hay, rồi nhìn mẹ cô bảo:

- Má ơi con biết làm sao? Nếu như…

- Má hiểu con lắm. Từ từ mọi chuyện sẽ đến và qua thôi.

- Má ơi con khổ quá, con không biết tính làm sao như ba nói. Ngọc Thúy Hạ nói ôm chân mẹ, gục đầu vào vai mẹ mà tự lấy tay vuốt nước mắt mình chảy ra. Nàng nghĩ cuộc tình mình gãy gánh sao? Nàng chưa đi làm diễn viên mà mong manh, bỏ chàng Trần Quân như thế sao? Chưa đủ đâu, cô bỏ chạy vào phòng nằm một mình khóc ức ức. Vì cô biết điều nghiêm trọng khi ba nói, ba quyết định. Người mẹ phải chạy vào. Nàng lại ôm mẹ mà khóc tiếp…

## CHƯƠNG 4

Mấy hôm sau ông Lâm Đỗ đau không nặng, nhưng ông bỏ cơm bỏ cháo, buồn ông không thèm ăn chi cả. Cô con gái Ngọc Thúy Hạ bưng cơm nước vào tới nơi ba. Ông Lâm Đỗ như người chết rồi nằm đó… Ông lại than thở:

- Ba chỉ muốn chết thôi, mà ba chắc là chết con ơi. Ba chẳng muốn ăn gì đâu vì con không nghe lời ba, ba ăn làm chi? Ba đâu phải người dại con gái. Nếu ba có chết đi còn sướng hơn.

- Thưa ba ăn đi ba. Con thương quý ba mà.

- Ba không bao giờ ăn được nữa. Nằm đói chịu đau mà chết thôi. Cho con vừa lòng.

- Ba ăn đi con sẽ nghĩ lại.

- Không bao giờ ba ăn đâu. Bịnh ba đơn giản nhưng chỉ chờ chết thôi. Cơm nước chi vô nghĩa cả…

Thúy Hạ vuốt nước mắt mình vì cô đã khóc, và làm thinh suy nghĩ.

Thúy Hạ thấy biết ba đau ốm tiều tụy, không màng đến cơm nước… Không ra đồng được. Tiệm hớt tóc mỗi phiên chợ ba tới, giờ cũng bỏ luôn. Đó là nghề tay trái ba làm ra tiền nuôi gia đình hồi giờ… Nơi đây độ năm ngày, ba nhóm cắt hớt tóc cho người ta một lần. Vậy mà lần này ông đóng trại im ỉm. "Khách lại qua đường ghé lại qua." Ghé qua nhìn rồi đi về, hay đi xa đâu hớt hết rồi? Gia cảnh nhà rất nghèo vẫn là ở thuộc làng quê. Chỉ có điều trời cho vợ ông sinh ra đứa con gái đẹp tuyệt mà thôi... Ông bà cũng cho con Ngọc Thúy Hạ ăn mặc đầy đủ như nhà giàu không thua sút họ mấy. Người ở xa chắc chắn không biết cô là con nhà nghèo.

Người cha ỉ oi mọi lẽ, hơn thiệt gia cảnh hoài với Ngọc Thúy Hạ, rồi lại nằm liệt giường thêm, như chờ thần chết gọi.

Cô gái đã nặng lòng tình cha. Ngọc Thúy Hạ thương gia đình, thương ba mẹ, nhất là ba, cô đã không đi vào nghệ thuật, cũng không còn yêu Trần Quân nữa, cô không còn đi học nữa. Cô lên xe hoa một ngày với ước vọng của cha nàng mong, nàng bỏ lại sau lưng những gì của một người con gái thầm ước muốn. Nàng đã phải ưng lấy Võ Tài Xỉn. Họ đám cưới với nhau. Đôi tân lang chú rể Võ Tài Xỉn và cô dâu Lâm Ngọc Thúy Hạ sánh duyên dưới bầu trời này...

## CHƯƠNG 5

Người yêu nàng Trần Quân là quá u uất buồn đau, anh đi vào lính, như những lần đi chơi anh hay nói đùa với nàng ngày trước. Cái điều nói đùa giỡn của anh bây giờ đã trở nên sự thật...

Trong những ngày ở quân trường anh vẫn vui vẻ kể chuyện dù lòng anh có buồn như chết. Anh tâm sự với người bạn:

- Tao có người yêu, họ phụ tao đi lấy chồng nhưng mà tao mong mình, rồi sẽ trở thành một chiến sĩ tài giỏi. Một người sẽ hy sinh vì dân vì nước, chứ không phải hy sinh vì người đẹp vì tình gái. Được chứ phải không anh bạn? Ha ha.

- Có lý lắm đi chứ bay ơi. Nói thiệt vậy mày có quên nàng chưa mới là chuyện chính?

Chỉ có hai chàng, hai đứa tân binh, nhưng mà hai đứa ngồi nói vậy.

- Làm sao quên được. Nhưng phải cố mà quên thôi.

- Đồng ý, đồng ý...

Trần Quân kể tiếp:

- Nàng có tâm hồn mơ mộng khá dễ thương, lúc nào cũng thích làm một diễn viên, bởi say mê một minh tinh khả ái đàn chị, chị tên là Ngọc Thúy Hằng. Nàng học theo lối diễn đó, tuy chắc có khác chút thôi...

Trần Quân làm thinh như nghĩ ngợi điều gì thêm, rồi anh miệng cười bảo luôn:

- Nhưng cũng yêu tao lắm, tao có thể giữ được chân nàng bên tao. Ai nào ngờ trời cao đã tính, nàng đi thi tài năng cho vui trước mắt, bị thằng con ông chủ tiệm vàng Hưng Yên nghía, thích rồi nó đi hỏi cưới. Thật khốn khổ cho tao.

- Nhưng thương mày làm sao bỏ, để đi lấy người khác được chứ?

- Ba cô ép không được, ông buồn ngã bịnh cổ không nỡ, vì cổ có hiếu với ba cổ mà... Là như vậy...

Nhưng nói tóm lại cũng phụ tình mày.

- Đúng rồi.

- Thôi chuyện gì cũng sẽ trôi qua. Giờ tao sẽ nghĩ cho đời người lính, cho quê hương để quên cổ đi...

- Hoan hô mày. Hoan hô mày trở thành chiến sĩ giàu cam đảm, biết hy sinh... Cho đại nghĩa hơn người tình. Hi hi...

- Đúng vậy.

- Mày có định có người yêu khác không?

- Không, đời tao chỉ yêu lấy có một người thôi.

- Cảm xúc thật nha. Cô đó thật có phúc, tiếc rằng chuyện tình mày đã dở dang.

- Ừa vậy đó.

- Nhưng mày hơn tao.

- Hơn cái gì?

- Tao còn chưa có người yêu.

- Vậy sao?

- Thiệt mà.

- Nhưng tao nghĩ mày hơn, sướng hơn tao. Vì không đau cho tình yêu.

- Không biết nữa. Có đau thì có trải nghiệm. Được một thứ chứ anh bạn trẻ.

- Trải nghiệm làm chi. Cũng mất người yêu rồi.

- Thôi đừng dấy lên khổ đau nữa. Chuyện gì cứ để qua...

- OK. Tao nghe lời mày.

- Ồ này mình nói chuyện chay nhiều, rồi bây giờ tao muốn hát cho mày nghe cho đỡ buồn nha? Vui lên đi bạn ơi. Vui lên để còn sống với lính chứ. Tao sẽ hát bài hát Bông Cỏ May. Một bài hát này, về lính rất tuyệt vời mày ơi.

- Thì hát đi. Tao được nghe chung đi.

Chàng trai kia tên Phan Khải, anh hát liền vì anh đã có cây đàn guitar sẵn bên người, anh dạo lên và cất tiếng.

*Những ngày chưa nhập ngũ/ Anh hay dắt em về vùng ngoại ô có cỏ bông may/ Ở đây hoang vắng thưa người còn ta với trời/*

*Thời gian vào đêm rừng khuya là nến. Khói giăng theo lối cỏ quen, Tóc mây thơm mùi cỏ, đưa anh thoát xa vùng trần gian lắm ưu tư. Cỏ non đan dấu chân tròn, đường khuya bước mòn. Sợ đi để thương để nhớ, tiếng yêu thương ai nỡ chối từ...*

*Đường hành quân nắng cháy da người...*

Phan Khải ca đến hết bài và một lần điệp khúc quay lại nữa. Thấy vậy mà Trần Quân ngồi nghe bỏ hồn như rơi vào bến mộng. Sau đó hai đứa nhìn nhau cười khỉ, vừa lúc kẻng đánh keng keng. Họ phải đi tập hợp, đi lấy cơm ở quân trường...

Và họ ăn rồi nghỉ ngơi... Chiều lại tập một thế quân sự tân binh mới khác, lúc ra trận gặp cảnh pháo kích phải làm như thế nào mà giữ được bình tĩnh. Lừa địch như thế nào, để thoát khỏi chiến cuộc gay cấn, và phe ta, nơi chiến hữu ta phải chiến thắng họ sau đó v.v...

## CHƯƠNG 6

Sau một thời gian Trần Quân đi lính hơn một năm, ra trận hai bên đánh nhau, anh chết đúng với một cuộc pháo kích của đối phương. Thân xác anh được đưa về một nghĩa trang lớn của lính. Được tin Ngọc Thúy Hạ buồn như tím máu, tím ruột, buồn đau quá nàng không thể tin anh chết đi thật. Nhưng điều đó hoàn toàn không sai lệch. Trần Quân đã giã từ trần thế... Song Ngọc Thúy Hạ không dám đi thăm. Đến ba tháng trôi qua nàng mới có dịp, lê gót chân vào nghĩa địa thăm đốt cho anh nén hương tàn...

Nàng xúc động và ngồi khóc, tay thì vẽ sờ mãi cái tên Trần Quân trên bia mộ, nàng như không muốn rời...

Nhưng mà nàng vẫn phải rời, bởi Ngọc Thúy Hạ biết mình là gái có chồng, biết bổn phận làm người vợ hiền, đảm đang và thương con...

Vậy mà Võ Tài Xỉn đã có người theo dõi báo chàng biết. Chàng vốn xưa nay đã ghen lại càng ghen tức. Nên Tài Xỉn cho tiền lớn, mướn kẻ theo dõi rình mò báo cáo lại với mình. Dù bất cứ hành động hay thái độ nào của Thúy Hạ. Và cũng được người thám tử "trung thành" báo cáo lại hết. Chàng Tài Xỉn cố mắng nhiếc nàng một trận thêm. Tài Xỉn đã không tiếc lời lẽ thậm tệ với Thúy Hạ:

- Cô là cô gái hư. Chính cô lấy tôi, nhưng cô trai gái với nó, mê nó quá, rồi cô đẻ con không giống tôi, mà giống tài tử và có thể giống nó nữa. Hay là hai người từng ước mong, hoặc nguyện thề ấp ủ, không chừng rồi trốn gặp gỡ chứ?

- Sao anh có thể nghi ngờ nói oan cho em như vậy chứ? Làm sao mà có thể chuyện như vậy xảy ra.

- Thì đó mà cứ xảy ra. Không nghi ngờ và oan trái gì cả. Tôi hỏi cô với lý do có thiệt mà, cô trả lời chính xác cho tôi được biết rõ đi. Trả lời liền đi. Dám không nào.... Hừ...

Ngọc Thúy Hạ chỉ nhìn chồng mà cô như mở lời chưa được.

Im một chút Võ Tài Xỉn hùng hổ thái độ thêm:

- Là tại sao con tôi không giống tôi, lại không được giống cô nhiều nữa. Là sao, là sao? Cô giỏi nói, trả lời đi...

Và nó chết rồi mà lẻn thăm đốt nhang là sao? Mê quá rồi dù... Thật còn gì để nói...

- Trời ơi vì em ngưỡng mộ mê thích minh tinh, nên em tự nhiên sinh giống người ấy. Em hoàn toàn trong sạch. Em đi đốt nắm nhang là tình người...

- Chỉ là tình yêu chính xác, không có tình người chi cả. Sao những nấm mộ khác cô không ghé đốt nhang. Hừ đúng tôi đâu biết được chi hôm đó tôi say như chết. Làm sao biết em trong sạch hay không trong sạch. Có thể là con của nó... Thằng Trần Quân đó.

- Trời ơi... Em không thể nào nghe anh nói như vậy.

- Mà cô phải nghe được đó. Đẻ con không giống tôi thì làm sao con tôi. Cô tưởng cô ngon lắm hã. Hứm... Gái hư trao nợ cho tôi. Tôi có thể cưới tám con vợ hơn cô đủ mọi mặt, để cho cô xem.

- Nếu thích anh nên cưới đi, ta xa nhau là hơn. Em không thể nghe khi anh cứ nói thế, và anh đã chì chài em nhiều, làm em tổn thương. Chỉ mong anh đừng bắt con...

- Ha ha, trời là trời, cô còn ngây thơ quá. Tôi có thèm nhận nó là con tôi đâu, cô đừng bảo, cô đừng lo tôi bắt nha?

## CHƯƠNG 7

Sau đó họ đã đành chia tay. Chàng Võ Tài Xỉn đi lấy vợ mới. Còn Ngọc Thúy Hạ nàng ở vậy nuôi con. Thỉnh thoảng nơi lòng nàng cứ mãi nhớ đến người yêu của nàng trong những ngày rong chơi bên nhau. Khi Trần Quân còn sống bên nàng vui vẻ quá...

Có một lần họ đi qua một con cầu đẹp, để lên một Gò Rùa. Hình thức như một cái sam rùa, nên dân ở đây họ gọi Gò Rùa. Song nơi đó có nhiều sim, chàng và nàng mới đi được nửa đoạn đường nơi đó, đang qua cây "cầu tre lắt lẻo gập ghềnh" nhưng khá đẹp, đang đi Trần Quân đã quay lại ôm nàng như muốn hôn thêm cho đỡ ghiền, nàng đưa tay bá víu vai chàng, nàng nhìn chàng cười lúng lính... Thì bất thình lình, rồi cả hai mất thăng bằng, ôi chỉ một giây thôi, hai đứa đã phải lọt hết xuống lòng cầu con suối nhỏ, cả hai như không tin. Nhưng định mệnh chốc lát như đã thay đổi họ, và chàng bây giờ tự nhiên có dịp ôm nàng vào lòng dưới nước... Cả hai phải bơi lội nơi giòng nước đó, họ tiếp tục ngẫu hứng, chàng vui vẻ hái những hoa sen, hoa súng hoang dại dưới nước... Chàng ngửi và đưa nàng ngửi hít theo, xong rồi họ phải dìu nhau lên lại đầu cầu... Leo lên đầu cầu để mà đi tiếp. Quần áo nàng coi như bị ước mèm sũng, song vẫn đẹp, vẫn sang, vẫn mong manh quyến rũ lạ thường, chỉ có quần áo chàng là lạch bạch, dính sình lầy trây trét, xám xịt, mốc đen thui thủi thôi... Vì cơ hội Trần Quân có dịp thích giỡn với bùn sình quệt vào cho dính vui thêm. Tuy nhiên họ nhìn nhau thích nhau, âu yếm nhau, tay trong tay lên cầu khỉ đi lại lượt khác đến gò sim. Chàng ngó nàng ướt thế mà thêm thương hỏi:

- Anh thì OK chịu, lát nữa khô thôi mà. Chỉ tội em nha.

- Đồ em mỏng manh còn mau khô hơn anh. Em thích mà.

- Vậy há. Có vậy mới bơi một trận vui sướng em hĩ?

- Thôi cứ té tiếp đi. Nàng nói giỡn và cười nhìn Quân.

- Hổng dám đâu phải không em. Hi hi...

Nàng như hiểu và cười bẽn lẽn thêm...

Qua bên kia cầu và đi một đoạn nữa. Một màu hoa sim tím như bạt ngàn trải ra trước mắt, hai đứa ngất ngây đứng ngắm. Ngọc Thúy Hạ vốn đa cảm cô lại chạm tim mình với một bài hát nàng yêu thương. Chuyện Hoa Sim "*Rừng hoang đẹp nhất hoa màu tím. Chuyện tình thương nhất chuyện hoa sim. Có người con gái xuân vời vợi. Tóc còn ngắn ngắn chưa đầy búi. Ngày xưa nàng vẫn yêu hoa màu tím. Chiều chiều lên những đồi hoa sim. Đứng nhìn sương tím hoang biền biệt...*"*Nhớ chồng chinh chiến miền xa xăm...*

*Ôi lấy chồng chiến binh. Lấy chồng thời chiến chinh. Mấy người đi trở lại, sợ khi mình đi mãi, sợ khi mình không về thì thương người vợ hiền bé bỏng chiều quê...*

Ngọc Thúy Hạ nàng đứng lặng buồn làm cho Trần Quân nhìn nàng hỏi:

- Sao tự nhiên buồn vậy em Ngọc Thúy Hạ?

- Nhìn cảnh tự nhiên em buồn nhớ đến bài hát "Chuyện Hoa Sim Tím" hay vậy thôi mà anh.

- Trời ơi đi chơi với người yêu mà buồn là không hên chút nào nha em. Bỏ đi, vứt cái buồn đó đi em Hạ.

Nàng quay lại cười tươi trả lời.

- Ồ em buồn chút thôi, và phải vui bên anh chứ. Anh thích vậy phải hôn?

- Cố nhiên. Đúng vậy 100% chứ. Thúy Hạ anh yêu em.

Nàng lại cười tươi hơn nữa nắm tay chàng. Hai đứa rảo bước. Ngọc Thúy Hạ lại đưa tay phải hái vài cái sim chín hườm và lá còn xanh. Chàng thì cứ nhìn nàng thôi. Đi một đoạn nữa. Quần áo nàng như khô dần, nơi quần áo chàng cũng vậy khô nhanh, chắc là nhiệt tỏa của thân người và không khí tác động, ban tặng cho nữa nên đồ ướt đã khô không chậm như thế… Rồi Thúy Hạ cứ hít khí trời thoáng đãng nơi đây, nàng vươn tay cao, rồi ôm chàng làm một điều thích thú. Bỗng nhiên Thúy Hạ lại nhìn thấy một tổ chim có trứng ở gần đó nàng phát hiện. Cách chỗ nàng đứng chừng năm bước thôi. Bởi vì đôi mắt của Hạ thì sáng lắm, ở nhà ba rơi rớt cái chi, tìm đến cái gì, hoặc đồ nghề hớt tóc của ba nàng toàn là đi kiếm giúp. Ba Lâm Đỗ vui về điều này lắm. Còn ở đây ngay bây giờ… Thoạt ban đầu nàng ngắm nhìn không biết trứng của loài chim nào, nhưng nhìn kỹ một chút, nàng biết trứng của loài chim cút. Nàng rời tay chàng đã đi đến ngắm thấy vui lạ quá, và nhìn người yêu. Hạ thích thú kêu lên:

- Ổ chim cút làm tổ anh ơi, ồ có trứng nữa nè anh.

Trần Quân đưa mắt mình khám phá theo nàng nói và toan đi tới cầm ổ lên. Ngọc Thúy Hạ nhanh miệng, cùng đưa tay mình ra cản chàng liền:

- Anh ơi tổ nó đó nè, anh kéo đi mất dấu vết, cha mẹ nó sợ không dám vào, lại bỏ con tội nghiệp. Ai nuôi con nó anh?

Trần Quân nghe Ngọc Thúy Hạ bảo, anh lui tay và anh nhìn nàng thêm sửng sờ. Rồi anh xúc động cảm ơn Ngọc

Thúy Hạ đã thương những loài chim bé nhỏ, có những cảm quan thật khác thường, nàng nhân hậu và từ bi, dễ thương và thực tế. Anh ôm nàng hôn bằng những nụ hôn, thật tha thiết nồng cháy giữa rừng sim tím đẹp...

Đâu đó có một vài đôi bạn, chim chiều sải cánh tung bay, trước tình yêu đẹp hai người đứng nhìn nó... Một nơi mãng rừng sim mà hai người thường đến thăm chơi, trong những khi chiều vắng...

**

Nàng còn nhớ một lần một kỷ niệm khác. Vẫn những kỷ niệm đẹp bên người yêu dấu, người con trai tên Trần Quân.

Lần đó trưa hè chàng dẫn nàng qua một cái bãi đất khá rộng, không có một cây lá gì, giống như một sa mạc nhỏ. Có lẽ một nơi chiến địa khi xa xưa chắc, có cả xe tăng bọc thép bỏ xác giữa trận chiến, dấu tích vẫn còn rải rác...

Nhưng gần nơi đó... Ồ không, còn đi xa một chút, nơi bên kia một cái đồi nhỏ khá đẹp, bước xuống đồi rẽ phải chừng nửa Km, lại gặp những hồ sen, hồ súng rộng bằng những thủa đất ruộng liên cư nối nhau. Không biết sen súng ở đâu kéo về đây mọc nhiều, vậy nên người nông phu họ cứ để nó tấn công và biến thành khu đất hoa sen, hoa súng đẹp tự nhiên khá lâu rồi... Ngọc Thúy Hạ cứ ba đến năm hôm, là nàng thích Trần Quân dẫn đến nơi này, để hai người ngự lãm ngắm nhìn cho đã mắt... Nhà thì nghèo mà tâm hồn Ngọc Thúy Hạ có nghèo đâu, nàng lại muốn làm sang, đi ngắm cảnh vật như một nàng công chúa mới lạ chứ. Không ai mà yêu cảnh vật thiên nhiên hơn nàng, Trần Quân biết và luôn luôn yêu Ngọc Thúy Hạ chiều chuộng nàng hết mình! Đến nơi nàng thường vui vẻ đọc thơ buồn, cho chàng nghe mới lạ nữa chứ? Nàng thường đọc cho chàng nghe những bài của TTKH rất hay. Ngọc Thúy Hạ mỉm cười và nhả chữ với cái miệng tròn, cái môi trái tim nàng thật dễ thương. Trần Quân mãi mê nhìn hơi nàng cất lên...

*Một mùa thu trước, mỗi hoàng hôn,*
*Nhặt cánh hoa rơi chẳng thấy buồn,*

*Nhuộm ánh nắng tà qua mái tóc,*
*Tôi chờ người đến với yêu đương.*
*Người ấy thường hay ngắm lạnh lùng*
*Dải đường xa vút bóng chiều phong,*
*Và phương trời thẳm mờ sương, cát,*
*Tay vít dây hoa trắng cạnh lòng.*
*Người ấy thường hay vuốt tóc tôi,*
*Thở dài trong lúc thấy tôi vui,*
*Bảo rằng: "Hoa, dáng như tim vỡ,*
*Anh sợ tình ta cũng vỡ thôi...*
*Thuở đó nào tôi có hiểu gì*
*Cánh hoa tan tác của sinh ly,*
*Cho nên cười đáp: "Màu hoa trắng*
*Là chút lòng trong chẳng biến suy."*

- Trời ơi thơ buồn mà sao đọc tươi vui thế em nhỉ?

Hì hì... Khỉ hà anh? Em đọc tươi mới khó chứ, ai đọc buồn dễ ợt mà. Tại bên anh em muốn tươi thôi.

Hai người lại nhìn nhau cười trong âu yếm...

Một đoạn Trần Quân nói:

Không đọc thơ buồn nữa nha. Đọc thơ tươi hơn đi.

Cũng được thôi. Bài nào hã anh?

Tùy em chọn thôi.

- Vậy em thích đọc bài Biển của Xuân Diệu nha.

- Đọc đi.

- Đọc đây nè "*Anh không xứng là biển xanh/ Nhưng anh muốn em làm cát trắng/ Bờ cát dài phẳng lặng/ Soi ánh nắng dịu dàng. /Bờ lặng lẽ mơ màng...*

Thôi để anh đọc bài này cho em nghe nghen.

- Trời ơi em đang ngon trớn mà. Anh làm em mất hứng rồi. Em bắt đền anh, và hổng thèm đọc nữa đâu.

- Hi hi... Ừa cho anh xin lỗi. Anh sẽ đền cho em bằng trăm lần hò hẹn khác nha. Còn bây giờ anh muốn cho em nghe bài thơ anh thích nè.

- Bài gì vậy anh yêu.

- Bài Chân Quê của Nguyễn Bính đó.

- À bài đó hát đi em nghe nghen.

- Anh có hát hay đâu mà hát. Anh đọc em nghe thơ đi. Thơ cũng hay mà.

- Thôi cũng được. Em chiều anh, em lắng tai đây.

Trần Quân đọc:

*Hôm qua em đi tỉnh về*
*Đợi em ở mãi con đê đầu làng*
*Khăn nhung quần lĩnh rộn ràng*
*Áo cài khuy bấm em làm khổ tôi!*
*Nào đâu cái yếm lụa sồi ?*
*Cái dây lưng đũi nhuộm hồi sang xuân ?*
*Nào đâu cái áo tứ thân ?*
*Cái khăn mỏ quạ, cái quần nái đen ?*
*Nói ra sợ mất lòng em*
*Van em em hãy giữ nguyên quê mùa*
*Như hôm em đi lễ chùa*
*Cứ ăn mặc thế cho vừa lòng anh*
*Hoa chanh nở giữa vườn chanh*
*Thầy u mình với chúng mình chân quê*
*Hôm qua em đi tỉnh về*
*Hương đồng gió nội bay đi ít nhiều.*

- Ý gì mà đọc bài thơ xưa rích xưa rơ vậy anh Quân? Tại sao anh chuộng nó.

- Hay mà. Bộ em không thích bài thơ đó hã?

- Em chọc anh thôi bài thơ tuyệt vời mà. Mỗi nhà thơ hay khác nhau, mỗi bài thơ hay mỗi vẻ em biết mà.

- Anh thích thơ Nguyễn Bính lắm. Anh thuộc bài này nữa nè em.

- Bài gì nữa anh?

- Bài Ghen đó.

- Em cũng thuộc bài đó chứ.

- Vậy thì em đọc đi?

- Em giờ chỉ muốn nghe anh đọc tiếp thôi hà. Em không thèm đọc nữa đâu.

- Em nhõng nhẽo sợ luôn đó nha.

- Không nhõng nhẽo đâu phải Ngọc Thúy Hạ. Không nũng nịu đâu phải người yêu của anh Quân?

- Đồng ý đúng rồi, vậy nghe đây... Trần Quân lại mỉm cười đọc tiếp:

*Cô nhân tình bé của tôi ơi!*
*Tôi muốn môi cô chỉ mỉm cười*
*Những lúc có tôi và mắt chỉ...*
*Nhìn tôi những lúc tôi xa xôi.*
*Tôi muốn cô đừng nghĩ đến ai,*
*Đừng hôn, dù thấy cánh hoa tươi,*
*Đừng ôm gối chiếc, đêm nay ngủ...*
*Đừng tắm chiều nay, biển lắm người.*
*Tôi muốn mùi thơm của nước hoa,*
*Mà cô thường xức, chẳng bay xa,*
*Chẳng làm ngây ngất người qua lại,*
*Dẫu chỉ qua đường, khách lại qua....*
*Bằng không, tôi muốn cô đừng gặp*
*Một trẻ trai nào, trong giấc mơ.*
*Tôi muốn làn hơi cô thở nhẹ.*
*Đừng làm ẩm áo khách chưa quen.*
*Chân cô in vết trên đường bụi*
*Chẳng bước chân nào được dẫm lên.*

Chàng dừng lại nhìn nàng. Ngọc Thúy Hạ cười nói:

- Ghen gì cháy nhà luôn há. Cái ghen nghe dễ thương mà chết người luôn á...

- Ghen bốc lửa mà em. Yêu nhau mà không ghen mới là chuyện lạ. Em nên thông cảm và sung sướng khi có người yêu ghen nhé.

- Hông, em hổng chịu đâu.

- Nhưng bài thơ đọc, em nghe thích không hã?

- Đương nhiên thích chứ. Em chỉ thích nghe thôi.

- Em khôn lắm nè. Để cho người ta khôn với chứ.

Ngọc Thúy Hạ cũng mỉm cười và đón nhận những nụ hôn nồng nàn nơi chàng trao... Nàng cũng trở nên cuốn quít đam mê lạ lùng...

Và nàng nhớ một kỷ niệm khác nữa, lần đi hái thị vào mùa. Nhà nàng thuộc miền trung du, nên có những đồi núi: ổi, xoài, mít, khóm thơm, trái thị, rất là nhiều về phía

Tây Nam...

Hôm đó hai đứa đi vô rừng vào mùa thị nở ngát hương...

Chàng biết nàng là cô gái yêu thơ văn hàng đầu. Nên chàng không quên đọc bài thơ nổi tiếng của Phạm Thiên Thư "Ngày xưa Hoàng Thị..." Cho nàng nghe, và cũng để khoe tài mình thuộc nhiều thơ và vui để đọc. Trần Quân không có giọng ca hay, nên anh chỉ đọc thôi.

*Em tan trường về/ Đường mưa nho nhỏ*
*Chim non dấu mỏ/ Dưới cội hoa vàng*
*Bước em thênh thang/ Áo tà nguyệt bạch*
*Ôm nghiêng cặp sách/ Vai nhỏ tóc dài*
*Anh đi theo hoài/Gót giày thầm lặng*
*Đường chiều uá nắng/Mưa nhẹ bâng khuâng*
*Ôi mối tình đầu/ Như đi trên cát*
*Bước nhẹ mà sâu/ Mà cũng nhòa mau*
*Tưởng đã phai màu/ Đường chiều hoa cỏ*
*Mười năm rồi Ngọ/ Tình cờ qua đây*
*Cây xưa vẫn gầy/ Phơi nghiêng dáng đỏ*
*Áo em ngày nọ/ Phai nhạt mấy màu*
*Chân theo tìm nhau/ Còn là vang vọng*
*Đời như biển động/ Xóa dấu ngày qua*
*Tay ngắt chùm hoa/ Mà thương mà nhớ...*

Nàng nghe xong nhìn Trần Quân nàng nói.

- Thơ hay nhưng cũng có đoạn buồn kìa anh. Vậy mà anh cứ chê em chuyên đọc thơ buồn hà. Ngọc Thúy Hạ vẫn cười duyên nhoẻn miệng bên người yêu.

- Thơ hay thế nào cũng có những phân đoạn buồn chút chút hà. Kiểu vậy mà em, nhưng đoạn đầu tươi kia chứ Thúy

- Em đồng ý với anh thôi mà.

Hai đứa lại tiếp tục đi, bước đi bên nhau vui vẻ.

Có những đoạn đường đi vào rừng hang ổ, dốc đá, dây rừng vướng víu, hoặc lối mòn có đá lởm chởm qua khó, chàng phải cõng nàng. Mà thật ra Thúy Hạ muốn được cõng thôi, nàng muốn được nhõng nhẽo và thử sức mạnh nơi chàng, chứ không phải là nàng đi không được. Nàng thừa sức đi đó chứ, nhưng mà còn gì sướng hơn được người yêu cõng một đoạn ngắn. Và họ đi đến chỗ, nơi vùng tập trung thị chín nhiều nhất. Chàng hôn nàng rồi bỏ hành lý xuống, hành lý họ một xách tay trong ba lô nhỏ, đựng một chai nước và cái khăn, một gói kẹo mì đem hờ, và một cái bị nylon để đựng thị mà thôi. Chàng đang leo cây nhanh cố hái. Nàng luôn chạy trốn chung quanh đố chàng:

- Anh ơi tìm ra em hông nghen, nghen anh? Em đi gần anh thôi. Tìm ra em sẽ thưởng anh yêu nha, nha anh.

- Em cô Tấm trong quả thị biết đâu mà tìm. Anh đầu hàng, em sẽ cố xuất hiện chứ? Quân nói ngó xuống một chút.

Quân bảo thế song vẫn đưa mắt tìm nàng qua quít. Rồi chàng cứ lơ ra để hái thị. Thị chín như cố tình mời gọi bàn tay chàng mà.

Thúy Hạ thường chạy nấp dưới một vài bông hoa cỏ dại, gần những thân cây lưa thưa nhưng đã lớn cao đẹp, cành lá nó sum xuê, che tỏa mát rượi... Về cây rừng Thúy Hạ chịu thua không thành thạo tên mỗi loài chúng lắm. Chỉ có ba nàng là rành rẽ về cây rừng như con ruột của ông thôi.

Nói về Quân, rốt cuộc chàng biếng lười tìm, bởi vì do ham hái thị, tạm thời quên nàng chút. Nàng phải bay ra, kêu chàng xuống, Thúy Hạ ôm vai chàng nhõng nhẽo:

- Hoàng tử của em lười nha. Ham thị hơn ham em sao? Hừm anh yêu? Khỉ nè anh, ghét anh ghê luôn...

- Đâu có, ham em chứ, để dành đó thôi. Ai bảo bay ra sớm chi.

- Nhớ anh ai chịu nổi nè?

- Thương em hết sức, em là cô Tấm của anh mãi mãi nha.

- Cái chắc rồi.

Chàng hôn nàng và bảo rằng:

- Hát một bản đi. Anh nghe cho sướng coi, rồi mình ăn thưởng thức thị chín mật, và hái tiếp nữa em yêu Hạ.

- Anh đó nha. Cho em đi làm diễn viên, đi ca hát thì anh không cho, mà cứ bắt em hát miết hà. Không công bằng cho em nghen? Nàng nói và vẫn cười tươi.

- Hì hì. Hát cho anh nghe thôi đủ rồi. Em hát cho nhiều người nghe, anh mất em sao?

- Làm sao mà mất. Em chỉ yêu anh thôi trên đời này.

- Thiệt không?

- Đương nhiên là thiệt chứ.

- Nói chứ anh tin chứ.

- Mà bây giờ muốn em hát bài gì vậy anh Quân nè?

- Bài gì là em thích thì được thôi.

- Bài Mùa Xuân Thăm Nhau được không anh?

- Bài này hay, anh vẫn thích lắm.

Ngọc Thúy Hạ bắt đầu hát. Trần Quân lắng nghe bên nàng... Xin chép lời ca.

*Đầu năm ra tới chốn đóng quân/ Lâu lắm đôi ta chưa gặp một lần/ Tiện mùa xuân về nên tới thăm anh/ Cho lòng nhẹ bớt bâng khuâng/ Chung nhau mấy ngày xuân hiền lành/ Niềm vui lên khóe mắt lứa đôi/ Chia những gian lao, chia cả nụ cười/ Cuộc đời dẫu gần hay cách xa xôi/ Câu thề vàng đá trên môi/ Xin được khắc vào xuân trọn đời/*

*Thời gian gần nhau nào có bao lâu/ Tình duyên đổi trao được mấy mươi câu/ Nắng xuân ta gối đầu, ngắm xuân ta khấn cầu.../ Cầu xin mong ngày xuân chớ đi mau/ Nàng xuân lưu luyến giữa chúng ta/ Ngắt mấy bông hoa trong tận rừng già/ Tặng chàng thay quà năm mới phương xa/ Ghi tình gặp gỡ thiết tha/ Ghi từng phút mùa xuân đậm đà.../*

Hát xong hai người chưa ăn, cả hai lại hôn nhau rồi đi hái thị chung tiếp. Giờ thì nàng cứ lẩn quẩn dưới chân nhìn chàng hái thị chín. Rồi được nhiều hơn nửa bịch, nàng cố bảo:

- Thôi được rồi anh, để người khác hái, họ ăn nữa, hoặc làm quà cho ai đó chứ anh Quân.

- Em thương người quá ta.

- Làm người mà phải thương người chứ anh.

- Nàng Tấm tôi tâm hồn đẹp quá, làm sao anh xa em được.

- Nhưng biết đâu có ngày cũng phải xa.

- Em lại muốn xa anh sao?

Nàng mỉm cười đáp hồn nhiên:

- Em giỡn thôi mà, chúng mình là sam đâu có xa.

- Nhớ nghen. Thôi ta ăn thị đi, rồi về em, kẻo lâu ba má đi kiếm đó.

- Anh làm như em còn con nít.

- Ba má em cưng em hơn con nít luôn mà. Nhà nghèo em muốn gì vẫn có đủ.

- Cám ơn anh đã nói đúng.

- Thôi ngồi ăn đi em. Bộ em không thích ăn thị sao Hạ?

- Thích chứ, nhưng mà bên anh vui hơn ăn gì hết.

- Hi hi. Cái miệng này tôi mê lắm nè.

Nàng Hạ cười bẽn lẽn nhìn chàng không nói nữa.

Trần Quân lại đột nhiên khoe:

- Bên kia kìa có những vườn ổi, lúc này chín lắm, em muốn anh đưa em sang đó hái cho vui nha? Ồ... Nhưng mà thôi để bữa khác nha Thúy Hạ.

- Dạ anh. Mình đi chơi là chủ yếu. Để ai họ hái cũng được anh. Em sẽ về kẻo ba má em trông đợi như anh nói đó.

- Đúng vậy em yêu.

- Mình đủ rồi anh ơi. Giờ thì ăn nha anh yêu. Mùi thị thơm quá anh há.

- Thị không thơm thì đâu phải là thị em?

Thúy Hạ nhìn chàng, nàng cười mủm mỉm nhưng nhìn thật quyến rũ, ý chừng nghe câu nói chàng hay.

Cả hai lại thích thú và không quên hôn nhau:

*"Đã hôn rồi hôn lại. Cho mãi đến muôn đời. Đến tan cả đất trời. Anh mới thôi dào dạt... Cũng có khi ào ạt như nghiến nát bờ em."* – Họ đang là một tâm hồn của thơ Xuân Diệu...

Cả hai hôn nhau đắm say tha thiết trong ngày đó, rồi mới chịu thôi, để ăn chung một quả thị. Ăn xong uống nước chung nắp, lau miệng chung khăn, và hôn môi chung nhau nữa. Trần Quân hôn Ngọc Thúy Hạ say đắm, như chưa từng thấy đủ bao giờ...

**

Và vì nhớ đến Trần Quân nàng thỉnh thoảng vẫn đi đến mộ chàng thăm viếng. Lần nào đến nàng cũng thấy một cánh bướm đậu vào tay nàng trông thật dịu dàng và dễ thương, rồi nó lại bay đi đâu mất bóng...

Về nhà ngủ mơ nàng vẫn cứ nhớ chàng, và nằm mơ thấy chàng hiện lên nơi mồ đó đứng bên nàng, khi nàng thắp nhang. Trần Quân đau đớn nói:

- Cám ơn em đã thắp nén nhang cho anh. Anh mãi mãi yêu em một đời. Mà tại sao em có chồng để anh phải ra đi lính. Anh muốn làm việc đại nghĩa để quên em. Tại sao em nỡ phụ anh, không một lời nói... Tại sao em ham tiền bạc. Tại sao em nói với anh trên đời em không biết ham mê tiền của là gì? Tại sao em nói, em chỉ yêu anh và em thích làm diễn viên thôi. Em gạt anh, em đã lừa dối anh em có chồng. Em đã muốn anh chết đi. Có đúng vậy không em? Ngọc Thúy Hạ ơi... Ngọc Thúy Hạ ơi... Chàng la gào lên, giọng vang xa...

Lúc nào Ngọc Thúy Hạ vẫn trong cơn mê thấy vậy, khi đi thăm mộ chàng về là cứ như thế tái diễn. Sau giấc ngủ mơ nàng lại tìm đến hình chàng mà thương, mà tiếc, mà khóc. Khóc hết rồi lau nước mắt, chứ ai lau nước mắt cho nàng bây giờ? Thúy Hạ lại tự than vãn bảo rằng, nàng ôm hình chàng nơi tay:

- Kiếp này em nợ anh, kiếp đến em sẽ trả anh, em sẽ làm vợ anh thôi. Nhất định em không xa lìa anh. Anh Quân hãy tha thứ cho em nha anh, tha cho em nha anh... Nghen anh...

## CHƯƠNG 8

Thời gian cứ trôi. Bao hoa tàn rồi hoa lại cứ nở. Bao mộng ước không thành, sẽ đi về tàn phai... Rồi bao mộng ước lại bừng sinh. Để nảy nở một sớm mai...

Mười bảy năm sau. Một cuộc đời nàng Ngọc Thúy Hạ xảy ra nhiều cay đắng, nhưng trở về bình yên, thanh thản...

Con nàng Ngọc Thúy Hạ đã đặt tên cho con là Ngọc Thúy Hằng. Bé ngày càng giống với thần tượng nàng thích, chỉ hơi hơi giống nàng một chút xíu mà thôi. Ước mơ ban đầu nàng thường nói với người yêu Trần Quân đã thành tựu, chuyện cũng lạ. Nàng không mong con nàng giống nàng hoặc giống cha nó. Mà nàng chỉ mong giống Ngọc Thúy Hằng và thực tế nó lại đẹp hơn thần tượng của nàng... Đó là niềm vui tràn ngập nơi nàng từng ấp ủ...

Còn vui lớn hơn nữa bé lại hát hay, diễn giỏi như Ngọc Thúy Hằng không sai một ly. Dầu Ngọc Thúy Hạ nói thôi, chứ chưa bao giờ nàng chỉ dẫn gì cho bé diễn theo kiểu người minh tinh nàng yêu chuộng, một nhan sắc và tài năng nàng đã yêu thích bậc nhất kia. Ngọc Thúy Hạ nghĩ và thương con lắm. Có lẽ bé biết làm một nghệ sĩ tài hoa như nàng mong. Và có lẽ từ khi đặt con vào trong dạ, nàng có tư tưởng, ước vọng lại hình thành, nơi nàng từ bào thai sớm nhất...

Hôm đó hai mẹ con ngồi. Bé đứng dậy hát và diễn tả bài Hoa Vẫn Nở Trên Đường Quê Hương cho mẹ Ngọc Thúy Hạ nghe. Xin ghi vào lời bài hát hay.

*Hoa vẫn nỡ trên đường quê hương. Ôi quê hương ta đó. Dù bóng tre xanh xao u sầu. Dù nước sông quê tôi đỏ ngầu. Từng cánh hoa, từng cánh hoa. Hoa vẫn nở trong tôi tình thương. Hoa vẫn nở trên đường quê hương ... Đường năm xưa đi trong bóng tối... Đường hôm nay đi trăm ánh sáng à á a à á a...Hỡi những người Việt Nam anh em. Đường hôm nay gian nan chiến đấu....Đường mai sau vui trong chiến thắng à á a, à á a. Hãy lên đường và yêu thương nhau...* Bé hát đến hết bài.

Ngọc Thúy Hạ lắng nghe xúc động rồi ngạc nhiên bảo:

- Hay lắm con à. Mẹ chỉ còn con là báu vật của mẹ trên đời này.

Đến khi Ngọc Thúy Hằng đã tham gia mở rộng về lĩnh vực ca hát, cô bé tiến bước vào lĩnh vực đi đóng phim khá nổi tiếng, được báo chí trong và ngoài nước săn đón phỏng vấn. Vì họ cần làm nhiều chương trình cho một diễn viên

Ngọc Thúy Hằng. Một Sao Việt mới mẻ kỳ tài. Hầu như bé là một bản sao của Minh Tinh Ngọc Thúy Hằng lúc xưa, cách đây hơn trên ba mươi năm về trước, mà giới khán giả mộ điệu, cũng như giới nghề nghiệp đều thẩm định chung một nguồn…

Bé Ngọc Thúy Hằng cô ca sĩ kiêm diễn viên đã kể câu chuyện về nàng và mẹ mình, cho nhà báo Thanh Mai ghi lại, để có một tài liệu cung cấp thật cho khán giả biết được vì sao Ngọc Thúy Hằng lại giống Kim Phụng - Ngọc Thẩm Thúy Hằng thuở xa xưa, là một điều kỳ diệu…

*Sự thật câu chuyện được viết là do Ngọc Thúy Hạ tư cách như đã là nhà văn. Bà viết lên câu chuyện này mà thôi. Chưa hẳn là hoàn toàn của sự thật hết… Chỉ mang theo một phần đời nào của bà mà thôi.

P/S Câu chuyện này lấy từ cảm hứng minh tinh màn bạc Thẩm T.H đã một thời tài năng và nhan sắc ở nghệ thuật thứ bảy… Để tiếc nuối và thương tưởng. Tác giả đã mê thích ngưỡng mộ, sinh con nàng đặt tên cho con là Thúy Hằng. Bé cũng xinh đẹp, vừa là Á Hậu - Nơi của một tiểu bang người Việt tổ chức trên đất Mỹ. Bé vẫn thích đi hát và đóng phim, nhưng có lẽ bé không có duyên nhiều với nghệ thuật. Và người cha ruột cô không thích mấy con đường nghệ thuật. Nên trộn lẫn giữa thiệt hư đời mình, ước vọng, và con bé…

HDT- Nguyên người sáng tạo lên tác phẩm, đã viết lên câu chuyện để ghi nhớ đến một thần tượng trong lòng mình ngưỡng mộ, và một người con trai đàn ông, hình bóng cô yêu thích từ một thuở nào…

Thanks quý vị theo dõi cốt truyện Thần Tượng Nơi T/Y.

HDT. Viết năm 2018. ___________

# THẾ LỰC ĐỒNG TIỀN

*Ngựa phi nước kiệu lên đồi.*
*Ta phi nước kiệu đến hồi yêu em.*
*Sông kia đá chẳng phải mềm?*
*Chân trời tím mở... nàng tiên anh về...*
Trích bài thơ cùng tên "Chân Trời Tím Mở..."

## CHƯƠNG 1

Ái Liên lớn lên trong sự nuôi nấng của một người đàn ông tên là Tô Diệp Lang. Chỉ nghe ông ta kể lại:

Không hiểu sao mẹ cô bỏ cô không còn đỏ hỏn mà đã lên tới ba tuổi. Ông cũng không hiểu là cô con ruột, con riêng, hay con nuôi, hoặc con lượm nhặt được, ở đâu đem về nuôi, giờ thì chán rồi kiếm nơi chốn bỏ, mà người mẹ kỳ quá muốn đi bỏ như thế. Con bé cố van xin nhưng bà mẹ quyết liệt từ ly... Ông thì giận vợ bạc tình, muốn sống chỉ đơn độc. Ngày xưa ông đi buôn lậu trong rừng nuôi vợ, song vợ ông lại nuôi nhân tình. Ông bắt gặp để rồi ông tuyệt vọng, và hết sức giận tức đàn bà. Ông đã có xu hướng tránh né, không thích lập vợ trong đời nữa. Để cho cuộc đời ông đừng bắt gặp, đừng trải qua thảm cảnh nào nữa. Tô Diệp Lang thanh thản và an nhiên sống một mình cũng độ vài năm nay...

Lúc đó vào một hôm ông đi tạt ngang trên con đồi nhỏ, kiếm mây rừng, và xuống vùng suối trũng kiếm ít lóng tre tốt, phù hợp về làm công chuyện. Ông nghe tiếng khóc của một em bé năn nỉ không muốn xa mẹ:

- Mẹ ơi đừng bỏ con... Mẹ ơi xin đừng bỏ con tội nghiệp. Con không muốn xa mẹ.

Nhưng người mẹ trả lời:

- Không thể nào khác hơn. Đành vậy.

Người mẹ lạnh lùng vứt trút bé rồi biến nhanh. Thị ả trùm khăn che kín đầu, kín cả mặt mày tai tóc, chỉ ló hai con mắt, thị quẳng đứa bé như vứt một miếng khoai môn, hay khoai mì không nỡ thương tiếc? Tô Diệp tình cờ chứng kiến, động lòng xót xa vì con bé, ông bèn thoáng nghĩ ra nơi:

"Tại sao trên đời lại có những cảnh, tình mẫu tử tệ bạc đến thế. Vợ chồng thay đổi đã đành, con núm ruột lại cũng dễ xa. Hay là bé không phải là núm ruột thị, nhưng nếu nuôi đỡ đần rồi, thì cũng không thể nào từ chối một bé gái dễ thương và kháu kỉnh như vậy chứ? Dù sao cũng đã nuôi, phải mến tay mến chân nhiều chứ. Ôi thật là chuyện đời biết đâu mà nói hết cội nguồn. Thôi thì cũng một cái duyên ta cứ lượm nó về, để nuôi nấng nó làm con, dạy dỗ tập luyện cho nó đi ngựa, và bắn cung cho giỏi, đó là thú vui ta thích, khi ta từng mong có con mà? Và đây là điều làm ơn của ta, cứ tạo cho nó một năng lực mới, để nó còn có mặt trong cuộc sống này nữa chứ? Rồi biết đâu nghĩ xa hơn, mai kia mốt nọ khi về già, nó là đứa con để Tô Diệp Lang nương cậy không chừng, ta sẽ nhờ nó lo cho ta miếng cơm, bát nước đủ hơi... Vợ thì không cần nữa, con ông Tô Diệp từng chẳng thiết tha thêm, nhưng ông làm sao có thể chối bỏ cảnh lay lòng này...

## CHƯƠNG 2

Thời gian mãi trôi đi... Người có cái tên Diệp Lang họ Tô đó. Ông vẫn nuôi con bé ông đặt cho cái tên từ khi gặp là Ái Liên và họ Tô của ông. Tức là tên họ đầy đủ Tô Ái Liên. Ông cho Ái Liên ăn học đến năm lớp tám là Tô Ái Liên nói không muốn đi học nữa, xin nghỉ để ông khỏi mang gánh nặng nuôi cô cực nhọc, học hành tốn kém. Cô có cách nghĩ khác hơn. Ái Liên thích đi làm mướn nuôi bản thân và nuôi ông chắc sẽ hay hơn! Bởi đi học, thêm tốn kém tiền bạc cấp dưỡng kéo dài, thời gian lâu là tổ núi của gian truân khó xử đó chứ? Tô Ái Liên muốn ngoảnh mặt, làm lơ không thích đeo đuổi việc học chi nữa, không lợi lộc đối với mình, đến gia cảnh người cha. Ái Liên bắt đầu muốn xin đi làm. Cô có vẻ thích thú và hăng hái với tư tưởng mới này.

Một ngày Tô Ái Liên xin cha để đi làm việc. Cô thưa:

- Cha ơi con muốn tìm việc làm đặng có tiền nhiều, cha con ta sẽ sống sung sướng hơn. Con muốn mua những thứ con ăn ngon hơn, cha cũng có những thứ ăn ngon hơn. Cả cha con ta sẽ có đồ mặc đẹp hơn v. v... Cha đồng ý chứ?

- Cha chỉ muốn con đi ngựa giỏi, bắn cung tuyệt xạ là cha vui mừng thôi con gái ạ.

- Thưa cha, cái đó thì khi rảnh cha dạy con. Đâu phải thời gian ba trăm sáu lăm ngày, ta phải tập trung hết cho việc bắn cung và đi ngựa hỡi cha kính yêu.

- Thì cũng được thôi. Cha có thể chiều theo sở thích con, nhưng con tìm đâu công việc?

- Con sẽ xuống phố, dò la hỏi tý thôi. Nhà mình thật ra không xa phố mấy thưa ba... (Ái Liên thì lúc kêu cha lúc kêu ba.) Hổng hiểu sao cô thích gọi tròng tréo vậy. Tuy nhiên Tô Diệp Lang vẫn vui, vừa lòng, không trách trả điều chi. Vì ông biết hai danh từ đứa con ông kêu đó, vẫn chỉ là cùng nghĩa...

Ái Liên đi làm một việc tại một nơi người ta mướn. Cô phải làm, nơi lau quét dọn dẹp ngăn nắp, gọn gàng cho một gia đình tương đối giàu có dư giả. Thời buổi này họ vẫn để một bản thông báo, cần mướn nhân công, ghi treo tại góc nơi hông nhà. Tô Ái Liên đi kiếm, lanh mắt cô trông thấy bản thông báo sớm, thì cô cố gặp gỡ xin công việc.

Người chủ nhà là một người đàn bà đầy đặn da thịt, không cao to nhưng không lùn lắm. Thoạt nhìn thấy Tô Ái Liên còn nhỏ mà mặt mày linh lợi, vẻ sáng láng, thao tác lại rất mau mắn nên bà nhận liền.

Ái Liên mừng rỡ đi về thông báo với cha. Và vài hôm sau cô đã tới làm việc ngay.

Oái ăm bà chủ nhà có một tư tưởng cao, thử người giúp việc. Bà bỏ tiền rơi rớt tại một chỗ để thử Ái Liên có tham không? Tội nghiệp Ái Liên dọn dẹp đồ đạc, cô bé đi đến thấy tiền, thì bé lại thích nhìn dù của ai đánh rơi, đánh rơi mình có quyền lượm chứ đâu phải là ta cố ăn cắp? Ôi tiền bạc làm việc khó khổ mới có được, đâu phải dễ có như vậy? Tại sao ta phải làm lơ, khi tiền nó tới đem hiến tặng cho ta trước mắt mà lị? Ai nào dễ hất hủi nó chi, hoặc giả làm thinh, hoặc tiền mà lượm rồi mình tung hô trả lại cũng được vui thôi v.v... Nhưng không đời nào ai chịu ngu khi lượm tiền mà trả lại. Tiền bạc muốn vô túi mình, mình đẩy cho người khác rõ là dại, dại lớn thế mất sao? Hi hi... Ái Liên cười tươi và ngoan ngoãn nghĩ, đi đem nhặt lấy, để cất bỏ túi làm của riêng mình...

Thế rồi, hai ba hôm sau Tô Ái Liên tới làm việc hằng ngày, bà chủ tìm đến gặp Ái Liên:

- Nè Ái Liên có nhặt được tiền rơi trong nhà này không?

Thì Ái Liên không chối mà rằng:

- Dạ có. Con lượm được... Và bé đưa ra cho họ nhìn một tờ giấy bạc năm trăm nghìn đồng.

Tuy nhiên họ vẫn đuổi việc không cho Ái Liên làm nữa. Vì bà chủ suy nghĩ báo:

- Là có lòng tham quá. Thì chúng tôi không chấp chứa, sẽ đi tìm một kẻ mới hơn khác.

Bé Ái Liên như uất ức thanh minh:

- Con chỉ lượm thôi, con không có cố tình ăn cắp mà.

Bà chủ chỉ làm thinh, sau nói một câu:

- Không trả lại. Được rồi tôi không mướn nữa thế thôi.

- Dạ con...

- Im đi không nói nhiều.

Bé cay cú nhìn bà chủ và cay cú với chính bản thân, rồi cũng hồn nhiên ra về. Về tận nhà bé kể lại cho người cha Tô Diệp Lang nghe, ông không phản ứng la rầy gì cả, mà ông chỉ bảo Ái Liên:

- Thôi con ạ. Con quý tiền nhưng sa vào cái bẫy họ thử thách, thôi thì mình ở nhà ăn cơm với muối mè cũng xong. Nói đùa chứ, ba cho con ăn uống đầy đủ, khi nào hết của cải cha con ta đi hát rong ăn xin cũng OK. Nhưng ba thấy con ham tiền, mà con đâu có ham ăn uống phải không nào? Ba từng biết là thế.

- Dạ con ăn sao cũng được. Con ăn khoai mì, khoai lang, rau quả, như cuộc sống bình dị cha con mình vẫn xong thôi cha. Riêng con sẽ đi tìm một công việc làm khác. Thật ra con không có gian, chỉ thích tiền ai rớt và nhặt lấy thôi mà.

- Trong xã hội, thực tế vậy là họ kêu gian lận đó con.

- Dạ con không hiểu lắm... Nhưng vì sao thưa cha?

- Trái tim con bé bỏng non nớt, làm sao con hiểu lòng người thường cay độc, phòng ngừa và cố chuẩn đoán, dù sai lầm, hoặc không sai lầm... Song như thế nào vẫn cho con bài học, nhiều ý nghĩa cuộc sống.

- Dạ. Con hiểu hơn rồi thưa cha.

## CHƯƠNG 3

Một cái job khác. Bé đến trước một ngôi nhà thứ hai, nhà là một căn hộ bán tạp hóa lớn. Bé đọc thông báo họ ghi ở mé hiên trên một phản gỗ nhỏ, chữ toàn phấn trắng viết treo: *"Chúng tôi tại đây có mướn người phụ giúp việc cân đong, phụ gói hàng giỏi, trung thành với chủ."*

Bé nhìn chòng chọc bản tin, tự đi đến khai báo nguyện vọng mình, xin được hầu làm.

Thấy Ái Liên lễ phép chân thành họ cũng nhận ngay vào việc. Thế là chủ họ nhờ tới cân đong, đo lường, đường, muối, đậu, gạo thóc, sữa, bột đủ thứ v.v... Bằng một cái quả cân tay không to lớn lắm. Và bé phải cân lường nhiều thứ linh tinh khác, nghệ, quế, gừng hành, tỏi ớt, tiêu sả, hồi, nấm khô, măng khô, và đủ thứ vật dụng khác, vẫn phải dùng đơn vị cân đong hết. Ái Liên làm rất nhanh gọn, óc tổ chức có, bé tỏ ra giỏi việc và làm rất ngăn nắp...

Ái Liên đong cân vào bì túi, bịch đựng, cô bé luôn cân đong già nhiều hơn một tý so với mức độ hiện thị cân. Ái Liên biết là phí phạm một chút, nhưng cô thích cho họ thêm một "xíu xiu" để họ vui. Song rồi bị bà chủ kiểm tra thấy, bà nghĩ: "Con bé này không tiết kiệm giựt giữ lại cho mình, mà cứ cho thêm là sao?" Kiểu này bù ấy làm ta thua non, là lậm phát mất? Bà chủ không hài lòng cách như vậy. Bà la rầy bảo Ái Liên là thiệt hại về mình, lỗ đi đến chết thôi. Khó có lời lãi lớn được như ý bà muốn...

Rồi bà cũng không mướn bé nữa. Bà chủ này thì to cao, song ốm và mảnh dẻ hơn bà chủ thứ nhất, giọng nói bà thì ồ ồ và đi nhanh chứ không chậm rãi, đều đều, cố trung hậu như bà chủ ở nơi dọn dẹp trong gia đình Thịnh Đạt, mà Tô Ái Liên đã từng làm qua.

Bé Ái Liên trở về nơi cha, trong nóc nhà tranh nghèo nàn, ăn những bữa cơm đạm bạc cùng người cha Tô Diệp Lang. Ông vẫn vui vẻ, tâm sự bảo con gái Tô Ái Liên:

- Dân buôn bán cũng có nhiều hạng người, có người rộng rãi, thêm thắt cho dày hơn, nhưng cũng có người lấy ra, riết thắt, bóp cột. Vậy đó họ không vui thì con đừng đi làm nữa, cha con ta vẫn cứ sống đạm bạc. Sự lanh lợi con đổ vào cỡi ngựa, rèn thêm kỷ năng phi ngựa cho đẹp, để khách mướn ngựa đi chơi, ta lấy tiền đâu có chết con gái? Cha đi lên rừng kiếm mây đan rổ rá, cưa tre lóng tốt vót đũa, đan đát nong nia, sịa, dừng sàng, lượm củi khô bán cũng đổi lấy được gạo cá, mắm muối, cha chỉ mong nuôi con. Và con có tấm lòng, có trái tim tốt, trời sẽ chứng cho là cha vui rồi…

## CHƯƠNG 4

Còn nữa, cái nghề thứ ba Tô Ái Liên làm, là việc phụ giúp cho một gia đình, nhà họ có người già nội, bà đang đau nặng, nhất là khô họng. Họ mướn người trẻ túc trực rót nước mời, rót liên tiếp bốn tiếng khi cần, khi người chủ nhà vắng, họ đi bận công việc chưa về, nhiệm vụ Tô Ái Liên phải gấp gáp, đi làm đổ bô cho người bịnh tiểu tiện nữa. Đôi lúc cần tắm rửa thay quần áo, giúp cho bà kịp thời gặp "vấn nạn" thì phải làm được… Ái Liên đến làm rất chu đáo. Nhưng phần đổ bô thì cô bịt mũi và thích đeo bao tay khi làm việc…

Họ một hôm chủ nhà nhìn thấy, lại không đồng ý Tô Ái Liên như vậy. Họ nghĩ cô làm việc kỹ theo kiểu đó, coi như không tôn trọng chủ nhân gia đình, khinh khi chê chỉ họ… Nghĩa là nhất thiết họ cần người làm phải tôn trọng họ, và làm việc quên mình không kiên cữ thứ chi… Nghĩa là không cần bao bung gì ở tay, ở che chắn cả. Và nghĩa là cách quan niệm làm việc dù người già cho gia đình họ rất là khác. Và sau đó họ vẫn sa thải cô bé, đuổi việc cô như thường.

Ba cái Job. Ba công việc cô đổ sông đổ suối, như chào thua, cô phải quay về ở với người cha nuôi ăn mì, ăn khoai lang với cơm độn, với kiếp nghèo. Nhưng Tô Ái ngày càng trau dồi võ thuật kiếm cung. Cô phải biết tận lực xông xáo vào, phải luyện đi ngựa cho tuyệt đẹp, chạy ngựa cho thật nhanh, thật êm nếu muốn, và đi ngựa nhìn thoáng đạt, hiên ngang hơn, sẵn sàng hơn như cha chỉ dạy...

Tuy thế không hiểu sao con bé lớn lên ngày càng xinh đẹp lạ kỳ. Bé ngày càng giỏi giang môn cỡi ngựa bắn cung. Có nhiều người tới muốn mướn bé đi làm việc nhà lại nữa, nhưng ông già không cho. Tô Diệp Lang khẳng định:

- Nghèo khổ mặc kệ. Cha không muốn con đi làm mọi họ, rồi bị họ chê khen, trách trả phiền phức nữa con gái ạ. Cha thật sự không muốn cái trò bỉ ổi của thiên hạ đâu...

- Dạ con biết cha thương con nhiều.

- Con biết, hiểu được là cha vui rồi.

Hai cha con không được đủ ăn thoải mái chứ nói chi giàu có, tuy thế hai cha con sống trong mái nhà hạnh phúc ấm cúng. Ông Tô Diệp Lang đã phát triển thêm môn đan giỏ ngựa. Vì kiểu giỏ có hai cái chân quỳ đứng giả làm cao như chân ngựa, khi người đặt vai vào gồng gánh bất cứ thứ gì, ở vị trí một cách cũng dễ dàng, bởi phần giỏ được tạo mô cao rồi... Môn này Ái Liên đã biết chuốt nan rất đẹp, giúp cho cha Tô Diệp. Các môn đan đát khác Ái Liên cũng giúp cho Tô Diệp Lang nhiều. Vót đũa bếp, đũa nhỏ ăn cơm cô có thể vót đẹp, nhanh hơn cha rồi. Các môn làm kỷ nghệ bằng đôi tay đó, người ta nhìn nhà kho chứa của ông Tô Diệp Lang, tưởng rằng một cửa hàng nhỏ trông thương hiệu, cũng rất đẹp và bắt mắt lắm. Hễ ai tới mua thì cha con bán lấy tiền. Còn không, nếu không ai đến mua là năm hoặc bảy hôm, hai cha con gánh xuống chợ đi bán đổi lấy gạo thóc, mua thức ăn dự trử. Làm hết các môn này, Tô Diệp Lang chỉ chú tâm dạy Ái Liên đi ngựa, huấn luyện cho con gái Ái Liên cầm cương, giật cương, buông cương, thả dây cương đúng lúc, đúng cách... Biết quẹo nhanh, tiến tới giỏi, hoặc đi lúc tháo lui mà vẫn cứ nhanh không chậm, và phải đi nhẹ nhàng...

Thỉnh thoảng lúc nhàn rỗi ông có dạy Ái Liên hát; một bài hát Tình Cha mà ông rất chuộng. Ông muốn đem sự giáo huấn cho Ái Liên bằng âm nhạc giải trí khéo léo. Người cha họ Tô này dùng một cây đàn nhị. Tức là đàn hai dây, để so se kéo khảy... Mỗi khi nhàn rảnh đến, hoặc vui buồn ông gởi vào tâm hồn tiếng tơ lòng ông ở đó. Khi có Ái Liên ca ủng hộ ông, khi thì ông chỉ ngồi kéo một mình, ngóng nghe với chính mình mà thôi... Cuộc đời ông dẫu có buồn, nhưng có đứa con Ái Liên chia sẻ sớm hôm. Và có tiếng đàn nhị này mà ông đỡ bớt cô đơn.

## CHƯƠNG 5

Đức Trọng nói nôm na là một anh chàng Mỹ lai. Cụ thể diễn tả hơn để nói là, anh với nguồn gốc Mẹ Việt chính khuôn, cha người gốc Mỹ trắng, trong chiến tranh VN anh ra đời vào năm 1975. Khi quân đội Mỹ có lịnh buộc rời bỏ chiến cuộc MNVN, nhưng không hiểu sao người bố anh còn ở lại tặng một "di tích" cho phái đẹp, tức là tặng cho một phụ nữ Việt một di sản, là anh đó. Nhưng rồi bà cho anh vô nơi trẻ em mồ côi liền. Điều chắc chắn là anh không biết mặt cha ra sao? Còn không hề biết ánh mắt người mẹ như thế nào? Anh chỉ biết anh lớn lên thì người ta nói thằng nhỏ lai, anh nghe như vậy thôi. Anh đành sống ở những nơi chỉ có tình thương, lòng nhân đạo của kẻ không sinh ra mình. Anh lăn lóc sống ở các gia đình khác họ nuôi anh, khi họ tới xin và nhận lãnh, đến khi buồn họ trả lại, rất nhiều thảm cảnh anh phải chấp nhận...

Rồi anh được qua Mỹ ở diện Mỹ lai. (Tức là dòng máu người cha Mỹ kết hợp với mẹ người Việt nào tạo ra con người anh đó.) Qua Mỹ Đức Trọng đúng tên họ đầy đủ của anh là Hồ Đức Trọng. Anh làm rất nhiều nghề. Làm phụ bếp nhà hàng, phụ bán nail supply, làm thợ nail, làm chợ Việt Nam, giúp phụ ở chợ Mỹ, chợ Ấn Độ v.v... Anh tham gia làm cho các ông chủ xây dựng công trình, construction. Nhưng cuối cùng là anh trụ lại ở construction phần nhiều, vì chủ yếu nữa là được đi đánh bài, chia bài, chơi bài, kéo bài. Nghề coi như phụ, song là nghề chính yếu của anh...

Đức Trọng chưa vợ, anh không chữ nghĩa nhiều nhưng đẹp trai lanh lợi, điển tướng nên nhiều cô phải lòng, song anh chưa chấm được cô nào làm vợ? Không phải anh kén, mà chắc chưa gặp duyên nợ. Anh vẫn vui sống đời độc thân...

Sở trường của Đức Trọng là ưa đi chơi đây đó, lúc nghỉ làm, hoặc công trình hoàn tất, khi rảnh đi đánh bài, "rất chủ lực" môn theo ý muốn anh. Đánh bài là môn thiên hạ lo ngại chê trách, họ thường bảo "cờ bạc là bác thằng bần." Song anh đánh thua thì ít, mà vận may anh ăn đậm, ăn lớn là phần nhiều. Không biết là anh thông minh, hay xử lý con bài tài tình, hoặc trời cho... Không biết Đức Trọng ở trong trường hợp nào? Thế nên anh có nhà cửa đẹp, to lớn hẳn hoi. Một căn nhà anh đang ở rộng rãi, và một căn cho thuê rất lớn đẹp hơn nữa. Môn thứ hai Đức Trọng ưa chuộng là đi cỡi ngựa. Chính lẽ đó anh chỉ thích coi phim, toàn là những phim có người cỡi ngựa giỏi. Sống ở Mỹ đi làm, nghiện cờ bạc lấy hên, rồi có ngày anh muốn đi chơi xa. Giống như những ngày holiday hay vacation dài hạn của tuổi trẻ...

**

Lần đó Hồ Đức Trọng về đất Việt anh lên Đà Lạt. Tìm đến vùng cao nguyên xứ lạnh này, để thuê ngựa và cỡi ngựa cho thỏa chí, một kiếp tang bồng, một chuyến trở về quê hương. Xe hơi, tàu thủy, máy bay là những người bạn anh thôi, dây cương và con ngựa đẹp mới là tri kỷ của anh, hay nói lả lướt hơn những đường bay của chú ngựa tuyệt vời, thì anh thật sự quý như cô nhân tình, mà anh đang mong mỏi gặp...

Rồi ước mơ vẽ ra trong trái tim anh... Rồi có một ngày anh lại bắt gặp cô gái nhỏ cao ráo, xinh đẹp trẻ măng, dắt đi một con ngựa nâu cho thuê kia. Cô làm nghề cho thuê ngựa để chụp hình kiếm sống, có thể ai muốn cỡi nó, dù được phép đi một đoạn rất gần chăng nữa, thì giá thuê cao hơn gấp năm lần, so với đứng một chỗ chụp lấy hình.

Hồ Đức Trọng hôm ấy tìm đến bên cô. Anh vui vẻ xã giao:

- Tôi muốn cô cho tôi thuê con ngựa đi nha.

Tự nhiên cô nhìn anh và trả lời:

- Tôi cho thuê chụp hình, không cho thuê ngựa để đi đâu.

- Nhưng tôi muốn thuê để đi, bao nhiêu tiền tôi trả.

- Con ngựa không có tôi, nó không cho ai được đi với nó cả, trong vòng đi xa.

- Tôi mong cô đi chung, tôi nhất định trả thêm tiền nữa.

Nàng Tô Ái Liên mỉm cười liếc anh và làm thinh.

- Được chứ cô bé ơi.

- Đừng kêu tôi cô bé. Tôi lớn rồi.

- Cô bao nhiêu tuổi mà kêu lớn. Và cô muốn tôi kêu bằng gì đây?

- Tôi mười sáu tuổi và tên tôi là Tô Ái Liên. Cứ gọi tôi là Tô Ái Liên hoặc Ái Liên cũng đủ, OK vậy?

- Mười sáu tuổi là còn nhỏ nhít lắm cô bé. Ồ còn tên Tô Ái Liên. Chao ơi tên cô đẹp quá nhỉ?

- Còn anh tên gì mà khen tên tôi đẹp. Tôi có quyền hỏi được chứ?

- Tôi đó hã? Tôi Hồ Đức Trọng.

- Wow. Tên anh mới thật lý tưởng.

- Tên mà lý tưởng gì cô?

- Tên anh đẹp lắm. Tôi thích tên anh.

- Cám ơn cô thích name tôi.

- Ồ thôi được rồi, có thể tôi sẽ chạy về báo với cha tôi ông thuê kiểu này, và tôi sẽ quay lại nha.

- Không sao đâu, cô về nhà chi tốn thời gian. Tôi mà có làm gì cô, con ngựa sẽ chà tôi như người ta chà cơm cháy đó thôi.

Ái Liên nghĩ ngợi cười câu nói lạ của anh, có thể là đúng nữa và sau đó cô bé chịu ở lại cùng anh, cho anh đi cùng...

Cô nhìn anh và bảo rằng:

- Tôi lúc nào cũng nhận tiền trước để thi hành công vụ xin anh vui lòng.

- Dễ mà. Nhưng coi ra bộ, cô khôn quá hã?

Ái Liên chỉ mỉm cười lần nữa, gật đầu không nói thêm.

Đức Trọng đưa tiền nhanh. Làm Tô Ái Liên vui lắm. Và như cho ngựa bắt đầu nhận việc cùng nàng.

Tô Ái Liên leo lên lưng ngựa nắm dây cương, rồi ra dấu chàng phi lên ngồi phía sau nàng.

Ôi một con ngựa đẹp, một cô gái đẹp, một chàng trai đẹp. Họ là một bức tranh sinh động tuyệt vời của cuộc rong chơi bằng ngựa, giống như một cuộc đua ngựa, mà không có con ngựa đối phương thứ hai, chỉ có gió nhẹ buông dài lơi lả, chiều chuộng, và đoán lấy thách thức những gì, dưới những rặng mây trời lãng bãng nên thơ... Nàng bé bắt đầu xách nhẹ dây cương và chộ tay vào nếp lưng, gần vai nó, cô đụng nhẹ cùng bườm con ngựa theo thói quen cho ngựa biết. Nó hiểu ý bắt đầu chiều lịnh Ái Liên, và nó đã vui vẻ nhấc chân so bóng... Chàng ngồi phía sau ôm hờ Tô Ái Liên. Hương tóc nàng tỏa ra, hơi thở nàng hòa quyện, trái tim nàng chợt ấm dồn, quanh cảnh có gió hát, cây reo, nước thiết tha mời gọi. Phong cảnh thật là hữu tình vì như con người xúc động... Tuy nhiên Đức Trọng cứ im lìm cho nàng điều khiển con ngựa chạy một cách hợp lý nhất. Mỗi lúc chú ngựa đi thêm đẹp nhẹ nhàng, lướt như mây gió... Suốt gần hai mươi phút Ái Liên đã đi qua nhiều núi đồi ngõ ngách, làng mạc... Đó là những hướng đi thưởng ngoạn của người cỡi ngựa, nàng nghĩ cho con ngựa mình hôm nay, may hay rủi đây. Chắc nó được trải nghiệm thêm, cùng nàng và anh chàng xa lạ này...

Một đoạn sau chàng quá yêu thích, nhưng lại bảo:

- Dừng lại đi cô bé.

- Chi vậy? Hỏi thế nhưng Tô Ái Liên đã thắng cương, cho ngựa dừng lại.

Chàng mau mắn, miệng chàng tươi như hoa mới mọc:

- Cô cho dừng đứng lại tý, tôi muốn cầm dây cương một

chút xem sao? Chủ yếu là tôi muốn tôi cỡi ngựa chứ không phải cô cỡi đâu.

- Ông sẽ phụ tôi một khoảng tiền lớn nữa đi nha.

- Tại sao như vậy?

- Một cuộc đổi ngựa phải có tiền thưởng thêm chứ?

- Được thôi. Chuyện nhỏ mà...

Đức Trọng đưa tiền thêm. Ái Liên cầm lấy đút nhanh vào túi quần đi ngựa của mình. Xong nàng những đổi chỗ cho khách là chàng. Như vậy bây giờ chàng ngồi trước, Ái Liên ngồi sau để đi. Lúc đầu Tô Ái Liên ngồi phía sau có vẻ bối rối hồi hộp, nhưng một chốc đi qua nàng có vẻ tự nhiên hơn. Chàng thật đi ngựa giỏi siêu luôn, và đẹp lắm! Nàng cũng đâm ra có cảm giác thích thú, bởi nhiều dư vị bất ngờ...

Hai người đi mỗi lúc một xa, qua nhiều thung lũng núi đồi, như mây gần chạm núi chập chùng, một khoảng hoang vu vắng vẻ, nhưng có thác nước cách chừng mười mấy mét, chàng chừng nhìn chung quanh rồi bảo nàng:

- Tôi muốn dừng lại, chúng ta nói chuyện một chút nhỉ?

- Chúng ta đi về, nếu như anh muốn hết đi phải không? Anh biết tôi cho anh dùng ngựa quá nhiều và chạy ngựa hơi xa. Từ trước tới nay, không ai tôi cho phép đi dài như thế đâu. Và không bao giờ tôi ngồi chung với họ cả, cùng lắm là hai phút, tôi chỉ họ cách giáo huấn con ngựa một tý rồi họ tự lo lấy, nhưng họ đâu có thể dùng ngựa đi xa nha. Như tôi đã nói họ chỉ cỡi con ngựa đẹp này chụp hình trong chốc lát thôi.

- Vậy tôi là một người đặc biệt.

- Đúng. Vượt quá nội quy của tôi. Cô nói có vẻ nghiêm.

- Cám ơn cô bé, nhưng cô ngồi lại với tôi ở đây nghe gió rừng hát tý đi, có chết tôi sẽ đền cho.

Tô Ái Liên lại cười tươi vui. Cô bảo:

- Đừng gọi tôi cô bé, và anh nói chuyện không thật nha. Nếu tôi chết làm sao mà tôi ở đâu, biết bắt đền gì anh chứ? Câu nói anh, đã không có trách nhiệm thật sự rồi? Hìm...

- Nói đùa thôi song cô vì tôi một chút. Tôi sẽ trả công

cho sự hy sinh của cô.

- Anh biết dùng thế lực đồng tiền siết, gài kín, nhốt tôi kỹ nha. Nhưng điều đó cứ coi như trong lòng tôi đồng ý đi.

Tuy là nói thế nhưng cả hai xuống ngựa. Đức Trọng rời ngựa xuống trước, nàng buông người lẽo đẽo thong xuống, xuống sau. Con ngựa hiền từ như đã hiểu được ý họ, nó đứng về một góc gần đó. Rồi cả hai người đã tự chủ kiếm chỗ ngồi gần nhau, cách khoảng nhau không quá nửa thước. Hai người ngồi song song chứ không phải đối diện.

Đức Trọng quay mắt nhìn Tô Ái Liên, anh cất lời hỏi một cách ngỗ nghĩnh:

- Cô có người yêu chưa, người cô thật xinh đẹp, và tài ba đi ngựa. Xin cho tôi biết chia sẻ một chút riêng tư, để vui tý đi. Cô bé không chê tôi tò mò nhiều chuyện chứ?

- Đó ngộ ghê cứ kêu tôi bé hoài... Một là cô không có chữ bé. Hai là kêu tên tôi: Tô Ái Liên thôi. Bộ anh không thích tên Tô Ái Liên của tôi hã? Sao?

- Thích số một chứ. Mà tôi muốn kêu cô nhiều kiểu thôi.

- Anh quả là nhiều chuyện nha.

- Tô Ái Liên hãy trả lời câu hỏi anh đi. Tôi nhắc lại đó.

- Ồ anh hỏi thì không sao cả. Mà tôi nghèo ai dám yêu tôi chứ? Và Ái Liên này không muốn yêu ai sớm đâu. Tôi chỉ lo cuộc sống sinh nhai cho cha tôi, cùng tôi đã chưa đủ.

- Cô thật chí hiếu song tôi không tin, điều cô nói thật?

- Anh không tin về phương diện nào?

- Tất cả những lời cô vừa nói.

- Không tin thì thôi song đó là sự thật.

- Ồ sao tôi nghe cô hoàn toàn nhắc đến người cha, mà tôi không nghe cô nhắc đến người mẹ vậy?

- Tôi không có mẹ và chỉ sống với ba nuôi. Ông yêu thương tôi còn hơn như con ruột. Nên tôi quý nguyện sẽ đáp đền, làm tròn bổn phận, nơi tình người trong trái tim mình...

- Wow cô nói chuyện cũng hay quá nhỉ. Bây giờ tôi muốn về thăm gia đình cô, thăm ba cô cho biết được hôn?

- Không được đâu ba tôi sẽ la tôi.

- Ôi tôi muốn thăm gia đình cô đó mà. Có sao đâu la? Tôi vẫn đàng hoàng như cô thấy đấy.

- Ái Liên biết nhưng không được, để khi khác nhé... Ái Liên sẽ báo cho ba tôi rồi anh có thể đến thăm dễ dàng hơn, có lý hơn. Nếu không ba tôi sẽ đuổi tôi ra khỏi nhà nữa, tội cho tôi chứ? Anh nên hiểu cho.

- Cô nói chuyện duyên dáng hết sức. Vậy thì cũng được.

- Tôi có thể điều khiển cho ngựa chạy gần nhà, chung quanh mé triền nhà, cho anh ngồi cùng tôi thấy cảnh vật. Còn chuyện vô nhà là chưa tiện đâu. Khi khác sẽ tiện hơn nha?

- OK tôi mong đợi...

Hơn một phút nữa trôi qua khi ngồi nghỉ chân, Tô Ái nhìn chú ngựa của mình, và Liên đi thực hiện cái cô đang hứa lời mới nói đó, chàng Hồ Đức Trọng hiểu rồi đi theo cô. Hồ Đức Trọng vẫn thấy lòng vui thay nao nao cùng ngồi kề cận cô trên lưng ngựa cô đi. (Nghĩa là Tô Ái Liên cứ chạy gần nhà, chung quanh mé triền nhà như lời cô mới hứa, Coi như đã một điều cô cảm kích, và mến yêu Hồ Đức Trọng quá rồi! Bởi vì chàng cũng khá đẹp trai trong mắt nàng... )

## CHƯƠNG 6

Hôm ấy, vào một hôm sau thôi, hai người lại tiếp tục cỡi ngựa phi rong chơi một lần nữa. Chàng vẫn thích cỡi ngựa, và nàng Tô Ái Liên biết ý ngồi phía sau lưng chàng. Nàng cứ thả lỏng tay, mà chàng thì cứ muốn ôm tay nàng quấn hờ vô thân mình để chạy cho chắc, và đẹp như một cặp tình nhân đi ngựa đẹp dưới mùa thu sương mù lãng đãng... Đó là chàng cảm tưởng, nhưng với Tô Ái Liên nàng thì cứ vô tư cho một vị khách quý, với số tiền thật nàng kiếm ra hôm nay quả nhiều thôi. Nàng vẫn trinh trắng và chàng có làm gì được nàng chứ? Nàng bé Tô Ái Liên này có võ mà? Với lại một người điển trai như chàng, hẳn chàng cũng trọng danh dự, không đời nào chàng đi quá mức, để thiếu sót nàng phải chê trách. Tô Ái Liên đã ngẫm nghĩ như vậy...

Hai người đi khá nhiều, họ lại chia tay sau một sáng đi cỡi ngựa nữa đó. Vì đâu có thể nào họ đi cả ngày, vả lại Tô Ái Liên không dám lạm dụng thời gian để đi nhiều, đến nỗi có vẻ quá trớn đâu. Nàng đã nhìn đồng hồ hơn một tiếng trôi qua giờ phải chia tay ra về thôi. Hồ Đức Trọng nhìn Tô Ái Liên trong y phục cỡi ngựa hôm nay khá đẹp, giày mang cũng đẹp lắm. Đẹp hơn cả hôm trước nữa. Chắc đồ vía của nàng tuôn ra... Chàng ngắm nàng thật thích thú:

- Anh từng ở bên Mỹ, và chưa từng yêu ai. Bây giờ gặp em, em đã mê hoặc anh rồi. Em biết không?

Nàng thì vẫn trả lời:

- Em chỉ lo cơm gạo trả hiếu và chưa từng biết yêu là gì? Đời em là cô bé mồ côi không màng danh lợi, vì số kiếp không cho hơn anh à.

- Hãy tin tưởng vào một ngày mới đi em.

- Em không dám, nhưng em thấy vui khi đi chung với anh, anh thuê ngựa trả nhiều tiền cho em thế thôi.

- Chúng ta cứ vui như vậy Ái Liên ơi. Em đồng ý chứ.

- Dạ. Nàng khẽ đáp có một phần hồn hơi xúc động.

- Ồ em còn nhớ em đưa anh về nhà em thăm một ngày chứ? Chàng nhìn nàng hỏi.

- Dạ em nhớ chứ nhưng từ từ nghen anh. Nàng cũng nhìn chàng và đáp lời như vậy.

Tô Ái Liên khi nàng về thưa với ba về câu chuyện chàng trai này, sự gặp gỡ nọ. Tô Diệp Lang lại thương con gái, lo ngại cho con. Ông dặn dò:

- Con ơi nhà mình nghèo, cha con mình thủ phận. Với lại ba thì gặp người phụ nữ điêu ngoa, nhưng con trai thời nay đầy mưu, sống giả tạo, gian dối lắm. Con nên cẩn thận phòng thân.

- Dạ con biết. Con biết ba thương con và muốn kỹ cho con nhiều.

Hai cha con ăn cơm với một bữa ăn đạm bạc, ấm áp. Ông Tô Diệp Lang cứ khuyên nhủ Tô Ái Liên, như thể đôi ba lần. Ông vẫn tỏ thái độ chưa hết ngần ngại cho con, bởi

Tô Diệp Lang vẫn cho rằng Tô Ái Liên còn nhỏ, lòng son non dạ lắm...

## CHƯƠNG 7

Những ngày ở Đà Lạt, Hồ Đức Trọng say mê đi bộ và đi ngựa với cô gái tên là Tô Ái Liên này thôi. Và một hôm Đức Trọng cùng nàng được đi ăn chung theo ý chàng mời và Ái Liên đã trở nên dạn dĩ hơn một chút. Song nàng vẫn còn tơ tưởng là tình bạn, tình anh em mà thôi. Cái vô tư của nàng thật quá rộng lớn... Rồi họ đi bộ dạo chơi nơi một vườn hoa đẹp, có được nơi thác nước xa xa nhìn từ phía Tây Nam hướng tới. Thác này gọi là thác Datanla của bản địa, có bàn tay con người đụng vào nhân tạo thêm nhiều cách mới lạ, nhìn cũng tuyệt và duyên dáng lắm... Đi chơi với chàng, lại được tiền chàng cho trả công hậu. Đức Trọng lại luôn tỏ ra lịch sự, không mấy sỗ sàng nên Ái Liên khá thích. Đà Lạt thành phố của muôn ngàn hoa lạ, và nhiều thác đẹp nhất này. Chỉ cảm hứng và đi chơi thưởng thức từng ngày một, chứ chưa chắc cả tháng, vẫn chưa đi hết nổi, những điểm mà mình quá thích, quá ham...

Chàng ngắm cảnh vật, thấm đẫm một tư tưởng. Đức Trọng vui vẻ chớp mắt, đưa ra một dọ ý:

- Anh muốn nói với em một điều mới mẻ thật sự hơn, Ái Liên ơi nè.

- Chuyện gì anh?

- Anh muốn cưới em Tô Ái Liên. Anh yêu em nhiều rồi, em chịu không? Anh không thể giấu cất mãi nơi lòng anh.

- Anh đừng có xạo nha, em có gì xứng đáng với anh đâu. Con không cha không mẹ, bị ai bỏ rơi. Sống với dòng đời người cha nuôi nghèo khó. Em học hành không đến nơi chốn, kém chữ nghĩa nữa. Anh đừng có nghĩ lẩn quẩn vậy mà tội cho em.

- Anh cũng mồ côi không cha không mẹ như em mà. Em có người cha nuôi từ tâm bé một người, đó chính là hơn anh rồi. Còn giàu nghèo anh không cần, em chữ nghĩa nhiều anh cũng chưa chắc cần. Anh cần em xinh đẹp và yêu anh thôi. Mọi chuyện ta yêu nhau thì san bằng tất cả...

Thấy Ái Liên làm thinh nhìn mình. Trọng nhìn nàng, cảm giác đời nàng mồ côi, nhưng nàng lại bừng lên một nét yêu đời sáng láng, thông minh, tươi tắn lạ thường. Chàng bảo:

- Em ít học thôi, em mà học chắc sẽ làm nghị sĩ, hay tổng thống mất còn đâu anh gặp em?

Bây giờ nàng lại mỉm cười thật tươi hơn nữa. Ái Liên chỉ hiểu một phần mười ý nghĩa chàng nói, nhưng nàng lại thích.

Chàng như chân tình thêm:

- Anh yêu em thiệt. Anh rất muốn lấy cưới em làm vợ đó.

Ái Liên lại nhìn chàng, nhìn ra phong cảnh chợt buồn cô trả lời:

- Nhưng em còn khổ nơi lòng. Em thương ba em... Ái Liên này không muốn đi xa đâu, xa người ba thân yêu...

- Em bằng lòng yêu anh, anh sẽ tính cách... Anh cưới em rồi anh bảo lãnh được ba em mà?

- Không ba em không chịu đi đâu anh à. Sống chết gì em nghĩ ba vẫn muốn ở đây một đời lặng lẽ.

- Ba có thể thay đổi tính cách thái độ mà em. Vả lại em yêu anh và bằng lòng, anh sẽ tính nhiều cách tiếp theo, có thể gởi tiền về nuôi ba, mong ba ra phố thị ở, hoặc mình có tiền rồi về lại xứ sở quê hương, ôi nhiều cách lắm. Nhưng quan trọng nhất là em có cảm giác yêu anh, thích anh không đã chứ.

- Dạ không có đâu. Em không có yêu anh đâu.

- Trời ơi vậy anh phải tự sát, để chết còn sướng hơn.

- Trời ơi nói gì mà nghe ớn vậy anh?

- Thiệt chứ anh tương tư em nhiều rồi. Mong em có một chút cảm tình nơi anh. Mà em không có mến anh một chút gì sao? Thiệt khổ và trớ trêu cho anh Ái Liên ơi. Anh đã đem trái tim mơ mộng trao về em. Lẽ nào em không lay động một chút gì xíu xíu nơi anh hã em? Đáng buồn cho anh quá.

- Dạ em đùa đó. Chứ em có chút chút mến anh.
- Không được nhiều sao em?
- Con gái làm sao lẳng lơ nhanh, khi con trai mới nói tiếng yêu mình hã anh?
- Ai dạy cho em câu đó, và anh yêu em thật mà.
- Không ai dạy cả, trái tim em dạy em thôi.
- Ái Liên ơi. Anh muốn gọi tên em mãi nơi lòng.
- Cám ơn anh, nàng biết đưa đôi mắt nhìn chàng tha thiết.

Chàng kéo tay nàng hôn lên tóc Tô Ái Liên. Rồi hôn lên trán nàng, sóng mũi nàng nữa. Ái Liên cũng cảm mến và đón nhận. Hơi thở nàng gấp gãy, cả thân hình muốn run lên vì xúc động... Hai người đã tìm một nơi vẻ kín đáo hơn, họ đặt mông nhẹ nhàng, và họ ngồi chậm xuống nghỉ chân.

Bỗng dưng Tô Ái Liên hỏi:

- Mà anh không có người yêu, không có vợ bên đó nha?
- Có vợ, có người yêu rồi làm gì anh yêu em nhiều đến thế này chứ.
- Đàn ông con trai mà ai biết được.
- Còn nhỏ. Hiểu như thế thì hư lắm nha.

Nàng cười hồn nhiên rồi lại hỏi thêm:

- Nhưng anh bên đó làm gì nhỉ?
- Anh làm nhiều nghề lắm, xứ Mỹ dân lao động cũng đủ sống thoải mái mà em. Anh làm gì cũng được, không giết người cướp của, anh đủ nuôi em no ấm một đời bên cạnh là được rồi. Nhất định anh không để em phải khổ sở vất vả, hay thiếu thốn đâu.
- Em cứ tin anh và mong vậy. Giống như anh nói nha.
- Chắc chắn rồi em.

Xin nói thêm Đức Trọng từ Mỹ về Đà Lạt thì chàng đã tính trong lòng rồi. Chàng thuê một khách sạn loại trung bình giữa trung tâm thành phố mộng mơ này. Tính ra từ hotel chàng ở cũng cách xa nhà Ái Liên, nhưng không có nghĩa là xa lắm. Vì từ xứ Mỹ còn về VN vẫn định nghĩa như gần thôi, thì huống hồ chi họ đã ở cùng chung một tỉnh thành Đà Lạt này. (Và chàng đi lại bằng phương tiện taxi khắp nơi khắp chốn có, muốn đi xe ngựa, xe honda ôm, kể cả xích lô làm kiểu, hoặc thong thả đi bộ ngắm nghía, vẫn đủ nhiều để tha hồ mà chọn lựa, đi đứng tiêu khiển vì vị trí hotel rất thuận tiện.)

Một ngày khác nàng được chàng thuê con ngựa rong chơi tiếp. Hai người mặn mà tình cảm hơn nhiều. Tuy nhiên tình yêu họ thơ mộng và không quá đi sâu vào thể xác. Cuối cùng ba Ái Liên đã đồng ý cho chàng viếng thăm "gia trang mình." Và đúng hôm nay đó nàng báo lại tôn chỉ, được cha Tô Diệp Lang tiếp đón thì chàng mừng vui như mở cờ trong bụng, còn có nỗi vui mừng nào hơn. Thành ra nhìn chàng nổi bật còn tươi tắn, phong độ hơn nữa gấp bội phần, mặt mày sáng rỡ, tay chân linh hoạt. Nên chàng đòi hỏi, là chính chàng phải cỡi con ngựa nâu đó từ nơi gặp gỡ hẹn hò kia, và đi chơi thoải mái kia, để chở nàng đi đến ngôi nhà một cách như người con rể thích thú. Ái Liên đã lắng nghe vui lòng và thuận ý theo chàng. Họ đã sóng lướt cùng chú ngựa phi về đến tận nhà...

Tô Diệp Lang chờ sẵn giờ giấc ra chào bắt tay đón rước. Cả hai Ái Liên và Đức Trọng cùng lễ phép chào lại người cha kính yêu, sau khi họ cho ngựa đứng nghỉ nơi chuồng nó. Rồi cả ba bước vào nhà vui vẻ, thư thái tự nhiên.

Ngôi nhà ông nhỏ nhưng ngăn nắp, một khu chứa hàng thủ công nghệ của ông, vẫn đầy lôi cuốn hấp lực, và phía sau là một chuồng thỏ bỏ trống lâu rồi, là gần chỗ cơ ngơi nơi chú ngựa nâu, mà hằng ngày Ái Liên cỡi ra vùng sân bãi cho thuê, những ai muốn chụp hình hoặc đi ngựa.

Có nói trước nên Tô Diệp tự làm bếp để đãi một bữa ăn cho Đức Trọng, có con gái Ái Liên về phụ giúp ông thêm, Đức Trọng cũng sát cánh bên Tô Ái tham gia cùng nàng phụ cho cha. Yêu nhau, thích nhau thì đi chơi chung, làm việc chung đều tràn đầy thú vị cả...

Rồi đến lượt dọn cơm ra ăn. Cả ba người phấn khởi hết. Ngồi trước mâm cơm, ông Tô Diệp Lang nghiêm nghị mà rằng:

- Tô Ái Liên là con gái nuôi tôi, song tôi yêu quý nó

hơn cả con ruột. Bởi vì cuộc đời nó không may bị cha mẹ nào đành bỏ rơi. Tôi nuôi nấng thương nó, những mong nó khôn lớn thành người, và khi nó lập gia đình tôi sẽ nhờ vợ chồng nó, để tôi nương nhờ tuổi về già gặp khó khăn.

Ông im lặng chút. Cả hai Tô Ái Liên Đức Trọng thả đũa ngồi lắng nghe.

Tô Diệp Lang thong thả nói tiếp:

- Nhưng bây giờ nó đã nói với tôi, cậu yêu nó và muốn cưới nó. Tôi không ngăn cản con gái tôi phải đi xa. Vậy tôi chỉ cầu phúc cậu thương nó trọn đời, không hất hủi bỏ bê nó. Vì nó ít chữ nghĩa và con nhà nghèo.

Ông nhìn sang Tô Ái Liên rồi có lời thêm:

- Này con gái hãy nghe cha nói đây.

- Dạ. Tô Ái Liên đưa mắt nhìn người cha Tô Diệp Lang cô đáp nhỏ, cô mím môi lắng nghe hơn.

Ông nhìn chằm Tô Ái Liên và tỏ bày:

- Con thương yêu một kẻ đã một lòng yêu con, và con đồng ý đáp trả. Thì cha những mong con trọng nghĩa vợ chồng ăn ở cho có đức hạnh. Xứng đáng với tấm lòng ba nuôi con từ tâm bé, ba ước nguyện. Còn ba thì ba chỉ mong ở tại nơi này khi tháng rộng năm dài, hai con nhớ ba thì về thăm. Còn chuyện qua bên đó, ba chưa tính. Ba chỉ nói bấy nhiêu. Bây giờ chúng ta dùng đi một bữa cơm hôm nay ba làm, hai con đã phụ giúp. Xin nhớ những bữa cơm quê hương nghèo, nhưng hai con không được quên tấm lòng ba. Tô Diệp Lang nói trong lòng rất là xúc động. Tô Ái Liên và Hồ Đức Trọng nghe, như muốn nghẹn ngào xúc động theo. Cả hai lần lượt thưa rằng:

- Dạ cám ơn ba. Con nguyện khắc ghi. Đức Trọng nói.

- Dạ con xin đội ơn ba dạy. Con nguyện khắc tâm. Ái Liên bảo.

Một đoạn sau đó thì họ ăn một bữa cơm đạm bạc có rau lang luộc, cá chẽm kho, canh ốc măng có lá me... Sau hết họ uống trà gừng dân giã...

## CHƯƠNG 8

Được ba Tô Diệp Lang đồng ý. Họ đã đám cưới một ngày để thương yêu nhau...

Họ đám cưới nhà thờ, chỉ đơn giản cha xứ tác hợp lương duyên họ thôi.

Và cuối cùng Đức Trọng rước được Tô Ái Liên qua Mỹ như một giấc mơ đẹp.

Đến giờ phút này cả hai cũng không thể ngờ họ đã là vợ chồng với nhau…

Quả là cuộc sống xứ cờ hoa bên Mỹ chàng khá đầy đủ giàu có. Chàng có một tòa nhà cho thuê, và một căn nhà to đùng chàng ở rộng rãi giữa một thành phố lớn. Tô Ái Liên cùng với chàng ở căn nhà không cho thuê. Căn nhà ở bên ngoài được tô phủ một màu hồng phấn trông rất lịch, nhà có hồ bơi dễ thương phía sau, phía hông lại có một vườn hoa gồm các loại hoa hồng leo, hoa hồng thường, hoa cúc, hoa lan, cẩm chướng. Phần nhiều chàng mướn người chăm sóc thỉnh thoảng. Bên trong nhà chàng bày biện gọn gàng ngăn nắp, vật dụng đầy đủ tiện nghi tân tiến nhất. Chàng vẫn đi làm construction là chủ yếu, đi xa đôi lúc phải xuyên bang. Và Hồ Đức Trọng đi cờ bạc các sòng bài khi rảnh rỗi, chàng mua đứt một chỗ cho Tô Ái Liên ngồi nơi sòng bài là niềm vui duy nhất của chàng họ Hồ này. Tuy nhiên, cần nói thêm Đức Trọng chàng rất yêu vợ, ghen đi đôi nữa, sợ mất vợ thôi khỏi phải nói, không biết sánh với ai trong lịch sử đây!

Nói đúng ra vì yêu thương vợ quá, anh hay sợ bị mất vợ. Bởi Ái Liên ngày càng sáng láng xinh đẹp hơn, như tiên, mà cô thì ít học, ít hiểu, chàng lo sợ ai đánh cắp tình yêu ấy trong tim nàng thay chàng... Con người mà, làm sao hiểu được hết nghĩa nơi trái tim đa cảm của ai? Đức Trọng chỉ những muốn đi với chàng thì ăn mặc thỏa thuê, nhưng nếu không có chàng thì lại khác, phải giới hạn. Chàng từng dạy nàng:

- Em cứ ăn mặc bình thường bên anh, càng xinh đẹp anh càng thích, càng mừng. Nhưng anh muốn em đội tóc giả kia, coi như hóa trang đội khăn làm người già, tuổi giả đi, khi không có anh bên cạnh nha, để không ai chú ý vợ anh? Những người đàn ông khác thì sao anh chẳng biết họ. Còn anh thì anh chẳng bao giờ muốn ai, người khác phái nào nhìn vợ anh xinh xinh khi anh vắng mặt, không bên cạnh em.

Im một tý chàng nhìn vợ nói thêm:

- Anh yêu em nhiều và ghen, làm khổ con tim anh lắm... Ý anh chỉ muốn em dành tình cảm trọn vẹn cho anh... Hỡi em yêu, là một cách nghĩ của anh. Ái Liên của anh, có thông cảm được cho anh không, và có làm theo ý anh không nào?

- Được chứ. Anh muốn sao em vẫn làm được cả mà.

- Hoan hô em, nhưng em có vui không nhỉ Ái Liên ơi?

- Anh vui là em vui thôi.

- Cám ơn vợ ngoan của anh. Em sẽ sống mãi bất tử trong tim anh.

Nàng nhìn chàng tự mỉm cười không nói.

Chàng lại ôm nàng thưởng cho những nụ hôn thật là đỉnh và ngây ngất trong ngày. Cuộc sống như vậy đó, lâu lâu chàng vẫn đưa nàng đi xem con ngựa chàng gởi một người nuôi hộ ở một vùng ngoại ô xa xa. Chàng đến đó, để đem con ngựa ra cỡi đi qua các vùng cùng nàng Tô Ái Liên, những vùng đó dĩ nhiên là xa lạ nơi đường phố xá, của đông người, của thành phố, chỉ là những nơi thôn trang hơn, vắng vẻ hơn, ít người đi lại hơn... Ngày xưa chàng đi một mình, giờ có vợ đẹp, ngồi bên cạnh ôm sau lưng thì còn gì đi ngựa tình tứ bằng, hạnh phúc nào bằng cơ chứ... Con ngựa chàng tên nó là River. River rất khôn ngoan và quý chàng mặc dù chàng không trực tiếp hằng ngày nơi nó, săn sóc chú tâm đến nó. Nhưng nó vẫn biết chàng là chủ nhân thứ nhất của nó, người nuôi kia là chủ nhân thứ hai. Vắng chàng lâu ngày gặp lại ánh mắt River mừng rỡ khôn nguôi. Nó khôn như người khôn trước tuổi vậy đó... Và nó biết Tô Ái Liên là vợ chàng, cũng là một duyên kiếp quý dòng giống nó lắm, thoạt đầu linh tính. Nó đã biết gục đầu kính cẩn và ve vẩy cái đuôi tiếp đón nàng rồi. Những lần kế tiếp nó cũng vui mừng không kém. River rất dễ chịu, rất thích và mừng khi nàng Tô sờ vào mặt mũi, tai tóc, hông eo, bườm dựng, vai vóc, ức cổ của nó... River được nàng yêu thương hôn lên đầu nó, khi nàng cho nó ăn carot, khoai lang, quả hồng, bột đậu. Thế đấy nó cũng làm nàng nhớ con ngựa Hồng Liên nàng lắm. Nhưng làm sao cho vẹn toàn được, nàng đã theo chồng bỏ lại chốn xa xôi kia, nàng nhớ ngày ra đi nó giương bườm buồn bã, nhưng sau nàng xin lỗi nó, nói điều thật lòng mình. Hồng Liên lại ánh lên ánh mắt vui thông cảm cho nàng lắm... Tô Ái Liên hiểu thương tận cội nguồn, của những con vật quý giá ấy, đã giúp nàng nhiều trong cuộc sống, và nó quý chủ nhân vô cùng nơi cuộc sống...

Qua Mỹ Tô Ái Liên rất thích mỗi khi lên thăm con ngựa. Nàng thích những đồ ăn chính nàng và chàng trực tiếp mua đem lên cho người nuôi dưỡng nó, và chính bàn tay chàng cùng nàng đút đưa vô miệng cho nó ăn ngon lành. Con River cả chàng, nàng đều lấy chung một nguồn happy lớn như vậy. Người nuôi ngựa chàng, bà ta người Ấn tên là Satara nuôi tới bốn con ngựa của bốn chủ người khác nữa, tính con River của Đức Trọng là năm chú ngựa. Nàng rất thích những cuộc đi thăm River khi gặp nhau, có chàng và nàng bên cạnh, một nguồn vui như bất tận, không thể so sánh gì hơn...

## CHƯƠNG 9

Bỗng một hôm nàng nói với Trọng nơi căn nhà chàng.

- Anh ơi em phải lo lấy học một nghề nha. Em không thể sống như hoa chùm gởi đi chơi với anh hoài, anh đồng ý với em chứ. Cỡi ngựa vốn là sở trường của em, song ở đây rồi em không thể coi nó là nghề chính nữa. Ở Việt Nam cỡi ngựa cho thuê ngựa, là điều em đi kiếm tiền, còn môi trường này khác rồi. Vui chơi giới hạn anh nhé. Tiền của như núi vẫn có thể hết, và hao mòn anh Trọng à?

- Anh nuôi em nổi mà. Anh còn tiền lo cho em cả đời. Vội chi em.

- Thôi làm sao biết được trời cho trời đãi, đôi lúc trời giận trời lấy. Với hơn nữa em muốn có một nghề làm tóc em thích.

- Nhưng em phải có bằng mới làm nghề được. Không thì bị người ta ăn hiếp lắm.

- Không sao cứ cho họ ăn hiếp, họ khi ngán thì thôi chứ?

- Em nói chuyện vui, hài hước cũng hay nha Tô Ái.

Nàng cười tươi:

- Thì đúng vậy mà anh yêu.

- Không ai nói liều đúng, và hay như em nha vợ yêu.

Nàng đưa mắt nhìn chàng mỉm miệng, mà không thèm nói nữa.

Rồi nàng được chàng cho đi học làm tóc, nàng vẫn giữ danh dự với chồng vì mình đã hứa. Tô Ái Liên mặc quần áo thùng thềnh, không mấy trau chuốt, còn đội lệch tóc giả nữa, gọi là tóc "wig" đó. Tuy ai biết nhìn kỹ thì thấy ba vòng của nàng rất đặc biệt, vòng ngực của nàng vẫn nảy nở to cao, vòng eo thì che lấp nhiều, và vòng mông thật lý tưởng dù dấu kín. Nàng ở cô gái tuổi xuân thì phơi phới mới cựa kia mà. Chỉ có đầu tóc là kiểu bị hơi xấu xí, lại một chút già già khác thôi. Nàng đi học tóc cứ như vậy, nên một hôm mấy đứa tre trẻ hơn nàng một chút, hoặc bằng tuổi đã chọc ghẹo Tô Ái Liên:

- Trời ơi giống bà già sáu mươi quá ta ơi.

- Thì có sao, rồi mình cũng già tới đó thôi. Tô Ái Liên biết là ghẹo mình nên nàng không tiếc lời phản ứng.

- Ha ha. Chị Tô này nói hay há, không chê trách được tụi bay ơi. Mỹ Lan chọc.

Rồi cả đám cười rân rân. Một cô gái khác lên tiếng:

- Chắc cố giữ thủ bản thân, bởi sợ chồng ghen. Quả là ông chồng độc đáo hết cách nói. Còn Tô Ái Liên thì "đáo độc" hơn nữa mới chịu nghe lời chồng tụi bay ơi. Số một đó chứ? Tụi bay nè. Phụ nữ ngày nay ai mà chịu nghe lời chồng nhiều thế nhỉ? Phải không nào chị em ơi. Chị em ơi listen, listen cho chút. Ha ha ha. Mỹ Dạ chọc tiếp như thế.

- Nghe lời chồng để chồng cưng thôi. Một cô khác nói.

- Tao đấy nhá. Cho một trăm triệu của usd. Tao cũng không thèm kiểu đó nha. Mỹ Dạ nói.

- Ai mà thèm cho mày tiền kiểu đó mà nói, nghe thấy ham... Mỹ Lan ra sức chọc thêm Mỹ Dạ.

- Ha ha. Ha ha... Ha ha...

Cả đám có dịp cười rần rần lần thứ hai, lần thứ ba nữa. Họ cười vui còn hơn coi phim hài của Vân Sơn, hay của Thúy Nga Paris by Night vậy.

Tuy thế chẳng ăn thua gì Liên. Nàng cứ bình chân như vại. Dầu đỏ mặt hừng thêm, Liên cứ lo đi làm việc gì đó thôi.

Sau nàng đi học làm tóc biết hơn ba tháng. Đức Trọng lại đổi ý. Người chồng thân yêu ấy lại cản ngăn nàng phải nghỉ, nhưng Tô Ái Liên lanh lẹ đã học được một khoảng của nghề, của làm tóc.

## CHƯƠNG 10

Thời gian một năm đầu đưa Tô Ái Liên qua Mỹ chàng vẫn thắng bài nhiều. Khoảng hai năm hơn nàng qua Mỹ, chàng lại chơi bài thua nhiều và xuống dốc. Chàng lại buồn bã quyết gỡ, càng gỡ chàng lún sâu. Tình hình Đức Trọng cứ càng thua đậm dài dài. Tuy nhiên lúc sau này, Tô Ái Liên không đi theo chàng nhiều những khi chơi bài, và chàng cũng giấu nàng về sự thật thua thiệt đó.

Cuối cùng một trận chàng nói với đối phương. Anh ta tên Mỹ là Jackie Chan, nhưng là người gốc China... Người này đang làm mưa làm gió ở sòng bài. Và thế giới bài bạc của anh ta đang thắng, đang phất cờ ăn mạnh.

Đức Trọng bực tức nói với Jackie. Hôm ấy anh tuyên bố:

- Tao thua là nhất định tao thế con vợ nha. Nói thiệt đấy...

- Ô quá tuyệt đi chứ. Rất thích câu nói đó, nhưng trọng lời hứa nhé Đức Trọng.

- Yes sir thôi.

- Sure? Làm giấy tay nha.

- Of course.

- OK nhá. Một thế chấp đáng nể đấy. Xin hoan nghênh…

Đức Trọng gật đầu làm thinh.

Quả nhiên những trận bài nợ chồng chất, chàng đã thua thế chấp cược cái tòa nhà cho thiên hạ thuê kia xong. Đến số phận con vợ cũng bị tấn công, dù chàng có hứa, chỉ là một sự tức gan, thua bài hứa cuội cho ngon miệng mà thôi. Biểu viết giấy thì can đảm viết cho xôm mà thôi, ngán chi. Hay là chàng rối lên mà làm những việc vô lý vậy. Bởi thế nên ở đời người ta định nghĩa - Chuyện gì cũng có thể xảy ra, kể cả vô lý… Đúng với sự thật đã đi tới sự thật. Chàng phải bị mất con vợ như đã hứa với chủ nợ.

Đức Trọng đau lắm với những ngày mà không biết tỏ cùng ai. Chàng bây giờ mới mơ màng nhớ lại, câu nói của các tiền bối Vn "Bút sa thì gà chết…" Chính chàng có đọc đâu đó, tại sao chàng không sáng trí ra trước kia, để thủ phận, để không liều như thế… Nhưng hỡi ơi làm sao sáng trí ra được vào lúc ấy, khi thua đau và u mê chướng khí hành hạ mạnh hơn. Nó như đã phá đi giấc mộng ban đầu của chàng - Một người đẹp vợ anh, sẽ thuộc về người ta sở hữu, không còn là của anh như ở một ngày nào… Ôi trời ơi quả là đau không tưởng, quả là khốn khổ cho anh… Rồi sẽ đến thảm cảnh đó. Chàng cuối cùng vẫn buồn bã mà không cho vợ Tô Ái Liên biết. Chân trời chơi bài chàng hẹp lại từ đó rồi. Ngày ngày chàng lại nghĩ buồn bã và tiếc vợ, một người vợ đẹp hiền lành, dễ thương và hết sức ngây thơ. Đức Trọng suy nghĩ nhiều một mình, không mở được lối thoát cho chính mình, nên tự nghĩ rằng một cách khác để giải thoát, để tốt hơn chăng. Nghĩa là Đức Trọng muốn tự sát cho xong chuyện. Bởi ở đời chuyện chi ở ngoài cuộc sẽ sáng suốt, chứ người trong cuộc thì lao đầu vô, cứ mắc kẹt rối ren, thậm chí còn hoang dại và ngu ngốc, làm điều tổ xử sự hư nữa. Chàng mục đích muốn cố ý cho an phận, cho quên đi nỗi sầu đang mắc phải! Làm sao bây giờ được hơn, làm sao khác hơn nữa chứ? Nhân dịp một hôm, vẫn gần lời hứa "ván bài danh dự đó." Hôm đó nàng lái xe đi ra siêu thị mua một vài thứ nàng muốn: về thức ăn và hoa quả nàng thích, Ái Liên còn ghé đi mua linh tinh số đồ make-up nữa. Đến khi về nhà nàng nhìn thấy chàng đâm dao ngắn vào tim, chết ngất rồi độ mấy giờ. Nàng như không hiểu vì lý do nào? Ái Liên hốt hoảng, không thể tin được, nhưng Đức Trọng có chuẩn bị cho nàng một lá thư đầy đủ bên cạnh...

*"Anh không muốn nhưng lại phải chết đi, song anh có những lỗi lầm... Thật anh không thể ngờ. Yêu anh, em vẫn cứ sống nghen...Anh đã suy nghĩ nhiều, nhưng không thể chọn khác hơn em à...Em yêu dấu...*

*Vĩnh biệt em. Anh vẫn yêu em mãi mãi... Em có thể bị làm vợ cho kẻ khác rồi. Anh đành chỉ hẹn em một kiếp sau tiếp...*

*Anh vẫn muốn nói lại, anh mãi mãi yêu em ngàn đời. Anh: HĐT.*

Ái Liên cảm nhận được đưa tay cầm lá thơ đã đọc, nàng ngỡ ngàng, bàng hoàng như giấc mộng kinh hoàng... Thực hư thế nào đây? Nàng bỗng dưng hiểu và tủi thân mình hơn, rồi phải khóc thầm đến khóc to, nhận lấy khổ đau vào người, như không kịp đỡ nổi đây. Nhưng lại nhanh như thoáng một hồi qua... Ái Liên đã phải suy nghĩ khác hơn, một chút gì đó như có vẻ bí mật hơn của lá thư chăng. Nàng lắng lòng xuống suy nghĩ chín chắn và coi lại lá thư lần nữa, để nàng phải xử lý mạnh mẽ trước cuộc đời bão dông này chứ... Lẽ nào ta chấp nhận? Lẽ nào ta phải nghe theo chàng nói? Có thể đường này nàng phát hiện ra cách mới. Đúng rồi đây, nàng sẽ chiến đấu với chính mình trước, Ái Liên không thể là vợ ai như chàng bảo đâu. Ái Liên sẽ tìm cách chối từ ngay. Chắc chồng nàng mang nợ lớn một ông chủ chăng? Tại sao như thế mà chàng không cho nàng hay. Đức Trọng vẫn cứ tỉnh bơ như không có chuyện gì xảy ra trước mặt nàng... Thế thì một sự sai lầm của chàng hay của nàng đây nhỉ?

Và rồi Jackie Chan những tưởng, chàng sẽ được nàng Tô Ái Liên như lời giao kết của Đức Trọng, Song đối với nàng lời giao kết đó không thể thực hiện được, lời giao kết đó chỉ là một giấc mộng hão huyền thôi. Nàng phải vô hiệu hóa hoàn toàn nó. Nghĩa là nàng đã không chịu khuất phục, Tô Ái Liên muốn phải ra tòa nhờ luật sư can thiệp, cứu giải. Cuối cùng Tô Ái thắng kiện vì chồng đã chết. Tức là Tô Ái Liên sẽ được tự do thay cho cái sống của chàng, dù cho chàng có để lại bức thư một lời khuyên bảo tối hậu... Và Tô Ái Liên đã lựa chọn, cùng suy nghĩ quyết đoán hiên ngang nơi nàng, Tô Ái đã chính thức công bố với người thừa kế chung sống với nàng là:

- Người mà nàng lấy không yêu, thì tỉ dụ nàng chỉ là một vật thể chứ không có tâm linh, hồn hiết chi cả... Thì đâu hạnh phúc được gì, mà đòi lấy nàng chứ? Còn thua một khúc gỗ đẹp kia. Phải không thưa quan tòa? Và chồng tôi đã chết thì mọi lời hứa, của chàng cũng đã đi theo anh...

Cả quan tòa ngơ ngác, nhiều câu nói Ái Liên tiếp theo:

- Và cùng lắm tôi sẽ hứa trả nốt luôn căn nhà tôi đang sống khi chồng tôi còn thiếu nợ...

Thế là anh chàng Jackie Chan gốc người China đó nghe nhu chợt tỉnh, chịu tha thứ, buông thả cho nàng về với ý nghĩ nàng. Nghĩa là trả tự do cho một cô gái muốn yêu và không yêu, của cuộc sống bất trắc này. Đương nhiên sau đó, lòng tự trọng Ái Liên nàng bán căn nhà lớn kia để trả lại phần Đức Trọng còn thiếu khất. Vì một lẽ khác hơn nữa, chàng là chủ nhân căn nhà. Ái Liên đã giao tiền cho họ, nơi con nợ của chồng mình. Đời nàng đã trải qua đi nhanh như một cơn mơ...

## CHƯƠNG 11

Thế rồi cuộc đời Tô Ái Liên phải đi qua sang trang khác, chương khác... Nàng phải tới thuê một căn ở một Apartment cũ kỹ, xưa cổ, nhỏ thấp, bé tiền để sống. Nàng Tô phải đi làm để kiếm cách sinh nhai. Nàng có biết chút ít về tóc, tuy nhiên chưa đủ để chủ tiệm họ mướn Tô Ái Liên làm trong các tiệm tóc. Cùng lắm là chỉ gội đầu cho khách và quét rác rưởi, dọn tóc rơi, giặt giũ khi khăn khô cho có đồ dùng, giặt soạn cho những chiếc áo choàng khi sử dụng qua, để sẽ dùng lại lần khác, chỉ là vậy thôi.

Song ái ngại trước cuộc sống, và phải tự lo trước cuộc sống Tô Ái Liên đã tính nhiều kế ước. Nhưng cuối cùng nàng như tỉnh mộng rồi chọn một việc làm khá dễ thương hơn, đổi nghề làm phụ trong các tiệm tóc, nàng chuyển sang đi xin việc một nơi khác. Tô Ái đã hướng tới... Là vì ngày trước nàng được chồng Hồ Đức Trọng có dẫn vào thể dục thể thao ở Mỹ tại nơi tên LA/ FN. (Dầu rằng không vô ra nơi đây nhiều lắm, tuy vậy một nơi đó chính làm nàng ám ảnh, ấn tượng nhiều.) Giờ thì nàng apply đơn, thử xin vào nơi đó dọn dẹp, lau quét, chùi rửa, clean up xem sao? Ai ngờ họ đã vui chấp nhận nàng...

Người ta có thể thấy Tô Ái Liên cô gái Việt linh lợi trẻ trung, xinh đẹp tuyệt vời. Nhưng lại đi xin một việc làm quá bèo thấp, cuối hạng ở Mỹ, thì họ vẫn nghĩ hoàn cảnh nào bắt buộc sao đây? Chắc kém English hay sa cơ thất thế chi, đến nỗi tiền đòi kêu mạng nàng không chừng?

Đi xin việc thì Ái Liên tới, với một cô gái xinh đẹp trẻ trung, nhưng khi nhận được job nàng thay đổi hoàn toàn cách ăn mặc, phục sức, tóc tai, dày dép, mũ đội, áo quần, xách đựng, ba lô, bag mang. Tất cả là kiểu người có tuổi...

Thật ra mà nói Tô Ái Liên đi làm nơi này vẫn nhớ chồng Đức Trọng nhiều lắm, ngày xưa nàng cùng chàng song hành đến đây tập luyện thể thao, với các môn khi rảnh rỗi. Còn bây giờ nàng đến đây chỉ là một người làm công, nàng vẫn đội tóc giả để khỏi ai chọc ghẹo, hoặc né những ai theo đuổi mình tán tỉnh, cho xong chuyện, nàng nghĩ sẽ kiếm tiền một mớ về VN thăm cha nếu có thể, nàng tính vậy... Cố nhiên Ái Liên vẫn gởi tiền tháng cho cha Tô Diệp đàng hoàng, chưa bao giờ nàng chối bỏ một tháng lương nào cho cha, chưa thiếu định kỳ tiền chu cấp Tô Diệp Lang bao giờ! (Trước cái chết bi thảm của chồng, Tô Ái Liên có viết thư về báo tin cho cha.) Ông Tô Diệp Lang vẫn sống ngôi nhà xưa đó, vẫn chăm sóc nuôi ngựa để làm niềm vui, ông có đăng báo cho ai, họ thích thì thuê, và ông nuôi hai mươi lăm con chim bồ câu, mỗi sáng ông bỏ thóc chúng ăn, rồi chúng nó vỗ cánh bay lên lạch bạch thật sinh động, ông thích nhìn... Đôi khi chúng bay cao rồi hạ xuống chộn rộn, ông cảm lấy được một niềm vui đỡ buồn hơn. Như có thêm chút yêu đời, ông tìm thấy còn sót lại ở nơi mình...

Riêng Tô Ái Liên. Tại nơi xứ Mỹ này nàng có một người đàn ông Việt lớn tuổi để ý thương thầm, vì ông ta nhìn nàng còn trẻ lắm, chỉ mỗi tội là quần áo rộng thùng thềnh và bộ tóc thay đổi kiểu cách, có vẻ làm cô ta hơi bị già hơn kia thôi. Dù lúc phần đuôi tóc cong bẻ vô, lúc thì phần đuôi bẻ cong đưa ra, lúc kiểu như bắp-sup-lơ, ông nghi ngờ là tóc giả của nàng thôi. Song thử hỏi ở đời mấy ai lại chịu hóa trang cho già ra, cho nhìn xấu đi với hiện thực nơi mình? Một định luật muốn hóa trang trẻ trung thì hàng vạn, hàng tỉ người. Chứ hóa trang già, ai nỡ hóa trang làm gì? Ai thèm hóa cải để thua sút xấu đi, chỉ ngoại trừ là... Tuy vậy ông rất ưa nhìn tướng tá vóc dáng của Tô Ái Liên, ông nghĩ có gì lạ lạ nơi nàng.

Nàng cứ tới nơi đây làm việc, không biết Tô Ái Liên làm từ lúc nào đến lúc nào? Bao nhiêu giờ trong một ngày? Nhưng ông thường đến từ khi 9Am đến 1Pm, hoặc từ khi 2Pm đến 7 Pm. Lúc nào ông cũng thấy sự có mặt của cô ta. Ô hay, chắc cô ấy làm một ngày 9 tiếng chăng? Cô thường dọn dẹp "worked" làm sáng những tấm gương mờ, hoặc xóa tì vết ai vây cào, họ bôi bẩn trên vách tường chút đỉnh, hoặc quét dọn phòng ốc hút bụi nền nhà, dù là nền gạch đẹp, cao cấp loại xịn. Cô vẫn dùng máy hút bụi tân tiến để gôm những sợi tóc ai đó rơi rớt, hoặc tý giấy rác thả bừa vãi ra, hoặc ai đó lỡ buông tay đánh rơi một vật nhỏ. Ái Liên xịt tẩm một số dầu thơm cho phòng, để nghe dễ chịu, hoặc đem đến mùi lạ romantic hơn ... Công việc cô như thế và phải kiểm tra nhiều lần để làm.

Hôm đó ông đang ngồi nơi ngâm nước nóng ở Spa. (Nhà ông vẫn có hồ Spa cá nhân, nhưng ông thích tìm vui nơi công cộng.) Đây gọi là hồ Spa lớn... họ dùng điện để chạy "run" theo 15 phút hay 30 phút một đợt. Bỗng thời lượng đã đủ, hồ ngâm nước Spa máy ngưng hoạt động, vì theo chu kỳ đã đứng im. Tô Ái Liên đi ngang nhìn mọi người trong hồ Spa đang ngơ ngác trông đợi, cô bước tới nhanh để đưa tay nhấn nút cho máy mở cơ chạy lần tiếp theo, thì vô tình cô làm rơi cái đầu tóc giả "wig" của mình lệch mạnh, cô không biết lý do nào, tóc thật của cô bung ra thả suông xuống... Cô không kịp đội "wig" lại, mọi người đã trông thấy như lộ diện. Ái Liên như bị quê cơ nhỡ, kích động quá, và cô cứ để luôn tóc thật của mình xõa... Người đàn ông Việt, Nguyễn Duy đó đã nhìn được tóc nàng thật, ông tự nhiên hân hoan, kiêu hãnh tự thân, vui sướng như người nằm giữa mộng...

Và từ đó ông bắt đầu làm quen ráo riết với nàng. Kết bạn cùng nàng, thăm hỏi trò chuyện, tâm tư...

Tô Ái Liên một hôm vẫn chia sẻ thiệt:

- Chồng Liên đã mất. Liên một mình một ngựa sống với xứ sở phồn vinh này. Liên chỉ những mong làm có tiền thêm một chút, Liên sẽ về bên cha nuôi ở luôn tại VN.

Nguyễn Duy không ngần ngại:

- Tôi yêu cô từ lâu và muốn cưới cô làm vợ. Nếu cô bằng lòng, tôi sẽ dần dà cho cô hết về tiền bạc của cải cô muốn. Tôi nói thật đấy.

Tô Ái Liên lắc đầu không chịu, và chỉ mà rằng:

- Tôi chỉ muốn coi ông như người bạn quen thân mà thôi, cũng đủ rồi thưa ông.

## CHƯƠNG 12

Thời gian đó Tô Ái Liên tuy ít học, chỉ mới lớp tám, nhưng chuyện facebook với nàng cũng không có gì là khó khăn xa lạ. Nàng đã tìm cách biết và chơi face được. Nối kết facebook và lên tìm các trang mạng ở google, hoặc đến youtube là niềm vui của nàng sau những giờ phút, lúc đi làm về nhà thui thủi một mình. Hoặc để nàng giải trí... Nàng lại có nối kết với một họa sĩ tên là Nguyễn Mộc Hải người chuyên vẽ những bức tranh ngựa phi sơn dầu, hoặc sơn acrylic, hoặc loại sơn nước. Có cả những cô gái đi ngựa, hoặc đứng bên cạnh với chúng, một chú ngựa rất dễ thương, hấp dẫn, đẹp mã v.v... Đã làm nàng Tô Ái Liên cuốn hút nhanh, cô cảm động yêu thích nhìn ngắm. Nguyễn Mộc Hải vui vẻ nói chuyện với Tô Ái Liên nhiều lần. Cô có gởi hình mình cho anh ta vẽ. Và "qua chat" cũng như phone ở facebook, cả hai được tiếp chuyện nhiều lần, tương tựa giống như vậy...

Nguyễn Mộc Hải luôn vẽ hình chính Tô Ái Liên gởi vào message facebook, và làm thơ tặng nàng. Chàng vẽ là chủ yếu, tiếng thơ là thêm phụ. Nhưng tiếng thơ chàng đã rung cảm được Ái Liên với hình vẽ, những bức vẽ đi sâu vào lòng cô, vì cô là tuổi trẻ thêm cảm thức... Tô Ái Liên yêu chồng, song nàng là cô gái mới lớn được yêu và chẳng may chồng lại mất sớm. Lẽ nào nàng dửng dưng, không thể rung động trước một nam nhi tài hoa đang dâng hiến tình yêu cho nàng đó sao? Một con tim thật của họ ở chỗ nào? Rồi nàng gởi hình mình đến cho chàng hàng loạt, hàng loạt nhiều hơn nữa, để Nguyễn Mộc Hải tạo lên những bức tranh sinh động bằng đường nét họa sĩ riêng của chàng, nào nàng đi chung với ngựa dắt dây cương, hoặc nàng cỡi ngựa phi, hoặc nàng chỉ đứng nhìn ngựa gặm cỏ, Chàng ghép, chàng làm, chàng tự sáng tạo thêm rất nhiều hình ảnh...

Phải nói về Tô Ái Liên, là tuyệt đối Tô Ái Liên yêu với trái tim nồng nàn, chứ nàng chẳng hề giúp đỡ tiền bạc cho Nguyễn Mộc Hải. Và chàng cũng chẳng hề hỏi xin, dẫu cuộc sống chàng từng có túng thiếu, chàng là một nghệ sĩ tài hoa dẫu nghèo khổ. Còn nơi nàng Tô là một thiếu nữ ham tiền, luôn luôn giữ tiền chặt không rớt ra ngoài một xu, ngoại trừ cô cho cha nuôi là Tô Diệp Lang. Hoặc những điều cuộc sống, nhất thiết cô cần phải chi phí mà thôi.

Tuy nhiên nàng đã từng nói chuyện với chàng Nguyễn Mộc Hải lần thứ ba qua cell phone:

- Em có thể về Vn lại và ưng lấy anh. Chúng ta ở với người cha nuôi, khi ông về già chắc tội nghiệp lắm anh ơi. Nếu anh chấp nhận em thì ráng chờ đợi. Em không muốn đưa anh qua Mỹ đâu.

- Anh cũng không muốn qua Mỹ, sẽ liên quan, và liên can. Làm em khó xử ở tâm hồn đúng hôn? Vả lại cha nuôi em không muốn qua Mỹ thì em về đất Việt là chiến lược hay nhất. Chúng mình sẽ phục vụ lo cho ông ta. Khi nào ông không thích thì vô viện dưỡng lão. Việt Nam bây giờ viện dưỡng lão vẫn hình thành nhiều em à.

- OK anh. Tại em kẹt ông già nuôi Tô Diệp Lang chứ thiệt ra chuyện đưa anh qua Mỹ không có gì khó xử ở tâm hồn cả. Vì em còn trẻ em có thể lấy chồng, chứ em đâu có ngoại tình, hoặc là em quan hệ bất chính với ai đâu?

- Anh hiểu cám ơn Tô Ái Liên. Những lời em nói thật là chân thật.

- Em luôn luôn chân thành để mình hiểu nhau trọn vẹn.

Cứ như thế Tô Ái Liên ở tại bên Mỹ một mình đi làm việc. Tuy tiền bạc kinh tế bên Mỹ nàng làm đã có. Thế nhưng nàng chưa về thăm. Bởi Tô Ái Liên nàng vốn dĩ ham tiền, ở Mỹ đi làm công nhân quèn chịu khó, lương vẫn khá dư dã...

## CHƯƠNG 13

Cùng đồng thời gian này đúng như nói trên, Tô Ái Liên đã bắt gặp Nguyễn Duy một lòng yêu thích nàng say đắm. Sự săn đón của ông, cuối cùng Tô Ái Liên cũng không cưỡng được. Nàng nói chung vẫn phải sa lưới ái tình... Nàng đã đến thăm nhà Nguyễn Duy như lời mời của ông nhiệt huyết. Vì vốn dĩ nàng là cô gái còn son trẻ và giàu lòng thông cảm...

Quả là Nguyễn Duy một kỷ sư giàu có, nhiều thành tích văn bằng đáng nể treo ghi, vợ đã đi lấy chồng khác, ông đang ở nơi một căn nhà to tướng chỉ riêng một mình, con cái ông, hai người con trai đã nên nghề, lập nghiệp và cũng ở riêng hết. (Một đứa có công ty lớn mua bán xe hơi. Một đứa mua bán bất động sản rất thành công. Và chúng cũng có gia đình hết.) Về việc săn đón là con đường tình yêu của đàn ông? Nhưng ông quá nhiều tình cảm làm Ái Liên xốn xao, còn đối xử với Tô Ái Liên cả một tấm lòng tốt khó kiếm nữa, thì biết làm sao đây?

Lần đầu tiên ông đã mua tặng cho nàng mười hai lọ nước hoa (tức một tá 12 lọ,) đủ loại nước hoa có tiếng tăm trên thị trường thế giới. Trúng trái tim hồng nơi nàng đang thích lắm... Mạnh xúc cảm nên nàng phải lòng, và nằm gọn bên ông vui vẻ, rồi cùng đi đến chăn gối... Chưa hết đâu, lúc nằm bên ông, Nguyễn Duy luôn chỉ bảo nàng coi quảng cáo ở tivi kia cùng ông ( Vì tivi Mỹ rất nhiều quảng cáo cho nước hoa. ) Cứ thích loại nào ông sẽ đi mua cho loại đó nước hoa, bao nhiêu cũng được cả, như một gian hàng nước hoa của thế gian tại nhà nàng, vẫn không có vấn đề gì... Nếu không thích thì trả lại, hay đem cho ai vẫn OK hết. Thế thì làm sao nàng trơ cứng như đá được? Vả lại nàng vẫn là một cô gái không thể thiếu nhục dục, chi bằng ăn ngủ với Nguyễn Duy nàng sẽ có tất cả, tiền tài, sắc đẹp, sảng khoái, niềm tin, danh vọng... Coi ra ông dù rằng lớn hơn nàng hai mươi mấy tuổi, hay ba mươi đi nữa, nhưng nhìn ông cũng còn phong độ lắm. Không sao mà, dẫu rằng Nguyễn Duy hay đi có cây gậy xịn "cane." Một ngày Ái Liên đã không ngượng miệng để hỏi ông:

- Tại sao anh đi cây cane kèm thế. Em thấy anh khỏe mạnh đâu có cần vậy anh Duy.

- Cũng giống như em sở thích làm giả thôi. Tại sao em đội tóc giả, ăn mặc xềnh xoàng? Còn đi baton, hoặc đi cane là một thế giới giàu đẹp, uy lực của người đàn ông mà em.

- Wow vậy sao? Riêng phần em, em không thích đội tóc giả đâu, ăn mặc xềnh xoàng đâu, chỉ vì em còn tôn trọng người chồng em lúc sinh thời, anh ấy thích em ăn mặc, khi không có anh ấy bên cạnh. Còn bây giờ anh Duy không thích vậy, thì em có thể thay đổi cho mọi lúc nha. Bây giờ thời gian cũng đi qua nhiều rồi. Phải đúng vậy hôn anh?

- Không đâu em ạ. Anh vẫn thích cái ý tưởng của chồng cũ em đó. Cũng như anh thôi, đi với anh ăn mặc như Bà Hoàng, còn đi làm cứ ăn mặc như nàng lọ lem xưa thôi em.

- Ha ha. Vậy nghen anh, em vẫn chiều anh. Nàng cười tươi.

- OK thôi.

Đúng thế Nguyễn Duy vẫn là người đàn ông yêu Tô Ái Liên cuồng nhiệt, và vẫn luôn sợ có kẻ bắt cóc ái tình nơi nàng. Nên ông còn muốn duy trì lối ăn mặc của nàng, khi không có ông bên cạnh là thế đấy. Tô Ái Liên cứ vui, và cảm thấy chẳng hề hấn chi. Coi như một phong cách ăn mặc thay đổi tùy lúc, tùy nơi, tùy chỗ, giống một nghệ sĩ đích thật không bằng. Nàng vẫn thấy thích và nhẹ nhàng lòng thôi... Tuy vậy Nguyễn Duy mua cho nàng căn nhà lớn hơn và sắm cho nàng đủ thứ để nhìn nhà cho đã mắt, nàng như chính hiệu người vợ của một đàn ông - Một kẻ giàu có, lớn hạng xa hoa. Nhà cửa dụng cụ tân tiến, tiện nghi vật chất, áo quần thời trang nhiều mốt. Khi thì tặng cho xiêm y từ kiểu cách đặc trưng thiếu nữ Việt Nam. Khi ông lại tặng cho, qua kiểu cách các nước Mexico, Hàn Quốc, Japan, China, Indonesia, Thái Lan, Singapore, Anh, Pháp, Mỹ, Tây Ban Nha, India, Pakistan, Trung Đông- Ả Rập, Đức, Áo, Phổ v.v... Ông thích thế. Nàng có như một cửa hiệu shoping thu hút, nhỏ gọn nhưng hết sức đặc biệt.

Dép, guốc, giày vớ, sandal, mũ đội đủ kiểu, đủ loại các nước cũng có. Nói chung Nguyễn Duy sắm đủ thứ cho nàng như một công tước giàu, hoặc hơn một cô đào model thành công hạng xịn nhất. Rồi sau đó Tô Ái Liên được ăn mặc đi đứng theo kiểu nàng thích. Thời gian như "mở cửa" nơi nàng...

Nghĩa là nàng không còn đội tóc giả và mặc đồ rộng thùng thình đi làm, mà mọi lúc mọi nơi, mọi thì giờ nàng có quyền ăn mặc như sở thích của chính mình. Tô Ái Liên không còn làm dọn dẹp lean-up ở nơi thể thao có hồ bơi Spa LA/FN kia nữa. Nàng quay lại ăn mặc thật xinh đẹp làm tóc một tiệm, dù nàng chỉ gội đầu hay cắt những mái tóc đơn giản, được chủ có thương hiệu cosign nàng... Như vậy đời Ái Liên đã trở nên thay đổi nhiều, và đã như quay đi nhiều vòng... Về cách ăn mặc nàng rất vui khi Nguyễn Duy mua tặng đủ thứ. Dẫu rằng nàng Tô vẫn thích những bộ váy ngắn đẹp, áo sơ mi trắng đi với quần Jean xanh nhạt là hàng đầu nơi cô chọn.

Có nhiều lần Nguyễn Duy đưa Tô Ái Liên về căn nhà mình, ông ta bảo sẽ cho căn nhà này đẹp cho nàng luôn, khi nàng cùng về ở chung với ông. Nhưng Tô Ái Liên chưa bao giờ chịu đồng ý, nàng vốn dĩ thích có căn nhà riêng, ông đã mua cho nàng là đủ rồi, và nàng thư giãn riêng tại nơi nhà mình không bị ai ràng buộc? Dù ông đã bán thêm hai cái Apartment nhỏ từng cho thiên hạ thuê, để cộng mua nhà cho Tô Ái Liên và sắm đủ thứ cho nàng như một "hoàng hậu" được cưng. Nguyễn Duy là người biết chơi nhạc, biết đánh đàn organ, dẫu rằng ông chơi không nghề là giỏi lắm, song cũng đủ dạy, để đánh cho người tình Tô Ái Liên hát mỗi khi cô qua nhà ông, và ông khi có hứng thú về nó. Ông thường thích cô ca nhất là bài "Tôi Vẫn Nhớ" một giai điệu Pasodoble xôm tụ, rộn ràng tiết tấu, với lời lẽ dễ thương, cuồng nhiệt. Xin trích lời bài hát vào đây, với một văn từ réo gọi nhớ nhung, vẻ thâm tình, thâm ý...

*Bao năm qua dù xa anh nhưng tôi vẫn nhớ/ Nhớ con đường nắng u buồn/ Dìu nhau đi tìm râm bóng mát/ Lòng bâng khuâng nghĩ chuyện vu vơ...*

*Tôi vẫn nhớ, nhớ đêm hẹn hò bên trăng sao/ Từng câu nói yêu đương ngọt ngào (à a á a a à à) Tôi vẫn nhớ những đêm nhiệm màu/ Cùng người đan tay đếm sao đêm/ Hẹn trăm năm ta cùng kết tóc se duyên mộng vàng...*

*Nhưng đêm nay gọi tên anh tim nghe giá buốt/ Mới hay mình vẫn yêu người/ Ngày xa nhau càng xa mãi mãi/ Tình yêu ơi biết làm sao nguôi...*

*Tôi vẫn nhớ mắt em buồn nhìn nơi phương xa/ Sợ năm tháng duyên kia nhạt nhòa (hà a á a a à à)/ Tôi vẫn nhớ anh hay một mình/ Thường làm thơ nên thích suy tư/ Thường gom trăng sao dệt muôn lối quên đi chiều nao...*

*Tôi vẫn biết xa nhau là buồn/ Chuyện tình kia vỗ cánh bay cao/ Để riêng tôi âm thầm chuốt lấy đau thương mỏi mòn.../*

Nguyễn Duy nghe nàng hát dứt bài, ông buông tay đánh đàn để ông vỗ tay cho nàng. Ôi một khán giả vỗ tay cũng đủ cho nàng ca sĩ vui và hứng thú, như vừa tròn giấc mộng mơ say...

Và nàng Tô cũng đã hứa sẽ đưa ông lên thăm ngựa, coi nàng cỡi ngựa. Dù Hồ Đức Trọng mất đi nhưng con ngựa River vẫn thuộc về của nàng như xưa. Tuy Nguyễn Duy còn trong cuộc hẹn, mà chưa đi cùng nàng được. Thỉnh thoảng nàng vẫn đi một mình thăm ngựa. Nàng cứ chờ đợi khi nào ông thoải mái thích đi cùng nàng, chứ nàng Tô không thèm ép buộc ai cả. Ở những lần đi thăm con ngựa River một mình như vậy, nàng có cảm giác lúc vui, lúc buồn khi nàng nhớ đến Đức Trọng - Người chồng xưa yêu thương nàng, trong khoảnh khắc Ái Liên vẫn chạm về kỷ niệm ngày nào, làm sao nàng quên được, những gia tài, những nét thân quen của Đức Trọng, những báu vật của tình yêu... Nàng vốn thuộc trái tim đa cảm mà, tuy bụng dạ Ái Liên thì rất là thơ ngây chân thành.

## CHƯƠNG 14

Rồi một ngày Nguyễn Duy đến thăm nàng như mọi lần. Có khi nàng lái xe đến nhà ông ta, và tùy theo cảm hứng hai người, nhất là Nguyễn Duy luôn có được ý tưởng ưu tiên...

Căn nhà của Tô Ái Liên thì chưng hình cỡi ngựa rất nhiều, kể cả một bức tranh có Hồ Đức Trọng cùng nàng cỡi ngựa nơi Đà Lạt khi mới quen nhau lần đầu tiên, Tô Ái Liên vẫn đặt để hiên ngang, với một nét đàng hoàng xinh xắn. Cô có ngỏ ý Nguyễn Duy bằng lòng, thương cho cô ước muốn. Suy cho cùng họ Nguyễn vẫn hào phóng và không quá ích kỷ... Nơi nhà Nguyễn Duy thì lối chưng hình khác hơn, ông chưng hình Tô Ái Liên cũng rất nhiều cùng ông, hình cô ăn mặc đi đứng do Nguyễn Duy chụp và ưng ý nhất, những lần họ đi chơi hồ xanh, biển đẹp, rừng mơ, thác vắng v.v... Ông chỉ có chưng một tấm có ngựa, là nàng cùng với chú ngựa nâu riêng Hồng Liên, của cha Tô Diệp Lang, được tay nàng dắt đi hân hạnh, với hiên ngang tư cách làm chủ mà thôi. Chẳng lẽ nào ông còn cho chưng hình Hồ Đức Trọng nơi nhà ông nữa...

Lần này đến nhà nàng, hai người trong cảm xúc lúc ham mê đón nhận vừa xong. Mỗi lúc ông đến ngơi nghỉ, ái ân với Ái Liên là ông có tật lệ cho tiền nàng trước, ông muốn gây hứng cảm cho nàng tột cùng, vì nàng vẫn có vẻ yêu mến, biết ơn, vui sướng, ưa chuộng thích lắm kiểu này. Nguyễn Duy đã biết bản tính nàng. Theo khách quan nhìn thô và xấu, nhưng riêng ông lại rất thích thú, nâng niu thương quý bản tính đó của nàng... Còn nàng thì luôn chờ bá vai ông mà hôn hít, như một trẻ thơ được chứng tích, hoặc được quà tặng dâng đưa dán tận mắt mình vậy.

Hôm đó nàng đi tắm, vì xong cuộc đam mê nhục thể đó. Nguyễn Duy vốn rất thích được cọ xát, lấy tay bún nhẹ vờn giỡn rồi vồ vập ôm bú đôi vú nàng căng mọng kia, vừa tròn trịa vừa hấp dẫn gợi cảm cho ông làm sao ấy. Đôi lúc nàng nhột nhạt, nhưng quen dần nàng vui đã thích và đưa tay dí đầu ông để nũng nịu cảm kích... Sau Tô Ái Liên muốn đi tắm thường là như vậy, nàng sẽ thêm sảng khoái hơn, sạch sẽ hơn, dễ chịu hơn. Nguyễn Duy còn lại một mình muốn hôn chiếc gối Tô Ái Liên như cố tình tìm hơi ấm nàng còn lại, ông quả là mê nàng lắm. Ông nhặt chiếc gối lên để thưởng thức hôn nó, thì bắt gặp một quyển nhật ký nhỏ nằm dưới gối. Trước hết ông thình lình nhìn, ngạc nhiên... Và rồi hai giây Nguyễn Duy vội vàng cầm đọc, một đoạn thấy văn chương nàng viết rất thơ, rất hay:

*Ngày... tháng...năm... Gởi anh Họa Sĩ của em.*

*Anh NMH ơi... Ngày sẽ qua đi đêm chóng tàn/ Ngày tháng năm, dần cứ trôi tan/ Nó đến tặng cho chúng ta như kia trời sẽ ban/ Xin người yêu chớ đừng khóc than.../ Chúng ta sẽ có một tình yêu nồng nàn.../*

*Em một ngày về bên anh rồi nhé/ Còn gì đâu để anh trông đợi từng ngày,*

*Em về nhẹ như một chuyến bay/ Chân trời tím pha sắc hồng anh nhỉ...*

*Gió yêu quá, và cứ hôn chân thủy/ Mạch tương giao gieo khúc tương cầu...*

Trong lúc Tô Ái Liên cứ tắm, tắm xong nàng lựa mặc đồ

ngủ mới nhất, đẹp nhất ra thỏ thẻ:

- Mình đi ăn gì anh Duy há? Hay là em sẽ tự nấu. Em cũng biết nấu ăn ngon rồi cơ mà anh yêu.

- Thôi em ăn gì đi, anh về nha. Nguyễn Duy làm lơ nhìn nàng và trả lời chỉ như thế. Vì ông bận lòng cho những thứ khác trong ông...

- Ủa sao về sớm vậy anh? Tô Ái Liên ngạc nhiên hỏi nhìn Nguyễn Duy với thái độ nơi ông khang khác. Cô hơi khó hiểu một chút...

- Anh bận chút thôi. Nguyễn Duy trả lời và đút tay, hai tay vô hai túi quần tây, nàng Tô nhìn ông rất là lạ thêm hơn.

Nàng phải thẩn thờ chia tay, để ông ra về. Nàng với nụ cười thật tươi, nhưng Nguyễn Duy chỉ im lặng ra đi, không thèm nhìn nàng.

Lái xe về nhanh như gấp... Rồi về nhà ông đọc kỹ lại hơn nữa. Nhất là đoạn văn thơ đó. *Ngày... tháng...năm... Gởi anh Họa Sĩ của em.*

*Anh NMH ơi... Ngày sẽ qua đi đêm chóng tàn/ Ngày tháng năm, dần cứ trôi tan/ Nó đến tặng chúng ta, như trời kia sẽ ban/ Xin người yêu chớ đừng khóc than/ Chúng ta sẽ có một tình yêu nồng nàn... Em một ngày về bên anh rồi nhé/ Còn gì đâu để anh trông đợi từng ngày/ Em về nhẹ như một chuyến bay/ Chân trời tím pha sắc hồng anh nhỉ.../ Gió yêu quá, và cứ hôn chân thủy/ Mạch tương giao gieo khúc tương cầu...*

Ái Liên vô tình không biết và cũng quên phắt quyển nhật ký mình ghi hay một đoản văn, vội để dưới gối hôm nào.

Đến một hôm cô gọi điện cho Nguyễn Duy mãi không được, ông không bắt, cô ngỡ ngàng không biết điều gì xảy ra. Ái Liên lại lái xe đi sang nhà Nguyễn Duy. Ông đón nàng không niềm nở, và ông nhìn nàng chất vấn nàng:

- Em đã có người yêu khác, em lường gạt anh quá.

- Ai đâu anh ? Em hổng có mà.

- Thằng họa sĩ nào ở VN?

- Ôi trời ơi em viết chơi vui thôi đó mà. Em không nghĩ

gì hết. Bằng chứng em có chưng hình gì hắn đâu?

- Làm sao em dám chưng hình hắn, em để chưng trong tim em thôi. Em viết văn cho hắn hay và chân thật lắm.

- Văn chương em cảm thức viết vậy thôi. Làm gì chân thật? Mà sao anh dám lấy nhật ký của em.

- Như vậy em gian dối với anh?

- Em không có mà anh Duy.

- OK. Riêng anh chấp nhận sự gian lục lạo của anh, nhưng ạnh đã hy sinh cho em quá nhiều em muốn gì cũng có. Đổi lại quyển nhật ký anh vô tình lượm coi thử thì có gì lớn đâu? Thôi em về với hắn đi, nó đang trông em đó.

- Trời ơi anh nói nhảm.

- Không nhảm!100%. Đúng vậy em đừng chối nữa.

- Thôi mà đến thăm con ngựa River đi. Dù gì anh vẫn hứa coi em cỡi ngựa bao lần rồi mà. Bỏ qua cho em đi chuyện này, hay đi coi chim bồ câu ăn thóc đi anh, em thích. Em yêu anh hơn, viết là hứa cuội vậy thôi mà anh Duy ơi. Không có gì đâu anh?

- Không có gì đâu anh? Đủ rồi em. Thật là đủ rồi.

Nàng tiến tới muốn hôn đền cho Nguyễn Duy, nhưng ông lấy tay gạt nàng ra. Dù lòng ông còn yêu Tô Ái Liên nồng nàn thật nhiều, và con tim ông đang tê buốt...

## CHƯƠNG 15

Rồi một hôm Nguyễn Duy một mình lái xe ra nhánh sông có tên "Tình Yêu Lênh Đênh" ngồi buồn man mác, mà không biết mình buồn gì, có đáng buồn với Tô Ái Liên không nhỉ? Ông đã cắt hết nguồn liên lạc với cô. Cô lái xe đến nhà thăm, thì chỉ thấy bản tin ông niêm phong cứng ngắt như đá, của lời ông ghi *"đi vắng rồi đừng phiền nhau."* Cô đành phải quay về nhà một cách buồn bã...

Còn ông chỉ đi biển một mình, kiếm những vỏ sò tự hỏi nhạc lòng réo gọi thênh thang, như không bến bờ, mà lòng ông thì giới hạn sự gặp gỡ Tô Ái Liên quyết chí rồi... Nguyễn Duy đi coi chim bồ câu ăn thóc cũng một mình, ông đi ăn cũng một mình không còn Tô Ái Liên bên cạnh giỡn hớt, hài hước mà ông thích nghe nữa. Tiếng nói nàng mất hút trong nổi nhớ ông... Tất cả như qua rồi của dĩ vãng, ông nghĩ thế và ôm đầu vặn hỏi nơi mình... Dù nơi đâu tâm hồn Nguyễn Duy cũng gióng lên bài hát mà Vũ Khanh ca, ông rất thích với ông hiện giờ, như để tưới vào lòng ông, an ủi ông cho đỡ khỏi buồn tủi hơn chút chăng? Xin trích lời bài hát này:

*Anh biết em đi chẳng trở về/ Dặm ngàn liễu khuất với sương che/ Em đừng quay lại nhìn anh nữa/ Anh biết em đi chẳng trở về/ Không phải vì anh, chẳng tại em/ Hoa thu tàn tạ, rụng bên thềm/ Ân tình sớm nở, chiều phai úa/ Không phải vì anh, chẳng tại em/ Bên gốc thông xưa, mình lỡ ghi/ Tình ta âu yếm lúc đam mê/ Thôi đành xóa lời thề trăng nước/ Bên gốc thông xưa, mình lỡ ghi/ Em nhớ nhung chi, giọt hương huyền. Tình xưa đã lỗi khúc tơ duyên/ Tơ trời không đượm tình âu yếm/ Em nhớ nhung chi, giọt hương huyền/ Bể cạn sao mờ, núi cũng tan/ Tình kia sao giữ muôn vàn/ Em đừng giận tình phai úa/ Bể cạn sao mờ, núi cũng tan/ Anh biết em đi chẳng trở về/ Dặm ngàn liễu khuất với sương che./ Em đừng quay lại nhìn anh nữa...*

... Và một ngày... đến một ngày nọ bất ngờ, Nguyễn Duy lại chuyển đổi tư tưởng khác hơn, ông nghĩ lại, ông lại thương Tô Ái Liên vì nàng không có tội, đời sống nàng còn son trẻ quá, sự trẻ tuổi của nàng, ông nào muốn giam cầm Ái Liên như con chim trong lòng son kia chứ. Ông ràng buộc là tội nghiệp nàng, ông có thể đối đãi với nàng vẻ bất công như thế sao? Ông phải từ thiện với nàng, người con gái còn trẻ quá khi đã yêu thương mình chứ? Ông sẽ không được cấm đoán, ông không có cái quyền đó đâu... Ái Liên có thể tự do, và có thể làm bất cứ điều gì nàng vui thích chứ. Nguyễn Duy bỗng dưng muốn thay đổi thái độ mới hơn, ông đền lại cho nàng tất cả lỗi lầm nơi mình bởi vì ông sai... Vì Tô Ái Liên đúng quả là, một cô gái còn son trẻ và con nít lắm. Nguyễn Duy suy nghĩ thật nhiều, như ông không từng suy nghĩ như thế bao giờ trước đây. Ông ngồi gục đầu suy nghĩ khá lâu... Đoạn ông muốn tìm vài tấm hình nàng để đâu đó trong album mà nhìn chăm chú nàng hơn...

## CHƯƠNG 16

Và rồi ông vuốt mặt vuốt đầu để đi làm một việc, ông tự cho là hệ trọng đây... Nguyễn Duy đi kiếm giấy tờ liền tay đi kiếm bút mực, ông muốn sẵn sàng ký tất cả gia sản mình trao cho nàng, chuyển nhượng lại cho người con gái tên Tô Ái Liên quản lý hết. Ông sẽ có một đời sống khác, thế giới sống khác hơn, và xin trả lại cho nàng tự do hơn. Tô Ái Liên đã cho ông không còn thiếu gì nữa đâu. Nàng đã cho ông niềm vui tâm hồn và thể xác một cách đầy đủ cả rồi. Hãy để nàng có một cuộc sống mới hơn, trẻ trung hơn, tơ nõn hơn, quyến rũ hơn... Riêng ông coi như quá đủ cùng nàng, của những ngày diễm lệ, nên thơ... Tô Ái Liên đã biết hy sinh cho ông... Giờ ông sẽ muốn đi vào nơi chùa vắng tanh kia. Nguyễn Duy sẽ đi tu riêng cho lòng mình thanh thản hơn, như trước khi gặp Ái Liên, có lần Nguyễn Duy hằng mong ước đến vậy mà... Ông chỉ đi cho riêng mình mà thôi, ông không thể còn xúc phạm nàng hơn, làm khổ Tô Ái Liên khó xử hơn...

Sao bây giờ tự nhiên Nguyễn Duy thích như vậy? Ông không biết ông cao thượng hay ngu muội, nhưng trong lòng ông vui thì ông cứ làm. Trên đời này con người ta chỉ chiều theo bản năng mình ham chuộng, mà không làm hại cho người khác thì đâu có gì quá đáng, hoặc sai lệch kia chứ? Nguyễn Duy đã ký ước gia sản để qua cho Tô Ái Liên. Ông như nghĩ được sáng suốt hơn, rộng lượng hơn, hẳn là đúng thôi. Và ông lại thèm nghe thơ của Phạm Thiên Thư, mà Phạm Duy người nhạc sĩ nổi tiếng đã phổ qua lời ca "Đưa Em Tìm Động Hoa Vàng." (Phải nói thêm rằng ông là một kỷ sư nhưng lại yêu thơ và nhạc. Tâm hồn Nguyễn Duy khắt khe, nhưng có chứa nhiều chất tố thi vị lãng mạn.) Ông như vừa ký viết xong sang gia sản cho Ái Liên, ông hoàn toàn vui vẻ. Nguyễn Duy lại vui vẻ vuốt hai tay mình, sự va chạm hai lòng bàn tay với nhau, rồi vỗ nhẹ trán bước qua ngồi nơi cây đàn keyboad để tự hát, tự đệm đàn bài nhạc đó. Phải chăng ông đã làm một điều lớn lao mà ông thích. Phải chăng ông làm một điều lớn lao mà trái tim ông thầm bảo, và phải chăng âm nhạc là nơi nương tựa cho con người niềm vui nỗi buồn. Nguyễn Duy vẫn thế, ông cất giọng rung ngân lên:

*Rằng xưa có gã từ quan/ Lên non tìm động hoa vàng nhớ nhau/ Thôi thì thôi đừng ngại mưa mau/ Đưa nhau ra tới bên cầu nước xuôi/ Sông này đây chẩy một giòng thôi/ Mấy đầu sông thẫm tóc người cuối sông/ Nhớ xưa em chưa theo chồng/ Mùa Xuân may áo áo hồng đào rơi/ Mùa Thu em mặc áo da trời/ Sang Đông lại khoác lên người áo hoa/ Rằng xưa có gã từ quan/ Lên non tìm động hoa vàng nhớ nhau/ Thôi thì em chẳng còn yêu tôi/ Leo lên cành bưởi khóc người rưng rưng/ Thôi thì thôi mộ người tà dương/ Thôi thì thôi nhé... đoạn trường thế thôi. Nhớ xưa em rũ tóc thề/ Nhìn trăng sao nỡ để lời thề bay/ Đợi nhau tàn cuộc hoa này /Buồn như cánh bướm đồi Tây hững hờ...*

Sau đó mấy tuần Nguyễn Duy đã thực hiện ý tình. Một chân lý mới nơi ông sống và khai mở. Một ngôi chùa Bát Nhã Phổ Quang đã thực sự đón bước chân ông...

Tô Ái Liên thì nhận được thơ ông gởi nói không một lời trách trả, chỉ cho biết ông đang ở đâu và gia sản ông chuyển nhượng cho cô, cùng chúc mừng sức khỏe cô. Chỉ có thế thôi. Nàng lại cảm thấy thương ông nhiều, Ái Liên bây giờ như hối hận quá nhiều, cố kêu ông trở về. Đợi nhau kêu mãi "nhạn nghe cũng muốn mủi lòng đi chứ?" Vậy mà giờ đây Nguyễn Duy không chiều theo ý Ái Liên. Nàng kêu Nguyễn Duy trở về mãi miết, khiến nàng khóc hoài, mắt nàng như muốn sung vù, mà ông nào thay đổi? Ái Liên ôm phone gọi liên tục, sóng trường cũng muốn động lòng, song ông nhất định không bắt máy, nhất định không về. Và một sáng nọ mùa thu nàng quá bước đến chùa Bát Nhã PQ, nhưng sự hiện diện của nàng trước cổng chùa không làm ông chao lòng. Nguyễn Duy gắng công thiền định, nhất tâm bất loạn, học hành kinh pháp, giữ ngôi tam bảo, xa lánh hồng trần chắc như ý rồi. Nàng nghĩ cũng lạ, con người đó mới ngày nào yêu nàng say đắm, ghen tuông cùng cực... Giờ tại sao có thể xa nàng nhanh nhẹn đến thế...

Tô Ái Liên đã vỡ mộng thuyết phục Nguyễn Duy. Nàng đành phải trở về nhà. Nhưng tại sao nơi nàng thì cứ ám ảnh Nguyễn Duy không thôi. Tô Ái Liên cứ mãi nhớ đến ông trong tận giấc mơ, như thấy ông từng trẻ lại cùng nàng về sống bên cha, ông trẻ lại hơn, và vui hân hoan vô cùng, bên cô hơn. Giữa một giấc mơ trên một đồi cỏ, đẹp rộng thênh thang, bên kia là những sườn núi, kế cận nối tiếp xa xa có những dòng sông nước chảy hiền hòa. Người được nàng cỡi ngựa đưa đi chơi, nàng chở chàng đi đẹp đôi trên lưng ngựa, trên quê hương ấy, có người cha của nàng là Tô Diệp đang đứng đợi ngồi nhà, trong những phút giây chờ đợi con gái đi ngựa cùng chồng trở về, đó chính là người chồng Nguyễn Duy, chứ không phải là Hồ Đức Trọng hay Nguyễn Mộc Hải. Ôi những giấc mơ thật tuyệt vời, nơi sóng lòng, nơi giữa tim sóng của người con gái Tô Ái...

Thức giấc nàng vẫn lẩn quẩn trong giấc mơ. Đời nàng đi về đâu. Ôi định số cho Tô Ái Liên hạnh phúc và khổ đau, lãng mạn và thực tế... Nàng đưa mắt nhìn ra ngoài, những cơn gió nhẹ nhàng, mà vẫn đủ cuốn bao chiếc lá bướng bỉnh đi theo nó... Trong căn nhà Ái Liên gục đầu ngồi khóc, nàng đưa tay hứng lấy những giọt lệ giá buốt, đầy mặn môi của mình...*/*

HDT. Viết 2018. ---------------

# LỆ ĐÁ XANH...TỪ NHỮNG...

Dẫn nhập bằng thơ
"*... Anh đang đứng giữa trái tim em*
*Đánh bạt tất cả những anh hùng hảo hán*
*Em vẫn biết em là người lãng mạn...*
*Nhưng yêu vô cùng, duy nhất vẫn là anh...*"

## CHƯƠNG 1

Từ khi nàng ra mắt tập thơ cùng với nhóm Thơ Ca Mê Linh. Vân Nhu được coi như một đại biểu sáng giá, được nhiều người yêu thích nhất, ngưỡng mộ nàng nhất. Trong đó một nhà văn có tên là Ngọc Mạnh, anh đã gởi đến nàng bằng những lá thơ thấm thiết. Dành cho nàng hương vị, của một tình yêu chớm nở trong mùa, trong anh... Lẽ ra thời hiện đại anh email hoặc gọi điện, nhưng một chút lãng mạn, anh thích gởi cho nàng bằng những bức thư tình qua bưu điện. Để nàng chịu đọc nhiều lần và đánh thức cho nàng được cảm nhận hơn. Anh ước ao như vậy! Hoặc anh còn thương xót ngành bưu điện đang thời kỳ suy sụp? Anh biết những bức thư của anh, không đủ làm cho ngành bưu điện đứng vững hơn, song đó là niềm anh thích. Có lẽ tình yêu chàng dành cho nàng đặc biệt, và tình thương xót ngành bưu điện đang vẫy gọi những bức thư tình, nên chàng đã dành cho nó kèm theo một chút ít chăng? Chàng chỉ biết viết và viết, thực hành và thực hành. Như không cần lý giải những câu hỏi nào thúc giục, cho chính xác...

Bức thư Vân Như nhận được chàng viết. Đây cánh thư thứ nhất. Chàng lấy tựa.

*Em Từ đâu đến...Vân Nhu*

*Em có ngạc nhiên khi lá thư này đến trong bàn tay em cầm để đọc? Em đang thức, nghiên cứu đọc sách chăng? Hay ngủ say, với một giấc mơ đẹp và đang tỉnh giấc hồi tưởng. Có không em? Hay em vô tư đùa giỡn với con mèo nhỏ, hoặc con chó tý nâu em ưa thích? Anh hình dung chuyện gì em làm, anh vẫn cảm thấy tuyệt diệu và yêu kiều...*

*Vân Nhu! Ta yêu em! Vâng ta yêu em từ cái bắt gặp em, nhìn trong ánh mắt lần đầu tiên. "Khi chạm vào đôi mắt em, ta về đã tương tư em... Lòng ta như xao động, như nước hồ thu gợi chút sóng cô đơn. Ta cố kìm nén cảm xúc nhưng ân tình, càng kiềm chế lại càng thêm thiết tha hơn, tô đậm hơn. Ta mê say em như chim đại ngàn, nhìn được nắng sau trận gió rét dịu dàng của mùa đông, hay mùa thu. Như những thứ bình minh cho con người một ánh dương hớn hở của một đêm tối đi qua. Em như một đóa hoa xuân, ta nhìn thấy trong mùa đông gió bấc chờ đợi... Em cho ta ngớ ngẩn mơ mộng? Nhưng ta biết em chính là lẽ sống ta còn lại. Biết nói làm sao khi tình yêu em hình thành trong nhớ nhung và xao xuyến... Ta như muốn nói, yêu em mãi mãi, như hơi thở ta không hề đứt quảng... Không ngừng yêu... Hỡi xuân hồng ta muốn cắn vào ngươi. ( Thơ- Xuân Diệu)*

*Hỡi xuân hồng ta muốn cắn vào em... (Ngọc Mạnh)*

*Anh: NM - Ngọc Mạnh.*

Vân Nhu đọc lá thư xong, nàng đọc hai lần lận, nàng cười bâng quơ cất vào những folder của nàng, lòng có thoáng nghĩ ngợi chút xíu. Nhưng với nàng thì không trả lời gì hết.

Lá thư thứ hai chàng gởi nàng nhận tiếp. Lá thư viết.

*"Em có phải là một huyền thoại trong anh"*

*Em đã từng nhận hoa hồng ai chưa?...*

*... Thật đau khổ cho anh. Em đã có tình yêu chưa? Sao em không hồi âm cho anh. Nếu vườn hồng có chủ... Em cũng hãy cho anh biết. Anh không tham lam giành giựt chiếm đoạt em đâu? Nhưng anh đang yêu em. Anh muốn chính em đem lại cuộc đời xuân trẻ đến anh, đem lại hơi ấm tình yêu cho anh, truyền tải cho anh một hạnh phúc anh đang mong đợi... Vì anh cô đơn trong tình yêu. Vì anh đã tìm kiếm nhưng chưa bao giờ gặp được một tình yêu... Và vì, như đôi mắt em, đôi mắt em đã nói với anh điều đó. Nhưng sao em ngần ngại. Anh không còn trẻ, bỗng hóa trẻ khi bắt gặp nụ cười em... NM.*

Vân Nhu nhận được lá thư thứ nhì, nàng đọc xong hai

lần nữa, nàng cười khẩy thêm. Nàng vẫn không muốn trả lời gì hết, rồi cũng cất vào nơi folder như lần trước. Nàng mỉm cười lâu hơn tý nữa vì vui. Tuy nhiên Vân Nhu có cảm giác một chút gì xốn xang, là lạ hơn trước...

Lá thư ba nàng nhận tiếp:

*Sự thật về anh...*

*Anh biết anh đã có vợ, anh biết anh lớn hơn em khoảng mười lăm hay mười bảy hay hai mươi, nhưng anh yêu em không phải yêu nhau bằng những cuộc hẹn hò chỉ thời lãng mạn. Mà anh muốn tác hợp chuyện trăm năm, anh xin cưới em làm vợ. Em đang độc thân mà? Chúng ta sống riêng hoặc chung tùy ý em? Vợ anh đã ly hôn lâu. Em hẳn biết điều đó.*

*Anh ở riêng, anh có nhà riêng, anh có giang san riêng, nhưng thật sự anh rất buồn tẻ và cô đơn. Nói như thế không có nghĩa là anh không có phụ nữ yêu anh. Song... giờ đây thì em mới là sức quyến rũ tuyệt vời nhất!*

*Em yêu thương "Vân Nhu"! Vân Nhu tên em là áng mây dịu dàng ôm ấp mộng lòng anh, anh muốn ngắm... "Vân Nhu"là một vần thơ anh tú, Vân Nhu là tuyệt mỹ của danh từ yêu kiều. Vân Nhu là đóa hoa tuyệt vời của mây núi. Vân Nhu là ánh trăng lãng vãng trôi theo đêm, để hứng lấy gió bụi của muôn vì sao trời lấp lánh... Em ơi sao em nỡ đành, để lòng băng tuyết. Sao em nỡ đành ly tan, với con tim thổn thức đã lên men ái tình... Anh không muốn hát bài ca sao em nỡ đành lâu hơn... Em ơi hãy đón nhận tình yêu đi em, để sưởi ấm trái tim cho anh và cả em. Nếu như em không bằng lòng yêu anh phải hôn? Nếu tơ trời không ban cho đôi ta duyên nợ, nếu sợi chỉ hồng "xấu số" không xe duyên đôi ta, để buộc lấy đôi ta, và cố tình chia cắt chúng ta... Thì anh cũng không có quyền gì? Anh càng không có quyền trách em mà Vân Nhu! Thì anh xin em hãy, coi như tình thân văn nghệ sĩ, ta gặp nhau trao đổi những ý tưởng văn hóa nghệ thuật thôi.* ***Anh rất thiết tha, em cho anh một niềm an ủi****... được gặp em cũng đủ vui rồi. Please! Anh không dám đòi hỏi gì đâu. Nếu em chẳng chấp nhận tình* *anh, vẫn không sao? OK em!*

*Anh: Ngọc Mạnh*

Lá thư lần thứ ba Nhu cảm thấy có cái gì tội tội, vương vấn vào lòng nàng một chút cảm tình, lôi cuốn mơ hồ...

Nhu hình dung người đàn ông này, người đàn ông mảnh dẻ có đôi mắt buồn nhưng tinh tế, nụ cười đôn hậu, gương mặt thoang nhỏ, nhưng nhìn ấm áp, trao cho nàng một cánh hoa hồng trong lúc đọc tên nàng, của mười bảy phụ nữ vườn thơ. Kể ra ông ta có ấn tượng với nàng, nhưng từ đó Vân Nhu không cố tình để nhớ, đến nỗi ba cánh thư đến nàng chỉ coi cho có lệ. Mặc dầu chính thức nàng biết những cánh thư ông gởi đến cho nàng, với sự săn đón tình yêu mới chớm, mới được hình thành, nơi ông ta rất đẹp. Và nàng cũng dư hiểu đó là một nhà văn, một nhà báo có tầm của chế độ Miền Nam Việt Nam trước. Anh là chủ nhân những bài văn, bài báo hay, cô đã đọc...

Nhu chưa bao giờ nghĩ sẽ yêu ai nữa, kể từ khi cô li dị chồng trên bảy năm. Những cuộc tình đi qua vội vã, và nàng chẳng nhớ nhung ai cho mệt óc. Tình yêu vốn thế, nàng nghĩ cũng không sao? Khi nàng biết rằng, chân tướng của tình yêu vẫn có thể là *"Tình có như mà không, tình không như mà có..."* Và rồi Nhu lắng lòng suy tư, mỉm cười tự bảo:

- Thôi cứ gặp ông ta thử ra sao nhỉ? Biết đâu mình học hỏi thêm điều gì hay? Cuối cùng cô chịu hồi âm một bức thư tựa là:

*Xin cám ơn người...* (Nàng viết:)

*"Xin cám ơn người. Cám ơn anh đã dành cho em một tình yêu quá nồng thắm, nhưng trái tim em đã băng giá từ lâu. Thật khó nghĩ khi em có một tình yêu thật sự trở lại? Chỉ tiếc rằng em không làm cho anh toại nguyện. Tuy nhiên với tinh thần văn nghệ sĩ, em gặp anh, như một niềm an ủi cho cả hai. May be...*

*Em :Vân Nhu*

*P/S:điểm hẹn tùy anh có thể một nhà hàng nào? Anh có thể liên lạc qua cell phone em được rồi; 404-933-7830.*

Qua bức thư của Ngọc Mạnh đều có ghi cell phone ông ta, nhưng Vân Nhu không buồn đụng tới, cô ngắm thôi. Cô không hề gọi... Đơn giản cô nghĩ rằng, muốn giữ thể diện của người con gái, người đàn bà Phương Đông, dù nàng ở Mỹ lâu. "Cọc đi tìm trâu, chứ nào ai đâu trâu đi tìm cọc" Đó là những nguyên tắc, được làm nên bởi cấu trúc thành ngữ, tục ngữ, nhưng rất hay về ý nghĩa, về tự nhiên nó đã giá trị nằm lòng, thiêng liêng để giữ phẩm hạnh phụ nữ Việt Nam rồi... Lẽ nào ta đem ra phí phạm chúng. Nàng quyết giữ gìn, và nhận ra chân giá trị này!

Nhận được thư phúc đáp Vân Nhu, Ngọc Mạnh mừng khôn xiết. Anh vội vã gọi phone cho Vân Nhu liền:

Bắt phone Vân Nhu không buồn nhìn số, nàng chỉ said

- Hi...

- Xin giới thiệu anh là... Là...

- Em xin lỗi ai đó? Nàng cầm phone áp vào tai hơn để hỏi.

- Anh là Ngọc Mạnh nè. Cho tôi xin lỗi, đây có phải là số phone Vân Nhu?

- Dạ chính em! Anh khỏi cần make sure số. Em biết trân trọng anh, chẳng hề cho số ma để xạo đâu. Vân Như cười hồn nhiên và hỏi tiếp nhanh:

- Anh là Ngọc Mạnh Chủ Nhiệm- Chủ Bút hội trưởng hội sáng lập nhà báo Hy Vọng?

- Phải rồi đúng là anh! Em không cần nghĩ ai khác hơn chính là anh đây... À em có nhận được ba lá thư anh gởi bằng bưu điện không?

- Có, em có nhận. Dạ anh.

- Anh yêu em, và muốn gặp em. Em có hiểu như thư anh trình bày?

- Em không nghĩ em sẽ yêu anh đâu. Em có thể mến anh, chúng ta có thể kết nghĩa anh em bạn bè, huynh đệ, v.v...

- Cũng buồn khi nghe em bảo vậy. Nhưng không sao, em có thể cho anh Mạnh gặp nghen. Chúng ta sẽ có thể gặp nhau vào lúc nào thứ mấy ở đâu? Hở em nhỉ?

- Em vẫn phải đi làm cho công ty, chúng ta có thể gặp vào thứ bảy hoặc chủ nhật cuối tuần, tuần tới nếu anh thích?

- Sao lại không thích chứ? Thì vậy nha, chiều thứ bảy tuần tới tại nhà hàng "So Lovely" của Korean trên đường Buford Hwy há, nhà em gần đường đó mà?

- Đúng rồi.

- Nhà em gần khu chùa Viên Tịch anh Mạnh biết. Nhưng chưa bao giờ ghé thăm em. Vì có thể nào đường đột, nếu em không cho phép.

- Gặp làm gì sớm? Nay mai chúng ta gặp nhau được rồi.

- Mà em ơi, ta gặp thứ bảy tuần này đi. Không cần đợi tuần sau đâu em, chịu không Nhu?

- Trời ơi gấp quá vậy. Nàng tỏ vẻ ngạc nhiên.

Ngọc Mạnh cười giòn:

- Anh nôn mà Vân Nhu em!

- Mà thôi cũng được.

- Thank you em!

- Nhưng Nhu nghĩ để tuần tới thư thả hơn.

- Thôi mà! Em chịu rồi mà em. Đừng khất chi hĩ.

- Nhưng...

- "Nhưng nhị" gì lột thì ăn thôi. (*"Nhưn" là tiếng đọc nhân cho bánh gì gói, thông dụng của dân miền Trung, nàng biết ý vậy. Tiếng viết khác, nhưng đọc nghĩa thì giống.)

- Trời ơi anh nói chuyện hài hước ghê.

- Anh đùa chút cho vui mà. Cố gắng đi em há Vân Nhu.

- Thôi OK. Biết nói sao chiều anh đó nha.

- Ừa em ngoan. À em...

- Gì anh?

- Anh nghĩ em trẻ và xinh đẹp, duyên dáng nhất trong những người của "vườn xuân thơ."

- Thôi anh đừng khen em, em mắc cỡ. Em vẫn thua nhiều người khác. Có một cô trẻ hơn em chỉ là không đến dự đó!

- Anh khen thật theo anh nhìn, mà em khiêm tốn. Còn người không đến dự thì nói chi nữa em?

Ngọc Mạnh vui vẻ nói thêm:

- Thôi vậy được rồi gặp nhau ta nói nhiều hơn, anh đang bận cho xong tuần báo tới, em làm gì đi hĩ. Hôm nay là chiều thứ năm rồi nghe. Chỉ hai ngày nữa anh gặp em, nhớ nha em!

- Nếu không có gì thay đổi?

- Thôi, đừng để anh mừng hụt...

- Em giỡn mà. Em sure chắc chắn đấy mà.

- Xin cám ơn em trước. À mấy giờ Vân Nhu đến nhỉ?

- Độ khoảng ba giờ chiều.

- Đúng hẹn, đừng để anh nóng lòng.

- Em không làm anh thất vọng đâu... Ô mà biết đâu được, anh còn nhớ câu thơ: *Em cứ hẹn nhưng xin em đừng đến nhé/ Nếu trót đi, thì hãy gắng quay về?*

- Em cũng hay đùa đó chứ. Thích thơ Hồ Dzếnh hĩ?

- Thơ nào hay em vẫn thích cả. Và chỉ là để hợp, cân bằng tâm tư đùa giỡn với anh Mạnh chứ phải không nào? Thôi OK bye anh nha. Vân Nhu đã đưa tay lên nhìn đồng hồ, vì đã trải qua hơn mười phút nói chuyện.

- Được rồi em. Cám ơn em.

Vân Nhu nàng đã cắt phone mà Ngọc Mạnh cứ nhìn mãi phone. Hóa ra chàng đã hư như trẻ nít, hư lên vì tình yêu gọi...

## CHƯƠNG 2

Thứ bảy như đến liền, Vân Nhu nàng mặc chiếc áo dài màu vàng đậm có nhiều hoa cúc trên nền. Nàng lại nhớ bài thơ *"Áo nàng vàng anh về yêu hoa cúc/ Áo nàng xanh anh mến lá sân trường/ Sợ thư tình không đủ nghĩa yêu đương/ Anh thay mực cho vừa mầu áo tím."* Một bài thơ hay lạ lùng của Nguyên Sa. Vân Nhu tự mỉm cười như lấy hên chăng? Vì áo mình đang mặc là màu vàng hoa cúc nè... Và cô ra đi lái xe để gặp Ngọc Mạnh đúng hẹn. Anh đã chờ nàng, khoảng khá hơn mười lăm phút thì thấy Văn Nhu đến.

Ngọc Mạnh mừng rỡ tiến lại nơi cô đậu xe, anh cố nhìn ra chiếc xe cô từ khi mới quẹo phải, hướng vô nhà hàng!

Anh cười tươi tắn chào nàng:

- Hân hạnh được gặp em. Em thật đúng hẹn, xin cám ơn em nhiều Vân Nhu ơi.

Vân Nhu vừa khóa máy và bước xuống xe, cô vẫn nở nụ cười thật là trong sáng đáp lại:

- Anh chờ em lâu không? Chưa tới ba giờ mà anh Mạnh?

- Anh cũng mới đến, anh nôn nóng vậy thôi.

Vân Nhu nhìn Ngọc Mạnh nói nhẹ nhàng:

- Trông anh Mạnh có vẻ yêu đời lắm, dễ gì đến giờ này còn ở không?

Ngọc Mạnh cười mỉm chi:

- Thật sự anh cô đơn, anh chẳng có người nào hợp ý. Vợ anh thì coi như trường hợp ngoại lệ...

Ngọc Mạnh nói thêm:

- Từ đó đến giờ lẻ bóng cô đơn thật mà.

- Khó tin! Một người đầy vẻ hào hoa như anh?

- Còn em thì sao? Chắc nhiều chàng đeo đuổi?

- Em tu tại gia lâu rồi. Hôm nay anh phá lệ em đó. Nàng nói có vẻ nghiêm hơn là đùa.

- Thôi mình đứng nói chuyện ngoài này trông kỳ quá, ta vào nơi đây uống cà phê, hay ăn gì một chút em có thấy đói?

- Không. Chúng ta đi chơi ngoại cảnh em thích hơn.

- Ừa anh cũng thích ra ngoại cảnh hơn, anh biết hồ lake Lanier... Em có bao giờ đến chưa? Cũng ngắm được lắm. Em hôm nay còn xinh đẹp mỹ miều hơn lúc ra mắt vườn thơ của mười bảy phụ nữ nữa đó Vân Nhu ơi...

- Anh khen quá lời làm em mắc cỡ, nhưng em không nghĩ mình được như vậy đâu.

Ngọc Mạnh giục:

- Từ nay anh khổ với em rồi đó. Em lên xe anh, ta đi chơi một vòng, chung một xe Vân Nhu nhỉ...?

Nàng hơi lưỡng lự rồi bảo:

- Cũng được thôi anh!

Hai người rời vùng xe Vân Nhu đậu. Và đi song hành qua chỗ xe Ngọc Mạnh đang parking đứng chờ. Vân Nhu tiếp tục nói:

- Em chỉ coi anh như người anh đi chơi chung thôi, em không suy nghĩ gì khác hơn đâu.

- Ừ được không sao, em bước lên xe đi. Đừng để xe chờ lâu nó buồn. Ngọc Mạnh mở cửa hông phải xe cho nàng, và mời nói như thế.

- Vâng cám ơn anh. Nàng chờ Ngọc Mạnh qua bên cửa trái bước vào. Nàng cùng bước vô xe một lượt bên cửa phải.

Nàng vẫn vui vẻ trầm trồ:

- Xe anh đẹp nha anh Mạnh!

- Chỉ thường thôi mà em.

- Xe đẹp còn không chịu nha.

Vân Nhu nói và cô ngồi trên xe Ngọc Mạnh. Cô seat belt ngon lành và mỉm cười. Ngọc Mạnh nổ máy chờ đợi sẵn lâu rồi. Giờ anh chỉ giậm ga nhẹ cho xe chạy tới. Vừa lái xe anh vừa liếc nhìn vòng eo của Vân Nhu, anh thích thú bảo:

- Tới nơi anh phải ôm em một cái đậm mới được...

- Anh lãng mạn thật, nhưng em có chi đặc biệt.

- Em đặc biệt hết sức, thảo nào anh mê là phải.

- Đàn ông các anh, mới gặp thì mê lắm gallant hết cỡ, dần dà rồi cũng nhạt, chán thôi...

- Đàn bà em cũng vậy, đôi khi phản bội giết người không gươm đao hơn đàn ông nữa? Phải không em? Rất có thể đó.

Rồi anh lại nói thêm:

- Nhưng quan trọng là biết nuôi dưỡng tình yêu thì tuyệt vời hơn, để tình yêu sống hĩ em Vân Nhu.

- Em tựa hồ anh là người diễn giả...

Ngọc Mạnh thuyết tiếp:

- Hãy yêu thương đi em, cho ấm nồng con tim... Tình yêu có nhiều rối rắm và đau khổ, song nếu một người, ta gặp hạp ý rồi bỏ qua, là lãng phí thời gian lắm... Em có biết không Vân Nhu?

-Với em thì quan niệm khác hơn anh à. Vì sau khi li dị chồng em, chính em quyết định ly dị, tuy nhiên em chưa bao giờ thấy người nào làm cho em ngày nhớ đêm thương... Nàng nói như chân thật hướng mắt về phía trước, rồi quay mắt lại nhìn Ngọc mạnh.

- Trái tim em đừng sắt đá như vậy. Không tốt đâu em?

- Nhưng em không thấy rung động thực sự và lâu bền được. Nàng nói nhìn lại tay lái chàng.

- Anh hiểu, biết đâu có ngày em yêu rồi gỡ không ra, chẳng hạn như anh giờ yêu em rồi ngày nhớ đêm thương đó. Mà em chối từ đó tề…

- Anh cứ nói cho cố.

- Thiệt đó chứ, cố gì em.

Nàng lườm liếc chàng không nói nữa, rồi lẹ miệng Vân Nhu mỉm cười. Anh thấy nụ cười nàng thật duyên dáng, đẹp hết ý.

Vừa lái xe đưa Vân Nhu đi. Anh vừa nói chuyện, Ngọc Mạnh đang mở nhạc nơi xe êm êm đó chứ. Anh đang mở CD "Nhìn Những Mùa Thu Đi." Và chính ca sĩ Khánh Ly ca bài đó nghe rất có hồn. Rồi anh lại bấm nút tắt hẳn, để cho cuộc nói chuyện của mình thăng hoa hơn, giá trị hơn… Nhưng rồi Ngọc Mạnh lại thấy tiếc, mở lại nhè nhẹ âm độ nhỏ hơn để nghe… Anh không đưa Vân Nhu đến hồ Lanier thẳng để ngắm như dự tính, mà đưa nàng lòng dòng qua các ngã đường, cây rạp bóng hun hút, ít nhà cửa mãi đâu đó… Vân Nhu hết ngắm anh là đưa mắt nhìn cảnh bên ngoài… Trời mùa vào thu nhưng hai má cô hồng, hơi đỏ lên chút nhẹ, dẫu trên xe Ngọc Mạnh mở máy lạnh điều hòa mát rượi, hổng hiểu sao nàng có trạng thái đó. Vân Nhu thật nóng bỏng, diễm lệ và tươi mát trong mắt chàng quá, Ngọc Mạnh nghĩ.

Còn cô thì ngắm hai bên đường, cô không rành để biết hết nơi đâu, là đâu? Nàng chỉ thấy, Ngọc mạnh cho xe chạy không đều, lúc nhanh lúc chậm, rồi đến với các điểm hồ nho nhỏ, không phải hồ lake Lanier, mà hồ có đầy thung lũng bao quanh, vẻ như hoang dại lắm, hoa dại và hoa người chăm sóc cũng nương nhau mọc nhiều ở các lối đi bộ kìa. Nàng vẫn chưa rõ hồ này tên gì? Ngọc Mạnh nhìn check vị trí của nó, rồi đậu xe cuối cùng một nơi anh đã chọn. Xong, anh trườn qua Vân Nhu hôn nàng. Anh nói thật:

- Anh yêu em thật nhiều, em biết không Vân Nhu ơi?

Vân Nhu im lặng. Ngọc Mạnh ôn tồn hơn:

- Em xuống ghế sau anh muốn hôn mái tóc em một chút, tóc em thơm mùi gì, và đẹp quá anh thích. Anh mê không chịu được...

- Hương trái bồ kết em giã ra và nấu tắm gội đó. Vân Nhu trả lời. Nàng vẫn còn ngồi của ghế hàng trên gần anh.

- Trời... Em nói xạo làm gì ở xứ này có trái bồ kết giã ra nấu tắm chứ? Chàng Ngọc Mạnh vui vẻ phản đối nhẹ nhàng nhìn Vân Nhu.

- Em đùa đó thôi. Cũng chỉ là shampoo như bồ kết bình thường thôi anh. Nàng nói tươi cười thêm, vẻ hồn nhiên.

- Nhưng chắc hạp với em nên thơm lắm! Chàng ráng ôm cái đầu Vân Nhu hôn hít rít, hơi từ nơi tóc nàng lan ra. Chàng nghe một mùi như thân hữu dễ thương, một cách quý mến, một cách quyến luyến quá...

- Cũng bình thường thôi mà? Vân Nhu chống chế cô hơi lúng túng lại.

- Không bình thường được! Ngọc Mạnh say sưa bảo với nàng.

Nói xong, anh đi đến mở cửa bên phải cho nàng. Vân Nhu bước ra, anh chặn đường hôn lên trán nàng, và hít mạnh mái tóc màu hạt dẻ của nàng tung trong gió một lần nữa, tóc nàng sém trùm cả đầu anh...

Vài chiếc lá hè sang thu rơi trước mặt nàng...

Miệng Ngọc Mạnh bảo nữa:

- Không chịu được... anh muốn được cắn em, chết bên em cũng cam lòng.

Vân Nhu nghe anh nói thì mỉm cười, nụ cười cô thoảng hơn hương gió. Cô lại rơi vào im lặng, vẻ xúc động đến...

Vân Nhu vào ngồi ghế sau bên phải. Ngọc Mạnh đi vòng qua bên cửa phải thật nhanh, anh như sợ mất hết thời gian. Anh chui vô ngồi bên cạnh Vân Nhu nắm bàn tay dịu dàng của nàng, mà rằng:

- Anh sẽ cưới em nếu em chịu anh. Anh đã mua nhẫn cưới em, tặng cho em hôm nay đây nè.

- Trời ơi...

Vân Nhu hết sức bất ngờ thảng thốt, khi thấy chiếc nhẫn hột xoàn chàng đưa ra óng ánh. Nàng thật là cảm động nhưng đôi mắt nàng lại buồn, và trông mơ mộng, hơn cả một khung trời đẹp... Nàng nói tiếp:

- Em cám ơn anh, nhưng em không lấy lễ vật anh tặng đâu.

- Anh chỉ muốn tay em đeo thử có đẹp không thôi.

Ngọc Mạnh ngắm gương mặt nàng, và nắm ngón tay gần ngón giữa, tức là ngón áp út của Vân Nhu cho vào. Vân Nhu khẽ bảo:

- Lấy ra đi anh, em nghĩ em không xứng đáng để đeo vì em chưa yêu anh mà?

- Anh tặng cho em coi như xong... Chưa thích đeo cứ để đó trong hộp, một ngày em thích lấy đeo...

Ngọc Mạnh vừa nói vừa hôn lưng nàng, anh sung sướng như điên dại, cho nụ hôn chạy từ ót đến sát, sát mông sau, làm Vân Nhu giật mình nàng lẩm bẩm:

- Thôi mà coi ai nhìn, người ta cười anh kìa.

- Đâu có ai nhìn, họ cũng đang say mê trong tình yêu của họ mà. Ngọc Mạnh tiếp tục nắm tay nàng ôm hôn từ đầu đến chân nàng. Anh ôm hôn rất mạnh, và hít rất kêu, anh hôn cả bắp đùi nàng, làm Vân Nhu luống cuống. Tự nhiên lồng ngực cô như có điểm loạn, nhịp tim cô đánh mạnh... Cô đã một phần mất đi tự chủ...

Vân Nhu trở nên im lặng, Ngọc Mạnh chỉ còn nghe hơi thở cô nhẹ nhàng lướt trôi. Rồi hơi thở Vân Nhu từ đâu dồn dập, cấp bật, và cường độ như mạnh thêm...

Biết Vân Nhu đang đi đến xúc cảm cao độ, anh bồi thêm trên môi nụ hôn thật là nóng bỏng, chêm thêm câu nói:

- Anh yêu em hơn bất kỳ người đàn bà nào. Em sinh ra để làm chi em. Anh chỉ muốn sống với em, sẽ được làm tình với em thôi... Anh sẽ chết vì em...

Ngọc Mạnh vừa nhả lời. Anh lại hôn nàng tới tấp hơn như mưa bão, trận hôn bão của chàng đắp lên da thịt người tình, này mắt này môi, này tai, này cổ, này tay, này chân khắp người đàn bà Vân Nhu.

Vân Nhu không hoàn toàn làm chủ được mình nữa. Cô khẽ kêu lên:

Anh, anh thôi mà...

Nhưng Nhu người phụ nữ trẻ ấy, như đã bị kéo vào, đi vào giấc mộng, nàng ôm lấy bàn tay anh, và ấn phía sau gáy chàng để nụ hôn thêm sát. Nàng đang bị lâm vào cảnh của mê muội, hay tiếng sốt nơi ái tình, nó đang bung bay cao, rồi đang thẳng cánh tìm đến hợp lệ và cả không hợp lệ, để dí diết trái tim nàng chăng...?

Da thịt nóng bỏng cọ sát, giây phút thần tiên Vân Nhu không ngờ không khí yên tĩnh, trời sắp qua hạ, vào thu nơi đây im ắng quá. Chỉ còn tiếng nói thanh bình, êm đềm tình tứ của Ngọc Mạnh đã gợi cảm, làm cho nàng phải mau đắm say, phải quên mình của giây lát... Mắt trong mắt, môi trong môi, lưỡi trong lưỡi, răng đụng răng... Tay chàng đam mê vụng về nắn nót, chàng mân mê bóp mạnh cưng nựng, và vò vào mông nàng. Nàng đã đi qua trong thẹn thùng, bối rối... rồi thích thú. Vân Nhu như mất hết, và không còn gì để mất nữa... Nàng hoàn toàn không còn tự chủ được. Nàng biết mình bị khích thích ghê gớm, một Vân Nhu sắt đá trong lòng nàng chạy biến đâu mất. Chỉ còn lại một Vân Nhu nóng bỏng, đam mê, thác loạn, cùng cực và dục tính. Nàng cũng chẳng hiểu nổi...

Vân Nhu đã đem lại cho chàng những hạnh phúc tuyệt vời nơi tình yêu mới chớm của Ngọc Mạnh. Thời gian đối với họ như vào cõi thiên thai... Những phút giây không thể mô tả đơn giản là lửa tình hừng hực, hay nựng nịu của hương tình ái khêu gợi. Mà ta có thể gọi là, một cái gì đó không còn của duy thức rõ ràng nữa, nó đang đốt cháy con tim bé bỏng vì ái tình của nàng... Vân Nhu bỗng nhiên đang nhạy cảm đón nhận hết mức, tâu dâng, đón chào của cuộc đời nàng, của ái tình Vân Nhu đã lên ngôi, tới đỉnh tháp! Đất trời cũng xao xuyến hòa mình, cây lá như đang vào chung kết cuộc yêu đương của họ... Gió hiu hiu ban thưởng, từng cành cây phiến lá kia, từng làn gân thớ nhựa chúng như đang rung động úp ngửa, bồi hồi khẽ gọi sung sướng biết là bao...! Đó chẳng phải đang nói lên ngàn lời yêu thương với hai người họ sao? Cảnh trí thiên nhiên đã trở nên tự nhiên đi vô trong hồn họ rất tình...

Ngọc Mạnh thì thầm:

- Anh yêu em, anh yêu em hơn bao giờ hết.

- Em cũng yêu anh... Yêu đến chết nha!

- Làm sao mình có thể tách rời được em hĩ? Anh yêu em như điên lên đây.

- Dạ anh ơi. Thật sự em đã thích anh lắm.

- Nhớ nha, không còn ai nữa nha!

- Ừa hứa mà! Chỉ mình anh thôi. Em yêu anh nhất đời...

Thời gian còn lại với họ, chỉ là hai con tim biết nói. Tất cả chìm vào im lặng, của sóng tình yêu phiêu dạt mênh mang...

Nhưng rồi thời gian sau đó, nàng lại luống cuống, rồi như chợt tỉnh hương vị, tình yêu cay nồng kia trôi qua. Còn nơi Ngọc Mạnh mãi cuốn hút, anh thấy bị căng thẳng bởi nỗi lý trí...

Đến hồi Vân Nhu đã ráng để tỉnh táo, và không cho phép nàng đi xa hơn... Vân Nhu đưa hai tay ôm lồng ngực đang đánh mạnh ở phía trước. Nàng nói với chàng:

- Anh ơi mình đi quá đà em không ngờ em hư như vậy. Thôi mình nói chuyện khác đi. Anh làm em hư lắm, hư theo anh mất! Anh thật kỳ lắm... Em như bại trận... Bởi là...

- Chuyện gì vậy em? Em đừng làm anh muốn chết đứng luôn, khổ thật...

- Cái gì cũng nên biết giới hạn chứ. Cháy quá thì mau tàn, mau trụi, đủ rồi anh...

- Biết bao nhiêu cho đủ. Vân Nhu em ơi...

- Em nói đủ là đủ mà. Thôi nói chuyện văn học nghệ thuật đi, những nhà văn nổi tiếng của Việt Nam như Thái Vũ có quyển Biến Động nói giặc chày voi em thích ghê nơi. Gần đây em có đọc biết, cũng hay lắm anh à. Anh biết không?

- Anh biết quyển đó, em có đọc rồi hã? Ngọc Mạnh hỏi trong hơi thở còn dồn.

- Có, em đọc sơ rồi từ lúc em còn học sinh trung học. Văn của Thái Vũ có phần giống anh, cũng mạch lạc, tha thiết và thâm thúy lắm, em thích người con gái Thể Cúc đó lắm anh ơi.

- Anh bây giờ không nói chuyện văn học được đâu, bởi sắc đẹp em đã hạ thủ tất cả, chiếm ngự nơi anh rồi. Mạnh chỉ biết gần em và ham yêu em hơn. Khi nào qua điện thoại anh sẽ bàn chuyện đó, hoặc một ngày khác… Quả là mỹ nữ có thể giết chết đại tướng mà không cần gươm đao… Câu nói này không bao giờ sai.

Nàng cười nụ, nhưng không cần để ý những lời Ngọc Mạnh vừa nói lắm. Vân Nhu bỗng ghen bóng gió ý khác với chàng nhanh. Nàng hỏi Ngọc Mạnh:

- Người như anh em tin chắc nhiều đàn bà lắm rồi?

- Đâu có như vậy em, anh yêu, anh mới xúc cảm mạnh được chứ em.

- Nhưng em biết anh đã yêu nhiều. Anh còn phong lắm thì anh không nhịn lâu tình yêu được…

- Đừng nghĩ xấu cho anh, còn em thế nào? Khi bắt đầu ngày mới đừng nói chuyện đã qua?

- Em đâu có phong độ mạnh mẽ như anh. Chẳng qua em bị anh lôi cuốn một chút vì anh thôi.

- Mà sao có chấp nhận không vậy? Yêu anh không Vân Nhu, để anh mừng?

- Không, em không chấp nhận đâu. Coi như em xin lỗi những gì xảy ra, em quá trớn một chút… Vậy nghen anh…

- Em giết anh, anh không lái xe nổi nữa đâu Vân Nhu. Em thật sự làm anh đau khổ. Anh muốn được chết đi cho qua một cuộc đời, một cuộc tình anh yêu đơn phương. Phải không em? Tình ta đã yểu và không đoạn kết, anh không được em yêu lại chán quá, làm sao đây em. Vân Nhu ơi hỡi? "Tình mới nở đã chết đi trong thoáng chốc… Còn gì đâu em, anh chỉ kiếp sống mòn..." Em ơi vậy sao em?

Nàng cảm hứng đọc thơ:

*"- Người ta khổ vì thương không phải cách*
*Yêu sai duyên và chọn lầm người"* của Xuân Diệu thì phải chịu thôi. Hi hi. Vân Nhu đổi trạng thái nàng cười giòn...

- Trời ơi em áp dụng thơ sai. Đó không phải là như Yêu Dại Khờ của Xuân Diệu đâu em?

- Một trăm cách của tình yêu dại khờ mà anh? Không sai đâu anh cưng. Rất hay và triết luận mọi ngóc ngách đó chứ...

- Anh thua em cách nghĩ. Nhưng thôi em...

Ngọc Mạnh nói và nhìn trời mây. Anh như nếm niềm đau, cay đắng từ đâu đến, như phá tan giấc mộng ngọt ngào nơi anh. Thấy Ngọc Mạnh than thở và xụi lơ tâm trạng, Nhu thấy tội nghiệp anh. Nàng vội hôn nhẹ trên má anh và an ủi:

- Nói chứ phải cho em thời gian một tý. Chớ biết anh có chung tình với em không? Vội vàng chi thêm đau khổ. Đàn ông thường nói và hứa, giống nước chảy qua cầu mà anh...?

Ngọc Mạnh cũng vui lại một tý anh nói:

- Em đã không tin anh. Song anh hứa với lòng anh yêu em. Anh rất yêu em, anh chọn em, anh mới không tiếc mua nhẫn cho chứ. Đàn ông cũng tùy người mà em, phải không?

Vân Nhu làm thinh không trả lời. Cô cũng ngước nhìn trời mây một chút cho lòng mình thanh thản... Đúng lòng cô đang thanh thản mà chạnh lòng vì ai...

Sau thì Vân Nhu nhìn lại chiếc nhẫn, nàng tháo bỏ vào trong hộp để đó. Nàng biết chiếc nhẫn đó trên dưới ba carat, khoảng hơn mười lăm ngàn đô hơn đâu phải là ít, nếu không yêu nhiều, anh không dễ dàng đặt tặng biếu một kỷ vật giá trị như thế? Nàng hiểu thấu chứ. Hơn nữa nhà văn anh đâu giàu lắm, chỉ là khá giả thong thả một chút thôi. Vì người yêu chữ nghĩa họ mong danh dự và thanh danh trước tiên, chứ không phải vật chất trước tiên, nên họ thường không giàu có. Anh tặng cho nàng, tức anh ưu tiên và quý nàng lắm! Nàng đâu phải là không đủ nghĩ, không đủ để hiểu tới.

Suy nghĩ đoạn. Vân Nhu bảo:

- Em không nghĩ hôm nay em chấp nhận tiếng nói yêu anh. Song thật sự chữ ân tình thật khó nói, có lẽ trái tim em cũng đã yêu anh rồi. Em không thể hiểu tình thế lại mau chóng như vậy. Em thật sự có phần xấu hổ...

Ngọc Mạnh lắng nghe và phản đối:

- Tình yêu mà em. Xấu hổ gì cưng? Duyên nợ mà Vân Nhu? Tiếng sét ái tình vẫn nổ ra, biết bao người sống trên trái đất làm người này em. Anh tin điều đó, như tin cuộc tình chúng ta.

- Em không biết nữa. Em cũng có thể hư rồi.

- Dại quá Vân Nhu? Làm sao em hư mà tự lên án em? Tình yêu cho và nhận hai chúng ta? Ta hãy yêu nhau đi em...

Vân Nhu lại làm thinh nữa. Nàng như có cảm giác một điều gì đó mơ hồ, đang chùng lại, tâm can nàng không rõ rệt. Ngọc Mạnh lại hỏi lời rất ngọt ngào:

- Mỏi không Nhu, em nằm xuống đi, xe anh ghế dài mà, hay là ta ra ngoài xe một tý.

Ngọc Mạnh nhìn nàng, song nàng trả lời:

- Thôi em thích nằm đây. Anh đi một mình loanh quanh đi, rồi lại với em.

- Trời ơi anh điên hay sao. Em nằm đây anh đi một mình loanh quanh?

- Đôi lúc cũng cần có những thì giờ như vậy mà anh.

- Không, em nằm xuống. Anh hôn một chút nữa cho đỡ ghiền còn hơn.

- Trời ơi chưa thấy ai như anh nghen. Để dành mai mốt hôn, hôn miết rồi ngán đó.

- Không đời nào em.

Vân Nhu nói rồi bỗng chợt hết buồn. Nàng cười tươi, đôi mắt ánh lên một nguồn vui như hai vì sao sáng. Nhu nằm nghiêng vậy đó, mà anh gắng ngồi xuống hôn nàng, hít mãi mùi tóc. Hết hôn tóc, thì hôn lên đôi mắt, hết đôi mắt, thì hôn chiếc miệng, sóng mũi, tay chân, rún, eo bụng... Ngọc Mạnh không ngờ anh gặp nàng. Anh càng say đắm hơn anh tưởng... Ngoài kia những con chim trên cành như đang tìm nhau âu yếm. Và vài cô chú vịt trời cũng rỉa lông trao gởi chuyền hơi ấm cho nhau. Làm Vân Nhu tự hỏi lòng mình, và nàng cảm giác, thấy bâng khuâng thật nhiều, không hiểu từ đâu...

## CHƯƠNG 3

Sau lần gặp gỡ đó. Vân Nhu đã yêu Ngọc Mạnh một bước nhảy mạnh. Rồi đến hẹn hò đi chơi xa vào những khi cuối tuần, hoặc những ngày lễ lộc. Con nàng đã đi đại học ở xa, nàng không còn lo lắng nhiều. Con của Vân Nhu là những đứa có học bổng, được học giỏi. Vân Nhu thì có job vững vàng, nàng đang làm hãng thực phẩm của một công ty tập đoàn lớn của Mỹ tên TMP. Nàng lại có phần hùn hập cổ phần trong các tiệm nail với em chồng cũ, kinh tế Vân Nhu không còn gì để lo... (Mặc dầu nàng không phải của nhóm người phụ nữ giàu có lắm về gia sản, nhưng có thể nói Nhu sống an nhàn về vật chất, lẫn tâm hồn! Nói đúng hơn tâm hồn nàng thì khá giàu có, một vẻ phong lưu của người phụ nữ trẻ...)

Vân Nhu vẫn cần thời gian để enjoy, cần có nhiều trải nghiệm để làm văn làm thơ. Và để nghe tiếng nói nơi con tim mình, dậy lên từng đợt sóng chứ... Và cho cuộc sống mình mang nhiều ý nghĩa chứ...

Mặc dầu con của Vân Nhu từng khuyên:

- "Má nên ở nhà làm thơ viết sách, má không nên đi làm hãng nữa."

Nhưng Vân Nhu luôn luôn giải thích:

- Khi là nghiệp dư lại yêu viết hơn con ơi. Vả lại, đi làm là kiếm được tiền, thêm để cho người thân ở Việt Nam chứ con! Má là người cũng rất ham đi kiếm tiền con ạ...

Nhu chưa có quyết định thôi việc. Nàng vẫn yêu job, thích làm việc nhiều. Nàng thích hoạt động trong nhiều lĩnh vực... Nhu cảm thấy mình quá đủ hạnh phúc, mặc dầu nàng từng xa chồng, li dị chồng một lần. Và hiện giờ nàng yêu Ngọc Mạnh rất nhiều. Vân Nhu cũng không ngờ trái tim nàng, được Ngọc Mạnh đánh thức và cướp lấy, với tình yêu và công suất mạnh mẽ đến vô ngần. Một hiệu ứng tần suất cho tình yêu nàng quá lớn lao, đến mức độ nàng khó có thể tin như vậy!

Rồi chuyện gì đến cứ đến. Ngọc Mạnh, Vân Nhu yêu nhau nồng thắm tình tự, thơ mộng biết chừng nào! Cả hai sống cho cuộc đời tình yêu trổi dậy của họ. "Những rừng nào đẹp, những biển nào tình, những hồ nào thơ, những điểm nào nổi." Hai người đều khám phá và trải nghiệm qua nơi ấy, khí trời nơi đó ban tặng họ hít thở chung vào tim phổi... Họ ít nhất một lần giẫm chân làm kỷ niệm, để rồi nhớ nhung, để rồi lưu trú! Vân Nhu Ngọc Mạnh như hưởng một hạnh phúc thật tuyệt trần, thân xác hai người đã hòa lẫn và thuộc về nhau, tâm hồn quyện kín trong nhau luôn. Tiếng đồn về họ rất là, thiên hạ bàn tán xôn xao...

Mặc kệ, Vân Nhu tỏ ra không sợ. Cô cho rằng cô cùng Ngọc Mạnh độc thân, và cô có quyền yêu. Yêu hết mình... Nhu từng suy nghĩ, nàng không làm gì để sai trái với đời...

Rồi một ngày kia nằm bên Ngọc Mạnh tại khách sạn Miami Florida. Ngọc Mạnh hỏi Vân Nhu tâm sự thật lòng:

- Trước khi quen anh, em có quen với nhà thơ Phùng Linh và ngủ với anh ấy. Thơ anh ấy làm cho em rất là hay. Em đọc rất là xúc cảm, nhưng khi gặp anh, tình yêu em mới đích thực thuộc về anh. Nơi em, anh ấy em đã quên.

- Tại sao là như thế? Tại sao em làm như vậy? Ngọc Mạnh hốt hoảng la lên, như phỏng lửa dưới chân. Anh kêu la lên như trời biểu không bằng.

- Anh đừng giận, và đừng ghen, dù sao anh ấy biết em trước anh? Nhưng khi em quan hệ với anh, em chấm dứt tất cả, em chẳng nhớ họ bao giờ? Anh, em xa mấy hôm là nhớ muốn chết! Em không thể sống thiếu anh nữa trên đời...

Ngọc Mạnh giận lên tới cổ luôn. Anh không thèm để ý mấy lời nói sau cùng vẻ tình tứ của Vân Nhu. Anh chỉ hậm hực bám vào phần đầu cô tỏ bày, khiến anh dằn từng tiếng:

- Có chuyện đó nữa sao? Em ngủ với Phùng Linh nữa

sao?

Anh không thể ngờ em... Thiệt tình em. Em là...

Chàng như cà lăm, nói vấp váp hậm hực. Vừa gây cho Vân Nhu một nửa buồn cười về chàng, một nửa bực tức chàng. Nàng không khống chế được. Vân Nhu trả lời:

- Vì em thương anh thật, nên em nói sự thật. Vấn đề em nói là trước khi biết anh, em có ngủ với Phùng Linh. Nhưng sau khi quen anh, yêu anh em đã chấm dứt tất cả mà!

- Anh nghe người ta kể về em. Em chẳng có tình yêu chỉ có tình dục qua đường mà thôi. Nên nhớ, anh nghe sau khi chúng ta đã quan hệ. Họ nói anh nơi cuộc tình... Anh lẩn tránh không tin. Thật là anh chẳng muốn tin, đến giờ lại nghe em tâm sự. Tin này anh quả thật bị sét đánh bên tai... Hủy hoại trong anh nhiều thứ...

- Em không giấu anh, em kể thiệt, bởi đời em ngoài người chồng em, vì em có con, anh ấy cũng là người chồng tốt của Vân Nhu xét về một phương diện nào đó. Và bây giờ anh là người Vân Nhu yêu nhất. Còn những đàn ông đi qua trong em, nhưng em chưa bao giờ nhớ tiếc ai.

- Khó mà tin điều Vân Nhu, song tạm nghe tin em như vậy. Bây giờ anh cấm Vân Nhu không nên ăn ngủ với một người nào ngoài anh. Anh biết được chuyện này anh không tha cho em đâu?

Im lặng tý Ngọc Mạnh tiếp:

- Quan hệ văn chương bạn bè em không cần học hỏi ai làm gì? Khi mình giỏi là tài năng chính mình trổ ra, nơi bản thân mình xuất phát có. Em học sách vở đủ rồi. Anh không muốn em quan hệ, làm lung lay tình cảm, tình anh, đã tổn thương anh... Em không thể tự do đi yêu và quan hệ...

- Em nói là vì quá yêu anh, em kể về trước thôi mà. Biết anh như vậy là em không thố lộ đâu. Tính ra em còn ngu ngốc nha. Vân Nhu nói và nhìn chàng thật tha thiết.

- Anh nghe phát chán đi mất. Em có biết anh yêu là phải ghen. Ngọc Mạnh tránh đôi mắt Vân Nhu, anh lắc đầu nguây nguẩy.

- Trước kia thôi? Bây giờ được, anh bảo gì em cũng phải nghe theo, miễn anh tin. Em yêu anh nhất. Và em đã cắt đứt các quan hệ khác là được rồi, anh chịu chứ?

Ngọc mạnh bớt giận, nhưng cơn tức anh vẫn còn khó dằn. Anh đành thốt ra, đưa mắt nhìn nàng:

- Nếu anh muốn gì em cũng phải nghe theo anh, nhớ nha. Con trai anh nó chịu em là vợ anh. Nhưng hổm giờ nó đi đâu, nghe người ta nói em rất lơi lả, lăng loàn, hay đùa nhột với ái tình... Nó về phàn nàn anh, và bảo không nên chọn em.

Ngọc Mạnh nói tiếp:

- Nhưng anh biện luận hết sức gay gắt với nó: "Ba không dại, ba phải biết là người nào vợ ba. Khi tuyên bố với các con" Và ba với người đó từng đi chơi du lịch, tham quan chung, từng có kỷ niệm, và từng sống chung. Ba hiểu hơn ai hết...

- Ba muốn hiểu được một người phụ nữ thật sự thì khó đó ba. Con trai đầu của Ngọc Mạnh là Ngọc Lễ từng phản đối.

- Nhưng ba bảo đảm ba hiểu được nàng ấy mà con.

- Nếu ba nói vậy, con chỉ còn chúc mừng ba thôi. Nhưng hoa hồng thì lắm gai, và người phụ nữ trẻ đẹp độc thân, ba phải coi chừng họ đó. Họ đổi tâm tính như gió đổi mùa mà ba.

- Thôi thôi ba hiểu, và ba có quyền quyết đoán cuộc đời nơi ba.

- Vậy thì con chỉ còn lại hai tiếng OK với ba thôi.

Ngọc Mạnh đang liên tưởng sự kiện đó xảy ra, cách đây một tuần khi ông đối đầu tranh luận với con trai về tình yêu anh dành cho người phụ nữ tên Vân Nhu.

Không hiểu tại sao Ngọc Mạnh yêu Vân Nhu làm chi khi cô chối từ anh. Anh đòi sống, đòi chết. Giờ này cô chịu yêu anh và có nhiều kỷ niệm với anh. Thì anh nghe người ta đồn, cô ấy một người thay tình như thay xiêm áo. Ngọc Mạnh lại buồn rầu khổ cực, tiến thoái lưỡng nan, suy nghĩ bao điều khó nhọc nơi lòng mình, kể cả những điều con trai lớn đã đối diện thổ lộ, và nắm biết về tâm lý phụ nữ cho ông nghe... Cũng là điều rất lạ anh chẳng hiểu được, có lẽ nỗi đau khổ đang bày lên để giành giựt với từng centimet, của hạnh phúc anh chăng? Nhưng Ngọc Mạnh vẫn xác định trong tim. Anh rất yêu nàng! Một cái tên Vân Như, hình bóng ấy đã khắc vào tim anh rực rỡ đến nồng cháy...

## CHƯƠNG 4

Ngọc Mạnh có một người bạn làm thơ tên là Đỗ Thông anh thường tâm sự với hắn ta:

"Anh chẳng yêu người đàn bà nào thành thật. Hết tất cả phụ nữ, người đẹp không khác chi món trang sức làm anh thích thú vui chơi giải trí, họ thật hay! Nhưng rồi anh sẽ chán, đi tìm cái khác mới lạ hơn, hấp dẫn hơn. Anh không thể dừng lại người nào. Dù là như tiên sa cá lặn đối với anh, cũng không giữ chân được..."

Khi Đỗ Thông đọc bài thơ của Vân Nhu với bài "MTUM" thì vô cùng khích lệ, vô cùng cảm xót, anh liền gọi phone cho Nhu để chúc mừng hồn thơ bay bổng của cô.

Thì qua nói chuyện. Vân Nhu cho biết "Cô đã yêu Ngọc Mạnh và chính anh ấy là động lực, là cảm xúc cho cô viết bài này. Mặc dầu cô quen rất nhiều người, nơi quê hương của kinh thành Huế cố đô. Nhưng bài thơ đó là dành riêng cho...

Đỗ Thông phản đối:

- Vân Nhu không nên tha thiết với tình yêu Ngọc Mạnh. Thơ cô làm hay thì được. Nhưng yêu anh ta thật lòng thì không nên. Vì anh ta là dòng họ Sở, chẳng biết yêu ai thật dạ đâu. Ngọc Mạnh chỉ mượn sắc đẹp phụ nữ, để hưởng thú nhàn vui, tính tình dục cho thỏa mãn thôi. Khi nhàm chán, chường bỏ đi tìm một hương hoa mới...

- Thật vậy sao anh? Em không thể nào nghĩ anh Mạnh lại đeo đuổi những ái tình như vậy. Thiệt ra anh ấy đã ngụy trang một vỏ bọc khéo, nên thành ra em thơ ngây lầm lẫn. Và tình yêu đã có nhiều khuôn mặt anh Thông ơi.

- Thế giới tình yêu của Ngọc Mạnh chủ chú trọng vào

nhục dục, sắc diện và mới lạ, nó còn dễ tan hơn bong bóng mỏng. Em một lầm lẫn, đi trao trái tim lộn người anh rất tiếc… Đừng để người thiếu đức làm hại mình như thế em…

Nghe đến đây Vân Nhu như thấy trời long đất lở. Hồn như muốn lìa khỏi xác, cô cả giận đến toát mồ hôi, và tím mặt luôn. Vân Nhu cảm tưởng ghê sợ, ghê tởm nhiều nơi Ngọc Mạnh hơn, và cộng với nỗi ghen tuông bốc lửa trong lòng nàng như nghi ngút, rồi đến cực điểm. Nên tình yêu Vân Nhu dành cho Ngọc Mạnh nồng thắm, trong sáng, bỗng phút chốc tắt lịm, lụi tàn, hủy tiêu. Cô không ngăn được nước mắt chảy ròng vì đau xót. Và cuối cùng nàng hứa với Đỗ Thông.

- Nếu như vậy anh ta tội ác quá anh Thông? Em sẽ chấm dứt không còn yêu anh ta, sẽ thù hận hắn ta. Em sẽ không bao giờ quan hệ với ảnh nữa. Trời ơi em lầm tưởng tâm hồn anh ấy cao đẹp, thánh thiện. Chứ ai ngờ anh Mạnh, là tâm hồn tựa một đống rác bẩn… Hoặc của một con chó sói hoang giữa rừng vậy sao?

- Đúng vậy, anh ta là thế. Chó sói hoang rừng!

Đỗ Thông nói thêm:

- Anh ta tự nguyện, có cung cấp đến anh nhiều tin tức hình ảnh khủng. Anh cho em hay tùy em xử sự. Xin nhớ đừng bao giờ nói với hắn ta, anh báo em biết nha…

- Anh an tâm. Anh cứ gởi giúp em qua email em nhìn để xác minh. (Thời gian này chưa có iPhone iPac thịnh hành, chưa phát triển mạnh, rộng, để gởi hình nhìn một cách mau chóng dễ dàng, nên đa phần họ chỉ gởi qua email đính kèm thôi.) Nên Vân Nhu tiếp tục nói:

Anh biết email em rồi mà. Anh sẽ giúp trái tim em nhận ra sự thật về ảnh, để phản đối những bước đi sai lầm nơi em. Thật em quá đỗi bất ngờ về ảnh. Em xin cám ơn anh Đỗ Thông thật nhiều!

- Anh chỉ là thương em một cô gái lương thiện mà thôi.

- Ok em hiểu. Tạ ơn anh.

- Nhớ nha đừng cho hắn biết anh nói và gởi hình cho em đã xem nha.

- Dạ sure mà anh.

- Được rồi anh sẽ gởi qua nha.

Sau đó Vân Nhu nhận được hình qua email Đỗ Thông gởi. Vân Nhu thấy nơi hình Ngọc Mạnh và một cô gái khác thật quá tình tứ, quá hấp dẫn, quá sexy. Vân Nhu coi như cũng đồng hành nhận sự bực tức và tổn thương quá đối cho mình... Nhưng sao cô vẫn cứ âm thầm yêu chạy về tim, và âm thầm hờn ghen Ngọc Mạnh, cùng nỗi đau khổ riêng ấy khó dừng. Song rồi nàng cũng cố để mà muốn lãng quên chàng nhanh như một phép màu nào...

Đến thời kỳ đã biết bao nhiêu lần Ngọc Mạnh gọi Vân Nhu nhưng cô đoạn tuyệt, kể từ đó. Sau nàng nói chuyện một lần cuối cùng, Vân Nhu khóc với Ngọc Mạnh:

- Anh Đỗ Thông nói anh mới là người không có tình yêu với phụ nữ. Anh coi phụ nữ như món hàng giải trí của anh, anh không có tình yêu thật sự. Chính anh bảo ông ta vậy mà! Còn gọi tìm kiếm em làm chi nữa.

- Làm sao ông ta biết nơi trái tim anh. Ông ta ganh anh, những con gà ghét nhau tiếng gáy. Em phải biết? Ông bà mình nói vậy. Ông muốn phá anh, ổng muốn hại anh. Tại sao em tin ngớ ngẩn như thế chứ Vân Nhu?

- Trời ơi ngớ ngẩn gì? Ông ta còn nói hiện giờ anh có. Một người anh quen sau em không đẹp bằng em, không thông minh bằng em, nhưng còn trẻ hơn em nữa đúng không? Sự thật là như vậy mà. Anh đang quan hệ với người ấy mặn nồng, tha thiết lắm mà.

- Ông ấy tay phá tôi, tôi không tha cho ông ta đâu?

- Anh đừng làm gì ông ta nha. Em hứa với ông ấy, em sẽ không nói với anh về điều này.

- Chính em mới là người thay đổi, không cho anh gặp... Em đã có ai sưởi ấm rồi thì có. Đừng vu khống cho anh.

- Anh đừng có ghen em, nếu em có với ai. Em khóc với anh để làm gì?

- Nước mắt đàn bà. Làm sao anh định nghĩa hết được.

Vân Nhu làm như không nghe. Cô thút thít một chút thêm nữa, Vân Nhu nói:

- Em là người đàn bà rất đa tình nhưng cũng rất chung tình. Em không thể yêu ai hơn anh nữa.... Vân Nhu khóc to nấc lên rồi nghẹn lại...

- Nếu em còn thương anh chiều nay cho anh gặp. Anh nhớ em biết chừng nào. Em có hiểu cho anh?

- Không, anh tâm sự nhiều với ông ta. Không, không đời nào em gặp anh. Anh đi ngủ với người khác rồi anh chụp hình anh cho ông ấy coi... Anh đi với người đó đi...

- Anh tâm sự gì đâu? Có một hai lần nói chuyện cho vui, anh gắn hình ghép cho ông ấy xem cho vui vậy mà!

- Em không tin, em không tin... Anh đã thừa nhận, anh đưa cho ông ấy. Ông ta mail qua cho em, em chết được... Và Nhu sợ anh quá luôn.

- Hình giả thôi mà coi ăn thua gì. Nhưng Nhu cũng có ngủ với người khác ngoài anh nữa? Mới là lớn chuyện.

- Mà đó chỉ là em quen biết quan hệ họ trước kia. Khi biết anh, đã là của anh, Nhu không bao giờ... Hai vấn đề xảy ra trái ngược nhau, khác nhau hoàn toàn. Anh Mạnh không thể so sánh càn...

Im lặng tý, nàng nói thêm hơi thở dồn:

- Em đã đau lòng muốn chết được. Vậy mà anh Mạnh bảo. "Em nhé, nghe lời anh. Và chung tình với anh." Trong khi anh gạt gẫm em. Vĩnh biệt anh đừng gọi em nữa. Em muốn vĩnh biệt anh thôi. Em xin vĩnh biệt...

- Vân Nhu, Vân Nhu...Nhu...

- Please. Don't. Vân Nhu đã cố cắt phone.

## CHƯƠNG 5

Sau đó không bao giờ nàng bắt phone Ngọc Mạnh gọi. Có bắt lên rồi nàng cũng thả xuống! Cô trân mình nhận lấy khổ đau, cô nuốt lòng quên đi quá khứ! Và cô mỉm cười chua chát cho định mệnh.

Còn về anh, Ngọc Mạnh thêm thù hận Vân Nhu nàng mượn cớ để chia xa anh. Vì lâu lâu thỉnh thoảng anh thấy nàng xuất hiện đâu đó trong cộng đồng đi với một người đàn ông rất trẻ, trông anh ta cũng đẹp trai và hào hoa lắm.

Anh đâu biết rằng Vân Nhu xem người đó như là một người em, một người bạn chí thân để chia sẻ buồn vui của cô. Câu chuyện về anh, cô yêu ra sao, anh người tình thế nào? Có thể nói anh là người tình cuối cùng cô yêu thương nhất. Cô vẫn kể cho người bạn trẻ này nghe. Thật là oan uổng cho Vân Nhu hết sức, và đáng thương cho cô hết sức! Vậy mà trời nỡ mất công bình cho cô. Trời đã phạt cô oan.

Tháng lại ngày qua Vân Nhu nhớ thương Ngọc Mạnh trong lòng, với những kỷ niệm êm đềm mà nàng chẳng hề cho ai biết, ngoài người em thân quen đó. Người con trai, em tinh thần trẻ tướng, đẹp mã phong độ đó, bao lần khuyên rằng:

- Vân Nhu, hãy quên đi chuyện tình đó, dù chuyện tình chị có đẹp nhưng chị đã phủ quyết rồi, muốn lãng quên rồi mà chị? Em không muốn chị khổ sở với một tình yêu, mà chính nơi chị đã đoạn tuyệt.

- Vâng chuyện tình chị Vân Nhu như mây trời lãng bãng, như nước chảy qua cầu mà. Thank em đã quan tâm chu đáo. Chị hứa sẽ quên thôi...

- Em hy vọng cho chị. Người em kết nghĩa đáp.

Vân Nhu có hứa. Nhưng mà nàng có bao giờ quên được...

**

Rồi một ngày kia Vân Nhu hình như bịnh nặng hơn. Cô kể cho con cô, là một bác sĩ tâm lý chuyên khoa nội trong tương lai tên là Vân Anh. Cô bé về phép với mẹ Vân Nhu ở những ngày mẹ lâm bịnh nặng. Vân Nhu tâm sự với Vân Anh con của nàng là:

"Má yêu một người, người đó không phải là ba con. Mà là người má yêu nhất trên đời này hiện giờ. Người đó lúc nào má cũng thấy nhớ thấy thương, muốn được gần gũi gắn bó. Định mệnh làm má đoạn tuyệt họ. Nhưng má không thể giết chết kỷ niệm. Má không thể giết chết tình yêu. Và má lại không thể giết ký ức trong lòng được?

- Má nên nói cho chú ấy biết chứ? Vân Anh yêu thương mẹ và thắc mắc.

Vân Nhu trả lời trong đau thương cay đắng:

- Má nghĩ chú ấy không còn yêu má... Chú giận má, nhưng má vẫn yêu không dừng...

- Con không nghĩ vậy, má rất xứng đáng với chú lắm. Con sẽ gọi điện báo cho chú ấy biết, sẽ đến chia sẻ cùng má.

Vân Anh con nàng bảo tiếp:

- Con người cần sự sống má à. Má không thể vì tình yêu mà hao gầy tâm trí, mà đi chết sớm được. Con hiểu má. Con sẽ gọi chú ấy biết cho mọi lẽ công bằng hơn...

- Không! không con đừng gọi. Má đã chọn. Má sống như vậy cũng đủ rồi. Má chỉ tiếc rằng không trọn vẹn cho con nhiều hơn nữa...

Với chúng con má rất trọn vẹn đã đủ. Con chỉ không muốn má bỏ lại cuộc đời quá sớm. Má không bịnh gì cả má chỉ bịnh tương tư thôi. Làm cho tim gan má bị héo úa, hư hại. Má Nhu buồn khổ và sầu đau con biết? Con nhất định gọi chú. Tại sao má Nhu lại nhận lấy sự cay đắng vô lối đó làm gì? Phải giải thích, hoặc gỡ rối và chia sẻ má à.

Vân Nhu không đồng ý cản:

- Thôi con đừng gọi chú ấy chi. Má không muốn, thật sự má muốn là...

Im lặng một chút nàng nói thêm:

- Nếu má đoản mạng má mất đi. Con hãy đưa quyển vở này cho chú. Có số phone chú, má đã ghi sẵn. Nhưng con nhớ, con chỉ gọi khi má không còn sống thôi, khi hơi thở má đã mất hết đi.

- Thưa má là...

- Để má nói hết ý.

- Dạ má.

- Ví như mỗi người có một mong muốn, má mong muốn vậy, giống như có những người giỏi thơ, họ không muốn bài thơ họ được để ý khi còn sống, mà họ chỉ mong bài thơ đó được ấn tượng, hoặc dù đáng để lưu truyền ca ngợi, khi họ đã qua đời, kỳ vọng vậy. Họ vẫn có mong mỏi sự bất tử của nó ở phía sau xa kia. Hy vọng con làm má Nhu toại nguyện, sau khi má đã mất. Lẽ chết sống đối với má rất thường tình, nhẹ nhàng lắm con à. Má Nhu nghĩ rằng đó là một duyên kiếp thế thôi.

Vân Anh không cứu vãn được tình thế nữa. Mẹ có một hoài bão lạ lùng. Cô bé đứng im nghe mẹ nói.

Sau gần hơn nửa tiếng đồng hồ nói chuyện với con. Vân Nhu bảo con đi ra cho mẹ nghỉ mệt một chút "Mẹ muốn một mình nằm nghỉ cho khỏe. Mẹ Nhu tự nghĩ, và định đoạt đôi điều còn lại nha con?"

Vân Anh phải lẳng lặng nghe lời mẹ gật đầu, rời phòng ra ngoài đi xuống dưới lầu, mà nước mắt bé muốn rưng rưng.

Sau đó Vân Nhu - Nàng mơ màng như thoáng nghe mơ hồ một bản nhạc "Mùa Thu Lá Bay" mà nàng rất yêu thích:

*Một ngày sống bên anh sẽ muôn đời*
*Dẫu cho mưa rơi đá mòn tháng năm*
*Lạy trời được yêu mãi nhau người ơi*
*Đừng mang trái ngang chia lìa lứa đôi*
*Thế gian ơi sao nhiều cay đắng*
*Tình vẫn đắm say, người đã xa ta rồi*
*Ngồi ôm vết thương lòng đớn đau*
*Nghe tình rên xiết trong tim sầu*
*Mùa thu lá bay anh đã đi rồi!*
*Vỡ tan ôi bao giấc mộng lứa đôi*
*Giờ đành lìa xa thế nhân sầu đau!*
*Hẹn anh kiếp sau ta nhìn thấy nhau!*

Tiếng hát Tàu Đặng Lệ Quân, Tiếng Việt Như Quỳnh ca trọn vẹn mà những lúc buồn nàng thường nghe hai nguồn như thế. Đến hôm nay âm vang trong lòng, Vân Nhu nghe cuối cùng ở đó, ray rứt lắm và nàng nhắm nghiền đôi mắt ra đi, từ từ thong dong, một tâm tưởng, một cõi người đời…

Vân Nhu đã thả hồn vào một thế giới khác. Nàng chỉ khác đi không còn hơi thở nữa, nhưng hình hài chẳng khác hơn người nằm ngủ! Bao nhiêu ước mơ nàng xin trả lại bên đời. Bao nhiêu hoa mộng canh cánh bên lòng, mong đợi. Giờ nàng đành thả tan theo mây khói.

Vân Anh con của nàng cũng tới giờ vào lên thăm mẹ.

Vân Anh trở vào phòng, thấy mẹ Vân Nhu bất động như vậy, Vân Anh hốt hoảng nhìn mẹ, khi Vân Anh kiểm hơi thở mẹ ở mũi ở miệng không còn, hơi thở và nhịp đập đã im re khắp nơi tự lúc nào, chắc cũng mới đây thôi, nhưng mà mẹ đã ra đi vào hư không mất rồi... Bé vội khóc rưng rưng, quệt nước mắt, và gọi báo ngay cho Ngọc Mạnh biết như mẹ đã dặn. Vân Anh run tay bấm đúng số máy mẹ Nhu cho. Bên kia phone đầu dây hỏi:

- Tôi là Ngọc Mạnh đây thưa ạ!

- Vâng con là con của má Nhu đây. Má con có chuyện...

- Ồ có chuyện gì sao, nghe hơi nói con lạ, như không ổn?

- Dạ. Má con tên là Vân Nhu đã rời xa sự sống, khi không có bệnh gì tầm trọng cả chú à. Má con có nguyện vọng. Để lại như quyển sách xin gởi tặng một kỷ vật cho chú. Là thay lời trăn trối sau cùng của má...

- Trời ơi thật không? Vân Nhu có thể nào em đã...?

- Dạ sự thật. Má con đã rời sự sống ra đi...

Vân Anh nói mà nước mắt chảy ròng ròng thêm. Vân Anh nói như không ra lời nữa, vì như mắc nghẹn ở cổ... Và cô gái không còn nói được nhiều, khi đưa mắt nhìn mẹ thể phách nằm bên cạnh, mà linh hồn đã trốn thoát nơi đâu...

Ngọc Mạnh nghe tin, anh không còn thì giờ suy nghĩ nữa. Từ lâu anh thương Vân Nhu nhiều lắm, mà anh lẳng lặng lãng quên trong công việc. Và anh nghĩ rằng Nhu đã cố tình tránh anh, nàng cố tình quên thì còn gì để cho chàng mơ mộng, nhớ nhung đến hoài công nữa chứ! Nhưng tại sao hôm nay chàng nghe tin như thế. Hồn anh lịm chết. Chẳng lẽ anh nghe lầm sao? Chính xác rồi mà. Anh có thể nào mơ một cơn ác mộng của người yêu anh, một thuở đã giã từ trần thế!

Ngọc Mạnh lẹ làng muốn đến rất nhanh. Anh ra xe lái chạy như một kẻ sảng hồn. May mà trên các tuyến đường Ngọc Mạnh chạy hôm nay không bị police để mắt. Nhanh như cắt, ba chục phút anh đến nơi, nhà anh cách xa Vân Nhu như thế. Nếu đi chậm thì bốn lăm hay nhảy lên năm mươi phút là thường tình, cà rề thì vẫn nuốt nguyên một tiếng. Nhưng kỳ này Ngọc Mạnh phải chạy xe nhanh cấp kỳ vội lắm. Xe chạy như bắt cướp không bằng…

Xuống xe Ngọc Mạnh cho xe đậu vào parking, mà hai chân anh như muốn quỵ, trong đầu không ngờ Vân Nhu lại có tình trạng như thế xảy ra. Ông khuyển chân như đánh tréo nặng nề, nhưng Ngọc Mạnh cứ bước đi, cứ thoăn thoắt vào nhà nàng, và lên lầu…

Đến nhìn nàng như thấy Vân Nhu đang ngủ ngon khỏe mạnh, rèm mi khép kín đầy vẻ u buồn, thầm kín, anh liền không chịu được ôm nàng mà khóc thin thít anh than. Vì Ngọc Mạnh biết nàng đang đi vào giấc ngủ ngàn thu đây thiệt rồi mà! Nàng nín thở đã xa hết mọi người, nàng ra đi vĩnh viễn thôi. Nàng, người yêu anh sắp hóa thành người thiên cổ? Mà anh không ngờ, không hay? Ngọc Mạnh nấc lên tiếng than:

- Tại sao như vầy Nhu? Tại sao em không cho anh đến, để giờ này em mới cho anh biết. Em có tàn nhẫn với anh lắm không? Tại sao em có thể ra đi mà bỏ anh? Và em không xót xa, bỏ tất cả những người thân quen sao Nhu ơi. Em hỡi…

Rồi Ngọc Mạnh cầm quyển tập lật ra, thì thấy tựa "Lệ Đá Xanh…Từ Những…" Vân Nhu còn ép vào nơi đó một chiếc lá còn xanh ngày nào anh tặng nàng, khi cuối hè sang thu quen nhau, với chiếc nhẫn cũng chính anh tặng nàng mùa thu năm đó… Đau khổ quá anh không thể nhín khóc, và Ngọc Mạnh thốt ra những câu:

- Để má cháu nằm đây qua đêm nay. Chú ở lại trực đừng lo gì hết. Chú muốn gần má con một đêm nay! Chú muốn gần người yêu chú trước cái chết. Trước sự ra đi không bao giờ trở lại…

Đau thương quá Vân Anh buột miệng hỏi:

- Má con đâu sống lại được hả chú?

- Chú không thể biết được. Mà có lẽ ra đi biền biệt nghìn thu rồi.

- Trời ơi má ơi.

- ?

Nhưng bỗng sáng hôm đó. Đúng hôm sau bảy giờ sáng.

Vân Anh lên lầu tìm mẹ thì không thấy mẹ đâu? Hình hài Vân Nhu biến mất, đi đâu cùng chú Ngọc Mạnh nữa? Họ về đâu, hay đã trốn đi đâu, hoặc là bay về thiên đường nào? Ngộ thật! Phải chăng mẹ, mẹ Nhu mình chết giả? Khi có tình yêu lại, mẹ đã bừng tỉnh sao?

Vân Anh không thấy buồn. Mà lòng cô gái trẻ bỗng dưng thấy nhẹ nhàng, nhẹ tựa nhấc hẫng, là lạ. Như mẹ Nhu mình đang sống lại đâu đó... Nàng bé có cảm tưởng. Vân Anh cảm tưởng trong lòng mình, như tin một điều kỳ diệu vào sự thật. Không phải ảo ảnh mà là niềm tin chứ!

Và cả tháng nay không ai thấy Ngọc Mạnh đâu cả.

Rồi một ngày kia có vô số người thấy có hai người sống với nhau. Dưới gần một bờ biển của xứ sở Florida. Tối ngày họ dẫn nhau đi hóng mát biển, ở chân biển, lặng nhìn sóng vỗ dào dạt, họ ôm nhau trong miên man xúc động, trước cảnh biển trời mây non nước hữu tình... Trông họ trẻ ra hơn, đẹp hơn. Nhưng chính là họ - Vân Nhu và nhà văn Ngọc Mạnh thuở nào. Cả hai đang có những thời gian ngọt ngào hạnh phúc nhất của cuộc đời họ đáng yêu... */*

Người viết HDT - 2012.

# PHẦN 2
# TÌM VỀ TRÁI TIM...

1/ Đời sống hoa cỏ.
2/Cô bé hái hoa và con chó.
3/Lòng nhỏ nhoi.
4/Con bò có nghĩa.
5/Tấm gương trung thực.
6/Cho đàn ga ăn đúng giờ.
7/Con chó già và lòng tự trọng.
8/Bươm Bướm nói chuyện với loài ong.
9/Tâm hồn.
10/Chim Phượng Hoàng và sư tử.
11/Gió và Hoa Tường Vi nói chuyện.
12/Mặt trời giận mặt trăng đôi lời tâm sự.
13/Sông và biển nói chuyện.
14/Mèo con đi kiện Chim Sơn ca,và Hoạ mi.
15/Di chúc một người để lại.
16/Đôi tay vàng.
17/Cây cau và hoa bưởi nói chuyện.
18/Người đi rừng và Hoa Phong Lan.
19/Cô bé và quà tặng.
20/Thỏ trắng thông minh.
21/Cô gái đã chọn chồng người thứ ba.
22/Số mênh một nhà văn.
23/Giấc mơ một người làm vườn.
24/Người ghét hại, trời thương giúp.
25/Truyền thuyến nữ lưu lạ lẫm chăng.
26/Cô bé, người mẹ và Hoa Ngâu.
27/Hoa Thạch Thảo và Hoa Thị trong tình yêu.
28/Nhẫn nhục.
29/ Thầy võ dụng người.
30/Thần cho ước vọng loài người.
31/Chiếc áo không làm thầy tu.

**1- Đời Sống Hoa Cỏ.**

Ngày xửa, ngày xưa trong một ngày đại lễ ăn mừng của các loài hoa. Bao nhiêu loài hoa tụ về đông đủ.

Nhiều loài cỏ dại cũng đến chia vui, tiếp sức. Và giữa bàn tiệc một nàng cỏ dại nhỏ nhoi đứng lên thưa rằng:

- Rất vui khi đến dự tiệc hội lễ muôn loài hoa, nhưng chúng tôi có điều lo ngại lắm, cho chúng tôi lắm… Cỏ ngập ngừng rồi đứng im.

- Việc chi họ nhà cỏ cứ nói. Họ nhà hoa chúng tôi muốn chia sẻ cùng với… Chị Hoa Huệ bảo thế.

- Các anh chị loài hoa có đời sống quý tộc thật tốt, được thương yêu và bảo bọc. Lễ của các anh chị thật vui sướng hân hạnh… Còn họ nhà cỏ chúng em bị coi thường, và đôi khi bị cắt bỏ, hoặc ngược đãi. Thậm chí không cho phát triển nữa.

Đại diện loài hoa. Chị Hoa Hồng chúa tể các loài hoa đã đứng lên tiếp ứng:

- Nhà họ cỏ chớ lo ngại. Họ nhà cỏ các em vẫn có giá trị riêng. Vì các em tạo được niềm vui lớn trên trái đất rất nhiều thứ. Nếu không có họ nhà cỏ, trên trái đất sẽ lạnh lẽo vô bờ. Thế đấy nhé. Họ nhà cỏ các em cứ làm đơn và mở tiệc hằng năm để được Ngọc Hoàng xét xử đi.

Những loài cỏ dại chung quanh đã nghe lời chị Hoa Hồng nói, họ nhìn nhau rồi về hợp nhau bàn tán, làm đơn tâu đến Ngọc Hoàng.

Ngọc Hoàng nhận được đơn trương họ nhà cỏ yêu cầu. Ngọc Hoàng ngẫm nghĩ nhiều ngày, nhiều đêm, nhiều tháng. Rồi Ngọc Hoàng phán xét cho sự sống còn của loài cỏ.

Cho đến ngày hôm nay, những loài cỏ dại vẫn được tồn tại trên thảo nguyên, trên những thung lũng, trên cánh đồng và khắp nơi nơi cùng với trăm hoa đua nở. Hàng năm các loài cỏ cũng mở tiệc đãi các loài hoa, như chị Hoa Huệ, chị Hoa Hồng và các bạn hoa bốn phương...

(Theo HDTduy tư.)

**2. Cô Bé Hái Hoa Và Con Chó Trả Ơn**

Ngày đó có một cô bé đi rừng, cô hay đi hái hoa mang về chợ đổi gạo cô nuôi mẹ... Tay cô hái, hoa trở nên thơm lạ lùng...

Một hôm trên đường hái hoa về cô gặp một chú chó nhỏ đói, nằm sõi bọt rên rỉ. Cô liền dừng lại lấy nắm cơm ăn của mình chưa hết, được để dành cho ngày mai, cô đem ban cho con chó nhỏ ít hột.

Con chó được hưởng ít hột cơm bỗng nó tươi tỉnh, nó dùng mõn hít hít tay chân của cô bé, như để biết ơn và nó vẫy vẫy đuôi như mừng rỡ, rồi đứng dậy đi theo một nẻo...

Ấy vậy một ngày kia cô bé vào rừng hái hoa lúc về, gặp con trăn lớn chắn ngang lối đi, cô bé sợ quá la lên thất thanh:

- Cứu, bớ ai cứu giùm tôi với, bớ ai cứu giùm tôi với...

Con trăn vươn mình trườn tới. Tư thế nó trông thật dễ sợ. Cô bé kêu thất thanh thêm mấy lần nữa:

- Cứu cứu dùm tôi... Bớ cứu cứu... dùm tôi, dùm cho tôi...

Thì con chó nhỏ hôm nọ chạy đến sủa nhanh mấy tiếng:

gấu gấu, hừ hừ, gấu gấu, gâu gấu...

Thế đấy làm những con chó từ đâu kéo đến sủa rân bần.

Tiếp đến con trăn đã hoảng sợ cuộn mình lánh nạn. Vì nó sợ thợ săn đâu đó, sẽ tới thịt nó.

Cô bé thoát nạn nhớ mãi sự trả ơn của loài vật...

**3. Lòng Nhỏ Nhoi...**

Hồi đó có hai người bạn chơi thân, nhưng một anh lòng thành bụng tốt. Còn một anh tánh tình ghanh ghét, xấu bụng và hay nhỏ nhoi với người khác.

Những ngày họ giận nhau, không chơi nữa. Anh bạn xấu bụng nghĩ ra một cách của mình làm huề. Anh mời anh tốt bụng đến nhà mình để đãi một bữa bắp nướng với một ít thịt bê thui.

Anh tốt bụng, lòng như mở rộng sẵn sàng ghé sang.

Anh xấu bụng vẫn tánh nào tật ấy, anh lại muốn làm hại người bạn tốt, anh mong anh tốt bụng kia, chân phải đạp phỏng lửa chơi, thú nghịch anh là như vậy... Anh bèn thổi một vài cục than đang nóng rực, nhưng đổi màu xám tro khó nhận ra, ở lối đi, anh mơ màng anh tốt bụng sẽ bước đến, và nhất định phải đạp trúng chân trần.

Nhưng anh chàng tốt bụng lại không đi, anh ngồi im lặng và ăn bắp nướng một cách nhàn nhã an bình...

Thế là anh xấu bụng, tính cách bủn xỉn kia, cứ nóng lòng đi qua, đi lại lối đó. Rồi chính anh giẫm phải lửa dưới chân anh, nên bị phỏng toang đau xót. Anh ngồi khóc rú lên...

Thế mới biết trời không nỡ hại người tốt bụng. Và hại người chính là hại ta trước đấy.

**4. Con Bò Có Nghĩa.**

Có một anh nông dân nuôi con bò cày ruộng, con bò tên là Nu. Khi con Nu bị lở móng, thì anh nông dân trị thuốc men, nhưng anh nông dân có chịu ký bán cho một người lái buôn khác, và anh đã nhận tiền cọc.

Đến khi con Nu giảm đau nhiều, anh vẫn phải bán, vì

lời hứa phải chịu trách nhiệm, trọng danh dự…

Song con Nu được về với chủ mới lùa qua hai cái đồi, qua hai cánh đồng, qua một con suối cạn. Thế nhưng đến khi thả đi ăn. Nu lại xăm xăm tối về nhà chủ cũ. Cứ như thế dù chân nó đi xa lại cứ đau thêm. Năm chiều ròng rã như vậy. Ông chủ mới oán và giận con Nu. Ông đánh nó dữ dội.

Người chủ cũ anh nông dân thấy con vật Nu bị đòn nặng. Nhưng là một con bò có nghĩa quá, ông bèn phải bỏ tiền gấp đôi để chuộc lại. Bởi ông quý mến con vật có nghĩa.

### 5. Tấm Gương Trung Thực

Hồi đó có hai người được Ngọc Hoàng kêu để phát cho tấm gương soi lòng dạ con người.

Hai người đến soi thì một người đưa mặt soi vào tấm kiếng hiện lên trong như pha lê.

Điều đó gương thần đã ghi chỉ số, đem tâu cho Ngọc Hoàng biết. Ngọc Hoàng chấp nhận để minh chứng. Ông ta được đậu vào bảng vàng "Tấm Lòng Trinh Bạch."

Người thứ hai đi soi vào kiếng, thì ông lúng túng nhận được tấm gương mờ mịt, không thấy rõ đủ mặt mày mình.

Ông bèn cay cú la:

- "Lòng tôi thành thật trong sáng, tại sao gương phản chiếu ra như thế này nhỉ?"

Gương bỗng cười khanh khách rồi há miệng mà rằng:

- Này ông bạn ơi. Ông đừng to gan lớn mật? Không sai đâu? Vì đó đã là sự phản chiếu chân thật. Gương kia chẳng có dối gian bao giờ. Tâm địa ông rõ như thật đấy thôi.

- Hừm! Làm sao mà như thế nhỉ?

- Và ông hãy lắng nghe gương thần giải thích thêm đây:

- Tâm địa ai không sáng trong, thì không bao giờ có chất trong sáng trong gương? Tâm địa ai trong sáng thì gương hiện lên sẽ sáng trong. Chỉ số kết quả chính xác một trăm phần trăm. Đó là gương thần lẽ phải, trung thực, như vậy mà…

Ông ta hết chối cãi, trở nên lặng thinh. Vì biết mình mang trọng tội thêm: nếu mà quanh co, giả trá nữa.

### 6. Con Chó Già Và Lòng Tự Ái

Ngày đó có hai vợ chồng nuôi con chó chưa già, nhưng nó sắp già, thì vợ chồng mua một cái rọ tre đan khéo, để chuẩn bị vào mùa mưa tới, chờ trận mưa lớn sẽ lùa thả con chó già trôi sông. Và đã xin một con chó trẻ về nuôi, ông bà sẵn ôm, sẵn ẵm hằng ngày. Thấy cái rọ và nhìn con chó nhỏ được cưng chiều. Con chó già buồn rầu nằm một chỗ rên rỉ, và hình như không mấy khi thấy nó muốn đứng dậy.

Người vợ suy nghĩ biết ý lòng nó, liền trả lại con chó nhỏ kia về chủ cũ, và đi vứt cái rọ tre để xem sao. Thì tự nhiên con chó già đứng dậy đi lại bình thường hơn, vui vẻ hơn.

Rồi một ngày kia con chó già theo chủ vào rừng. Bỗng lúc về, tự nhiên nó rẻ một lối ngược hướng.

Chủ càng kêu nó càng chạy xa và tìm lối vào rừng... Chủ đã biết: thì ra lòng tự ái của nó vốn có.

### 7. Cho Gà Ăn Đúng Giờ...

Ngày đó ở một vùng nọ trong xóm làng, có một người đàn bà làm nghề thợ may sửa quần áo. Chị ta có nuôi những loài gia cầm, những gà, những chú chim bồ câu. Lúc nào chị cũng luôn cho gà ăn đúng giờ, vào sáng mặt trời mới mọc, những chị gà mái dẫn đàn gà con vào sân chúng kêu tục tục, quát quát, la lên inh ỏi cả một góc sân... Nhưng hôm đó chị chủ đi làm việc, không cho chúng ăn, tay chị thì cứ mãi mê về lược kim tháo chỉ, bận rộn nghề nghiệp của mình ở máy, sửa một cổ áo... Thế là chị gà mái và những chú gà con đến, chúng kêu mỏi cổ, đến tắt cả hơi rồi bỏ đi, chẳng có chút gì vô bụng. Chị gà mái nọ biết đàn con đói quá, thì vội sang nhà hàng xóm kiếm ăn, gà mái cắn xé bao tời mè đậu cho đàn con hưởng ăn lót dạ. Chủ nhà hàng xóm sớm thấy được, và dùng cây sào ném ra sân để cảnh báo đàn gà.... Đàn gà hoảng hốt chạy tán loạn, bay xa, cao nhảy... Duy có hai con nhỏ nhất hồn vía không lấy được, cả hai nằm rạp xuống như chết. Người hàng xóm thấy được, chị ta thương quá ôm chúng lên, đem ra bờ giếng bỏ để hô hấp. (Tục lệ bản xứ bấy giờ khi gà con mất hồn chết, thì phải dùng cách đó cứu nó sống lại, là như vậy.)

Phần bên nhà chị chủ thợ may, may sửa xong mặt hàng cổ áo, giờ thì toan đi lo cho gà ăn sáng. Bỗng nhiên chị thấy đàn gà nằm ngoài biên giếng, đã thiếu mất hai con, chị trông nhìn vẻ sốt bụng. Thì vừa lúc đó người bạn hàng xóm đem hai con gà tý hon lại, sang nhà chị thợ may, chị ta bảo:

- Này chị thợ may ơi cho gà ăn đúng giờ đi. Chao ơi đói quá, cả mẹ lẫn con sang nhà tôi, xé nát bao tời đậu mè nhà tôi để mà kiếm ăn đó. Đương lúc tôi chỉ phóng sào ra sân để hăm dọa. Hai chú nhỏ này sợ quá thành ngất xỉu... Tôi đem ra ấp hấp nơi bờ giếng, và bây giờ nó mới được sống lại đây. Tôi xin thưa chị.

- Ôi thật còn phúc cho tôi, gặp người hàng xóm tốt bụng. Nếu gặp người nhà xấu bụng đàn gà tôi chắc đi đời hết rồi!

Người hàng xóm cả cười trong đôi mắt, tế nhị rồi nói:

- Nên cho chúng ăn đúng giờ của nó là hay nhất nhé.

Nghe mà đến nao lòng... Từ đó về sau không bao giờ người đàn bà thợ may sửa đồ cho gà ăn sai giờ. Hễ mỗi khi mặt trời lú lên, chị phải nhớ cho đàn gà ăn đúng giờ. Mọi việc khác chị đều ngưng lại. Điều đó sẽ không làm phiền phức cho ai cả đấy!

**8. Bươm Bướm Nói Chuyện Cùng Ong**

Hồi đó một ngày đẹp trời, những cậu ong, cô ong bay đến giang sơn những anh chị đàn bướm, buồn bã bảo:

- Này các anh chị, tại sao các anh chị sướng thế, đẹp đẽ và bay nhởn nhơ trong khi mọi người yêu thích, ngưỡng mộ. Còn chúng tôi làm việc khổ cực trăm chiều, chăm chỉ đến mấy. Cũng chẳng ai để ý thương yêu, còn ghét chúng tôi nữa là đằng khác.

Những anh chị đàn bướm lượn lờ ôn tồn bảo lại rằng:

Chúng tôi có nhiều giai đoạn nhọc khó, mới có được

hình dáng này đó chứ. Những cô cậu ong, không biết đó thôi. Đôi khi chúng tôi phải toi mạng, mất sớm, khổ cực đến nhường nào, nếu có những kẻ xấu lòng, những kẻ đả phá... Và rồi chúng tôi vẫn chịu đánh đập rủi may cho thân phận đó chứ.

Các cô cậu ong nghe sơ qua, thì liếc mắt, vểnh cánh, giơ cong càng chân mà hãi kinh, thốt nên lời:

- Có đúng thật vậy không? Lạy trời đất và đức thánh hiền. Nếu thật thế, thì thôi chúng ta thà làm loài ong còn thích hơn, không còn mong màng bướm đẹp chi cả.

- Cái chắc là như vậy rồi. Chúng tôi không tự nhiên mà có như ngày hôm nay đâu, gian nan khó nhọc trăm bề, số phận rủi may, tử thần chờ chực lắm đó chứ.

- Ôi như vậy thì xin từ biệt các anh chị, các "hoàng tử và công chúa nhà bướm xinh đẹp nhé." Ôi xin từ giã từ biệt "Giấc mơ đứng núi này trông núi nọ kia thôi?" Từ rày họ nhà ong chúng tôi toàn bộ xin chừa, phải hủy đi một giấc mơ sai lầm nhé. Cứ hãy như xưa, mong cuộc sống an lành, bình lặng, và đem hương đi tạo mật cho người còn hơn!

**9/ Tâm Hồn Cánh Hoa...**

**...** Ngày đó có một cô gái vì nghèo cô phải đi ở mướn phụ cho người ta, giặt đồ và quét dọn nhà cửa. Làm việc xong, cô thường ra sân sau ngắm mây trời cho thư thả và hỏi thăm từng cánh hoa. "Sao đời sinh ra cô mang nhiều kiếp khổ. Khổ cho non sông, khổ cho tình yêu, và khổ cho công việc?" Nhưng cô vẫn hồn nhiên với kiếp nghèo của mình. Thì con chó của chủ lúc nào cũng theo cô quấn quít dưới chân cô. Cô thường hái một vài cánh hoa hồng đỏ mịn đã nhả tàn và cho nó nhìn, rồi bỏ lên lưng nó...

Con chó vui mừng mà rưng rưng nước mắt.

Đến một ngày nọ cô làm điều gì chủ giận và đuổi cô đi. Cô chưa kịp giã từ con chó nhỏ. Cô thèm khát trở lại thăm nó nhưng đành phải chịu. Ba năm sau cô trở lại. Khi chủ biết lòng cô trinh bạch. Cô đến nhà thì con chó đã chết trên ba năm. Buồn quá cô ra thân cây hoa ngày nào mà nhìn, cô cứ nhớ đến nó ngày xưa. Cô ngắt một cánh hoa rê trên bàn tay mình thì hiện ra một con chó trước mặt, nhưng cô đi đến thì nó biến mất. Cứ như vậy ba lần. Sau đó cô ngửi cánh hoa thì hoa thêm thơm lừng. Một mùi thơm kỳ diệu nồng nàn, thấm đượm...

Tối cô về lại nhà mình thì trong giấc mơ con chó ngày xưa bảo:

- Em nhớ chị, em không ăn uống được gì, đã mất rồi. Thân thể em tan biến nhưng em cầu trời cho tinh lực, linh hồn em nhập vào một hương hoa hồng ngày đó, thơm khi nào chị được gặp. Coi như hai chị em gặp nhau.

Thế là sau giấc mơ kia. Trước nhà cô gái đó bỗng hiện lên một cụm hoa hồng đẹp xanh mọc lên, hương bay thơm ngát. Cô gái đến gần nó thì hương tóc cô, tay chân cô, da dẻ cô có mùi thơm tinh khiết thật bất tuyệt. Đó là sự thật nơi cô nhận...

**10 Chim Phượng Hoàng Và Sư Tử.**

Có một ngày hội lớn của muôn cầm thú. Mọi con vật được sống trong an vui thanh bình, và được nói lên hết nguyện vọng của mình. Chị Phượng Hoàng lông cánh sặc sỡ liền tiến tới. Chị Phượng Hoàng thưa Sư Tử:

- Ngài Sư Tử ơi, ta rất thèm khát và ngưỡng mộ ngài. Ta muốn được giống như ngài, ngài có thể cho ta một chút gì như ngài, hơn là bản thân ta đang có, được không? Thưa ngài?

Sư Tử vội đáp chẳng ngại ngần:

- Phượng Hoàng lại muốn được như ta ư? Phượng Hoàng ơi không nên, đừng có tham vọng nhé. Nào nghe ta kể đây:

- Sao thế nào? Thưa ngài? Phương Hoàng rung cánh hỏi:

- Này ngày xửa ngày xưa họ hàng ta, gốc gác ta, vốn là một vị Hoàng Đế chỉ vì tham quá ngôi vị, hăng máu chiến tranh, mà không giữ được đức, để tay ta chạm dính vào máu, nên giờ biến thành Sư Tử đó thôi. Uy quyền bạo lực để làm gì? vẫn là thấp hèn, vẫn là hư hại ta chán muốn chết! Chuyện ở đời lương tâm và phẩm hạnh mới vốn quý. Để nghỉ hơi một chút Sư Tử nói tiếp:

- Ta đôi lúc vẫn thầm mong được như Phượng Hoàng đó. Mọi thú rừng và con người ngợi khen sự sống của Phượng hơn là ta. Phượng Hoàng hãy nhìn màu lông bạn thật kỹ để lấy lại niềm tự hào, ta khuyên bạn. Ta đã thất vọng về ta lắm Phượng Hoàng biết không? Ta thật buồn cho ngôi vị ta hiện giờ. Ta muốn đi tìm lại một quá khứ, nhưng không dễ chút nào.

Phượng Hoàng lắng tai, nghe như thế và thấm vào hồn hơn. Phượng Hoàng nhẹ nhàng trong cảm nghĩ mới mẻ. Phượng Hoàng cố đẩy lui những điều ra xa, Phượng Hoàng rời đi hẳn những nguyện vọng mình, những ao ước mình trước kia như một lỗi lầm...

**11. Gió Và Hoa Tường Vi Nói Chuyện.**

Một ngày nọ, buổi sáng nọ những cánh hoa bị ngã dập vùi qua trận gió lớn. Khi gió nhẹ còn vương qua xác. Hoa Tường Vi đau điếng lòng. Ngồi dậy Tường Vi than thở:

- Tại sao anh nỡ hại tôi, khi chúng tôi muốn những cánh hoa sống lâu hơn.

Ngọn gió nhẹ lắng nghe mà trả lời:

- Chúng tôi xin lỗi. Họ nhà gió chúng tôi rất nhiều anh em, gió mạnh, gió nhẹ, gió vừa, gió lốc, gió xoáy, gió cao tầng, gió rủ rê v.v... Mấy anh gió mạnh thì hơi quá đáng. Tôi là gió nhẹ cơ mà!

- Tường Vi e lệ thêm:

- Chúng tôi ngại anh gió mạnh nên không dám nói trực tiếp. Nhờ anh nói lại, cũng tốt mà?

- Nhưng tôi nghĩ họ nhà chúng tôi không cố tình. Chắc là anh gió mạnh lỡ cuộc, vì muốn hôn mạnh các cô em Tường Vi xinh đẹp hơn đó thôi mà.

- Ôi trời ơi, không được đâu. Đừng mà thương hỗn như thế nhé. Hãy thật nhẹ nhàng để chúng em làm đẹp cho đời. Hoa nở lâu hơn, sẽ đẹp hơn. Nhiều lúc chúng em đang khóc dở đó, các anh chị có biết không?

- Vâng họ nhà gió chúng tôi lấy làm hối hận. Thật đáng tiếc.

- Hừm! Như thế thật tàn ác. Chúng em chẳng mong thế đâu? Anh hãy thông báo họ nhà gió mạnh các anh, làm ơn thương quý những cánh hoa chúng em.

- Vâng chắc sẽ phải như thế, tôi sẽ cố gắng nói lại cùng các anh gió mạnh, và bão táp…

- Làm ơn, xin làm ơn cho nha. Chúng em van lạy đấy…

Gió nhẹ gật đầu và hôn khẽ cánh hoa rồi bay đi. Hoa Tường Vi tự nhiên rung cảm, nghe thấy lòng nhẹ nhõm và yêu đời hơn…

**12. Mặt Trăng Mặt Trời Nói Chuyện**

Hồi đó Ngọc Hoàng đang thiu thỉu ngủ thì chị Hoa Lài từ trần gian hóa phép mọc cánh bay về thiên đình tâu:

- Muôn tâu Ngọc Hoàng?

- Chuyện chi, chuyện gì. Hỡi cô nàng Hoa Lài xinh đẹp. Ta muốn nghe chuyện nàng tâu tấu? Ngọc Hoàng bước ra thật oai vệ, nhìn rồi bảo thế.

Hoa Lài đứng nghiêm trang:

- Dạ xin thưa. Chị Mặt Trời và chị Mặt Trăng đang căng thẳng với nhau, có những ý kiến đối ngược thưa Ngọc Hoàng.

- Sao? Thế nào? Hoa Lài cứ nói, cứ trình ta nghe đầy đủ từng vị một…

- Dạ thưa vâng Mặt Trăng bảo chị Mặt Trời được hãnh diện tỏa sáng rực rỡ, được ca ngợi trong lòng con người cùng vạn vật của thế giới, từ cây cỏ đến côn trùng, chim muông thú rừng xa… Nhờ đó Mặt Trời lấn lướt ta.

- Rồi sao nữa?

- Mặt Trời lại bảo nàng Mặt Trăng được mệnh danh là hòa điệu cùng thi nhân, và dịu dàng say đắm bao con người vạn vật trong an bình. Và họ có thể tâm sự vui lẫn buồn cùng trăng soi của đêm… Cây cỏ chim muông vẫn ẩn mình thương quý nàng Trăng lắm. Cho nên nàng có vẻ coi thường ta.

- Rồi sao nữa?

- Hai nàng đều ước muốn có một chút gì thêm của nàng kia. Cụ thể là Mặt Trăng thì thích có một chút như Mặt Trời, và ngược lại Mặt Trời thích có một chút của Mặt Trăng.

- Ha ha ha. Ta đã cho mỗi nàng, mỗi thần, mỗi vị một thế mạnh ưu ái. Làm sao các vị ấy có thể đòi hỏi hơn chứ? Mặt Trăng có nhiệm vụ và trách nhiệm của Mặt Trăng. Mặt Trời có trách nhiệm bổn phận của Mặt Trời. Ta không thể cho dư gì và cũng không thể cho thiếu kém? Hãy về truyền đạt với họ, cho họ biết, nghe thật đầy đủ ý ta.

- Dạ con sẽ về nói lại. Hoa Lài gật đầu đáp.

Im lặng suy tư một chút. Ngọc Hoàng bảo nhanh:

- Ô hay, về nói thêm rằng: Vấn nạn là hai vị chỉ nhìn về một khía cạnh, để tham lam, để íck kỷ, để ganh tỵ. Nên muốn hơn thua nhau thế thôi.

- Dạ thưa Ngọc Hoàng. Hoa Lài thật sự không biết được chuyện đó.

- Hoa Lài phải biết là: Nếu khi ta thay đổi. Ta hoán vị linh hồn thì họ - Mặt Trăng cả Mặt Trời sẽ có cách nhìn khác hơn đấy. Họ nhất định quay ra chiều hướng đòi hỏi ngược lại.

Im lặng tý Ngọc Hoàng nói tiếp:

- Ta lạ gì? Hay thôi thế này nhé... Còn nếu như hai Thần: Mặt Trăng, Mặt Trời không bằng lòng. Ta sẽ lấy lại tất cả. Họ sẽ mất đi hình dáng mình, sẽ mất đi tính năng, mất đi sự sống, mất cả sự thương yêu nơi trần thế, nghĩa là mất và mất sạch tất cả. Coi như thiên thể Mặt Trời Mặt Trăng sẽ không còn tồn tại nữa.

Hoa Lài như một sứ giả, mang về tâu lại nguyên ý của Ngọc Hoàng, cho hai vị Mặt Trăng và Mặt Trời nghe.

Nghe qua Mặt Trăng và Mặt Trời lo ngại muốn xanh máu mặt luôn. Hai thần như muốn chuyển dịch ốm bịnh luôn... Rồi họ dâng sớ tâu xin Ngọc Hoàng. Mong được có mặt và từ nay sẽ yên vị, thương yêu, không tranh đoạt cãi vả nữa...

Vậy mà lâu lâu Mặt Trăng và Mặt Trời vẫn như để ngủ

quên lời hứa, không bảo bọc nhau. Lại đi tấn công nhau một vài trận được gọi là Nguyệt Thực và Nhật Thực đó.

(Theo HDT duy tư.)

**13. Sông Nói Chuyện Với Biển**

Có một ngày đẹp trời, những nhánh sông kéo đến trước biển vươn những cánh tay dài và thưa:

- Này chị biển cả ơi chị thật sướng lắm. Chị có biển nước mênh mông, nhưng chị có bao giờ thầm ơn những nhánh sông như chúng tôi chảy xiết đem về cho chị nguồn nước dồi dào quá đó không?

Biển cười hộc hộc, há miệng trả lời:

- Dĩ nhiên là biết chứ. Nhưng mang ơn chịu ơn, thì cứ âm thầm nơi tim mình, chứ đâu phải nói bí bô, bí ba đâu. Và chúng tôi vẫn biết ơn, đồng thời chịu trách nhiệm nhiều mà. Chúng tôi có giúp lại những dòng sông đó mà!

Cả những nhánh sông vui vẻ bất ngờ hỏi lại:

- Thế à? Giúp bằng gì nào? Làm sao để minh chứng sự kiện chị vừa nói?

- Hừm. Còn gì nữa những nhánh sông ơi? Nghe đây... Như những khi các anh chị em khô đau, bởi thiếu nước, lòng sông như quặn thắt ấy. Chúng tôi đã bốc hơi ngưng tụ, để làm những đám mây, mây gặp không khí lạnh, không khí lạnh chuyển hóa, gặp những áp suất, áp suất tác động rồi chuyển biến thành ra mưa, mưa đổ xuống... Như vậy nước lại về nguồn, sông suối, và đồng ruộng ngập tràn... Vậy không phải là từ biển bốc hơi sao, để tạo ra cho nước về sông? Chúng ta vẫn là chị em, thi hành nhiều nhiệm vụ tuần hoàn cho nhau. Cho cuộc sống trong vũ trụ này...

- Thì ra chị biển nhìn xa thấy rộng uyên bác quá. Chúng em chỉ nhìn quanh, ngó quẩn thật sai hèn. Giờ thì đã hiểu biết rồi, chúng em sẽ không giận chị biển cả nữa nha. Rất trân trọng chị biển.

- Biển cả cười khà khà... Sóng biển êm đềm nhấp nhô. Những dòng sông và những cánh tay dài của sông đã biến mất. Thì ra một giấc mơ của biển...

**14. Mèo Con Đi Kiện Sơn Ca Và Họa Mi...**

Một con mèo con tay cầm nhiều hoa đứng dưới một gốc cây hoa gạo, dọc theo bờ sông của tháng hè. Mèo con nghe nói nơi đó có thần linh cầu gì có nấy, nên mèo con đem lòng cầu nguyện:

- Dòng sông ơi, thần linh ơi, hoa gạo thân yêu ơi. Tại sao ta thèm tiếng hát như chim sơn ca, hoặc hoạ mi mà ta không có được tiếng ca như sơn ca, hoặc hoạ mi nhỉ? Hãy cho ta một sự ưu ái không thua kém đó. Xin hỡi thần linh dòng sông cứu giúp. Hoa gạo ơi, nơi lòng hoa gạo thương tình ơi.

Thần sông nghe đã gọi sơn ca đến, để sơn ca trả lời thay cho mình:

- Sơn ca xin chào mèo con. Làm sao cô mèo giống ta được nhỉ, cô ăn những thức ăn khác, uống những thức uống cũng khác ta. Mơ ước của cô, có thể là một chuyện hão huyền mất thôi... Vì cô có thực hành như đời sống ta đâu? Ngay trong bụng mẹ, đời sống mẹ cha ta cũng khác, khác xa cha mẹ cô mèo nhiều lắm ạ. Thật ra làm sao ta có thể giải thích, để cho mèo con hiểu tất cả đây...

Mèo nghe thế xấu hổ và bẽn lẽn bỏ đi. Mèo không biết còn làm gì hơn, hóa ra không đơn giản như mèo nghĩ... Mèo cố gắng bước đi lẩm nhẩm: di truyền lưu di truyền, dòng giống lưu dòng giống. Không dễ không dễ chút nào, không giống được, không giống được...

Bỗng hoa gạo từ lòng đất rũ cánh từ bao giờ, bay lên đáp thốc vô tay mèo con, dặn dò thêm:

- Thần sông nghĩ chí phải. Sơn ca nói chí lý. Mèo con có một dòng giống khác, không thể như chim sơn ca hay họa mi được đâu. Bởi chỉ có trời đất mới quyết định được những điểm, những đời sống, sự sống và các chất tố, của những loài sinh ra từ nơi vụ trụ.

Mèo con ươn ướt mắt như khóc trả lời:

- Hiểu rồi, hiểu rồi. Xin đừng nói nữa Bông Hoa Gạo ạ. Xin đừng nói nữa...

## 15. Di Chúc Một Người Để Lại

Ngày đó có một người làm thơ. Trước khi chết ông ta chỉ cầu mong một ước muốn. Ông dặn con trai ông:

- Khi ba chết đi trên bàn thờ ba. Ba cần con để một quyển thơ, coi như di chúc thứ hai của ba. Ngày giỗ chạp, con lấy ra đọc vài câu. Và trải lật ra đọc dăm bốn bài theo mỗi kỳ. Như thế linh hồn ba mới đủ vui. Từ độ ấy người cha qua đời mất đi... Người con trai thương ông đã thực hành khoảng vài ba năm.

Sau một thời gian, người vợ làm như khôn khéo bảo chồng:

- Anh ơi giá trị gì đâu mà để quyển thơ ba, anh giữ lâu ngày thế. Hay là mình đem ra vứt theo rác cho rồi. Để chi nó tốn chỗ bàn thờ? Và còn hơi sức đâu anh phải quan tâm ở mỗi kỳ giỗ kỵ? Chả lợi ích gì, chỉ tốn giờ giấc thôi.

Người con trai suy nghĩ nhưng rồi nghe lời vợ. Anh liền đem quyển thơ đi vứt nơi hầm lùm tre cho rảnh nợ.

Vài năm sau đó, không hiểu sao gia đình anh làm ăn suy sụp, và ngày càng đi đến kiệt quệ. Có một người con trai lại bắt đầu đau ốm, và học hành hết giỏi giang như xưa nữa.

Anh bèn bàn với vợ xem quẻ:

- Tại sao gia đình mình lại không như trước kia. Làm ăn thì của chả đậu lại. Con thì cũng không như trước kia. Hay là ta đi thử cầu bói. Xem sao?

Cả hai vợ chồng đồng ý đi thử cầu bói tức là cầu quẻ. Thì nhà tiên tri cho hay gia đình đã bị mất đi phần ân đức, cho nên gia cảnh phải gánh chịu sa sút.

- Có lẽ vợ chồng chúng con đã vứt thơ của bố ra hố rác. Mà bố từng dặn dò phải cúng thờ?

- Vâng có thể. Vậy thì phải về tìm lại và đặt vào vị trí như trước.

Hai vợ chồng nghe lời người tiên tri xem quẻ. Về nhà họ ra hố tre đào bới kiếm lại tập thơ. Thì họ ngạc nhiên thấy tập thơ không rách nát cũ kỹ, mà còn mới hơn, lóng la lóng lánh hơn, đẹp hơn khi họ đưa tay cầm lấy nó. Hai vợ chồng đem vào nhà để lại nơi bàn thờ. Họ thờ phượng lại kỹ càng. Thời gian không bao lâu gia đình họ làm ăn phát đạt. Con cái khỏe mạnh học hành lanh lợi như xưa. Và họ thấy một điều lạ lùng vô cùng, nơi lùm tre có hố hầm đó, có hoa nở. Một cây tre nở hoa trông rất đẹp làm sao, và diệu kỳ hết sức...

**16. Đôi Tay Vàng.**

Ngày đó có những em bé ở chung làng dưới chân đồi, tóc còn để chổm ngoài giờ đi học, các em hay lùa bò, thả trâu giữa đồng cỏ và vui chơi. Chơi những trò chơi con nít khi tuổi mới lên tám, lên chín, lên mười. Và hay tụm với nhau nói lên ước mơ. Em thì thích sẽ trở thành người giàu có, em thì thích có sắc đẹp, được đẹp mãi như tiên sa. Em thì thích lấy chồng đẹp trai như hoàng tử v.v... Chỉ có một em nói:

- Tớ thích sẽ có đôi tay vàng và em giơ lên trên trời cao.

Cả đám vỗ tay bốp bốp cười khẩy bĩu môi mà chọc:

- Làm sao mà mi mơ mong đôi tay thành vàng được chứ?

- Thì tớ cứ mơ đó là sở thích tâm nguyện của tớ mà!

Rồi bỗng một hôm, ở tận kinh đô nhà vua mở hội khoa thi những người tài giỏi thơ văn không phân biệt tuổi tác, ưu tiên cho tuổi thơ. Em liền ghi danh để lên đường ứng thí.

Hội thi cho ra ba bộ đề:

Tả cơn mưa, tả giọt nắng, tả niềm gió.

Nhanh như chớp trong tích tắc vài hơi thở, em làm xong và nộp lên. Bài em làm.

**Tả cơn mưa**.

*Mưa ơi mưa hỡi*
*Giọt mưa rơi rơi*
*Trận mưa dù nhỏ*
*Mặt mưa ào ào*
*Là cơn mưa rào*
*Mưa dài dai dẳng*
*Xiên xiên không thẳng*
*Là chuyển mưa phùn*

*Mưa như đá tung*
*Là cơn mưa đá*
*Mát cả thịt da.*
*Tháng ba mưa đá...*

---

**Tả giọt nắng.**
*Nắng ơi trải rộng hiên nhà*
*Cho ta nắng nhẹ nắng là nắng mai.*
*Nắng trưa phủ trọn lâu đài*
*Nắng chiều yếu ớt đường sai chạnh lòng...*

---

**Tả niềm gió**
*Gió ơi rung cảm về đây*
*Gió thương nhớ lá như lời tiếng ru.*
*Gió về nói với mùa thu*
*Cho xuân em hát sương mù qua sông.*
*Gió về kể chuyện mùa đông*
*Hờn chân lạnh lẽo chúc nồng hạ sen...*

Cả ba bài thơ em được chấm trí thông tuệ, và ý tưởng hay nhất. Em được xếp đầu nhất danh sách. Vua ban cho nhiều bổng lộc, ngọc vàng châu báu và mong nhận em làm con nuôi. Vua mời em ở lại kinh đô tiếp tục học hành.

Nhưng em không thuận ý trên. Em chỉ mong ôm lấy mớ vàng bạc đem về chia cho dân nghèo quê mình.

Nhà vua không thể ép. Thế là em được liều chõng về quê.

Em vẫn đi học trường làng, và đi chăn bò cùng chúng bạn như xưa. Nhưng kỳ lạ một hôm em chăn bò về, nhưng ba ngày hai vợ chồng nọ không thấy em đâu.

Họ khóc lóc, đi tìm bạn bè hỏi, ai cũng không biết là em đi đâu, về chốn nào!

Rồi một tối nọ hai vợ chồng đang ngủ, thì thấy đứa con gái mặc áo vàng sáng chói bảo:

- Con là con của ba mẹ đây. Con được đầu thai làm con nơi ba mẹ nhưng đã hết hạn. Con đã lên núi và bay về trời. Xin ba mẹ đừng tiếc thương. Con xin giã từ ba mẹ...

Nghe bé nói tới đó. Ông bà giật mình tỉnh giấc, một luồng gió xoẹt và một vệt sáng tan nhanh.

Hai vợ chồng ngậm ngùi tiếc thương, nhưng biết người con đó, chính là người tiên chứ không phải người phàm. Thôi thì đành chịu vậy! Hai vợ chồng chỉ còn tâm niệm khấn vái để tâm hồn an bình.

(Một chút suy tư kẻ tài hoa - Theo HDT)

**17. Hoa Bưởi Nói Chuyện Hương Cau**

Một đêm trăng thanh gió mát. Hương Cau thoang thoảng trong vườn. Nhị và đài hoa như rớt xuống gần Hoa Bưởi. Hoa Bưởi nước mắt lã chã trước mặt lá của mình. Nàng la to:

- Chị Cau ơi chị thật sướng nhất trần gian, sướng nhất trong vườn. Ai cũng yêu quý chị hết hà. Chị coi ra được giúp ích nhiều, được ca tụng trong đời sống. Em chả làm được gì, em vô tích sự lắm, em nghĩ thân mình mà hổ thẹn cho thân...

- Hừm này nhé. Em Hoa Bưởi chớ tự ti chi đó nha. Em không được suy nghĩ vậy chứ? Thường thì mọi vật cứ nhìn nơi thiên hạ mà mơ mộng, ít nhìn mình. Là Hoa Bưởi đó thôi.

- Là sao hã chị?

- Hoa Bưởi vẫn đẹp và ngát hương, chả lẽ Hoa Bưởi chưa bao giờ nghe nói về mình?

- Ý chị Cau muốn bảo gì?

Hoa Cau hát:

*Trèo lên cây bưởi hái hoa*
*Bước xuống vườn cà hái nụ tầm xuân...*

Hay là:

*Bởi vì hoa bưởi ngát hương*
*Nên tôi hái tặng người thương gội đầu*

Hoặc:

*Bên bông bưởi trắng đợi chờ*
*Nghìn trùng cách biệt để giờ bên nhau*
*Chao ơi bên bưởi thơm nồng*

*Cho ai đắm đuối vợ chồng những khi...?*

Hoa Bưởi em được ca tụng nhiều, em đứng một trời ý nghĩa, văn học của văn chương. Chả lẽ em không biết sao!

- Thiệt hã chị. Em cũng có giá trị thế sao? Thế là em vui lắm rồi. Em cứ nghĩ thân mình chẳng ra chi, vô ích quá, chán chết đi mất đó chị ơi? Em cám ơn chị đã mở mắt, mở tầm nhìn, tấm lòng cho em. Thôi từ nay em nghe lời chị. Sẽ vui bên cạnh chị và cho đời sống trên mặt đất, thêm hương sắc...

Hoa cau tủm tỉm cười đáp:

- Phải yêu đời thôi Hoa Bưởi ạ.

- Dạ. Giờ em hiểu một cách chu đáo hơn nha chị.

- Đúng vậy. Em Bưởi của chị.

- Dạ. Cám ơn Chị Cau của em.

**18. Người Đi Rừng Và Hoa Phong Lan**

Thuở ấy hơi xa xôi rồi, người dân tương truyền lại:

Có một người nông dân vào rừng trồng hoa quả để kiếm sống dưới chân núi. Nhưng anh thích vào rừng sâu hơn để thưởng thức một mùi hương của hoa, mà ngày nào anh cũng muốn như thế.

Rồi một hôm anh chợt có ý nghĩ lạ lùng, anh qùy xuống dưới gốc một loài hoa có tên Hoa Phong Lan. Anh lặng người mà tâm tình:

- Thần cây ơi. Tôi yêu thích loài hoa này lắm. Xin thần cây và hoa quý này cho tôi một hân hạnh. Tôi muốn được chiết lấy vài cành mang về nhà, muốn chăm sóc, để sẽ có mùi hương kỳ diệu này? Tôi thật sự mê đắm loài hoa này.

Thân cây rung lên. Tiếp theo hoa mở cánh ra tươi cười:

- Ô ra thế nhỉ? Vậy ông cứ tự nhiên nhưng hứa rồi thì có trách nhiệm với tôi nhé. Phải kỹ lưỡng và siêng năng lên nhé?

- Vâng! Tôi không để phụ lòng thần cây và cô nàng hoa yêu quý của tôi đâu. Cây và Hoa xin hãy yên lòng.

Anh nói rồi là anh nhẹ nhàng như âu yếm dáng hoa yêu

kiều, anh chiết một ít lá cành mang về, anh đặt vào cái chậu đất, anh cho thổ đất vào, anh chăm sóc hoa phát triển tươi tốt... Chẳng bao lâu, hoa nở hương thơm dịu ngát...

Thấy hoa càng có mùi thơm quyến rũ nhiều, và hình thể đẹp quá anh chiết ra thêm, mang ra chợ chưng khoe. Mọi người thích thú ngắm nhìn mãi mê. Anh bày cho cách chăm sóc như anh đã làm.

Thế là Hoa Phong Lan cứ tiếp tục được người ngưỡng mộ nhân lên gấp bội lần. Nhiều người chuyền nhau, và nhiều người đã lên rừng tìm kiếm đem về tận nhà, hoặc giữa thành phố xa hoa, để chăm sóc nâng niu loài hoa ấy...

Hoa phong Lan ban hương sắc cho mọi người. Một mùi thơm, nồng thắm, tinh khiết, lâu bền... Cứ thể Hoa Phong Lan nối dài, dần hồi qua nhiều thế hệ.

(Theo một cách nghĩ HDT)

**19. Cô Bé Và Quà Tặng**

Ngày xửa, ngày xưa có một cô bé nghèo đi ở cho một ông chủ, ông ta mở cửa hàng ăn uống. Cô làm việc vất vả và quần quật nhưng lúc nào cũng ca hát. Khi về nhà, có một con chim lạ thích nghe giọng hát cô. Nên chim cứ lẻn vào sân sau nhà đậu vào một nhánh cây mà nghe cô hát. Tiếng cô thêm thánh thoát, thật êm đềm, và lắm lúc sôi nổi...

Thấy thương con chim lạ, cô bèn sau giờ ra về mỗi bữa, cô lấy một mớ cơm thừa về tung vãi cho nó ăn... Cô nhìn nó, lòng cô vui thú lắm, đến khi bận việc thì cô chỉ vãi cho nó ăn, nó mừng vui vỗ vỗ đôi cánh, rồi cô vô nhà. Cứ như thế cô vẫn thường làm, khi rời nhà hàng cô trở về căn nhà riêng của mình...

Đến một hôm cô làm không vừa lòng người chủ một chuyện gì đó. Ông ta đuổi cô.

Cô không có việc làm, không có gì ăn, cô đói bụng, cô buồn, cô khóc. Tối đó cô ngủ và mơ:

Con chim lạ bay đậu dưới chân cô bảo rằng:

– Đừng khóc nữa cô bé. Sáng mai cô hãy vào rừng đi, phải đi qua một cái đồi, đến một thung lũng, và băng qua con suối, đến tận dòng sông, đi ngược về những đám tranh và cây cỏ. Cô sẽ nhận được quà tốt.

Cô bé giật mình thức giấc ngơ ngác. Sau đó cô nhớ lại giấc mơ. Sáng ngày cô đi liền theo giấc mơ…

Cô vượt qua những đồi núi thung lũng, đến dòng sông con suối, và tới đám cỏ tranh thì cô thấy một ổ trứng chim màu hồng đo đỏ, có pha sắc óng ánh màu vàng. Cô cầm lên nâng niu rồi mang về nhà, bằng một cái giỏ xách nhỏ.

Khi cô về nhà cô mở ra xem, thì những cái trứng biến thành ngọc hết, cô đem đổi lấy tiền bạc giữa thành phố....

Cô đã trở nên người giàu có nhất nhì của thành phố.

## 20. Thỏ Trắng Thông Minh

Ngày xưa, thời đó có một chú thỏ trắng đẹp thông minh bậc nhất, nó ở trong khu núi của họ nhà thỏ khác thường thông minh ấy. Con vật nào thấy nó cũng ao ước được như nó, nhưng nó lại ít thân hữu, ít tán gẫu, ít thân thiện… Và luôn luôn mỗi con họ nhà thỏ thông minh cũng có đời sống riêng biệt. Một năm họ nhà thỏ này mới được gặp nhau từ một đến hai lần, như rằm trung thu, như rằm tháng giêng.

Tất cả bạn bè họ nhà thỏ thông minh lối ăn uống rất lạ. Chỉ ăn cỏ trên cành cây có trái chín, và uống nước khi sáng sớm sương chưa tan, không ăn loài cỏ mà các động vật nào đã vướng chân dẫm lên.

Tuy nhiên sau đó thỏ trắng cảm thấy ít vui. Nên một hôm nó đến khu vực thỏ thường, đó là những loài thỏ khác không giống họ nhà nó. Và thỏ trắng bức rức để bảo rằng:

- Các bạn có thể cho tôi chơi với không?

Cả đám thỏ thường nhao nhao đáp:

- Rất vui khi anh sang chung cuộc. Nhưng cuộc sống và sinh hoạt chúng tôi khác họ nhà anh đó.

- Tôi sẽ theo được mà. Học là biết, bắt chước sẽ thành…

Từ đó Thỏ trắng thông minh ăn cỏ đã dẫm lên, uống nước bất cứ lúc nào. Khi trong, khi đục, nó không cần tuân thủ. Không cần theo sáng sớm, không cần tìm những cây cỏ che dấu trên cành cây chín như ngày trước, mới được ăn v.v... Khoảng thời gian không bao lâu. Rồi bộ lông đôi mắt nó bắt đầu khác. Nó soi gương dưới hồ rộng nhìn thấy. Thỏ trắng lại âu sầu buồn bã.

Đến một hôm nó lại nhớ đến họ nhà thỏ thông minh của nó. Thỏ trắng muốn trở về, nhưng nó không tìm về được vì trong trí nhớ, nó đã đánh mất tháng ngày qua... Không biết tại sao? Và tại sao? Thỏ trắng lại không nhớ nổi vị trí nào họ nhà thỏ thông minh đã từng sống...

**21. Cô Gái Đã Chọn Người Chồng Thứ Ba.**

Hồi đó có một bản làng, cô gái xinh đẹp được ba chàng con trai đem lòng yêu thương. Cha nàng không biết phải gả cho ai. Ông liền chiều theo ý con, mở cuộc thi đố nếu con gái ông thích ai nhất, thì người đó sẽ là chồng cô.

Thế là một cuộc thi diễn ra. Một anh chàng đầu tiên làm thơ thật tuyệt vời, lời thơ đọc rung động du dương, cả người cô nghe và trái tim như muốn thắt lại.

Người thứ hai thì nói:

- Xin được nâng tay cô hôn một lần dù chết cũng cam đành, hãy cho ta toại nguyện. Nàng cứ ban cho ta. Và nàng sẽ có tình yêu...

Thế là cô gái đưa tay, anh được hôn, cô gái có cảm giác kỳ lạ và ấm áp mãnh liệt. Khi hơi thở anh ta chạm vào cô...

Đến người thứ ba vội nói:

- Tôi xin họa cô một bức tranh tuyệt mỹ về cô. Anh họa trong nháy mắt đã xong bức tranh, hoàn toàn giống cô như in. Cô nhìn vô cùng xao xuyến, buâng khuâng đến ngẩn ngơ...

Sau đó chờ tiếng nói cô.

Và cô đã tìm đáp án cho chính mình. Cô chọn anh chàng thứ ba.

Bà con bản làng bàn tán. Kẻ đồng ý, người không đồng tình, đưa ý kiến kêu la, thưa kiện ầm ĩ. Nhưng cô đã chọn, vì đây là cuộc chọn lựa của cô, trong ý thích của cô. Cô có quyền. Cô nói cô có lý do để chọn người thứ ba, cô sẽ sẻ chia sau...

Người cha vẫn đứng lên giải thích những thắc mắc cho dân làng, để họ hiểu rõ ngọn nguồn hơn. Cả thảy cũng đã ngạc nhiên nhưng cũng thỏa mãn, lấy làm thú vị hơn, vui vẻ và vỗ tay đều hơn.

Lễ cưới họ được ban hành. Cô lấy người thứ ba làm chồng. Theo cô giải thích vì chỉ có người thứ ba yêu cô nhiều nhất, nên mới vẽ được cô chính xác và hồn nhập là đến chuẩn như vậy! Hai người kia vẫn yêu cô nhưng đó vẫn thuộc về kỷ năng và bản năng, cô xúc động nhưng chưa phải thuộc về tâm linh, chưa thuộc về nơi trái tim người con gái in dấu sâu đậm... Và xin mọi người hãy thương cho sở thích, sự chọn lựa của cô! Xin làm ơn. Xin làm ơn... Nàng cảm động sung sướng nói lên như thế.

Tất cả bản làng như hiểu hơn. Họ cho cô gái vừa thông minh vừa nhân hậu. Họ hoan hô và như ăn mừng cho cô có đám cưới lớn hơn nữa.

### 22. Số Mệnh Một Nhà Văn.

Có một cô bé sinh ra trong một gia đình, đến khi đi vào chùa xa trên núi cầu nguyện cùng gia đình.

Cô xin thần linh đề trình lên Ngọc Hoàng một điều ước mơ. Cô thưa rằng:

- Con thích được trở thành nhà văn thôi.

Ngọc Hoàng nghe xong. Ngọc Hoàng ngó xuống bảo:

- Nhà văn vĩ đại thì không đơn giản chút nào hãy cẩn thận với ước mơ nhé!

Cô bé vẫn đáp:

- Vâng con chỉ có một lời không sai ngôn.

Ngọc Hoàng phán dạy:

- Con có làm được không? Phải khổ, và phải nhận biết cuộc sống, giống người mà phải khác người đời đó. Nhất là không được sung sướng chút nào, vì chỉ trong gian khổ mới tôi luyện ý chí, mới tạo được một tài năng văn chương xuất chúng.

- Vâng con sẽ cố làm cho được. Cô bé trả lời.

- Nếu không làm, không vượt qua, con sẽ mất tất cả. Sẽ

tệ hơn con đang sống đấy. Hãy nhớ lấy...

- Dạ con xin chịu tất cả.

Thế là cô bé, trải qua nhiều gian truân thử thách cho bản thân. Đôi khi cô phải đổi thành nước mắt... Và đôi khi tưởng chừng như muốn mất cả tính mạng.

Thế mà cô luôn nhớ lấy lời Ngọc Hoàng dặn. Về sau cô trở thành nhà văn vĩ đại nhất, giữa trần gian này, ở thế giới này.

**23. Giấc Mơ Người Đàn Ông Làm Ở Vườn Hoa...**

Ngày xưa một nàng tiên thứ 9 con của Ngọc Hoàng ở trên thượng giới, nàng xinh đẹp thông minh lại có tài ca hát. Vậy mà nàng ưa lén vạch mây trời xanh ngắt, để xem biết thế cuộc ở trần gian... Rồi nàng tiên lại phải lòng yêu thương một người phàm làm thơ. Tiếng thơ chàng đau buồn như xé con tim nàng, nhưng nàng thích và chuộng tiếng thơ đó.

Một hôm nàng thưa với Ngọc Hoàng:

- Thưa cha, con muốn yêu người trần gian, muốn chung sống với chàng ở một bến sông. Chàng nghèo lắm nhưng làm thơ hay lắm! Những vần thơ chàng làm thật là trác tuyệt, xứng danh. Con yêu lắm...

Ngọc Hoàng nghe thế nổi giận, buồn bã bảo nàng:

- Con là tiên, ở tiên giới lòng hiền lành và chân thành như nước. Làm sao con biết người trần gian dối khôn lường như lửa, như dao. Nếu con mê muội. Con sẽ khổ. Cha không bằng lòng.

Ngọc Hoàng cản ngăn nhưng nàng một mực xin đi. Ngọc Hoàng quá thương con nên ông chiều:

- Thôi thì ta không cản ước mơ con... Nhưng ta có cách cứu con của ta. Ngọc Hoàng đang làm phép.

- Cách gì thưa cha?

Ngọc Hoàng cầm lấy túi cát trên tay mà rằng:

- Hãy cầm lấy kỷ vật này khi nào cần con nên dùng nó. Rất lợi ích cho con thế thôi.

Nàng tạ ơn Ngọc Hoàng và cầm lấy. Nàng mở ra xem thì

chỉ cát là cát không có chi cả.

- Phụ Vương Ngọc Hoàng hỏi thêm:

- Con còn muốn gì nữa, ta cho con một ý...

- Xuống trần gian con mong làm nghề đưa đón khách từ một bến đò... Con chỉ muốn có con chim bồ câu đưa thơ thôi.

Và nàng được như ý muốn. Nàng được xuống trần gian, nàng làm việc nhọc nhằn nhưng vẫn luôn vui viết thơ, làm thơ cho chàng. "Nàng hẹn sẽ có ngày gặp gỡ. Và vì nàng nghèo quá chưa đủ tiền lộ phí thăm chàng." Nàng bảo vậy.

Chàng cũng đã hứa sẽ chờ đợi nàng!

Rồi tháng lại ngày qua nghi ngờ bởi lời nói của Phụ Vương Ngọc Hoàng. Nàng quyết tâm thử một phen. Nàng đi qua nơi dòng sông có chàng đang ở đó và quyết tâm gặp. Nàng giả dạng một thiếu nữ khá xinh đẹp nhưng ăn mặc, phong vận xa hoa khác nàng một tý. (Đặc tính nàng tiên thứ 9, vốn thích ưa ăn mặc thứ quần áo giản dị, trong lành, sạch sẽ chỉ cần mùi thơm tho là đủ. Nàng ít cần xa hoa kiểu cách...)

Đến bờ sông chàng, trời đã chiều. Nàng thấy chàng đun cơm, thổi bếp, và chàng ra ngắm con nước. Nàng liền tới thưa:

- Thưa chàng. Xin cảm phiền, tiện nữ này muốn ở nhờ một đêm. Vì tiện nữ đã lỡ đường đi phải qua cánh rừng xa. Chàng có thể cho thiếp ở nhờ được chứ?

Thấy thiếu nữ xinh đẹp, chàng suy nghĩ cô gái chàng đã từng yêu và làm thơ tặng cho chàng rất ư là tuyệt tác. Nhưng làm sao đây, nàng cứ mãi ở nơi đâu? Ta dày công thương nhớ làm gì? Nàng mờ mịt quá, chàng lại muốn quên ngay người con gái đó, để quen được với người con gái này thì đúng cách hơn chăng? Lập tức chàng vui mừng reo lên:

- Có thể được lắm chứ sao lại không? Nàng đẹp quá làm mờ cả mắt ta đây mà. Xin hân hạnh được tiếp ý nàng...

Cô gái nghe kỹ câu nói chàng, nhưng không phản ứng gì mà còn bảo. Cô đổi giọng từ kêu chàng, sang kêu anh:

- Anh có gì cho tôi thưởng thức qua đêm không nhỉ?

- Tôi biết nhiều thứ, làm thơ, hát ca, thổi sáo v.v...

- Vậy thì tốt lắm đêm nay, tôi vẫn có một đêm vui.

- Tôi vẫn xin hân hạnh phục tùng.

Và đêm đó chàng tỏ tình thổi sáo, đã yêu nàng thực sự. Và chính nàng mới là "nàng thơ kiều diễm" bậc nhất trong lòng chàng!

Chàng toan dở tính trăng hoa sàm sỡ, nhưng người con gái tâm hồn đẹp như sương mai kia. Cô liền quyết tránh:

- Hiển nhiên tôi đã mến anh và yêu anh dù mới gặp, nhưng tôi còn cha mẹ. Nếu anh chịu đựng chờ tôi qua con sông, vào núi lạ kia, qua khu cánh rừng. Chúng ta sẽ có được vô số vàng bạc ở đó trước...

Chàng nghe nói thì mừng lắm.

- Tôi sẽ chờ đợi, nàng đừng làm phản lại tôi nha!

- Vâng tôi trước sau như một. Chỉ sợ lòng ai thôi? Anh hãy nhìn tảng đá kia kìa... Nàng nói và ném ít hạt cát ra, vung tay mấy vòng trên đầu. Một con sư tử cái nguyên hình hiện ra trước tảng đá, và nàng hiện ra với chính nàng - Một cô gái xinh tươi bội phần hơn. Ăn mặc giản dị nhưng mùi hương thơm thật thánh thoát... Chàng giật mình thảng thốt kêu:

- Hú trời ơi... Đây là...

Nàng tiếp lời:

- Em chính là cô gái anh từng yêu, là làm thơ tặng cho. Em thử lòng anh, nhưng lòng đen bạc quá. Anh chỉ xứng đáng ôm con sư tử đó mà thôi. Tạm biệt anh...

Nàng nói bấy nhiêu và bay đi hút bóng...

Nàng đến một nơi thấy người đàn ông ngồi khóc trước ngôi mộ của vợ đã ba năm. Nàng đậu chân lại và cứ trêu:

- Trời ơi người đẹp này không yêu, yêu chi người đã chết?

- Nàng là ai? Nàng đừng quấy nhiễu, nàng hãy đi đi, đừng ám ta... Để ta yêu vợ ta.

- Hứm. Ông người đàn ông ngốc nhất thế gian, nhan sắc diễm lệ không yêu, yêu chi một thứ hão huyền ma bóng...

- Hãy đi đi đừng nói nữa, dù người có đẹp đến mây sa cá

lặn, cũng chẳng làm lòng ta lung lạc. Vì ta đã thề nguyện, và ta cứ coi mi như một kẻ gian tà để ta căm ghét nhất mà thôi... Hừ.

Cảm kích lòng người đàn ông thủy chung trong sạch, nàng cười vui vẻ bảo ông ta:

- Ông quả là một người đàn ông khó tìm, nhưng không phải là không có. Tôi quý tấm lòng ông, nên tặng ông cái này.

- Thứ chi vậy?

- Chỉ cát thôi.

- Cát thì thiếu chi mà tặng?

Ông cứ nhìn. Tôi rải giùm ông nha!

Ông chưa kịp trả lời nàng vung tay rải cát ra. Những hạt cát tay cô rải ra bỗng chuyển hóa thành các loài hoa, hoa lan, hoa huệ, hoa hồng, hoa cúc, hoa cẩm chướng, hoa tulip, hoa xương rồng, thành ra bên nhà ông một vườn hoa xinh đẹp.

Và chính nàng đã bay về trời.

Người đàn ông mở mắt ra. Ôi chỉ là một giấc mơ hôm qua ông làm vườn cho ngôi mộ vợ ông....

### 24. Người Ghét Trời Thương

Ngày đó có hai người đi ở đợ trong một nhà giàu nọ. Một người hiền lành tên là Son, một người thâm độc tên là Sắc. Người cô Sắc thâm độc xấu xa, cô Sắc đem giấu hai đồng tiền xu dưới chỗ nằm ngủ của Son. Rồi đem báo với ông chủ:

- Son kia ăn cắp tiền ông chủ đấy.

- Thiệt ư?

- Chính cô ta.

Bị vu khống. Cô gái Son khóc chảy hết nước mắt kêu oan, nhưng ông chủ không tin. Ông thù ghét và căm tức những ai ăn cắp vặt, nên lệnh truyền cô Son bị thả vào rừng xanh, để cô đền tội và cô phải chết bởi thú dữ. Song một điều rất lạ lại xảy ra khác hơn. Cô đi tới đâu cọp beo vẫn thân thiện, không giết thịt cô. Nai hưu nhìn cô ngơ ngác rồi bỏ đi… Chồn thỏ, đại bàng, chim ưng tới mổ tay cô mở chào rồi biến. Những hương hoa vô hình lại rải mọc trên tay cô và tóc cô. Cô trở thành như một nàng tiên diễm lệ…

Cô thoát chết, nhưng cô không biết lối đi về đâu? Cô đi mãi, cô lọt sâu vô rừng. Đến một chỗ uy nghi bên ngoài và bên trong điện đài sáng tỏa. Cô thấy lạ như mơ. Vài người hầu sảnh đường thì nhìn cô mỉm cười, rồi mời cô vào. Son nhẹ gót vào bên trong thì thấy những đội binh tập luyện, võ thuật rất tinh nhuệ, họ tập dợt đẹp mắt quá. Một bên cách ngăn kia, là khu thiền tâm học đạo. Họ đang ôn tồn nhập định…

Sau đó cô đã xin ở lại đây học võ thuật và thiền tâm.

Thời gian trôi qua. Ba năm sau đó. Lúc bấy giờ có giặc loạn nhiễu phá, mọc lên khắp nơi quấy động. Vua truyền ra lịnh: "Trăm họ hãy cùng nhau ra sức diệt giặc tà gian hiểm loạn." Cô đã gia nhập đội binh để tiêu diệt giặc, diệt lũ độc ác, tham tàn để cứu giúp dân lành. Có nhiều người khác đã xin đi theo…

Thế rồi cô mang đoàn quân đi. Những người theo cô, cùng đánh giặc, họ đã từng luyện tập binh khí trưởng thành từ nơi núi động. Họ cùng cô tả đục hữu xông vào các trận chiến. Với tư thế bách chiến bách thắng giữa trận tiền quyết liệt. Cô đã được coi như vị giáo chủ hiền lành, thông minh, uy quyền, khôn ngoan và sức mạnh nhất lúc bấy giờ.

Cô là người đứng đầu cùng với binh lính, họ đã đẩy lùi giặc phá phiến loạn nhiễu nhương kia. Làng quê, đất nước đâu đâu cũng được trở lại thái bình…

Nhà vua mang ơn nên ra sức ra tâm, tầm tìm cho ra cô gái mang tên nàng Son cùng với thuộc hạ nàng, để phong chức tước, uy quyền, bổng lộc. Nhưng nhà vua tìm mãi không ra…

Truyền thuyết đã nói thấy nàng dẫn đội binh vào chân núi, phía chân trời xa. Nàng đã rẽ mây hồng cho nàng, và cả đồng đội bay về trời.

## 25.Truyền Thuyết Nữ Lưu Lạ Lẫm

Hồi đó có một cô bé, có một chiếc giường nhỏ cô sống với một người mẹ già. Cô thương mẹ ngày nào cũng tảo tần vào núi kiếm nấm bán đổi gạo nuôi mẹ.

Cô vẫn vui vì chiếc giường, như người bạn tâm tình luôn luôn biết nói chuyện và từng bảo cô:

- Cố đi cô bé, một ngày không xa, cô sẽ thay đổi cuộc sống! Cô vui vẻ và ôm thanh giường lấy niềm thích thú, cứ thế mỗi ngày.

Rồi một hôm cô gõ gõ, thanh giường phát ra tiếng:

- Ngày mai con vào nhổ một cây nấm, gần chân suối nơi đó có một loài hoa. Con lấy đem về để trên thanh giường, loài hoa đó sẽ nói chuyện với chiếc giường. Hai bên nói chuyện với nhau. Xong họ cho con có một biệt tài vô song. Con sẽ có tất cả những gì con muốn, và giúp ích cho con rất nhiều, nhiều người nữa...

Nửa mừng nửa lo, nhưng cô kín đáo. Cô gái không hở môi cùng mẹ, vì sợ không được như ý, sẽ làm mẹ buồn thất vọng.

Cô chỉ để âm thầm "một mình mình biết, một mình mình hay." Rồi đúng rạng ngày hôm đó cô vào rừng...

Người mẹ lại thấy có một người mua đi chiếc giá thanh giường cũ (bed- headboard) với giá tiền rẻ. Và họ có bán kèm cái mới với giá đắt. Nhưng thương con, bà mẹ đổi và bù tiền lấy cho cô chiếc giá mới ( newbed- headboard) cho đẹp.

Trên rừng, cô bé theo tiếng nói của chiếc giá thanh giường cũ, cô đã tìm được loài Hoa Lan nho nhỏ, cô mừng rỡ và đi về, hết đi lại chạy. Cô chạy nhanh về nhà. Cô lại thấy chiếc giá cũ trên đầu giường mình bị tước mất, được thay vào cái mới toanh... Cô vội khóc ròng kêu mẹ:

- Mẹ ơi. Chiếc giá thanh giường trên đầu con nằm đâu rồi?

- Mẹ mới đổi cho con cái mới đó.

- Thưa mẹ. Con không cần mẹ ạ, chiếc giá đầu giường cũ là thâm tình của con, nó sẽ giúp con một việc. Người đổi lấy đó đi về chốn nao? Mẹ chỉ con tìm gặp ngay.

- Mẹ không biết nữa, người ta đi đã xa...

- Em sẽ chỉ chị. Cánh hoa trên tay của cô bé tự nhấp môi nói tiếng người. Bà mẹ cũng được nghe, bà ngạc nhiên. Nhưng chưa kịp hỏi bé đã ra đường, cùng cánh hoa chỉ lối hướng về phía trước, bé cứ đi theo. Bé chạy nhanh vùn vụt, tìm đến gặp ông lão sắp qua đò. Bé kêu to:

- Chiếc giá đầu thanh giường này (bed- headboard) vẫn là của cháu, cháu không bán, dù cũ kỹ xấu, dù không đẹp...

- Thế thì cô muốn làm gì nào?

- Cứ đưa lại cho cháu, không cần đổi đâu.

- Vậy sao? Mẹ cô đã muốn.

- Không mẹ cháu chưa hiểu đó thôi. Nếu có duyên sẽ gặp lại. Bé nói và nhận chiếc thanh giá đầu giường của mình.

Bé đụng cánh hoa vào chiếc giá vật báu của cô đó. Thì chiếc giá tự nó biến vòng cung như con ngựa gỗ đẹp nhưng linh hoạt, mà như có hơi thở, có sức dẻo dai, có tâm hồn lại bốc bé và địu lên rồi bay một mạch về đến nhà, như một giấc mơ huyền diệu. Chiếc giá (bed- headboard) để bé xuống... Và chiếc giá tự ráp vào như cũ, nó dành lại vị trí ban đầu. Nó cũng biết dũng cảm tháo ra chiếc giá mới tí tắt, đưa cánh hoa đụng vào chiếc giá mới. Rồi nhờ cánh hoa ấy "hộ pháp" mang thổi bay đưa một mạch, đến tận nơi cho ông chủ đứng đợi bên con đò... Ông lão ngạc nhiên nhưng không biết vì đâu. Ông như nằm mộng, và lẽo đẽo ôm hàng mới của mình.

Tối đến cô bé nghe. Đầu thanh giường vọng ra tiếng nói.

- "Ta là thần đây. Con rất xứng đáng. Ta cho con cây bút, và dụng cụ vẽ nhé. Con vẽ đi đời con sẽ khác. Và giúp mọi người khác nữa."

Thế là bé mở mắt những điều cô có trên tay: Giấy đẹp, bút kẽ, giá vẽ có sẵn. Bé lấy cây bút đưa đến những mảnh giấy vẽ thử, thì tay bé tự nhiên vẽ một cách uyển chuyển, những tranh là tranh liên tục hiện ra. Với những bức tranh kỳ lạ... Bé biết cặp giấy vào giá vẽ, để vẽ cho như dễ dàng hơn. Bé vẽ cảnh người thầy thuốc trị bịnh người đau ốm. Bé vẽ cảnh quan lại hàm hồ ngược đãi, hung hăng, đối với cảnh trong dân tình đói kém lầm than. Bé vẽ một cảnh khác hơn, cảnh thanh bình, làm cho đời sống dân làng an lành sung túc, tự tại. Bé vẽ cảnh làng quê nắng mưa. Cảnh thành phố sầm uất. Cảnh thế giới như ô nhiễm môi trường. Cảnh con người, như gắt gao, hấp tấp bởi cuộc sống... Cơ hồ bao cảnh đời bé nghĩ và vẽ ra như...

Cô bé vẽ lanh lẹ. Nước đi của tranh bé đi nhanh hơn nước trời sông chảy... Bé vẽ hàng chục, rồi đến hàng trăm, hàng ngàn tấm tranh... Bé vẽ làng xóm, mọi người khắp nơi đi ngang ghé coi thử. Sau đó khắp chốn xa ùn ùn kéo đến thưởng thức. Thực hư nơi tay bé. Nhìn tranh thôi mà chữa được người già yếu mắc bịnh. Nhìn tranh chữa được kẻ lòng tham ô, gian xảo. Nhìn tranh nhưng chữa được ai muốn cải thiện tâm hồn. Tranh tất cả như được lọc ra bởi chất thuốc, để mầu nhiệm để ứng biến, khi người yêu tranh và nhìn tranh...

Tiếng đồn lành lẽ đi xa tới đến kinh thành. Vua nghe truyền lệnh. "Để vua được tận mắt thấy những bức tranh xem sao?" Thì tranh được đưa tới cung vua. Cả vua cũng được mở mang hơn kiến thức mới lạ. Đúng như thế "Danh bất hư truyền! Một tài nghệ họa sĩ xuất chúng, một gia tài, một thành đồng lợi ích của đất nước." Và sự thật khó tin, song khắp nơi nơi đi xem tranh – Từ kinh thành, đến làng quê ở đâu cũng được thay đổi. Cuộc sống dân tình thật trở nên tươi vui ấm áp, dễ chịu. Mọi thứ trở nên trật tự yên vị, hòa nhã trong sáng, thanh bình lại...

Quả là một điều kỳ diệu. Sau này vua truyền đem mẹ con về kinh thành để vua ban ơn. Nhưng người ta thấy bé đưa mẹ vào chân núi và hai mẹ con đã bay về trời...

(Theo HDT duy tư về Tài Đức.)

**26. Cô Bé Người Mẹ Và Hoa Ngâu**

Thuở ấy có một người đàn bà làm nghề ướp trà, tuổi đã lớn mà không có con, bà thầm ước sinh ra một cô bé để đỡ đần công việc và hủ hỉ tình mẹ con. Thì hai năm sau bà sinh được một cô bé rất kháu khỉnh, siêng năng, lại chóng lớn.

Lớn lên trạc tuổi thiếu niên cô bé rất yêu bông ngâu, cô hay ra dọc theo bờ suối để hái hoa cho mẹ tìm cách ướp trà. Hôm đó nhiều bông ngâu cô mừng quá không cẩn thận, cô trượt chân té ngã. Dòng nước lại dâng lên cuốn cô đi. Vì thần suối đã đem lòng yêu cô từ lâu. Cô la thất thanh mà chẳng ai tới cứu.

May thay một đoạn có bác nông dân chặt củi và đi câu cá từ đâu đến. Bác quăng gánh liệng câu, thong xuống giòng nước để cứu cô thoát nạn, lên bờ rồi bác nông dân hỏi thăm đưa cô về nhà. Cô vui và tỉnh hẳn.

Về đến nhà hai mẹ con chưa kịp cám ơn thì bác nông dân lại từ biệt nhanh. Cả hai mẹ con như không kịp thấy.

Nhưng rồi cô bé đau cảm liệt giường. Bà mẹ khóc than:

- Nếu con chết đi thì cho mẹ chết theo với, hay là con sống thay mẹ nhé, mẹ già rồi chết cũng được.

- Mẹ ơi đừng nói thế con đau lòng lắm.

- Mẹ có thể làm việc nhịn đói, nhịn khác cho người, để con sống mẹ vẫn cam lòng.

Đột nhiên một luồng khí xoẹt vào nhà, cô bé dần dà tươi tỉnh. Và sau cô bé bớt cơn bịnh nặng. Hai mẹ con có sẵn một bàn thờ thiên ngoài sân. Họ đã ra cúng kính mâm cơm chay nhẹ ở một buổi sớm mai để hậu tạ trời đất, phật độ thánh thần.

Thế rồi cô bé lớn lên càng đẹp, bao trai làng để ý thương yêu, nhưng nàng bé nói:

- Tôi chỉ có một mẹ, tôi không lấy chồng vì tôi để tất cả tình thương dành cho mẹ.

Mẹ khuyên nàng nên lấy chồng, nàng vẫn làm thinh, không chịu.

Hai mẹ con sống nghề ướp trà ngon nổi tiếng đi qua các thôn dã, làng quê, rồi đến huyện, thành, và lên tận kinh đô.

Vua bèn nghe tên tuổi người con gái và người mẹ hiền. Vua bèn kết nghĩa thâm giao mời về kinh kỳ, nhưng mẹ con cô gái vẫn một mực xin ở lại thôn làng, làm việc như xưa.

Và một ngày kia nàng nằm mơ thấy, giống như bác nông dân hồi nào cứu mình nói:

- Con hãy vào rừng sâu ở đó hoa nhiều lắm, hái những hoa đó về ướp trà sẽ thơm hơn.

Rồi một ngày nắng ráo đẹp, nàng dẫn mẹ vào rừng sâu, kiếm các loài hoa về làm trà ướp... Thì có con rồng hiện lên bảo.

- Hai mẹ con hãy theo ta lên trời, bỏ lại dân gian nơi người phàm tục.

Vừa nói, rồng dùng vòi hút mạnh hai mẹ con lên lưng. Rồng cong thân lượn lờ, rồng thao tác để cõng họ bay về trời.

Rồng nói thêm:

- Bác nông dân cứu cô bé hồi đó là Ngọc Hoàng hóa cho phép ta đó. Vì tấm lòng hiếu thảo của ngươi, nên ta ra sức chống lại thần suối và đã thắng. Nếu ngươi không về trời, sợ rằng tai họa sẽ lớn hơn.

Như thế hai mẹ con nghe rồng và ra đi, để lại trần gian bao hạt ngâu còn dang dở, rồi gió tới bóc những hạt ngâu rải khắp vườn. Hoa Ngâu bay tỏa khắp nơi nơi... Nên Hoa Ngâu bây giờ cứ mãi mọc trong vườn nhà cho bà con. Hương thơm Hoa Ngâu mãi thoáng nhẹ trong hè...

**27. Hoa Thạch Thảo và Hoa Thị Trong Tình Yêu.**

Ngày đó có đôi trai gái yêu nhau. Nàng tên là L.C còn chàng tên T.Q. Họ sống trên đồi núi. Người con trai lúc nào gặp cô gái anh yêu. Anh vẫn thường hái hoa Thị và Hoa Thạch Thảo để tặng cho cô. Một hôm cô có vẻ buồn trách anh:

- Sao anh không tặng em Hoa Lan, Hoa Huệ, Hoa Hồng đẹp, mà cứ tặng em Hoa Thạch Thảo và Hoa Thị mãi. Em sẽ buồn nhìn, rồi chán mắt mất anh ơi...

Chàng cười hồn nhiên:

- Anh thích hai loài hoa này thì anh tặng. Bộ không yêu anh sao, mà em không thích loài hoa anh tặng chứ?

Nàng thấy thương, nói với anh rằng:

- Yêu anh chứ! Thôi kệ em thương anh thì phải ráng chịu, ráng nhìn phải không?

- Ừa vậy chứ em yêu!

Thời gian đó lại có giặc biên cương nổi lên, anh phải ra chốn biên thùy đánh giặc. Nàng phải ở nhà chờ đợi chàng khi tan giặc về...

Ở nhà nhớ chàng, nàng lấy những cánh hoa chàng tặng đã héo dần khô hết, nhưng hương thơm sao vẫn nồng đượm, và nàng đem lên ngửi hoài. Khi hoa được nàng ngửi, thì hoa bỗng nhiên đọc những câu thơ là lạ:

*Đóa hoa không xinh/ Mà xinh hương tình!*
*Người trong xa cách / Người về trong tim...*
*U hoài cách trở?/ Vẫn vẹn câu thề*
*Ai cho giọt lệ / Dưới trăng mây về...*
*Ai chăm đường tơ / Hỏi trong giọt mơ?*
*Nhạn kia rủ bóng / Thơm cánh môi hồng...*
*Như xanh một thuở / Ban đầu xanh mơ...*
*Xin đừng làm ngơ/ Buồn trong dệt tứ...*
*Thương mộng hổ ngươi/ Đường dài nhịp tự...*

Và nàng lấy làm ngạc nhiên đến bất ngờ, và cứ thế nhớ chàng, nàng lấy những cánh hoa ra ngắm nghe nó đọc thế. Nàng đỡ nhớ. Nàng vẫn âm thầm dệt vải kéo tơ đợi chàng!

Thế rồi một hôm vua và quan ngự sử đi hạch khảo cuộc sống nơi dân tình. Vua thấy người con gái, xinh đẹp giỏi giang vẻ hiền thục vùng này, lại muốn cưới nàng về làm vợ.

Cha nàng bằng lòng gả nàng cho vị vua trẻ đó. Vì chiến chinh không biết người trai có về không, kẻo để nàng héo hon tuổi xuân. Và nàng vì thương cha nên đành chấp thuận.

Nàng theo chồng về kinh. LC xin đem theo những cánh Hoa Thạch Thảo và Hoa Thị đã khô héo kia. Vị vua trẻ vui vẻ nhận lời cho nàng ước muốn.

Về đến kinh đô nàng đau bịnh liên miên nên chưa thành thân với vua được. Mãi đến khi nàng khỏe mạnh thì lễ thành hôn được tiến hành. Các quan quân trong một buổi triều, chuẩn y mẫu mực cho cuộc lễ.

Đại Lễ tiến hành. Trước đêm hợp cẩn. Nàng vẫn xin đem hoa ra để thưởng thức mùi thơm hương nồng. Vua yêu nàng và đồng thuận lần nữa. Nàng đặt hoa lên giường cưới. Hoa lại đọc lên những câu thơ ấy. Nhà vua nghe giật mình và bối rối. Thế là nhà vua hỏi lý do vì sao? Nàng kể ra câu chuyện tình của mình. Vua nghe cảm động lẫn xao xuyến...

Chàng trai. Người yêu nàng, dẹp xong giặc biên cương trở về. Anh hỏi thì biết ra người yêu đã theo chồng. Làm vợ vua, về tận mãi kinh đô xa.

Chàng đau buồn không thể nào tả hết. Và chàng quyết định về kinh đô để được thấy nàng. Dù có chết sống, chàng vẫn chịu đựng, vẫn cam lòng đến nơi đó.

Chàng khăn gói về kinh. Tại chốn bệ rồng còn bày bộn chung vui đại lễ kéo dài. Lễ đăng quang cô gái chốn quê nghèo xinh đẹp, đạo hạnh lên làm hoàng hậu, nơi vua ngự lãm. Triều đình văn võ đầy đủ trong nghi thức chúc tụng.

Chàng trai quê dũng cảm lê gót. Chàng xin vào yết kiến. Được cho mời chàng rạp mình liền thưa:

- Muôn tâu Bệ Hạ. Đội ơn Bệ hạ. Tội của hạ thần có thể chết đi. Dù có chết đi hạ thần cũng có đôi điều muốn nói nơi đây. Lòng Bệ Hạ lớn hơn sông biển. Ý chí Bệ Hạ cao hơn núi trượng, tâm hồn Bệ Hạ đẹp hơn, xa thẳm hơn mây ngàn... Chẳng hay thần và người con gái này yêu nhau. Vì bổn phận non sông giặc nhiễu phá. Thần phải ra đi gánh tròn nợ nước, đến khi tan giặc về thì nàng đã lấy chồng. Vậy cho thần được gặp là người con gái thần yêu! Dù chết giữa tại này thần vẫn muốn thấy lại mặt nàng!

- Vâng em đây là LC chàng ơi! Chàng đã về kịp nơi đây sao? Chàng chính là chủ nhân những đóa hoa biết nói, biết hát đó. Cô gái vội dập đầu thưa, nhìn chàng trai rồi nhìn Bệ Hạ. Hai hàng nước mắt nàng rưng rưng chảy trên đôi má xinh xinh.

- Ngươi là người yêu của vợ sắp thành thân với ta sao? Có phải như vậy không Lê Chân? Nhà vua ngạc nhiên hỏi.

- Tâu vâng! Thưa Bệ Hạ. Chính chàng đó chủ nhân... Thần thiếp muốn nói về những cánh hoa này!

Những đóa hoa mất sắc héo hon, nhưng nàng đưa ra, hương vẫn ngát thơm, và hoa rung cánh đọc lên một bài thơ tuyệt mỹ đó. Tất cả mọi người lắng nghe im phăng phắc.

Nhà vua thấy lạ, vừa bàng hoàng vừa ngậm ngùi. Nhưng rồi vua đi đến quyết định lệnh y. Vua đã trả người con gái lại cho chàng trai chốn quê nghèo.

Cô gái và chàng trai dập đầu tạ ơn vị vua giàu tính thương người, cùng tấm lòng cao thượng khó kiếm.

Sau này hai người về quê họ sống bên nhau một cuộc đời hạnh phúc, thanh bần và thanh thản! Có Hoa Thị và Hoa Thạch Thảo đã héo nhưng hương luôn thơm ngát, bền bĩ. Và nó luôn đọc thơ, hát cho hai người nghe bài thơ: "Tình Nồng Cho Nhau." như trên...

**28. Nhẫn Nhục.**

Thủa ấy có đoàn Phật Tử sống trên dãy núi sau thung lũng, ngày thì đoàn xuống núi bưng bình bát xin ăn, tối lại quay về căng lều mà sống dưới những hốc cây, bên cạnh ngôi chùa đã bể nát. Có một người bị đau chân không đi xin được. Một vị tăng đi bao giờ cũng đem về cho. Vị luôn ân cần và thân thiết với anh ta.

Đến nỗi có kẻ trong đoàn xấu lòng phải ganh tỵ:

- Nó có đau chân gì đâu, chỉ là lười thôi. Tại sao vị lúc nào cũng cho hắn hưởng thụ sướng thế.

Vị tu sĩ không nói chi cả, và ngày nào cũng như thế lập lại - Vị luôn đem thức ăn nước uống xin được. Vị chia sẻ cho anh què. Cả tấm lòng và thái độ...

Đến một ngày vị tu sĩ đi xin đủ tiền cất một ngôi chùa và cho biết sẽ xây. Thế thì anh cà nhắc chân què đứng lên nói:

- Tôi xin làm sư giảng và trụ trì nhé.

- Làm sao mà anh làm được việc đó chứ, anh có kinh nghiệm gì? Vị tu sĩ hỏi.

- Rồi tôi sẽ chứng minh. Anh cà nhắc chân què reo lên.

Ngôi chùa được cất lên, nhiều vị thầy khắp nơi tới giảng thuyết pháp. Nhưng chỉ có vị tu sĩ cà nhắc này diễn giải hay nhất, dân thích nghe nhất. Họ cho là thực tế, là đúng nhất.

Vì câu chuyện anh giảng là "Lòng nhẫn nhục đức hy sinh. Lòng biết ơn và một sự trả ơn."

Anh kể lại sự thật vị tu sĩ đã không quản ngại kiếm cơm cho anh khi anh hoạn nạn. Anh luận rằng:

-* Sự âm thầm và chịu đựng: Là sức mạnh của núi.

-* Sự đàm tiếu không ảnh hưởng lòng cương trực: Là như gió táp mưa sa, chẳng lung lay ý chí con người.

-* Sự bôi nhọ không hề nản chí với người tâm lành, dẻo dai: Là dòng nước chảy mạnh không xóa được tâm tư kẻ thánh thiện.

-* Và người chịu ơn: Là đức tánh tốt. Là bát cơm kề miệng muôn đời phải nhớ.

-* Và năm tháng anh đã lặng lẽ học hỏi kinh thư. Anh học mong để tịnh tiến. Dù mưa to, dù gió lớn, dù chân đau đớn anh vẫn học, học trong muôn vàn khó khăn... Sức mạnh của yêu thương và hợp lực đồng chung hiệp ái ý thức, không rời bỏ nhau lúc khó khăn hoạn nạn. Rồi để có được ngày hôm nay.

Lời anh gọn gàng chân thực và cảm động. Một thực tế đã chứng minh. Nên bá tánh dễ dành thiện cảm lớn, họ không tiếc công, họ không ngại tiếc của tiền... Họ chỉ mong góp sức là phụng sự niềm vui cho Phật Đạo. Là tâm cảm cho sự an lành. Là một nền đức độ cần thiết rốt ráo...

Như thế chùa chiền nối tiếp mọc ra, người dân đi lễ nhiều, cầu kinh học đạo mỗi ngày thêm đông.

Chẳng bao lâu họ trở thành những nhóm hoạt động mạnh mẽ nổi tiếng, của các vị tu sĩ lòng nhẫn nhục và đức hy sinh.

Trí huệ họ khai sinh, tỏa sáng rộng lớn hơn, phát huy hơn. Phước đức họ muôn lượng, khó lường hết. Họ đã đi vào dân chúng như huyền thoại. Họ đi đến đâu, chùa pháp mọc ra đến đó. Tâm chuyển an lạc, quán chiếu độ trì chúng sanh. Bởi vì lòng thảo ngay và chính trực. Những gì tốt đẹp của con người không thể cách xa, không thể rời phi thực tế...

**29. Thầy Võ Dụng Người.**

Thuở ấy có một người thầy dạy võ nổi tiếng. Ông ta dạy một học trò. Người học trò học rất chăm chỉ nhưng ít theo nguyên tắc người thầy dạy. Một hôm ông kêu lên hỏi:

- Mi có muốn ta dạy học cho mi trở thành một người giỏi võ lẫy lừng không?

- Dạ thưa con muốn chứ?

- Vậy thì mi cố gắng nghe lời ta dạy bảo nha.

- Dạ con sẽ làm theo ý thầy.

Nói thế, nhưng khi dạy. Người học trò làm những việc khác hơn người thầy dạy. Người thầy tức anh học trò quá. Giận không chịu nổi. Ông ta đuổi anh học trò đi và không cho học nữa.

Thế là anh phải rời nơi ấy. Lỗi do mình, mà không biết làm sao cho thầy vừa ý.

Từ đó anh học trò cũ chỉ còn tới lén lút, mà nhìn học lỏm chừng vài phút, và không để thầy thấy mặt. Về nhà anh ta tiếp tục rèn luyện.

Người thầy võ có học trò mới, thầy nói đâu anh ta nghe đó, và cách học y như thầy dạy không sai một ly, một tấc. Thầy rất vui và năng tập luyện cho người học trò mới.

Đến một kỳ nọ, ngày nọ thi võ được ban truyền khắp làng trên xóm dưới, khắp huyện khắp tỉnh. Anh học trò cũ bị đuổi kia ghi danh để thi.

Người thầy năm xưa thấy anh ghi danh thì khinh khi bảo:

- Mi có học hành gì đến nơi đến chốn đâu, mà dám thi đấu với học trò nhất của tao.

Người học trò cũ cười nhẹ đáp lễ:

- Con sẽ thi và hy vọng mà!

Cuộc thi đấu diễn ra. Người học trò cũ kia lại đánh với một kỷ năng đẹp, hay, và thắng tất cả. Người thầy dạy võ ngạc nhiên:

- Mi học ở đâu mà đánh đẹp, thắng đẹp thế. Người học trò bị đuổi của tôi.

- Thưa thầy con có hai câu để phát biểu, để con xin nói:

- Thế nào?

- Không thầy đố mày làm nên. Là con biết rất quan trọng.

- Còn gì nữa?

- Một thứ quan trọng không kém phần nữa là. Phát huy tính cách, tự sáng tạo trong biến chuyển nhanh. Không quá rập khuôn, thì đối phương sẽ không biết cách để mà chống đỡ. Học một biết mười mới là đều đáng nói thật sự. Còn học một biết một chỉ dừng lại ở con người bình thường thôi. Con muốn nói điều sự thật, con dám nhìn...

Thầy dạy võ gật gù, và thấy, và tin em đã đúng*/*

**30. Thần Loài Người Và Thượng Đế**

Ngày đó có thần loài người, được triệu lịnh từ Thượng đế. Sẽ đi lên thượng giới để xin một ít việc cần cho đời sống con người. Và Thượng đế sẵn sàng ban phát những lá bùa Thượng đế sẽ làm phép. Buổi gặp gỡ. Thượng đế phán rằng:

- Ngươi hãy về truyền bá thổi lá bùa này bay khắp nơi để con người nhận. Đó là óc khôn ngoan tinh ranh để làm giàu.

- Nhưng còn về tâm đức nữa Thượng đế. Thần loài người nhanh nhảu phản ứng hỏi.

- Ô hay! Mỗi người nhận chỉ được một phần quà duy nhất một trong hai mà thôi. Từ từ để ta nói hết đừng cướp lời ta. Nghe đây.

- Dạ con nghe.

- Có lá bùa tâm hồn cao đẹp ai cũng thích. Vậy nhé.

Được biết nhận món quà, chọn một trong hai lá bùa. Thần loài người buồn rầu:

- Thượng đế ơi. Tâm hồn cao đẹp nhưng không có tiền của thì khổ sở lắm, hu hu. Vậy Thượng đế làm sao cho cân phân hơn chứ.

- Ta có một lá bùa phụ đi kèm, nhưng lại biết cảm xúc kịp thời, trộn vào thì làm thành một con người hữu ích thật sự. Dư dật tất cả ba thứ trên... Nhưng hãy để khoan. Ta muốn nói trước với mi vài điều.

- Dạ con đang lắng tai.

- Ồ nhưng không. Khoan, hãy để ta đi ngủ một giấc cho minh mẫn. Sau đó mới tiếp tục nói chuyện với ngươi. Người có đợi không?

- Lâu không thưa Thượng đế?

- Ta bước ra ngươi sẽ thấy mà. Thượng đế nói và bỏ đi.

Thần loài người chờ lâu nóng lòng, vì Thượng đế đang ngủ. Nên đã đánh cắp hai lá bùa và cầm thêm lá bùa phụ kèm thứ ba. Chạy, chạy nhanh bay trốn về trần gian.

Thượng đế thức giấc tỉnh, thì thấy thần loài người không còn có mặt nơi đó nữa, và ba lá bùa cũng mất trắng.

Ông đuổi theo. Thần loài người sợ quá thả hết ba lá bùa bay sớm hơn... Người lượm được lá bùa thứ nhất sẽ tinh ranh làm ăn giàu có tiền của. Người lượm được lá bùa thứ hai sẽ có tư tưởng tâm hồn đẹp. Và người nào may mắn lượm được lá bùa thứ ba thì sẽ được thêm sự hỗ trợ, có ba cái: tiền của, tư tưởng, tâm đức. (Lá bùa thứ ba phụ nhưng đóng vai trò quyết định khi nhận được một trong hai lá bùa kia, và nếu kèm thêm được nó.)

Đó là sự hiện diện con người trên mặt đất với tính cách hiện giờ.

### 31. Chiếc Áo Không Làm Nên Thầy Tu.

Có vị Hòa Thượng Cao từ kinh thành về thăm một ngôi chùa làng và làm lễ phong chức cho một tăng thầy ở đây. Buổi lễ long trọng. Người Phật Tử tham dự đông, vì bốn phương hợp lại nên đông nghịt.

Vị tăng kia đang đọc thao thao bất tuyệt kể lể về thành tích và tư tưởng của mình. Đến gần giờ nhậm chức sắc mới. Một em bé tóc chởm chạy lên xin kiến nghị. Mọi người ngơ ngác nhìn em. Em vươn vai và ôn tồn dõng dạc hồn nhiên:

- Dạ thưa vị sư này không xứng đáng để ca ngợi như công đức vừa kể. Ông ta là một nhà tu tội phạm và gian xảo hết mức.

Cả giáo hội nhao nhao ngơ ngác. Em vẫn dõng dạc hơn

kể tiếp:

- Công đức gì mà công đức? Những người dân làng đi tìm củi khô trên núi xuống, đường xa kiếm miếng nước cầm hơi. Ông không cho uống, giấu gàu, giấu dây, giấu gáo để họ khô cổ ra đi…Vậy đức đâu mà có? Ông chỉ cần là phải cho quà, cho tiền ông cúng, mới được uống nước giếng của ông. Một điều lạ là như thế cứ xảy ra hoài…

Vị Hòa Thượng từ kinh thành về nghe chấn động cả tim óc. Vị lên tiếng:

- Sao chú bé biết thế? Hãy tôn trọng sự thật, làm ơn….

Em nhanh nhẩu đáp:

- Vâng. Sự thật bao giờ cũng nên tôn kính và bày tỏ. Họ xuống nhà tôi xin nước, nhà tôi cho họ uống. Rồi họ kể ra…

- Còn gì không nói tiếp đi.

- Nhiều lắm, tôi không tin anh ta tốt. Nên tìm cơ hội lẻn vào chùa khi hắn mở cửa, tôi nấp trong tủ ghế. Đợi đêm xuống. Thế là đêm xuống anh ta tự làm thịt gà nấu lên và uống rượu đỏ, rượu trắng… Xem tranh khỏa thân thiếu nữ…

Vị Hòa Thượng nghe rụng rời, tối mắt. Nhưng nghiêm nét mặt vị Hòa Thượng bảo:

- Còn gì nữa không, có thể kể tiếp.

- Tôi thấy hắn soi gương và nói: Chỉ thay đổi một mái tóc thôi, một bộ đồ nữa thì đời sống sẽ khác hơn. Không ai sướng như ta… ha ha. Ta là ông vua không ngai đây. Ông ta gõ nhịp mõ và vui vẻ bảo như thế.

Im một tý cậu bé buông lời:

- Tôi chỉ lẻn vào một lần và không dám lần thứ hai. Bởi tôi sợ ông ta phát hiện và chặt cái đầu tôi mất…

Hòa Thượng giọng chùng, và âm thanh phát ra:

- Thì ra là như thế. Rồi Hòa Thượng ngẩn người lên nhìn vị chư tăng.

Rõ là chiếc áo và bộ mặt cùng mái tóc không đủ chứng minh cho một vị thầy tu đúng nghĩa.

Hoà Thượng Cao đang ngự lãm một ngôi chùa thiu thiu

ngủ, ông ta nằm mơ một giấc mơ không thể ngờ...

**32. Có Xứng Đáng Không?**

Vào một thời kỳ vương quốc nọ sa sút về đạo lý và hủ bại về lòng người (mất tính trọng dân, thương dân - mất tính lấy dân làm gốc.) Song vương quốc lại hưng thịnh về nạn quan tước, mua bán chức phận. Mua danh bán phẩm trở thành như loạn lạc khắp nơi nơi. Ai thấy cũng đau lòng nhưng phải làm ngơ vì miếng cơm bát nước. Họ sợ những kẻ độc tài, có ngôi vị, có uy quyền lại bóp méo miệng họ. Người dân kẻ thấp hèn như kêu trời không thấu. Sự bạo tàn lại thêm cực thịnh. Tuy nhiên thành tích báo về cho vua nơi vương triều là "Mọi sự tốt đẹp, dân an lành sống yên ổn, cuộc sống có được công bằng, thỏa mái, người dân luôn luôn có những điều hạnh phúc..."

Nhà vua lấy làm vui và mừng lắm.

Nhưng mặt khác kẻ hiền sĩ tâu báo khác hơn:

- Dân chúng phần đông sống cơ hàn, người dân khổ cực trăm điều, và đời sống thiếu công chính, mất hạnh phúc. Bọn quan quân thì bạo tàn ra sức hà hiếp dân đen. Bọn có chức có quyền chỉ mưu cầu danh lợi cho mình, cho phe phía, và dòng tộc riêng họ mà thôi...

Vua nghe tin này thì giận lắm không biết đường nào cho đúng, phía nào là sai. Nhà vua nghĩ ra một kế sách mới, ông nên cải trang đi khảo sát thực tế là tốt nhất.

Rồi vua đến gần cả chục làng, chục tỉnh. Là dân cả chục tỉnh, chục làng đều sống lầm than, khổ sở thiếu thốn trăm bề, than oán. Mà quan quân, có bằng cấp chễm chệ vui chơi hoang phí cả vật chất và thời gian. Họ lại kháo nhau:

- Dân ngu thì cai trị mới dễ, tiến sĩ là để cho mình tiến lên và gia đình tiến tới được sướng mà thôi. "Tiến tiến, tiền tiền." Ngược lại dân quèn thì được coi như kẻ hèn, phải sống của kiếp đen "bất công mượt kệ bay, sống chết mặc bay ấy mà."

Vua vừa mục sở thị nghe thế thì bàng hoàng như giấc mộng. Vua đau nát lòng dạ ngẫm nghĩ... Ông liền về kinh thành ra lệnh thu hồi bằng các bậc tiến sĩ, khảo sát lại họ, và thả trôi sông những bằng tiến sĩ không làm nên được trò trống gì? Không giúp được gì cho xã hội, cho dân lành? Lệnh truyền luật mới: mở những cuộc cấp bằng giáo sư, tiến sĩ phải là quá trình tôi luyện và thực tế hơn, công trạng, công trình phải đóng góp thiết thực vào phúc lợi cho nhân quần con người hơn (được muôn dân nhìn thấy.) Và nhất thiết phá bỏ đi sự ca ngợi thổi phồng, những thần thánh hóa... Điểm xuyến lại kẻ có bằng, là phải được bình chọn kết quả xác thực, làm việc có tài, có tâm, có sáng tạo, có óc khoa học, có tích cực năng nổ... Chứ không phải tin ở lời nói, nơi khoa suông, sáo chữ, đem trương kiến bằng cấp phe phía để giúp nhau, để lương lẹo mà ngồi chơi hưởng thụ... "Kiểu ngồi mát ăn bát vàng." Trong lúc họ hoàn toàn không có kiến thức, cùng óc sáng tạo rỗng tếch kia, mà đã dựng lên những thành trì cao đẹp, bao điều khoe khoang tự mãn, với tính cách tuyên truyền và hô hào giả tạo cho mạnh. Hoặc họ chưa được đương đầu một chút gì với thực tiễn khó khăn... Họ mãi làm việc bàn giấy, với giấy bàn, cùng mệnh lệnh khô cứng, thiếu hiểu biết, thiếu duy tư, thiếu năng động, thiếu hiệu quả trong thi hành, đối với muôn dân, đối với đất nước...

Thì ra đó là giấc ngủ mơ của một học trò nghèo sắp đến kỳ thi, cuộc thi để lấy bằng tiến sĩ. Chàng ngờ vực lo âu đủ thứ, trong lòng kẻ sĩ...

### 33. Kén Rể Của Lão Già

Thời đó, có một người đàn ông vợ chết sớm, để lại cho ông một đứa con gái lớn lên xinh đẹp và hiếu hạnh. Cả làng xóm nức tiếng khen nàng. Nàng đã đến tuổi lấy chồng nhưng nàng chưa yêu ai. Nàng bảo khi cha bằng lòng nơi nào nàng sẽ ưng thuận để trả hiếu cho cha. Vì nàng thiếu mẹ. Từ tâm bé nàng mất mẹ. Nàng biết ơn công dưỡng dục của cha...

. Những chàng trai trong thôn xóm luôn gắng sức cho được lòng người cha chọn...

Thì ngày đó trời tiết thu, nhưng nắng ráo hanh vàng người cha vác rìu lên núi tầm tìm cây khô đẽo cày, và đẽo chày về bán. Đó vốn là nghề sinh sống tay trái của ông sau làm ruộng. Thế là ông lên đường vào tận núi cao. Trời đang nắng ráo bỗng mưa to như trút. Có hai chàng trai Thanh và Liêm trong làng biết. Họ rời nhà, lên núi định giúp ông của chuyến này để ông chọn "Phò Mã" mong sẽ gả con gái đẹp cho mình!

Chàng trai tên Thanh khỏe mạnh nên chạy một hơi, chẳng mấy chốc được gặp ông đang trú mưa. Chàng nhanh nhẹn thưa:

- Con có thể giúp bố vợ về chuyến này. Bố leo lên lưng con cõng chạy một hơi là tới nhà… Bố tin đi, con làm được. Không thì trời mưa nhiều, bố già gặp mưa sẽ bịnh!

Người cha cô gái đắn đo chưa quyết định, thì nhìn ra sau hốc cây thấy Liêm đang ghép những mảnh lá to như cái dù lọng mang vào cho ông. Anh nài nỉ:

- Thưa bố. Con có thể giúp bố đi trong mãng lá này. Coi như lọng con che bố khỏi ướt…

Vừa lúc đó trời lại ráo hoảnh, chỉ còn nhỏ vài hột và đã hết hẳn cơn mưa. Ông nói ông thích tự đi, và ông chưa chọn ai được. Về nhà ông sẽ cho tin mới…

Về đến nhà ông ân cần cảm ơn hai vị Thanh, Liêm đã có nhã ý giúp ông, nhưng ông chọn rể chính là người tên Liêm. Và ông cắt nghĩa cho con gái nghe:

- Sức mạnh là đều rất cần, nhưng trí năng còn cần hơn gấp trăm triệu lần. Liêm điềm đạm và có tính khai phá, biết chế tạo ra chiếc áo mưa cho bố. Dù trời hết mưa nhưng tính kiên nhẫn, tính chăm chỉ cùng với thông minh, bố chọn người chồng đó cho con. Thế con nghĩ thế nào?

Cô gái gật đầu bảo cha đã chọn hay, nàng chịu lấy anh ta làm chồng. Và coi chàng Thanh như người anh em. Vì ba đã không chọn cho nàng. Và có lẽ đâu đó cũng là duyên số.

Thanh ngẫm nghĩ và thấy trúng, vì ý tưởng siêu sao của người cha. Với một tâm tư lão già kén rể và quyết định hay. Anh chỉ còn chúc mừng cho đôi tân lang, tân giai nhân họ....

### 34. Chị Mít Nói Chuyện Với Cô Dừa

Một ngày nọ nắng gắt. Người chủ vừa tưới xong những cây Dừa mới ươm, được cho vào nơi hốc trồng vài tháng nay. Thấy thế, Mít đứng gần thì tối về chị Mít phân bì than vãn. Mít nói với Dừa:

- Này cô Dừa cô hạnh phúc nhất đó. Ngày ngày cô được uống nước cho thân mát mẻ thế. Còn tôi đứng gần cô phát thèm mà cô chủ chả cho tôi ngụm nước nào, một hột cũng không có. Tôi thật là buồn bã.

Dừa ve vẩy mấy chiếc lá mà rằng:

- Này chị Mít ơi. Thân tôi còn nhỏ bé nên chủ quan tâm tý thôi, không thì tôi héo úa chết sớm mất, vì tôi chưa đủ sức bám rễ vào lòng đất. Chị ganh tỵ tôi chi, tội nghiệp cho tôi thế nhỉ? Có khi tôi vẫn nhường cho các em chanh, cam, mận, quit kìa. Hai, hoặc đến ba ngày tôi mới được uống một bún nước đó chứ!

- Mít cười trong gió bảo:

- Tôi đùa với cô đó thôi. Tôi hiểu mà.

- Chị thấy đó bà con giòng họ tôi, cô dì, ông bà tôi, đứng kia kìa có giọt nào đâu? Khô cả thân hình, cả miệng lưỡi kìa.

- Vâng tôi hiểu mà chỉ chọc đùa cô thôi. Vả lại có sóng gió một chút, cởi mở một chút, thì ta sẽ hiểu nhau hơn. Hi hi.

- Chúng ta ở một khu vườn là một nhà, một gia đình lớn.

- Vâng tôi hiểu ý cô nói. Yêu thương nhau phải không?

- Đúng rồi, phải nhường nhịn nhau để mà sống góp phần, góp niềm vui chung chứ! Nếu mai mốt tôi lớn rồi tôi đủ sức sống, tôi sẽ nhường cho mấy em, như chị bây giờ thôi. Đúng không nào?

- Vâng! Là thế thôi. Chúc cô lớn nhanh, phát triển và vui, may mắn khỏe mạnh nhiều nha.

- Mong chị thật ngoan hiền, tươi vui nha chị Mít!

- Vui mới nói chuyện với cô Dừa đó chứ.

- Xin cám ơn chị, và cám ơn thật nhiều.

Từ đó Mít luôn luôn che bóng mát cho cả những cây Dừa non mới thấp thoáng vài nhánh lá nó, khi trời đang nắng gắt...

(Theo HDT duy tư)

**35. Giấc Mơ Của Một Cô Gái Và Lòng Nhân**

Cô gái đang ngủ nàng thấy Ngọc Hoàng đến hỏi:

- Con sư tử có sức mạnh phi thường, hoặc con đại bàng oai phong mạnh mẽ, con thích không? Ta sẽ tặng cho con nếu loài người chết đi và hóa kiếp. Nếu con được chết và tái sinh. Con chọn đi. Ta cho phép.

Cô gái lắc đầu có vẻ sợ hãi nói:

- Đêm qua con mới coi những đoạn phim. Con khám phá thế giới động vật con sợ chúng, đến nỗi còn ngủ không được đây.

Ngọc Hoàng hỏi:

- Con sợ chi nào?

- Con sợ hai con thú này lắm lắm! Nhất là cách kiểu ăn mồi, ăn thịt của nó, con thấy rất là khủng khiếp.

- Thế nhưng nó có uy quyền và sức mạnh.

- Dạ thưa con chả cần như thế đâu. Nếu kiếp sau đổi kiếp, con sẽ xin làm một cành hoa mắc cỡ nhỏ... giữa rừng hoang cỏ dại, con còn thích hơn, đó là điều con nói thật lòng.

- Thế à, bởi vì lòng nhân ái nơi con lớn lắm. Con sẽ được những thứ ưu đãi hơn con tưởng... Trời đất sẽ làm nên cho con, nơi tâm con ở kiếp trước có ý tưởng tốt và thực hành...

Cô bé mở mắt tỉnh, thì chỉ một giấc mơ đêm. Cô càng suy nghĩ:

"Cô thà làm một nhành hoa dại còn hơn là Sư Tử, hoặc Đại Bàng dù có sức mạnh dù có oai quyền. Nhưng cuộc sống có vẻ hà hiếp tàn ác, cả bẩn thỉu với những kẻ khác. Chuyên mưu lợi cho chính mình đôi khi còn ích kỷ, gieo rắc những chuyện khủng kiếp, đến rùng rợn. Cô vẫn chẳng thiết tha màng đến đâu."

**36. Hương Thơm Kỳ Lạ.**

Thuở nọ có một cô gái tên là T.J sinh ra từ một miền gần rừng núi, nhưng cô đẹp cực kỳ. Cô lại có mùi hương thơm lạ, quyến rũ, không thể hoa nào sánh kịp được. Các chàng trai nhìn, hoặc đứng gần cô là như mê mẩn đến cả một tâm hồn... Tuy nhiên trái tim T.J chưa hề giao cho ai. Ấy vậy nên cô có một cô gái khác tên là H.Q đem lòng ghanh ghét, quyết hại cô cho bằng được, để mình chiếm lấy "Bản vàng hương sắc." Cô H.Q bèn biết có vị phù thủy dưới biển xanh có phép thuật cao cường, hễ muốn người đó sống là sống, muốn người đó chết là cho chết, muốn tàn là cho tàn. Cô H.Q liền lần mò xuống chân biển vào nửa đêm để mong mụ phù thủy giúp đỡ. Sóng biển gầm gừ, mụ phù thủy xuất hiện trồi lên.

Cô gái H.Q đó liền thưa:

- Thưa lịnh bà. Có một con bé khi lên rừng, nó chỉ ngửi một nhành lá tươi, hoặc nó nâng phiến lá nhỏ quệt trên người một chút. Thì kết quả nó có hương thơm kỳ diệu, không ai mà có được. Ta muốn lịnh bà biến nó khác đi, có thể cho ta đặc quyền đó.

Mụ phù thủy nghe cười khanh khách:

- Ta giúp ngươi là một việc không khó, nhưng mi phải làm gì trả công ta tích cực đúng cách chứ?

- Vâng tất nhiên rồi! Cô gái H.Q nghe và biết bà phù thủy mặc cả lớn lắm đấy!

Cô vẫn thêm nài nỉ:

- Xin thưa. Miễn sao bà làm cho con bé đó không còn khả năng hấp thụ hương thơm vào con người nó nữa. Và hoàn toàn những thứ trao về tôi. Là điều tôi cầu mong...

- Dễ thôi. Mi cứ chặt hết những cây nó từng đi đến đụng đó, thì nó sẽ không có cơ hội để triệu tập hương thơm.

Im một tý. Mụ phù thủy bảo tiếp:

- Và một yêu cầu thứ hai hơi khó, nhưng phải nhớ rõ nha! Mụ phù thủy giương mắt nhìn H.Q.

- Bà cứ nói tôi sẵn sàng nghe. Cô gái H.Q vẫn cứ tha thiết.

- Ta cho ngươi lọ nước phép ta làm. Nhưng ngươi phải biết; Nhớ trừ ra dịp Ngọ, tức là Cữ Ngọ nha. Mi cố dụ nó cho được, để mi lấy rắc độc dược vào đầu nó. Tóc nó sẽ rụng, và da nó sẽ xù xì như cóc. Ướm vào đôi chân nó, nó sẽ không còn bước đi uyển chuyển được. Nó sẽ bước đi cứng ráp, như khúc gỗ... Ha ha. Nhớ đừng làm sai nha. Nhớ làm chính xác đúng giờ. Nếu không thì mi đem lợi lộc cho nó đó. Còn mùi thơm thì, nói tóm lại mi đã chặt hết những cây nó thường gần gũi, nơi vùng ấy thôi...

- Vâng bà giúp được điều này, thì tôi sẽ kiếm toàn bộ của quý trên rừng dâng trôi về cho bà: như mật ong rừng, nấm rừng, chim rừng, quế rừng. Nói chung của cải bên rừng tôi sẽ lùa lấy hết để bỏ về biển cả cho bà thụ hưởng!

- Nhớ giữ lời nha. Nếu không được thì ta sẽ thù ngươi đó.

- Thế là cô gái H.Q gian ác về rừng. Cô ra tay chặt hết những cây mà cô bé T.J có - Trước kia từng đi đến thân thích.

Cô H.Q cứ đọc thần chú Cữ Ngọ Cữ Ngọ. Và đúng Ngọ cô canh, cô làm theo những điều mụ phù thủy dặn một cách bất ngờ nhanh nhẹn, như gió thoảng qua cô bé T.J kia khó mà nhìn biết. Tuy nhiên cô gái H.Q gian ác, đã sai lầm, cô đi làm ngược. Cô làm trong giờ Ngọ, chứ cô không phải tránh giờ Ngọ, "Cữ Ngọ cô nghĩ là Dịp Ngọ. Đúng Ngọ." Thành ra cô gái T.J hiền lành kia về mặt này, như được xinh đẹp hơn mười lần. Thật chuyện không thể ngờ nổi...

- Chuyện còn lạ kỳ hơn. Bây giờ bất luận cây gì, dây gì, nhánh gì, nàng sờ đâu hương thơm kỳ diệu có ngay nhiều hơn trước. Cô H.Q độc ác không thể đủ sức tàn phá hết được.

- Tiếng đồn cô gái sờ cây, đụng rừng, đụng dây, đụng lá. Tạo ra hương sắc tuyệt vời cho mình về tới kinh đô. Vua nghe lấy làm lạ và thân chinh tìm kiếm chuyện lạ đời này!

Vua gặp được người con gái quả nhiên như vậy. Vua

muốn kết hôn cùng cô. Cô nhận lời.

Thế là nàng được về sống với vua nơi kinh đô. Một hôm nàng nằm mơ thấy tiên ông nói với nàng:

- Này có hai cách để con chọn một. Con muốn trở thành một nàng Hoàng Hậu xinh đẹp cho vua. Hay muốn đi tu để trở thành trong rừng, muôn ngàn cây trầm quế cho con người.

Cô bé không ngần ngại đã chọn cách thứ hai.

Thế là cô giã từ người chồng. Từ giã vị vua nàng hết mực thương yêu, để đi tu đổi xác...

Chẳng bao lâu thấy nàng vào rừng và không về.

Nàng trút hơi thở cuối cùng, khi tuổi vẫn còn thanh xuân trên một tảng đá lớn. Xác nàng tan biến vào hư không. Nhưng một rừng trầm quế mọc lên. Người ta nói hương hồn nàng đã nhập định trên những cây trầm quế. Và linh hồn cô làm nên hương thơm bát ngát núi rừng, làm của quý cho trăm họ nhờ...

Đó là một cuộc nghỉ chân của một vị vua trẻ. Một hoàng đế trẻ, vào một đêm trăng thanh gió mát trên đồi rừng trầm quế. Nơi giấc mơ, ông thấy hai cây trầm quế đứng bên ông, đại diện cho rừng và kể chuyện ông nghe...

Vị hoàng đế trẻ mở mắt, vẫn còn ngơ ngác. Hình bóng cô gái đẹp có hương thơm quyến rũ kia còn thoang thoảng đâu đây...

### 37. Giấc Mơ Của Anh Chàng Đa Tình

Ngày đó có anh chàng đẹp trai và thổi sáo rất hay. Nhưng anh đa tình lắm, thích yêu, và quên nhanh với tình yêu. Hồi này anh ta đang ở với một phụ nữ đẹp lại là một thương gia giàu có tiếng.

Đêm đó cô đang ngủ say với anh. Thì có con trăn vào quấn nơi chân cô. Nó la lên thành tiếng:

- Anh ta hai gương mặt, hai gương mặt. Cô hãy nhìn kìa, lật lại gương mặt anh đang ngủ sấp kìa! Cô ơi, cô ơi...

Thế là người phụ nữ liền ngồi dậy lật lên thấy người chồng mình khác lạ, khác lắm. Khác một khuôn mặt người chồng mình, mà hằng ngày cô gặp gỡ...

Cô ta buồn bã, và rồi đã bỏ đi trong đêm đó.

Anh ta chợt thức dậy thổi sáo. Song một đoạn nhìn quanh tìm kiếm, anh không thấy bóng dáng cô ta, người yêu anh đâu rồi? Ô kìa... Dấu hiệu như cô đã cầm vali quần áo, xách giỏ, mang dép guốc ra đi... Và anh tiếc quá oan uổng một mối tình. Nhưng cô đã ra đi thật rồi... Anh hốt hoảng kêu lên:
- Trời ơi có gì? Trời ơi có gì sao vậy ta?

Anh vào soi gương thì thấy khuôn mặt thứ hai của mình. Anh toan gào thét lên với chính mình.

- Thượng đế ơi tại sao, và tại sao như thế lại xảy ra nè?

Thì anh lại bừng tỉnh giấc mơ.

**38. Con Chó Cho Quà**

Thuở xưa hồi đó, có một em bé nghèo đi ở. Cô phụ giúp cho nhà giàu lấy gạo tiền về nuôi mẹ già. Em đi ở cho nhà giàu nọ có một con chó da lông nó lở lói rất đáng sợ. Ngoài công việc dẹp dọn và giặt đồ cho nhà giàu. Em còn phải tắm rửa con chó xấu số thật kỹ lưỡng và chu đáo. Vì em thương nó. Con chó cứ ve vẫy đuôi mừng hằng ngày như thế. Em thương tâm tội nghiệp thân thể nó, nên em nhìn nó em cũng ứa lệ khóc đôi khi... Con chó nó biết, lại nhìn em, rồi liếm hết những giọt nước mắt em rưng rưng, nhỏ xuống bên cạnh nó.

Chẳng mấy chốc nó lại bớt bịnh, da dẻ liền lạch mặt mày tươi tấn. Nhưng một ngày kia nó đến ngửi ngửi tay em. Nó lại khạc ra trên tay em một cây bút tuyệt đẹp óng ánh. Và tí tắc nó tắt hơi biến mất xác lẫn hồn đi đâu.

Về sau bé lấy cây bút đẹp ra vẽ, thì những ngôi nhà mọc lên, mọc lên và có cả vườn tược cây trái. Em không còn nghèo khổ nữa. Em trở nên sở hữu nhiều ngôi nhà đẹp và vườn cây quả trái, sum suê... Cuộc sống em không còn đi ở đợ như ngày xưa. Em đã trở thành người giàu và đức hạnh nức tiếng.

### 39. Món Quà Chim Sóc Cho

Thời ấy tại một gia đình nọ. Người chủ nhà là một nông dân vợ mất sớm, để lại cho ông một đứa con gái. Ông hết sức thương yêu con và đùm bọc.

Nhà có một cây hồng đúng mùa ra trái, nhưng lũ chim, cả sóc nhỏ biết và tới ăn vào những sáng tinh mơ, những chiều hoàng hôn sắp lặn... Vì tiếc những quả hồng, nên người cha - Ông đã dùng cung ná bắn một con trúng bị thương nơi cánh, nó lê lếch tới bờ rừng... Còn bao nhiêu đàn chim biết và sợ, nên "cao bay xa chạy hết" không tới nữa. Vì chúng hiểu như ông đang cảnh báo.

Những trái hồng đào ông đem vô cất, rồi đưa cho đứa con gái năm ấy cô lên mười bốn. Cô bé tuy quý trọng người cha nhưng cô thương cho đàn chim, lũ sóc nhỏ kia. Cô lén đem ra bìa rừng bỏ những trái hồng đó, để chim tìm đến ăn, và cả sóc nữa. Cô vẫn mong chúng được ăn uống đầy đủ. Và cô băng bó rắc thuốc, cô làm bằng từ cây xanh, cho con chim bị trúng thương vào cánh ấy, cô đã tìm thấy nó ở một nơi bụi kia. Cô rủ rỉ như nói với nó một vài câu để nó nghe. Rồi cô thương mà thả cho nó bay đi. Con chim hình như bớt đau vui vẻ lắm. Con mắt nó liếng thoáng, rồi vỗ cánh lao vào khung trời êm ả, rồi bay đến khung trời lộng gió...

Sau đàn chim lại tới ăn những quả hồng ngon cô để đó nữa.

Bỗng một đêm cô mơ thấy những con chim gắn hoa lên đầu cho cô. Và cho cô lọ hoa cô xức mặt, xức tóc, xức tai. Cùng với lọ nước uống thật thơm nhưng hơi đăng đắng. Cô mở mắt thì không có gì cả nhưng tóc cô dài mượt ra, da cô trắng tươi thêm. Hương thơm trong người cô, có thêm lên từ đó...

Chẳng mấy chốc cô bé lớn lên thành một thiếu nữ xinh đẹp, rực rỡ. Lúc mười sáu trăng tròn. Cô như Hằng Nga dáng trần, đẹp như tiên sa tái thế v.v...

Rồi đến một ngày. Một vị Hoàng Tử đi ngang thấy cô. Hoàng Tử lại đem lòng yêu thích. Và Hoàng Tử xin được cưới cô.

Người cha vui lòng gả, vì nàng đã đến tuổi lấy chồng.

Cô theo chồng về kinh đô. Nhưng mỗi lần chàng đi săn bắn, dùng cung nã bắn xả vào những đàn chim, hay sóc nhỏ, để lấy làm thú vui. Nàng liền chạy đến cản. Nàng kể lại sự việc khi nàng mới lên mười bốn tuổi...

Chàng nghe thật ngạc nhiên cảm động. Từ đó trở nên chàng thôi săn bắn chúng. Chàng biết ơn dòng dõi chúng, cho chàng có người vợ xinh đẹp hiền đức. Nàng chân thành, và thơm thảo. Cả hai người sống bên nhau hạnh phúc trọn đời.

**40. Đức Hạnh Thắng Khôn Lanh.**

Ngày xưa có hai người bạn chơi thân với nhau; một người hiền lành thật thà, còn người kia tánh xấu; bủn xỉn, điêu ngoa và quỷ quyệt. Nhưng cậu bé hiền lành vẫn thương bạn và họ thường chơi chung với nhau.

Một hôm hai người đi xem bói tiên tri, nơi nhà Phật ở núi. Xem xong nhà tiên tri ở chân núi bảo và đưa hai lá bùa, cho từng người, mỗi người sẽ được một cái.

Vị tiên tri nói với người thứ nhất hiền lành:

- Con được lá bùa vào một cung hầm vàng bạc châu báu.

Và người thứ hai vào vị tiên tri bảo:

- Con sẽ vào một cung hầm rắn tùy có đi hay không?

Người thứ hai chợt nghĩ ngay. Anh có thể đổi lấy từ cậu bạn hiền lành người thứ nhất chứ?

Quả thật anh gặp bạn người thứ nhất đứng chờ ngoài cổng anh đi ra. Anh liền bảo bạn:

- Mày đưa lá bùa mày, tớ nhìn tý.

Người thứ nhất. Cậu bé hiền lành đưa cho ngay. Miệng cậu nói:

- Ta được vào cung hầm vàng bạc châu báu đó.

Người thứ hai. Là cậu bé gian tham. Cậu cầm qua tay rồi lại đổi lấy, tráo lá bùa mình cho người thứ nhất. Hai lá bùa hình thức bên ngoài giống nhau như đúc.

Người thứ nhất cầm lá bùa trên tay đi vào cung hầm. Thì gặp người gác cổng bảo:

- Lá bùa này vào nơi cung này rắn thôi, vào sẽ bị chúng quấn mất xác đó.

Cậu bé người thứ nhất biết mình đã bị đánh tráo lá bùa, nhưng vẫn can đảm:

- Dạ không sao. Tất cả sang hèn đều có số. Chết sống đều có số cả. Nếu như số mạng con đến đây để nộp, thì vẫn phải đành. Cậu bé cứ đi, cậu nói và sấn bước tới.

Cửa mở nắp, đúng là rắn hết. Cậu bé nhìn lũ chúng. Nhưng ngộ thay, rắn bỗng ngoan ngoản nhắm mắt ngủ. Cậu thấy lòng dịu xuống. Và cậu bước qua từng con, sờ vào lưng từng con. Cậu sờ rắn đến đâu, rắn biến ra vàng, miệng nó nhả ngọc sáng loáng hết, phần xác nó lại biến mất!

Cậu bé kia vào cung hầm ngọc nhưng cửa mở nắp. Bỗng ngọc biến thành rắn, rắn hết...

Cậu sợ hãi kiếp kinh, ù té bỏ chạy...

Thế mới biết đức hạnh con người sẽ cải hóa được tất cả! Và đức hạnh sẽ thắng khôn lanh.

Theo duy tâm của HDT.

**41. Con Cua Cứu Tinh**

Ngày đó có hai em đi học, em tên Từ, em tên Tâm. Cả hai chơi chung và đi học thân với nhau. Đang trên đường đi đến trường thì thấy con cua bò ngang. Từ định co chân giẫm cho nó chết. Nhưng nhanh hơn Tâm đã dùng tay chụp lẹ con cua bò ngang và ném xuống con mương nhỏ gần đó. Từ nhìn Tâm. Tâm chỉ nói:

- Tao thích nó sống.

- Con cua có phúc khi gặp mày nha!

Tâm chỉ cười. Từ cũng cười theo bạn.

Đến một buổi tối nọ Tâm ngủ, mơ thấy đôi chân mình như nhột nhột, thì ra con cua y lúc ban chiều, anh bắt được thả xuống mương. Giờ thì nó đến với anh đây... anh đang cầm lên tay, nó bảo nho nhỏ với anh:

- Chính em đây, em là con của Ngọc Hoàng trên thiên đình giả cua xuống thử lòng người nhân thế. Anh thật bậc đại từ bi, để trả công anh, em sẽ cho anh một trí nhớ vô song. Mong giúp anh làm bài thủ khoa kỳ thi này! Em sẽ chứng minh cho anh trong kỳ thi đó!

Tâm nghe tới đây chưa kịp hỏi gì hơn, cua đã biến mất trong tay anh.

Đúng như vậy anh học thông sáng, trí huệ phi phàm hơn. Rồi anh đã đậu khoa bảng trong kỳ thi như anh ước muốn. Như con cua của Ngọc Hoàng đã báo mộng. */ *

**42. Phần Phước Cho Ai Thì Có.**

Thuở đó có một bà chủ nọ giàu có, có một người tới làm thuê cuốc mướn cho bà, thậm chí vào rừng lấy củi cho bà nấu cơm, dù trời phải mưa to, hay như nắng gắt thế nào.

Hôm nọ bà đeo đôi bông vàng bị rơi rớt nơi đâu, bà cứ nghi cho người làm thuê gian xảo lượm lấy. Rồi bà mất số tiền, bà vẫn cứ nghĩ người này ăn cắp luôn.

Bà mưu mẹo đem lên chùa để bà thưa chuyện, chứng kiến mong gì bề trên trừng phạt cô gái đó, sẽ hoàn lại cho bà của tiền bị mất. Bà dụ dỗ cô ta ngây thơ đi theo, và phải chắp tay đứng sau bà. Cho Phật Quan Âm thấy mặt.

Sau thì về nhà. Bà đinh ninh và chờ đợi phép màu bà cầu xin.

Còn cô gái cứ lặng lẽ hồn nhiên phải vào rừng kiếm củi như mọi hôm. Nhưng lần này, cô nghe tiếng hú của con nai con đâu đó. Rồi bỗng cô lại thấy dưới bụng cây muồng đen có một hốc vàng. Vàng ơi là vàng! Cô nhìn chúng lóng lánh. Cô mừng rỡ như nửa mơ, nửa thật...

Rồi Phật Bà bỗng hiện ra bảo:

- Cho ai thì người đó mới có, phần phước ai nấy hưởng...! Người ta hại con thì người đó sẽ bị khổ. Con đã bị hại con sẽ được cứu giúp. Hãy lấy đi!

Cô bé vừa run vừa mừng, rồi tiến tới ôm lấy hốc vàng dưới bụng cây muồng nước.

Từ đó về sau cô trở nên giàu có, và không còn đi ở nữa.

Bà chủ nọ biết cô được vàng ở núi kiếm củi, thì tức điên và tới chùa lấm rấm than thở:

- Tại sao tôi cầu nó lại được... Tôi thì chẳng được gì cả

Phật Bà mắt ánh lên một nét đẹp hiền từ nói:

- Trời đã chứng nhận lòng tốt con người. Bà không thể như cô bé đó được. Cô ta vô tội và hiền đức. Cô ta đủ ơn phước và xứng đáng có quà tặng. Còn bà thì ngược lại, bà không thể có phần phước.

Bà chủ nọ thấy cay đắng tủi nhục trong lòng lắm, nhưng bà vẫn biết đó là phần số và duyên nghiệp. Lòng dạ thảo ngay, phần phước do con người ăn ở. Và trời đất cho ai, thưởng ai thì mới có thôi. Bà như tỉnh ngộ ra một lẽ thật…

### 43. Chuyện Lạ Ân Đức

Hồi đó có hai chị em nhà nọ: người em lấy chồng làm nghề mổ heo. Người chị chỉ lấy anh chồng cùng với chị làm nghề tráng bánh và bán khoai luộc. Chị tráng bánh, anh phơi bánh. Anh nấu khoai chị đem bán.

Người chị thương em, nên một hôm khuyên em gái:

- Bảo chồng em thôi làm nghề đồ tể, để lấy phúc cho mình và con cái. Làm nghề đó hậu vận khó tốt em à…

Người em nghe chị nói. Nàng đem ý bảo chồng. Chồng cô em không thèm nghe theo, mà còn mắng nhiếc:

- Người đời hay ganh nhau. Vợ chồng của chị nàng có thể ganh tỵ với chúng ta, không có nghề nào hơn nghề này cả đâu. Tôi đã chọn, em ngu đần chi mà nghe lời dèm pha chứ?

Người em mấy lần thủ thỉ với chồng, nhưng lại bị chồng phật ý, nên cô sợ không còn nói tới, hoặc bàn chi nữa! Cô nghĩ "xuất giá tòng phu là mình đây cho rồi." Để mọi chuyện tốt đẹp còn hơn!

Chẳng bao lâu con của người chị ăn học thường, nhưng thi đậu nơi vào vinh quang. Được sự tín nhiệm cử ra làm quan, làm giám đốc, làm chánh án, đi dạy học, hoặc làm nhiều trọng trách cao cấp. Còn con người em học hành có vẻ trội giỏi hơn, song thi lại không đậu được nơi vinh hiển. Vì không ai tín nhiệm để giao cho trọng trách cao. Và tối đa chỉ giữ những chức vụ trông coi, tôi tớ thường dân lắm…

Sau đó vợ chồng người em đổi nghề thì bỗng nhiên con

cái lại được hanh thông nhiều mặt, thành đạt hơn, thăng hoa tiến cử hơn. Thế bây giờ hai vợ chồng người em mới nghĩ ngợi ra hai chữ ân đức.

**44. Lá Thư Người Em Kết Nghĩa Với Vua.**

Ngày đó có một em bé nghèo mồ côi. Em chỉ biết tìm hái những quả thị rơi rụng để đem ra chợ đổi gạo kiếm miếng cơm hằng ngày. Một hôm em đi ngang nhà người giàu nọ, nơi cây thị bỗng gió rung lên. Những quả thị rơi rớt ngoài rào cô cúi lượm định đem ra chợ bán. Thì bất chợt bà vợ ông nhà giàu đi đâu về trông thấy. Bà hô lên cô hái trộm thị, dằn lấy giỏ thị em lượm được, mụ đem đổ hết xuống suối chảy...

Cô bé thanh minh rất nhiều nhưng bà ta không thèm để ý. Bà ta đổ thị hết xuống lòng suối. Bà coi như được hã giận.

Xong bà ta bỏ đi. Cô bé thì buồn, ngồi xuống khóc...

Vì hôm nay cô sẽ không có một miếng thức ăn bỏ vào miệng! Cô ngồi khóc và ngủ đói, thì bỗng nhiên có con cá lia thia màu vàng óng từ đâu dòng nước bơi đến bảo:

- Này chị ơi cây thị đó sẽ là của chị đó, và chị sẽ giàu hơn ai hết, đừng lo nhé.

Cô bé giật mình tỉnh giấc thì thấy một con cá nhìn cô đôi mắt buồn rười rượi, rồi chuyển qua lanh lợi tươi hẳn như chia sẻ điều chi ấy. Cô đưa mắt nhìn nó, thì nó vẫy đuôi rồi phóng mình đi nhanh mất...

Cô buồn đứng dậy lẽo đẽo đi về. Giấc mơ như chưa tan, nhưng cô không tin vào sự hão huyền đó?

Cô về nhà nhịn đói uống nước lã và ngủ thêm một đêm.

Sáng hôm sau cô tỉnh dậy đi vào rừng kiếm thị. Cô đi ngang qua nhà mụ nhà giàu, thì cô thấy cây thị đầu đường đã biến đâu mất, và một lùm gai thân thồ lồ mọc to tủa lên dữ dội, đang trồi cao phủ tràn... Cả gia đình mụ và bà con lối xóm tuôn ra đứng xem hốt hoảng.

Cô bé nghèo sợ tai họa nên cô trốn nhanh lối khác, và đi thẳng vào rừng. Kỳ lạ thay cây thị nhà giàu lại mọc vô rừng sâu, đầu nguồn lối vào, cô bắt gặp...

Thị chín bong loáng và rơi lộp độp trước mặt. Cô bé biết trời đãi mình, cô dùng hai tay lượm. Đầy giỏ cô không tham lượm nữa. Cô ôm hôn cây thị tỏ lòng biết ơn. Rồi cô đem thị xuống chợ bán đổi gạo, lấy thức ăn, hoa quả.

Tối về cô ngủ một hơi. Sáng ngày cô đem cơm gạo, muối đường, chuối chín, cam tươi, đậu rau, cả đèn nhang... tới rừng cúng dưới gốc thị.

Chỉ độ vài ngày nhà cô mọc lên nào cam quýt, nào chuối cây, nào mận đỏ đậm, nào đào đủ loại. Nào gạo lúa bồ bồ, cót cót sẵn sàng. Vải vóc, ngọc ngà châu báu thì linh linh, kiện kiện. Cô bé mừng rỡ vô cùng và thấy lạ lẫm. Bà con khắp nơi tụ về để mua trái cây, cơm gạo, vải vóc nhà cô. Nhưng cô chỉ tặng cho chứ không bán, nhà nào nghèo hơn cô cho nhiều hơn, nhà ít nghèo thì lãnh phần ít hơn. Giàu có thì cô chưa cho. Cô hoãn lại sau, cô ưu tiên cho kẻ nghèo đói khổ trước.

Chẳng mấy chốc tiếng đồn lên tới khinh thành. Vị vua mừng rỡ vì kho gạo thóc đã cứu được dân nghèo, có vải vóc trời cho đã giúp đỡ nhiều kẻ, lỡ vận sa cơ thiếu ăn thiếu mặc. Và vua cảm động xin kết nghĩa anh em với cô bé nghèo, hàn vi thuở xưa... Và giờ thì trời đãi, giờ cô bé không nghèo nữa. Cô bé vui chịu kết nghĩa, song chẳng bao lâu người ta không thấy cô ở Hoàng Cung. Cô đã bay về trời một sáng tinh mơ. Cô để lại cho vị vua một lá thơ 'Tạm biệt Hoàng Huynh!"

*Xin huynh đừng tìm kiếm*
*Muội vẫn được bình yên.*
*Một ước mơ hiển nhiên*
*Muội mong Huynh thánh hiền.*
*Chăm cho dân đời sống...*
*Ý tưởng đẹp dòng sông...*
*Trăm họ đẹp chữ đồng...*
*Ký tên em: Hiền Muội...*

Một bài thơ ngắn nhưng vị vua đọc đến trăm lần như kinh nhật tụng...

Và hắn đã làm cho ông yêu mến ý thơ, nét tình trang nhã, lời lẽ đẹp hiền hòa của cô để lại…

**45. Lai lịch Một Cô Gái Yêu Hoa Hồng.**

Có đôi vợ chồng nọ sống với nhau gần nơi biển. Anh chồng nọ tối ngày đi đánh bắt cá, tôm, sứa, rong biển đem về bán nuôi vợ rất là chu đáo. Chàng cưng yêu và tận tình nên người vợ trẻ luôn xinh đẹp, dịu dàng, tươi tắn. Có điều nàng mong muốn dị thường, là nàng có được vườn hoa hồng và nàng sẽ chăm sóc hoa hồng ấy, bất cứ lúc nào.

Chàng chiều vợ nhưng vẫn cứ nói:

- Em có ngày sẽ chết vì hoa hồng ấy?

- Là sao? Chưa bao giờ có thể đâu anh nha. Nàng cười tươi và trả lời.

- Chuyện gì cũng có thể xảy ra nào ai biết được em? Anh cắt ngang câu của nàng.

- Nếu mà giếng mình hết nước. Em cũng sẽ đi gánh nước từ dưới biển lên để tưới cho hoa sống? Em phải làm như vậy thôi.

- Em yêu hoa hồng hơn cả bản thân?

- Thì đúng rồi anh chứ anh yêu?

- Lạ nhỉ?

Thì một hôm anh nằm ngủ thiếp đi sau khi đi biển về. Nàng lại rời chàng và tiếp tục ra vườn hoa chăm sóc tưới nước cho hoa, chăm sóc cành nhánh cho nó v.v... Chàng bất chợt tỉnh giấc nhìn nàng rồi quay lưng ngủ tiếp. Thì trong giấc mơ chàng thấy rằng: Vợ chàng ngày trước, kiếp trước là một công chúa đẹp trên thượng giới. Nàng là sự dịu dàng và anh tú của một nàng tiên. Nhưng nàng mê hoa hồng. Mê đến mức độ tối ngày nàng ở bên cạnh vườn hoa đó là phần nhiều. Tối lại nàng có khi khẽ lén một vài cành đem vào để trên gối hôn trước khi ngủ. Cứ như thế mất những cánh hoa, vua cha hỏi thì nàng chối từ, và nàng bảo không có việc đánh cắp những hoa vào ban đêm đó.

Vị vua đành cho qua câu chuyện thôi. Nhưng một hôm tình cờ vua bắt thấy nàng đã phạm tội hái hoa vào đêm. Vua nổi giận và khuyến cáo nàng không trong sạch, gian dối hành động, bất tuân theo luật cấm... Nàng khóc lóc xin xỏ tội chém đầu. Và nàng mong vua hãy cho nàng xuống trần gian sẽ được yêu hoa mặc sức như ý...

Vị vua cha đồng ý chỉ phạt nàng: Hóa kiếp nàng sinh ra về chốn hạ giới, rồi có dịp lấy một người chồng được yêu thương và cung phụng cho nàng với sở thích.

Giấc mơ khép lại chàng mở mắt, nhìn ra người vợ thương yêu của mình nơi chốn vườn hoa. Đợi nàng vào cầm một đóa hoa hồng tươi tắn bên tay. Anh đã kể lại câu chuyện giấc mơ mình cho vợ nghe.

Nàng nghe và mỉm cười thân ái nói:

- Thật đáng tin cậy lắm. Thì ra như thế hã anh yêu?

(Theo duy tư của HDT)

**46. Làm Sao Tìm Lại Giấc Mơ Ban Đầu?**

Ngày xửa ngày xưa có một vị vua máu lạnh như sắt, tim vô tình như gai nhọn, hoặc vô cảm như đồng như thiếc. Ông chỉ muốn đi chinh phạt lấy chiến thắng làm niềm vui thú nhất. Năm đó chỉ đầu xuân mà đã thắng ba trận lớn... Vua bèn hân hoan vui sướng rút quân về thành mình, về thủ đô mình để mở tiệc ăn mừng đại lễ...

Trên đường lui quân, lui binh mã. Vua đi ngang qua một xóm làng đổ nát tương tàn, thì ông lại loáng thoáng nghe một giọng ca có vẻ não nuột, và đoan trang tha thiết. Vị liền cho kỵ mã tới dần nơi đó. Ông bắt gặp một cô gái thanh xuân che mạng mặt, bằng một mảnh vải lụa màu hồng phấn mỏng manh nhưng kín cả tới gần đôi mắt... Vua lại ngạc nhiên vì trong tay cô gái có dắt một em bé trai độ bốn tuổi. Cô đưa giọng hát và tỏ vẻ xin ăn... Ông tò mò ngắm nhìn một phút. Tiếng hát cô nàng vẫn cứ hát đều đều, ban trải theo cung bậc cao thấp...Thằng bé thì cứ đưa ra cái đĩa hơi lớn cho thiên hạ gởi tiền vào...

Rồi ông vội vàng lên tiếng. Khi nhịp hát cô vừa dứt một bài.

- Hỡi cô gái trẻ xinh đẹp kia ơi. Nàng tên gì? Ta đã yêu

tiếng hát nàng rồi đấy, và vóc dáng nàng rồi đấy. Nếu cậu bé đó không phải là con nàng. Nghĩa là nàng chưa có chồng, chưa thành thân ai. Ta xin sẽ là vị hôn phu của nàng. Ta chính là vị vua của đất nước xứ sở này.

- Muôn tâu bệ hạ. Muôn tâu lịnh vua. Thiếp tánh danh tên Thiện Mỹ. Kẻ hèn Thiện Mỹ này không dám làm rối trí một vị minh quân. Làm bận lòng của một bệ hạ...

- Không không, không có gì rối trí, không có gì bận lòng. Quả nhiên là một diễm phúc cho ta đấy thôi. Nếu nàng ưng thuận điều ta ước muốn. Ta đã chọn nàng...

- Tội thần đáng chết nếu như kẻ hèn mọn này đưa ra một đòi hỏi. Thì e rằng bệ hạ khó muốn tiến tới...

- Điều chi? Nàng cứ nói nhanh... Ta cần nghe gấp.

- Dạ điều thiếp mong rất nhỏ bé với bệ hạ. Nhưng vô cùng lớn lao với thiếp.

- Điều gì nào hãy nói đi. Ta cho nàng toàn ý.

- Xin bệ hạ thôi đi chinh phạt nữa. Bệ hạ hãy ở lại nơi hoàng cung. Bệ hạ ở lại bên cạnh thiếp. Và bệ hạ sẽ phụng sự theo trái tim thiếp mang mộng ước:

- Vậy sao? Nghĩa là thế nào?

- Nghĩa thì ý thiếp bệ hạ sẽ thực thi một chính sách bang giao an hòa giữa các nước. Trị nước bằng cách pháp trị: an lành, tôn trọng, bình đẳng, và khiêm tốn. Bệ hạ đem lại cho cuộc sống nơi muôn dân tốt hơn, ấm no hạnh phúc hơn. Được chăng thưa bệ hạ? Một tấm lòng cỏn con thiếp đã nói lên tâm huyết ...

- Ô tuyệt vời. Ôi quá tuyệt vời đi chứ. Lời thiếp quả là chế ngự nơi ta.

- Dạ nếu như thiếp có phần nào nói sai, phạm đến đều mong thích của bệ hạ. Xin bệ hạ lòng biển rộng hải hà, để lượng thứ.

- Không không... Nàng có thể đúng tất cả. Trái tim ta như ấm lại bởi câu nói từ trái tim nàng, từ khóe mắt đoan chinh nàng... Máu ta như luân chuyển, ta như hấp thụ được một năng lượng mới, sáng trong kỳ tú, vi diệu ở nàng. Ta sẽ làm được và mỗi khắc, mỗi ngày, mỗi đêm chỉ cần nghe tiếng hát nàng, làm cho lòng ta trở lại dịu êm, thanh thản... Ôi tuyệt diệu lắm nàng ơi...

Sau đó họ đã cưới nhau. Vị vua cưới cô gái hát rong về làm vợ. Thằng bé nàng dắt trong tay ngày đó là vì đứa bé thiếu mẹ, thiếu cha, thiếu cơm, thiếu áo, nàng đem lòng cưu mang. Vì nàng xuất thân từ một gia đình nghèo khó chốn rừng núi, nhưng nàng đã có một sức mạnh tinh thần vượt lên: với tiếng hát nàng kiếm sống, và đem tiền về nhà nuôi ba mẹ, còn giúp bao người lâm vào cảnh ngộ...

Song ở với nhau thời gian không bao lâu. Vị vua trẻ như thỏa mãn điều mong ước đó, tiếng hát đó, nhan sắc đó, tính cách đó. Và chàng lại muốn lên đường đi chinh phạt thao túng các nước là hay hơn, thú vị hơn!

Nàng cản chàng, và khóc lóc than thở. Nàng nhắc lại phút giây ban đầu gặp gỡ. Nhưng vị vua khó lòng nghe theo nàng như lúc xưa nữa. Chàng đã gióng quân và ra đi, trong tiếng khóc, rất là buồn thảm nơi nàng...

Rồi một ngày, cô gái Thiện Mỹ đó đã giã từ chốn bệ cao, vàng son vua chúa. Nàng bắt đầu muốn tu hành, đi vào chùa, vào am mà "viết sách soi kinh."

Sau một thời gian chàng đi chinh phạt lại nhớ nàng khôn xiết, nhớ tiếng hát đó, tính cách đó, nhan sắc đó. Chàng định quay về sẽ làm lại, làm như ước muốn ban đầu kia của nàng...

Nhưng hỡi ơi đã trễ... Nàng không còn muốn quay lại chốn đời thường nữa.

Rồi một sáng mùa xuân, các loài hoa nở rộ, và hoa mai nở khắp rừng núi. Nàng đã đi ngắm hoa mai và lặng lẽ trút hơi thở cuối nơi cạnh mai vàng, khi tuổi vừa tròn 20. Tuy nàng không có bịnh tật gì trước đó. Nàng mất đi, như một giấc ngủ ngàn thu không về trần gian nữa mà thôi...

Vị vua thương tiếc đau buồn vì nhớ nàng quá. Ông có thề không bao giờ đi chinh chiến nữa. Ông trao lại ngai vàng cho người em kế vị. (Người em đã từng khuyên ông không nên đi chinh phạt hoặc gây chiến đánh nhau, nhưng ông có bao giờ chịu lắng nghe, giờ thì mọi ý tưởng đã sụp đổ, và muộn màng.) Sau đó vị vua thảo một kế sách mới, ông lập một ngôi chùa tạc hình nàng Thiện Mỹ như bối cảnh buổi đầu ông gặp gỡ. Còn phần ông cứ lo tu hành Niệm Phật, ông ước mong nếu có kiếp tiếp theo, ông sẽ cưới nàng làm vợ, trọn đời sống bên nhau yêu thương, nghe tiếng hát nàng, nụ cười nàng, và cả tiếng khóc nàng... Ông những mong rằng ông sẽ là một người bình thường nhất thế gian, không màng châu báu ngọc ngà, hoặc ngôi vị nào cao quý. Ông chỉ mong có một nàng Thiện Mỹ bên cạnh ông là đủ...

HDT Viết Toàn Bộ Năm 2015.

# NHỮNG CẢM XÚC CỦA TÔI VỚI CÁC NHÀ THƠ...

Tôi vẫn biết. Những nhà thơ mà tôi đặt viết trong sách này. Họ có thể, còn thua xa những nhà thơ tôi không viết: Như Huy cận, Vũ Hoàng Chương, Đinh Hùng, Nguyên Sa, Nguyễn Tất Nhiên, Cung Trầm Tưởng v v... Nhưng tôi nghĩ tôi viết cho một người; bởi không phải chỉ dừng lại ở tâm tư tôi mến thơ họ. Mà còn cả một sự hữu duyên rất lớn để chia sẻ trái tim tôi đối với thơ họ...

Lời chào và trân trọng bạn đọc. Và mong sự khám phá chính bạn cũng như tôi...

(1. Hàn Mặc Tử, 2. Nguyễn Bính, 3- 4. Du Tử Lê. (Du Tử Lê 2 bài) 5. Hữu Thỉnh, 6. Huệ Thu, 7. Mộng Cầm, 8. Hồ Minh Dũng, 9. Thái Quốc Mưu, 10. Yến Lan, 11. Mang Viên Long, 12.Vân Hà, 13. Hạ Thảo Yên, 14.Thơ Tình Xuân Diệu.)

## CẢM XÚC THƠ HÀN MẶC TỬ ĐẾN TRONG TÔI

Hàn Mặc Tử là một nhà thơ kiệt xuất đã được báo chí, giới phê bình văn học công nhận trong nửa thế kỷ qua, thế nhưng không phải là không thiếu những kẻ chê bai, họ không đồng ý… Và cũng chính thế mà Chế Lan Viên phải viết rằng, để ca ngợi rằng "Trước không có ai, sau không có ai, Hàn Mặc Tử như một ngôi sao chổi xoẹt qua bầu trời Việt Nam với cái đuôi chói lòa rực rỡ của mình." Đó là một lời khẳng định lớn lao ưu việt, về sự sáng tạo trong thơ của Hàn Mặc Tử.

Vốn là người yêu thích thơ Hàn Mặc Tử từ thuở bé, tôi có thể trang trải và tâm sự cùng các bạn. Từ khi còn nhỏ, tôi thích những câu chuyện cổ tích thần kỳ của xứ Việt. Rồi nghìn lẻ một đêm của Ả Rập, truyện Trung Quốc xa xôi, truyện cổ tích Campuchia với những huyền thoại lạ lẫm, tôi rất ưa chuộng…

Đồng hành niềm đam mê trên, tôi yêu chuộng âm nhạc, điện ảnh, cải lương.

Bên cạnh đó thích thơ, người mà tôi yêu chuộng dòng thơ đó là Hàn Mặc Tử. Lúc tôi mới bắt đầu tuổi 15…

Xuân Diệu ai cũng bảo Ông Hoàng Thi Ca. Tôi đồng ý

và không phản biện, nhưng tôi lại mê đọc thơ Nguyên Sa, Nguyễn Bính và đặc biệt thơ của Hàn Mặc Tử. Với tôi thơ, thi sĩ Hàn Mặc Tử là một rung cảm lạ thường, đi sâu vào tâm khảm "mật ngọt và đắng cay" "yêu đương và khổ lụy." Nơi tôi có lẽ mủi lòng và chới với, theo Dòng Thơ và Số Phận của thi nhân Hàn Mặc...

Cũng có thể tôi cho rằng tôi xem cải lương và hát bội, âm nhạc nhiều về Hàn Mặc Tử nên nhân vật lời ca tiếng hát đó làm cho tôi "say nhiễm" thẩm thấu, một cuộc đời đau thương vốn có của một thi sĩ, một nghệ nhân. Nên có lẽ tôi bắt đầu và kết thúc thương cảm một tài hoa nhiều bất hạnh, lại mất sớm. Phải chăng có lẽ là như thế? Nhưng tôi đang nói tôi thích và yêu những dòng thơ của ông kia mà? Đang nói về nghệ thuật thơ ca của ông kia mà. Tại sao tôi không thể tách rời cuộc đời và sự nghiệp thơ văn của ông chứ? Mà nó như một khối quyện vào lòng tôi yêu mến cảm động. Ôi những bài thơ của Hàn Mặc Tử lúc đầu tôi mê thích nó nằm trong sách giáo khoa của lớp đệ tam đệ tứ gì đó trước 1975, có bài đó của chị H, con ông bác họ cho sách tôi đọc. Đó là bài:

**Trường Tương Tư**

*Hiểu gì không, ý nghĩa của trời thơ*
*Của hương họa trong trăng lờn lợt bẩy*
*Của lời câm muôn vì sao áy náy*
*Hiểu gì không em hỡi! Hiểu gì không?*
*Anh ngâm nga để mở rộng cửa lòng*
*Cho trăng xuân tràn trề say chới với*
*Cho nắng hường vấn vương muôn ngàn sợi;*
*– Cho em buồn trời đất ứa sương khuya,*
*Để em buồn, để em nghiệm cho ra*
*Cái gì kết lại mới thành tinh tú;*
*Và uyên ương bởi đâu không đoàn tụ,*
*Và tình yêu sao lại dở dang chi,*
*Và vì đâu, gió gọi giật lời đi.*
*– Lời đi qua một chiều trong kẽ lá,*
*Một làn hương mới nửa lừng sa ngã*

*Anh mến rồi ý vị của làn mơ.*
*Lệ Kiều ơi! Em còn giữ ý thơ*
*Trong đôi mắt mùa thu trong leo lẻo,*
*Ở xa xôi lặng nhìn anh khô héo*
*Bên kia trời hãy chụp cả hồn anh.*
*Hãy van lơn ở dưới chân Bàn Thành,*
*Cho yêu ma muôn năm vùng trở dậy,*

Chất thơ của Hàn Mặc Tử thật lạ lùng mà chân thật, đam mê và bừng cháy, lạ lẫm và phi thường, hoang mang và ngao du, nhưng lại gần gũi thân thiết, lại là rất thơ, thơ bậc nhất...(?)

Qua bài **"Dấu tích"**

*"Hương không ngọt Xuân sớm lẽ nào thơ/ Mật không đắng là ân tình không thi vị."*

Chính mật đắng ân tình cuộc đời, đã làm cho thơ ông trở nên cao cả và thi vị.

*Náo không gian cho lửa lòng bùng cháy,*
*Và để cho kinh động đến người tiên,*
*Đang say sưa trong thế giới Hão Huyền*
*Đang trửng giỡn ở bên sông Ngân biếc...*
*Anh rõ trước sẽ có ngày cách biệt,*
*Ngó như gần nhưng vẫn thiệt xa khơi!*
*Lau mắt đi đừng cho lệ đầy vơi.*
*Hãy mường tượng một người thơ đang sống*
*Trong im lìm lẻ loi trong dãy động.*
*– Cũng hình như, em hỡi! Động Huyền Không!*
*Mà đêm nghe tiếng khóc ở đáy lòng,*
*Ở trong phổi, trong tim, trong hồn nữa.*

(Trích TTT)

Và một bài song thất lục bát mà tôi rất mê, chị H, con ông bác họ, chép cho tôi đọc mà không biết từ đâu. Chị H cũng thích thơ Hàn Mặc Tử, nhưng chị chuộng thơ Nguyên Sa, Nguyễn Bính hơn.

Chị hay chọc tôi "Mê thơ Hàn Mặc Tử là khổ đó em." Tôi cười...

Thời gian trôi qua. Bây giờ muốn tìm một bài thơ mình

thích thì quá dễ. Với những bài thơ nổi tiếng chỉ cần đánh vào google thì nó ra ngay hơn điện xoẹt, hoặc thích hơn nữa thì mua một tập thơ về đọc. Dễ dàng tựa như tiền có rồi bỏ vào túi vậy! Phải không các bạn. (Hi hi.) Giờ tôi xin giới thiệu bài tôi thích đó là:

**Muôn Năm Sầu Thảm**

*Nghệ hỡi Nghệ, muôn năm sầu thảm*
*Nhớ thương còn một nắm xương thôi*
*Thân tàn ma dại đi rồi*
*Rầu rầu nước mắt bời bời ruột gan*
*Nghe gió là ôm ngang lấy gió*
*Tưởng chừng như trong đó có hương*
*Của người mình nhớ mình thương*
*Nào hay gió tạt chả vương vấn gì*
*Nhớ lắm lúc như si như dại*
*Nhớ làm sao bải hoải tay chân*
*Nhớ hàm răng, nhớ hàm răng*
*Mà ngày nào đó vẫn khăng khít nhiều*
*Dẫu đau đớn vì lời phụ rẫy*
*Nhưng mà ta không lấy làm điều*
*Trăm năm vẫn một lòng yêu*
*Và còn yêu nữa rất nhiều em ơi.*

Có lẽ bài này viết cho Mộng Cầm vì cái tên "cúng cơm" của Mộng Cầm là Nghệ, quê hương sinh thành của bà.

Thơ của Hàn Mặc Tử thực mà mộng, mộng mà thực. Thế mới hay, lời thơ sắc sảo êm đềm mà du dương kỳ lạ...

Sau này tôi thích bài, một bài thơ mang nhiều chất tranh, mô hình, tiết tấu họa, biến chuyển trong một không gian tuyệt vời. Làm say đắm lôi kéo người thưởng ngoạn... Và cá nhân tôi rất mến yêu da diết. Lúc đó là tôi đã mua được thơ của Hàn Mặc Tử để đọc, bài được mang tên:

**Đây Thôn Vỹ Dạ**

*Sao anh không về chơi thôn Vỹ?*
*Nhìn nắng hàng cau, nắng mới lên,*
*Vườn ai mướt quá xanh như ngọc*
*Lá trúc che ngang mặt chữ điền.*

*Gió theo lối gió, mây đường mây*
*Dòng nước buồn thiu, hoa bắp lay...*
*Thuyền ai đậu bến sông trăng đó,*
*Có chở trăng về kịp tối nay?*
*Mơ khách đường xa, khách đường xa,*
*Áo em trắng quá nhìn không ra...*
*Ở đây sương khói mờ nhân ảnh,*
*Ai biết tình ai có đậm đà?*

Tôi nghe nói bài thơ này giờ được bộ giáo dục đưa vào chương trình giảng dạy của lớp 12. (Vì tôi định cư ở Mỹ khá lâu nên chương trình giảng dạy có thay đổi, tôi cũng khó biết. Chỉ là nghe nói lại. Thật là cũng quá xứng đáng cho bài thơ này lắm. Những câu thơ tưởng chừng như hết sức đơn giản, nhưng lại công phá những ý niệm xa xôi, những mỹ từ độc đáo, những ý tưởng lạ lùng, những tình yêu thơ mộng...

Mà chắc chắn một cây bút kém tài ắt không diễn tả nổi:

*"Mơ khách đường xa, khách đường xa,*
*Áo em trắng quá nhìn không ra...*
*Ở đây sương khói mờ nhân ảnh,*
*Ai biết tình ai có đậm đà?"*

Thật là lỗi lạc. Ý tưởng một nhà thơ có những ngôn từ vừa lạ vừa quen thắt chặt lên tâm tình và cảm xúc, mà gợi tả vô biên...Tại sao ông bảo rằng: "Áo em trắng quá nhìn không ra..." Trắng cách nào mà nhìn không ra? Một sự miêu tả rất riêng của thi sĩ, một cách nhìn rất khác biệt của Thi sĩ Hàn Mặc... Ông miêu tả bằng hình ảnh đặc trưng, của ngôn ngữ đẹp chọn lựa... Dù chúng ta đọc có chấp nhận hoặc không chấp nhận với quan niệm, nhưng giá trị nghệ thuật, của thi sĩ đã đạt tới thành công cao. Và nói cách khác hơn, là thi sĩ không có nét riêng khéo léo hay, cứ chung chung như bao người làm thơ mờ nhạt kia, ắt thì không thể tồn tại, hoặc không có chỗ đứng riêng trong lòng độc giả vậy thôi. Hàn Mặc Tử thì dư thừa tư cách... Áo em trắng quá nhìn không ra, thật là một hình ảnh độc đáo len dội vào tâm tư người đọc, một câu thơ nghe hết sức ngắn gọn, hay và lạ lẫm.

Và sau này vì thực thế cuộc sống đẩy đưa, hóa công tạo ra cho ông nhiều thế cảnh... Ông có nhiều người yêu. Yêu và được yêu, rồi mất và phải mất. Nhưng ở phạm trù nào, thơ ông cũng tuôn ra như tiếng nói thật lòng dâng hiến, như con tim với hàm lượng chứa bao đau khổ thống thiết, mà vẫn rạo rực cứ nóng bỏng đam mê... Dù cho rằng đến với tột cùng của, nỗi sầu muộn đau đớn và ngang trái nào đi chăng nữa... Rồi thơ ông cũng đã mang đến, ân tình chứa bao hân hoan điều mới lạ, nhận lãnh, và biết ơn...

Sau này tôi mua cả tập thơ tuyển của ông. Và rất xa ở phía sau, khi tôi đã có gia đình....

Những điều đó là một niềm yêu thơ, yêu văn học không ai cản, cấm tôi được. Là niềm đam mê cũng là sự giải trí của tôi cần thiết, rất "romantic của tôi" để cảm hứng, để chia sẻ... Mỗi nhà thơ có một khung trời riêng, thế giới riêng, hoài niệm riêng, cách viết riêng. Bông hoa trong vườn họ yêu thích và chăm sóc cho cái hương riêng của mình...

Cái hay và cái tuyệt tác của Hàn Mặc Tử đôi lúc nhìn có đi khác thiên hạ - Khác với các thi sĩ khác, nó trừu tượng hơn, miên man hơn, đối lập hơn. Nhưng lại thực tế hơn, cảm hóa hơn. Bởi chính trong đời sống ông đã xảy ra nhiều hiện trạng, ông có nhiều trải nghiệm nên thế giới thơ ông vô cùng cuồng nhiệt và mạnh mẽ, đa phần ông muốn trình bày là một nghệ thuật liên tưởng. Cho chúng ta xác thực những cảm xúc của riêng ông, chính ông. Thật tuyệt vời, dù những giây phút đau thương nhất. Thơ ông vẫ cứ nao nức rạo rực, những hành trang đón lấy. Đó là một bài thơ ông viết mang tiêu biểu:

**Tối Tân Hôn**

*Là sợi đường tơ dịu quá trăng*
*Là bao nhiêu ngọc cũng chưa bằng*
*Cả và thế giới như không có*
*Một vẻ yêu là một vẻ tân.*
*Đã có khi nào cô ước mơ*
*Rồi đây khai mạc cuộc đời thơ*

*Bằng đêm hôm ấy êm như rót*
*Lời mật vào tai ngọt sững sờ.*
*Nhưng cái gì thơm đã tới kề*
*Tôi e tình tứ bớt say mê*
*Không còn ý nhị ban đầu nữa*
*Sẽ chán chường và sẽ chán chê.*
*Cho nên tôi tưởng tối tân hôn*
*Chưa tới còn xa để được buồn*
*Để sống trong niềm thương nhớ đã*
*Để còn mường tượng đến giai nhân.*

Nghệ thuật vẽ tranh, nghệ thuật quan niệm của các triết gia, nghệ thuật văn chương và cả nghệ thuật thơ ca luôn bí hiểm và nhiều trường phái. Chúng ta phải đi trong mảnh đất đó mới thấy được cái mầm của trường phái đó nảy lên. Với sự thông cảm, và cảm thụ được một phong vị riêng của nhóm, trường phái, hoặc cá nhân họ, để chúng ta sẽ trở thành người bạn thân, vốn giàu tự nguyện của họ... Với tôi thơ Hàn Mặc Tử – Và những nhà thơ nổi tiếng bình cho mấy vẫn chưa bao giờ rốt ráo, cảm cho mấy vẫn chưa xong hết, chưa thể lột tả hết cái thần hồn của họ, cái hay của họ một cách đầy đủ trọn vẹn! Như con tàu tiến vào vô định nơi phương xa, như dòng sông chưa có điểm dừng! Như trời cao chưa từng thấy điểm giới hạn! Bởi vì nó thiêng liêng vĩ đại, lại mênh mông ý tưởng, thiên tư cá nhân sâu sắc... Nên thích đọc là chủ yếu, đọc và nghiền ngẫm suy tư, sự lắng đọng lại trong tâm hồn của ta về thi ca. Cái chất tinh túy chắt lọc của bản thể thi ca. Giống như tự nhiên một chất nước cất trong suốt, vô hình tự nhiên bám lấy tâm linh ta để yêu vậy! Có một nhà nghị luận Ông George Pompidou, một giáo sư tiến sĩ Pháp sau trở thành Tổng Thống có nói: "*Khi một bài thơ, hoặc chỉ một câu thơ mà gây được cho người đọc một cái gì xúc động, kéo họ ra khỏi con người họ, đưa họ vào cõi mộng, hay làm cho họ tự hạ thấp tới mức phải so sánh mình với con người và định mệnh, được như thế thì thơ mới thành công. (Lorsqu'un poeme, ou simplement un vers provoque chez le lecteur une sorte de choc, le tire hors de lui-même, le jetant dans le rêve, ou au contraire le contrait à descendre en lui plus profondément jusqu'à le confronter avec l'être et le destin, à ces signes se reconnait la réussite poétique.)*... Nhớ lại khi còn ở ghế nhà trường, bảo phân tích một bài thơ thì phải làm sao để thấy hết cái hay cái tuyệt tác ý tưởng, của bài thơ qua: chân- thiện- mỹ, qua ngôn từ, nhịp điệu, tiết tấu, bố cục, hình ảnh, mạch vận v.v... Chủ đề tư tưởng thì chúng ta phải làm sao, để trang trải trình độ kiến thức nhận biết của chúng ta ra thế giới bên ngoài, bạn bè, thầy cô giáo, độc giả v.v... Phải nhìn nhận phải biểu dương cái riêng của mình nhưng phối hợp cái chung, cái cân xứng bên trong của nhiều người... Phải quán xuyến là như vậy, phải đem giấy mực "cân đo làm" được như vậy? Lúc đó thì cứ cắn bút suy nghĩ mà làm, rồi nảy sinh ý mà làm.

Còn ở đây phạm vi tôi không đi theo chủ thuyết phân tích sâu. Và còn có thể hơn nữa là: như trong một định đề của nhiều diễn giả. Họ có lối nói chuyện khác nhau, phương cách khác nhau. Họ đương nhiên cũng không có gì sai lệch! Mà thay vào đó, ngược lại còn làm cho vai trò cảm thụ của các bạn nghe, và nơi diễn giả thêm phong phú hơn, cởi mở hơn, gần gũi hơn, thích ứng hơn. Mặc khác, ở đây chủ yếu tôi nói và đưa những bài thơ Hàn Mặc Tử mà tôi yêu thích. Tôi chỉ biểu dương tâm hồn cảm nhận tôi, như có một dịp hâm nóng lại cùng bằng hữu và bạn đọc đồng cảm yêu thích dòng thơ Hàn Mặc Tử mà thôi. Thiện chí của tôi chỉ có bấy nhiêu. Và có lẽ là như vậy!

Ngoài ra các bạn có thể tự tìm những bài thơ của Hàn Mặc mà các bạn yêu thích hơn chăng? Còn, còn nữa nhiều lắm, những bài thơ của Hàn Mặc Tử thì tuyệt hay! Tôi hiểu điều này!

Để nói lại vấn đề rốt ráo tôi cảm nhận: Thơ Hàn Mặc Tử ẩn chứa nhiều cảm xúc và truyền thụ mạnh được vào tâm hồn người đọc tha thiết, những tình yêu sâu đậm vô biên. Tuy ông có nhiều mối tình nhưng sự thể hiện rất riêng, rất khác và rất phù hợp với hoàn cảnh, với niềm chân thành rạo rực. "*Người đi là nửa hồn tôi mất/ Nửa hồn kia bỗng dại khờ*" "*Nhớ lắm lúc như si như dại/ Nhớ làm sao bải hoải tay chân...*" Vâng! Là thế đó. Thơ Hàn Mặc Tử yêu mạnh mẽ cuồng nhiệt nhưng trái tim lại yếu mềm thao thức, cái khó mà can đảm để chia ly. Nhưng rồi vẫn cứ chia ly! Và "chất thơ" của thi sĩ cao quý thánh thiện, vẫn cách xa sự dung tục thô thiển, hoặc sự bình thường, hoặc nhàm chán nào! Hàn Mặc Tử thơ ông là một nỗi niềm đam mê của yêu đương hừng hực lôi cuốn, mà trong sáng, mà vẫn tinh khiết như pha lê. Ông vẫn còn dừng lại ở nơi đó, tận cùng của hoan lạc đau thương, của tình yêu, nhựa sống! Mong rằng các bạn yêu thơ văn sẽ hứng lấy một chút hương nồng trong đó của thơ Hàn Mặc Tử, đem về trong thế giới hương thơ của mình...

Đó là một lối cảm nghĩ của riêng tôi, khi thưởng thức dòng thơ Hàn Mặc Tử. Thành thật xin được chia sẻ...

Tôi: HDT. Viết năm 2012

## THƠ NGUYỄN BÍNH GỞI LẠI TRONG TRÁI TIM TÔI...

Xin hân hạnh viết bài này, nó không phải là một bài bình luận thơ, cũng không phải là bài giới thiệu nặng cân về tác phẩm và tác giả thơ Nguyễn Bính (NB), Mà bài viết... chỉ một nỗi niềm yêu thương, tôi muốn nhớ lại một thời thế thôi.

Ngày đó tôi có một người yêu, anh ta yêu thơ Nguyễn Bính, và lúc nào đến với tôi cũng đem thơ Nguyễn Bính ra đọc để tỏ tình với tôi. Thật kỳ lạ anh yêu thơ Nguyễn Bính như hơi thở anh... Có lẽ đó cũng là một tình yêu đẹp mà tôi chưa bao giờ quên trong đời. Dù chồng có muốn tẩy não tôi cũng không được, tôi tỉ dụ như vậy... Vì nó đã thuộc về những gì của riêng tôi.

Nhớ những ngày quen nhau anh thường đọc bài thơ này:

*Hôm qua em đi tỉnh về*
*Đợi em ở mãi con đê đầu làng*
*Khăn nhung quần lĩnh rộn ràng*
*Áo cài khuy bấm em làm khổ tôi!*
*Nào đâu cái yếm lụa sồi ?*

*Cái dây lưng đũi nhuộm hồi sang xuân ?*
*Nào đâu cái áo tứ thân ?*
*Cái khăn mỏ quạ, cái quần nái đen ?*
*Nói ra sợ mất lòng em*
*Van em em hãy giữ nguyên quê mùa*
*Như hôm em đi lễ chùa*
*Cứ ăn mặc thế cho vừa lòng anh*
*Hoa chanh nở giữa vườn chanh*
*Thầy u mình với chúng mình chân quê*
*Hôm qua em đi tỉnh về*
*Hương đồng gió nội bay đi ít nhiều.*
*(CHÂN QUÊ-NB)*

Và cái ưu thế anh biết hát, tiếng hát anh đậm đà, nên hay hát cho tôi nghe, anh ca cho tôi nhìn, anh ngâm thơ cho tôi biết thưởng thức, thơ NB, và tôi đã yêu anh trong thời gian đó. Yêu rất mực... yêu chân thành. Và có thể nói tình yêu đó với tôi vô cùng da diết... một thời...

Chính lẽ đó nên tôi đặc biệt cảm tình thơ Nguyễn Bính, sau thơ Hàn Mặc Tử.

Thơ Nguyễn Bính như ăn vào da thịt máu huyết tôi, mỗi khi anh xướng lên: bằng hơi thở của tiếng hát thì thầm, thúc đẩy, từ sóng trường trái tim anh...

*Sáng trăng sáng cả vườn chè*
*Một gian nhà nhỏ*
*Đi về có nhau*
*Vì tằm tôi phải chạy dâu*
*Vì chồng tôi phải qua cầu đắng cay*
*Chồng tôi thi đỗ khoa này*
*Bỏ công kinh sử*
*Từ ngày lấy tôi*
*Kẻo không rồi chúng bạn cười*
*Rằng tôi nhan sắc*
*Cho người say sưa*
*Tôi hằng khuyên sớm khuyên trưa:*
*Anh chưa thi đỗ thì chưa động phòng.*
*Một quan là sáu trăm đồng*

*Chắt chiu tháng tháng*
*Cho chồng đi thi*
*Chồng tôi cỡi ngựa vinh quy*
*Hai bên có lính hầu đi dẹp đường*
*Tôi ra đứng tận góc làng*
*Chồng tôi xuống ngựa*
*Cả làng ra xem*
*Đêm nay mới thật là đêm*
*Ai đem trăng giải lên trên vườn chè.*
(Trăng Sáng Vườn Chè -NB)

Rồi anh tối ngày cứ đọc bài thơ này cho tôi nghe, thỉnh thoảng hát lên tận kề miệng tôi. Tôi cứ đánh yêu anh, và trách:

"Thôi đủ rồi mà" hát hoài mệt quá anh!

Vẫn chưa đủ, anh lại cứ mê đọc mãi bài này sát kề môi tôi, mà tôi cứ cười hoài.

Dạo đó tôi còn trinh trắng và thơ ngây. Tuy năm đó tôi đã lên 17 tuổi...

*Cô nhân tình bé của tôi ơi!*
*Tôi muốn môi cô chỉ mỉm cười*
*Những lúc có tôi và mắt chỉ...*
*Nhìn tôi những lúc tôi xa xôi.*
*Tôi muốn cô đừng nghĩ đến ai,*
*Đừng hôn, dù thấy cánh hoa tươi,*
*Đừng ôm gối chiếc, đêm nay ngủ...*
*Đừng tắm chiều nay, biển lắm người.*
*Tôi muốn mùi thơm của nước hoa,*
*Mà cô thường xức, chẳng bay xa,*
*Chẳng làm ngây ngất người qua lại,*
*Dẫu chỉ qua đường, khách lại qua....*

Nhiều lúc nghe nhiều, tôi lại giả đò giận và nói:

"- Giỏi thì làm riêng một bài của mình đi, lấy thơ người ta đọc hoài thấy ghét quá hà..."

Anh mỉm cười không nói và không chịu thua vẫn cứ ê-a đọc. Thiệt ra người ta nói đúng, "đừng nghe những gì con gái nói là chỗ đó"! Tôi cũng thích anh đọc đó chứ, mà làm bộ nói thế thôi. Đôi khi đứng im thì tôi lại nhéo đau. Và bảo rằng:

- Đọc cho hết em nghe đi, em nói thế nhưng thích mà.

Anh vui mừng khi tôi thích, anh, giọng ngân lên buồn bã mà dễ thương...

*Tôi muốn những đêm đông giá lạnh*
*Chiêm bao đừng lẩn quất bên cô*
*Bằng không, tôi muốn cô đừng gặp*
*Một trẻ trai nào, trong giấc mơ.*
*Tôi muốn làn hơi cô thở nhẹ.*
*Đừng làm ẩm áo khách chưa quen.*
*Chân cô in vết trên đường bụi*
*Chẳng bước chân nào được dẫm lên.*
*Nghĩa là ghen quá đấy thôi*
*Thế là yêu quá mất rồi*
*Và nghĩa là cô là tất cả*
*Cô là tất cả cuả riêng tôi*
*(Bài thơ: Ghen -Nguyễn Bính)*

Anh lại nửa vui nửa buồn đọc bài này nữa, để ghẹo và tỏ tình với tôi. Vì anh cũng rất thích bài này... "Rắc Bướm Lên Hoa" mà anh cho tựa đề theo ý anh là "Nếu Như Ngày Đó Tôi Xa Anh."

*Ai đem rắc bướm lên hoa*
*Rắc bèo xuống giếng, rắc ta vào nàng*
*Ai đem nhuộm lá cho vàng*
*Nhuộm đời cho bạc cho nàng phụ ta. (Thơ NB)*

Nhà anh thì ở xa tôi. Cách nhau một cái huyện anh làm công việc Kỷ Sư nông nghiệp một nông trường, và vô tình một ngày anh đã gặp tôi và biết tôi, rồi yêu tôi. Tối ngày anh cứ thẩn thờ bên tôi, và thích đọc thơ. Cũng lắm lúc tôi bảo:

- Nhà anh không ở gần em mà?

Anh cười, một nụ cười rất hồn nhiên:

- Anh tưởng tượng gần thôi... Thì anh ra ở nhà chú em, nhìn em sang bên nhà cách một hàng rào thì cũng như cách một giậu mồng tơi thôi.

Anh trả lời thế, và rồi chính bài này là anh đọc nhiều nhất đó:

*Nhà nàng ở cạnh nhà tôi,*
*Cách nhau cái dậu mùng tơi xanh rờn*
*Hai người sống giữa cô đơn,*
*Nàng như cũng có nỗi buồn giống tôi.*
*Giá đừng có dậu mùng tơi,*
*Thế nào tôi cũng sang chơi thăm nàng.*
*Tôi chiêm bao rất nhẹ nhàng...*
*Có con bướm trắng thường sang bên này.*
*Bướm ơi ! Bướm hãy vào đây!*
*Cho tôi hỏi nhỏ câu này chút thôi...*
*Tại sao không thấy nàng cười,*
*Khi hong tơ ướt ra ngoài mái hiên.*
*Mắt nàng đăm đắm trông lên...*
*Con bươm bướm trắng về bên ấy rồi!*
*Bỗng dưng tôi thấy bồi hồi,*
*Tôi buồn tự hỏi: "Hay tôi yêu nàng?"*
*(Trích Cô Hàng Xóm-Nguyễn Bính)*

Và tôi nhớ có một năm đó, tết Âm Lịch ngày 28 rồi mà anh vẫn chưa về nhà, cứ loay hoay trang hoàng cảnh tết trong nhà chú tôi và nhà tôi. Nào hoa vạn thọ, hoa cúc, hoa mai, hoa thược dược... hoa lan, hoa mồng gà... Mặc dù tôi không mượn, Anh cứ làm và đi đi, lại lại nơi gần tôi. Anh đọc thơ để ghẹo tôi bài này:

**Xuân Về - Nguyễn Bính**

*Đã thấy xuân về với gió đông*
*Với trên màu má gái chưa chồng*
*Bên hiên hàng xóm cô hàng xóm*
*Ngước mắt nhìn giời đôi mắt trong*
*Từng đàn con trẻ chạy xum xoe*
*Mưa tạnh trời quang nắng mới hoe*
*Lá nõn nhành non ai tráng bạc*
*Gió về từng trận gió bay đi*
*Thong thả nhân gian nghỉ việc đồng*
*Lúa thì con gái mượt như nhung*

*Đầy vườn hoa bưởi, hoa cam rụng*
*Ngào ngạt hương bay, bướm vẽ vòng*

... Và "chuyện tình tôi và chàng" cũng dở dang... Sau lần chót năm đó, anh sửa soạn ăn tết cho nhà tôi nhưng anh lại đổi đi xa, rồi anh ghen tôi với một người con trai khác... Tôi thanh minh nói nhiều nhưng anh không tin... Nên chúng tôi phải đành xa cách nhau....

Mãi đến sau này, mặc cho ván đã đóng thuyền, nhưng xuyên suốt cuộc đời tôi, khi tôi lấy chồng trong Nam và về lại quê vẫn thỉnh thoảng nhớ chàng và không quên được thơ Nguyễn Bính. Bởi vì một người yêu, thuở 17 của tôi, anh hay đọc thơ Nguyễn Bính cho tôi nghe...

Ngay cả hôm nay biết bao nhà thơ ra đời, cách viết, cách tân, kỷ thuật đổi mới, tôi vẫn thích vẫn quyến luyến những vần thơ khác... Song thơ Nguyễn Bính mãi mãi là những vần thơ nhẹ nhàng, trong sáng mà sâu thẳm, chân phương và tinh hoa một cách đáng yêu. Mãi gợi cảm, luôn đọng lại trong lòng tôi, một thuở xa xưa, và thấy mình sống trong nó...

HDT. Viết cuối năm 2012.

## CÁI DUYÊN TÔI ĐƯỢC BIẾT DÒNG THƠ DU TỬ LÊ

Tôi là người rất thích hội họa, âm nhạc và thi ca. Như tôi vẫn thường nói nhiều lần.

Sau 9 năm chờ đợi, năm 2002 tôi được đoàn tụ cùng chồng và hai con trên đất Mỹ. Ngày tôi sang Mỹ tôi mang theo ba bức tranh, và ba tập thơ.

Ba bức tranh: Một bức tranh sơn dầu do anh hoạ sĩ vùng thị trấn vẽ cho tôi, một cô gái với chiếc áo dài màu tím và trên lòng bàn tay một con chim bồ câu đang sà đậu.

Bức thứ hai là tranh màu nước, vẽ một cánh đồng lúa chín, những hạt lúa trĩu nặng... Tôi mua đã lâu ở Quy Nhơn.

Bức tranh cuối cùng là bức tranh thứ ba, vẽ cảnh một dòng sông trong cảnh hoàng hôn im lìm, tôi cũng mua ở Quy Nhơn trước khi tôi sang Mỹ.

Ba tập thơ tôi mang theo: Hàn Mặc Tử, Nguyễn Bính, và Truyện Kiều của Nguyễn Du.

Khi tôi sang Mỹ, chồng tôi cũng dẫn đi đó đây khoảng một tuần. Tôi không muốn phí thời gian nên tranh thủ học lái xe. Thời gian còn lại tôi lo cơm nước cho chồng, và chăm hai con còn nhỏ v.v... Thời gian còn lại nữa, thú vui của tôi là ngắm tranh, đọc thơ cho dù những khoảnh khắc chỉ ngắn ngủi, dành cho tôi...

Chồng tôi là người cũng yêu thơ, nên không phiền hà mà còn góp ý:

- Trời ơi bây giờ ai mà coi Truyện Kiều em? Nguyễn Bính, Hàn Mặc Tử cũng xưa luôn, người ta coi thơ Du Tử Lê, thơ ông ta hay và nổi tiếng em ơi...

Tôi nhìn anh và tôi muốn thắc mắc:

- Du Tử Lê? Sao ở Việt Nam em không nghe? Không thấy sách in thơ ông?

Chồng tôi cười:

- Bởi vậy, đó là lý do khiến em không biết về thơ của ông ta. Các bạn anh ở Mỹ từ trẻ đến già đều thích đọc thơ ông. Họ ngưỡng mộ lắm, thơ ông ta đã có tiếng trước 75. Sau này ông định cư ở Mỹ nên thơ ông ít phổ biến ở VN thôi.

Nghe chồng tôi nói thế nhưng tôi không dám tỏ bày:
- Anh hãy mua cho em một quyển... Vì tôi không muốn đòi hỏi ở anh. Tôi bao giờ cũng thế, hơn nữa tôi mới qua cùng hai con, đối với chồng là gánh nặng nên tôi biết. (Tuy một quyển thơ không là bao nhiêu nhưng tôi không muốn chồng tôi khổ hơn, và suy sụp tinh thần dù một chuyện gì nhỏ vặt.)

Chồng tôi đi làm, cũng hay mang báo về cho tôi đọc. Thật bất ngờ, tôi thấy thơ Du Tử Lê có trên các báo Chính Nghĩa, Niềm Tin, Dân Việt v.v...

Và tôi bắt đầu thấy dòng thơ Du Tử Lê có nét lạ, dội vào tâm thức người đọc. Tôi nói với chồng: - Anh ơi! chiều tối nhớ kiếm báo đem về cho em coi nha, anh biết em yêu thi ca từ lâu. Nhưng đừng lo em chỉ coi lúc rảnh thôi, không thiếu trách nhiệm với anh và con đâu, tôi nói nhỏ nhẹ như van lơn chân thành.

- OK em. anh sẽ mang về cho em...

Cuối cùng tôi đã được coi các bài thơ của Du Tử Lê, rồi tôi cắt dán vào trong tập vở. Đó là những bài với những câu thơ rất tuyệt vời, rất hay theo ý tôi.

Đây là bài đầu tiên tôi đọc ở báo Niềm Tin:

**Đưa Nhau Đi Dựng Một Giáng Sinh, Nàng**

*Ai nhan sắc ? in khắp cùng trái đất*
*Chỗ tôi ngồi, tên một tùy tinh.*
*Quay thảm thiết quanh mặt trời, tháng chạp*
*Hạt mưa còn trong mắt một mai, chinh.*

*Ai nhan sắc ? cả cánh rừng dấy bão*
*Suối hư không ? người hát ? giọng như chim ?*
*Tình không thật, giống làn môi mặc khải*
*Chiều tĩnh tâm : tê gắt mật ưu phiền.*

*Ai nhan sắc ? từng mũi kim xí gạt*
*Tiếp thu tôi. tim lớn trọng như cây*
*Đêm không gió lấy gì cho lá vẫy ?*
*Em không qua! muông thú phải tan đàn.*
*Ai nhan sắc ? để tôi về bối rối !*
*Với chính mình. tôi hỏi khẽ : – vui không ?*
*Tôi thấp thỏm. tôi đìu hiu, quá đỗi*
*Tôi lăng xăng, tìm kẻ ẩn trong lòng.*

*Ai nhan sắc ? âm âm ngày khuất lấp*
*Những con đường quên cất hộ mùi hương.*
*Em tan tác trên lưng mùa xám hối.*
*Tôi áo cơm ! thu quén lửa, đêm, tàn*

*Ai nhan sắc ? cầm trên tay thánh giá ?*
*Trả giáo đường câm lặng – tắt theo kinh.*
*Đôi hàng ghế uy nghiêm chờ hối cải.*
*Cửa tôi buồn. bưng bít. phúc âm*

*Ai nhan sắc ? như một lời chúc phúc*
*Giữa – chiều – em : quân dữ bỗng quy hàng*
*Tên ngoại giáo gửi xác, hồn lại chúa*
*Đưa nhau đi : dựng một giáng sinh, nàng.*

Và tiếp đến bài này ở báo Dân Việt. Tôi rất nhớ theo thứ tự (Từng tạp chí báo giấy đó):

**Bước chậm qua đời**

*Người đã thế ta còn chi tiếc nữa,*
*Tình còn chi mà ta phải điên cuồng.*
*Ta giận ta không thể lấy lại hồn,*
*Không thể chuộc lại tình đã hiến.*
*Không thể bỉ khinh người ta ca tụng,*
*Không thể bôi nhọ chính mặt ta hôn.*
*Tình ta đẹp nên suốt đời quý báu,*
*Hồn như trời nên biển rộng bao la,*
*Người có thể một phút giây bán rẻ,*
*Nhưng riêng ta lòng mãi mãi tôn thờ.*
*Trước bội bạc ta trở thành man dã,*
*Móng điên cuồng, nanh vuốt muốn giương ra*
*Thương cho ta không thể giết được người*
*Mà quay lại cào mặt ta rướm máu.*
*Ôi đau đớn đã nhận chìm ta xuống.*
*Như con chim ủ kín vết thương mình,*
*Lần cuối cùng ta nói với nhân gian,*
*Ta đắm đuối nên suốt đời ta khổ.*
*Ta vụng tính nên cuối cùng thua lỗ,*
*Đành trở về ngủ dưới mái hiên mưa.*
*Đành trở về cùng với hạt sương sa,*
*Dưới hiên lạnh thấy hồn ai co quắp.*
*Người cũng chỉ như trăm ngàn kẻ khác.*
*Sầu hai vai ta bước chậm qua đời!*

Và sau đó tôi lại gặp bài này, một trong những bài tôi yêu nhất ( Ở báo Chính Nghĩa) :

**Hiến Chương Tình Yêu Ngày 14-2**

*Em đã biết Hiến Chương nào cũng vậy*
*Có những điều bắt buộc chúng ta theo*
*(như ngày mai thi lấy bằng lái xe)*
*Ta cẩn thận ghi những điều phải nhớ*
*I*
*Khi em lạnh tôi biến thành ngọn lửa*
*Củi thương yêu. Than đỏ hực ân tình*
*Em cần thơ cho sáng dậy thơm hơn*

*Tôi lập tức hóa thân thành vần điệu*
*II*
*Khi em bước tôi biến thành chiếc kiệu*
*Ngựa hai hàng. Tứ mã chắc.... nan truy?*
*Có sao đâu? Tôi nào hỏi mấy khi?*
*(dù lắm lúc cũng thầm ghen tức chứ)*
*III*
*Khi em viết tôi biến thành giấy mực*
*Bút tương tư mực nhớ đến ai kìa?*
*Giấy từ cây. Bút từ gỗ xa xưa*
*Mực từ nhựa. Tôi từ em sống lại*
*IV*
*Khi em ngủ tôi biến thành chiếc gối*
*Để phòng hờ.... ngộ nhỡ em muốn ôm*
*Để đêm hờn em có cái vứt luôn*
*Sáng nhặt lại. Thấy mình sao.... dữ thiệt*
*Khi em đọc, tôi biến thành chữ viết,*
*Cả nghìn chương, chỉ chép chuyện đôi ta*
*Mỗi đầu giòng: tên em sắp chữ hoa*
*Cả chấm, hỏi cũng đậm mùi hạnh phúc.*
*VI*
*Khi em ốm, tôi biến thành tủ thuốc*
*Thành tấm màn, che gió máy cho em*
*Em chả cần phải lể, giác, hay xông*
*Vì tôi đã hóa thành cây ngải cứu*
*VII*
*Khi em khóc tôi biến thành.... nước mắt*
*Chảy giùm em - cho cạn sạch nỗi niềm*
*Để mắt em xanh - để môi em mềm*
*Tôi là lá giữa buổi chiều.... sắp tối*
*IX*
*Khi em hát, tôi thành loa khuếch đại*
*Cho cả làng, cả nước đổ ra nghe*
*Giọng em cao - tôi bảo "gớm, thanh ghê"*
*Giọng em thấp - tôi tha hồ thêu dệt*

*X*
*Khi em chết - cuộc đời này phải hết*
*Không chỉ tôi, hoa cỏ cũng lên trời*
*Thú lìa rừng. Chim chóc lạnh từng đôi*
*Bao thế hệ vì em mà.... biến mất*

*Hiến Chương viết ngày tình yêu vô lượng*
*Của hai người? - Vâng, của chúng ta thôi*
*Mặc ai cười? mặc ai đó bĩu môi*
*Họ ghen đấy. Bởi em là Thánh Nữ*
*Ta sẽ chết. Nhưng tình ta bất tử*
*Vì mở đầu nhân loại: cuộc chơi riêng*

Và rồi tôi lại gặp một hình ảnh rất mới trong bài sau đây:

**Ai Nhớ Ngàn Năm Một Ngón Tay**

*Tháng tư tôi đến rừng chưa thức*
*Mưa vẫn chờ tôi ở cuối khuya*
*Có môi chưa nói lời chia biệt*
*Và mắt chưa buồn như mộ bia*
*Tháng tư nao nức chiều quên tắt*
*Chim bảo cây cành hãy lắng nghe*
*Bước chân ai dưới tàng phong ốm*
*Mà tiếng giày rơi như suối reo*
*Tháng tư khao khát, đêm, vô tận*
*Tôi với người riêng một góc trời*
*Làm sao anh biết trăng không lạnh*
*Và cánh chim nào sẽ bỏ tôi*
*Tháng tư hư ảo người đâu biết*
*Cảnh tượng hồn tôi: một khán đài*
*Với bao chiêng, trống, bao cờ xí*
*Tôi đón em về tự biển khơi*
*Tháng tư xe ngựa về ngang phố*
*Đôi mắt nào treo mỗi góc đường*
*Đêm ai tóc phủ mềm da lụa*
*Tôi với người chung một bến sông*
*Tháng tư nắng ủ hoa công chúa*

*Riêng đóa hoàng lan trong mắt tôi*
*Làm sao em biết khi xa bạn*
*Tôi cũng như chiều: tôi mồ côi*
*Tháng tư chăn gối nồng son, phấn*
*Đêm với ngày trong một tấm gương*
*Thịt, xương đã trộn, như sông, núi*
*Tôi với người, ai mang vết thương?*
*Tháng tư rồi sẽ không ai nhớ*
*Rừng sẽ vì tôi nức nở hoài*
*Mắt ai rồi sẽ như bia mộ*
*Ngựa có về qua cũng thiếu đôi*
*Tháng tư người nhắc làm chi nữa*
*Cảnh tượng hồn tôi đã miếu thờ*
*Trống, chiêng, cờ, xí như cơn mộng*
*Mưa đã chờ tôi. Mưa...đã ...mưa*
*Mai kia sống với vầng trăng ấy*
*Người có còn thương một bóng cây*
*Góc phố còn treo đôi mắt bão*
*Ai nhớ ngàn năm một ngón tay?*

Wow những trang thơ của Du Tử Lê thật tuyệt! Đọc mà như ngấm liệm vào hồn tôi...

Rồi một hôm, chồng tôi đưa tôi đến thăm tiệm nail, nơi anh làm, sau khi tôi đã đậu bằng lái. Anh mừng và muốn giới thiệu cho bạn bè trong tiệm biết về vợ anh. Đến tiệm, anh nói tôi rất mê thơ, cô chủ tiệm lại tặng ngay tập thơ của Du Tử Lê. Cô ấy nói: "Đây là tập thơ của Du Tử Lê, má em mua, má em đi Việt Nam rồi, chị lấy coi đi xong gởi lại, em cũng thích đọc lắm nhưng làm chủ tiệm nail riết rồi không còn thời gian thưởng thức thơ chị ơi, nhưng em cũng đọc rồi chị..."

Tôi cầm lấy từ tay cô chủ nhân tiệm nail, về đọc, thích ơi là thích.

Khi biết sử dụng computer, tôi đã giải trí bằng đọc sách báo, nghe nhạc coi phim... Chồng tôi không cấm tôi, nếu cấm tôi đọc thơ nghe nhạc xem tranh thì thà giết tôi đi.

Tôi không quên đọc thơ của các tác giả nổi tiếng. Nó

như món ăn tinh thần tôi không thể thiếu, vì tôi vốn là một phụ nữ yêu môn nghệ thuật này. Tôi thấy cần đọc và cần hiểu thêm thơ của vị thi sĩ này. Vì dòng thơ của anh vừa sâu lắng, vừa triết lý vừa tình cảm...

Đọc càng nhiều thơ Du Tử Lê càng thấy thơ Du Tử Lê phong phú vô cùng. Lúc ngọt ngào say đắm, lúc đau thương dằn vặt. Lúc thỏ thẻ tâm tư, lúc ân tình tiết lộ, lúc gọi mời nhắn nhủ. Lúc bí mật khôn nguôi. Những liên tưởng và hình ảnh qua thơ Du Tử Lê luôn mới lạ. Anh là người thi sĩ khám phá ra nhiều phong cách thơ... Và chính thơ Du Tử Lê thể hiện cấu tứ của thơ lạ lẫm, trên tất cả lạ lẫm...

Thơ Du Tử Lê mang đến cho ta được khái niệm lớn lao của tình yêu và cuộc sống, kể cả hình thức và nội dung, không làm tối nghĩa hoặc chùn bước trì trệ thi ca, không biến thái dị tướng rơi vào kỳ quặc. Mà trái lại... Thơ Du Tử Lê mới lạ mang đến cho người đọc niềm chia sẻ mãnh liệt, giàu chất trí tuệ, thanh thản. Nuôi dưỡng một tâm hồn trượng phu tinh khiết, một mùi hương của thi ca mới tuyệt vời. Một ấn tượng lạ kỳ hết mức...

Sau này tôi lên trên trang dutule.com. Tôi đọc được những bài viết của Mai Thảo, Thái Tú Hạp, Trần Dạ Từ, Tạ Tỵ, v.v... Họ đã có những nhận xét rất tinh tế dành cho thi sĩ họ Lê. Tất cả những người đó quả nói không ngoa chút nào, để đánh giá công bằng cho thi sĩ họ Lê. Cả dung và lượng nhà thơ Du Tử Lê có thể nói không ai theo kịp. Anh đã vượt xa bạn bè. Và là tiếng thơ vô địch đúng như nhà văn Mai Thảo đã từng khẳng định, tiên đoán.

Cá nhân tôi Hương Dạ Thảo chỉ biết làm thơ và viết văn. Tôi không phải là nhà "chuyên nghiệp chuyên môn" phê bình lý luận văn thơ. Nhưng rất cảm phục cái tài hoa có một không hai của Du Tử Lê nên viết ra bài này để tri ân, để mình thưởng thức qua nhận cảm của mình, muốn chia sẻ cùng các bạn yêu thích ngưỡng mộ thơ DTL. Chỉ có thế thôi!

Kính chúc nhà thơ Du Tử Lê dồi dào sức khỏe, tôi có nghe anh nói trong một CD "Đời sống anh không ăn gian..."

Có nghĩa là anh đã làm hết một sứ mạng để lại cho đời - Với một tâm hồn và nghị lực phi thường. Điều đó ai cũng thấy rồi, để biết rõ anh hơn thì cứ lên trang nhà dutule.com sẽ thấy một thi sĩ DTL với hàng ngàn bài thơ, một họa sĩ giàu năng lượng và một nhà bình luận thơ giỏi giang...

Tôi cám ơn anh đã cho tôi cảm nhận một chút duyên tôi hân hạnh biết thơ anh và đọc thơ anh*/*

HDT. Viết năm 2013

## TÔI YÊU THƠ LỤC BÁT CỦA DU TỬ LÊ

Nói về thơ thi sĩ Du Tử Lê (DTL) tôi không biết nên bắt đầu từ đâu vì thơ của DTL mênh mông như biển cả, rộng lớn như đại dương, bao la hơn vụ trụ... Hằng hà... có thể nói một giọt, mỗi giọt nước mắt là sinh sôi là ngàn đóa hoa quý, một giọt máu trong người thi sĩ DTL là một bài thơ bất tận cho con người... Thơ DTL sâu nặng, giàu ý tưởng... Đôi khi có những câu thơ anh như giọt sương mai đẹp lung linh mà người nghệ sĩ cần để mắt ghé vào và cảm nhận... Tôi là một người yêu thơ - yêu văn học, nên bản năng vốn đã mang tính nghệ sĩ. Điều đó không có gì xấu hổ, mà tôi cũng mỉm cười, và tự hào mình đã có chút, chất nghệ sĩ. Tôi cho rằng theo quan niệm của tôi - Thì người nghệ sĩ sống rất đơn giản, lương thiện và thanh cao... Thế thôi.

Nói lại vấn đề tôi không phải là nhà phê bình có tiếng tăm hay, hoặc là học giả có tên tuổi, lại cũng không phải là dịch giả loại ưu, và tôi lại càng không phải là bậc thuyết trình "loại xịn" Tôi vẫn không phải là một nhà thơ "cao thủ chốn võ lâm thi phú:" v.v... Thế nhưng tôi đọc thơ DTL khá nhiều sau này. Tôi có quyền cảm nhận và phát ngôn với những gì mình thấy: như một bức tranh, hay một nhu cầu về đời sống tâm linh. Nên chia sẻ cùng nhà thơ DTL và bạn đọc yêu thích thơ DTL!

Hơn bốn chục năm qua. Không cần lập luận nhiều, trong mỗi chúng ta yêu thơ của DTL thì hẳn biết thơ ông làm với một cái nhìn rất mới, rất thời đại, rất tinh túy, về hình thức, có quá nhiều thể loại: 4 chữ, 5 chữ, 7 chữ, 8 chữ, thể tự do. Lắm khi thơ ông lửng bỏ câu... ẩn dụ, bỏ lơi ý, sang dòng đường đột, hoặc trịnh trọng... Ông viết với khá nhiều kiểu của thơ mới, thông điệp thơ mới rất lạ v.v...

Tuy nhiên ông không bỏ lơi người đọc. Hay nói cách khác hơn, thơ ông vẫn định mệnh, vẫn ràng buộc với người đọc. Vẫn dìu người đọc trong miên man suy tưởng... Nhưng cái độc đáo của DTL tôi muốn giới thiệu ở đây, trong bài viết này là phạm trù "Dòng Thơ Lục Bát"...Vẫn là một "ông vua" thơ lục bát hay, của hơi hướm lục bát hay nhất thôi. Theo tôi nghĩ không thể là không chuẩn...

Trong dòng thơ tiền chiến cũng có nhiều nhà thơ lục bát rất hay điều đó tôi không phủ nhận như Nguyễn Bính, Hồ Dzếnh, Lưu Trọng Lư, Huy Cận và sau này có thêm Bùi Giáng, Cung Trầm Tưởng; Là những nhà thơ lục bát rất là độc đáo và kỳ vĩ... Họ nổi tiếng được bao người ưa thích, nhưng bước theo sự kế thừa gia tài lục bát đó, DTL bước lên khán đài: một bục son cao hơn, đầy thách thức và đầy sáng tạo hơn.

Lục bát DTL. Xin mời các bạn hãy thưởng thức những vần thơ lục bát ngọt ngào của DTL qua bài "bến tâm hồn"

*Lênh đênh hồn phủ phương này*
*Thương mây Hà Nội nhớ mây hoàng hà*
*Mười năm dài những xót xa*
*Bờ hoang bến quạnh thiết tha ngọn nguồn*
*Mênh mông hồn ngủ phương buồn*
*Đêm sương cầu giấy chợ hôm canh gà*
*Tóc thề nẻo gió áo hoa*
*Trôi từ chinh chiến trôi qua điêu tàn*
*Lênh đênh hồn cắm sào ngang*
*Năm ô tuổi nhỏ buồn hoang ngọn cờ...*

Thật sự mà nói Thơ DTL thể loại nào cũng hay cả, mỗi thể loại hay một góc độ riêng nhưng tôi đang vẫn thích bậc nhất, vẫn yêu kiểu lục bát của DTL. Lục bát của DTL như một món ăn tinh thần rất ngọt đằm, đầy hương vị. Mà ý chí DTL gởi thầm mong bao điều khao khát. Đôi khi khả năng lục bát DTL vẫn cứ mượt mà, vẫn cứ hồn, vẫn đau đáu xa xôi, vẫn thiết tha dội lên mạnh mẽ từ tứ thơ... Tứ thơ như thế tôi cho là tuyệt tác, và rất ư là tuyệt tác...

Hoặc như là bài này:

**Phúc Âm Riêng Tặng Hai Người**

DTL viết:

*Cây buồn lá đến rơi thôi*
*Hồn dâng cánh muộn thu đời nhé nhem*
*Mối đùn đất đắng cay em*
*Bù nhau chưa đủ lệ hoen ngày vàng*
*Chung thân tôi địa ngục nàng*
*Ngậm trầm nuốt ngải mong chàng yên vui*
*2*
*Trời buồn thôi cũng mây luôn*
*Bao năm tiếng động bức hồn hỏa thiêu*
*Cây xê dịch với mắt chiều*
*Theo chân bóng đổi cũng nhiều dung nhan*
*Sầu lên ngút đỉnh đời nàng*
*Áo em đã cởi phủ -chàng đắp đôi*
*Thân trăm năm- môi đầu đời*
*(bầy chim cũng biết chuyện tôi yêu người)*
*Sống cùng thác chẳng ngoai nguôi*
*Nay vun hạt nhớ mai bồi cây thương*

Và những đoạn khác được diễn tả tiếp theo trong bài này:

*3/ Sông buồn nước đến xuôi thôi*
*Cành lay cánh động tả tơi đêm về*
*Sáng ngời đỏ ngọn điên mê*
*Chung đôi ngực thở xót kề môi son*
*Tình người chín kiếp chưa phai*
*Trăm năm thân đá nghỉ ngồi nỉ non*

*Lòng hèn mọn ước mơ son*
*Tay ai luạ nuột gối chăn đêm đầy*
*(Sáo sang ngang sang cả bầy)*
*Yêu nhau lệ vuốt mặt này chứa chan*
*Muôn sau ai biết chuyện chàng?*
*Mai kia ai nhỉ? Nói nàng yêu tôi*

*4/ Rừng buồn núi đến không vui*
*Ngựạ đi bước một thiếu đôi thuở nào*
*Lên cao thạch động âm hao*
*Xuống sâu ngựạ đã dạt dào nghìn năm*
*Một về lạnh chiếu rơi chăn*
*Một về nhóm lửa bếp lầm tro, xưa.*

Hãy đọc một bài ni cũng là thơ tình lục bát của DTL sâu đậm:

*Em về thăm thẳm chiếu chăn*
*Mùi hương tháng chín, nụ cười cuối năm*
*Xót nhau bật máu chỗ nằm*
*Vết răng tháng chạp dấu bầm tháng hai*
*Em về trong quạnh hiu tôi*
*Trái tim cứu rỗi mắt ngời bóng cây*
*Rừng mù lối tóc chim bay*
*Bới son môi cỏ buồn lay lá người*
*Em về trong bão giông tôi*
*Quê diêm đông hải dáng ngồi vọng phu*
*Lệ còn trên gối tôi thu*
*Bàn tay ngón út giam tù tháng năm*
*Em về thăm thẳm núi non*
*Hồn sông lòng suối thịt xương chốn nào*
*Mai quên nhau mất lời chào*
*Hôm nay chăn gối vẫn ngào ngạt hương*
*Em về trong mỗi đêm sương*
*Có tôi thất chí ngồi thương bóng còi*
*Da người dấu cắn răng tôi*
*Đó em giây phút mở đời đã ghi*
*Góc trời mai mốt em đi*
*Nhớ đem tháng chạp tôi về nghĩa trang...*

Còn gì hay hơn, còn ai hay hơn lục bát của DTL, đang đi vào làn da thớ thịt, của mỗi trái tim chúng ta yêu thơ và đã đọc. Xin giới thiệu, một bài thơ lục bát thêm của DTL mà tứ thơ vô cùng hàm súc lại êm đềm uyển chuyển.

**Đoản khúc ngựa hoang**

*Bây giờ con cũng điêu linh*
*Lối xưa vùi dập bãi mòn xương phơi*
*Máu mang tầm hái tay người*
*Lệ se từng bước ngậm ngùi nẻo trông*
*bây giờ củi chở đầy sông*
*Kinh hoàng đầy giấc bềnh bồng lửa reo.*
*2/ Sóng chân ba miếng chia trời*
*Đêm nghiêng vách đá giọng cười đáy sâu*
*3/ Lênh đênh lớp gió đi về*
*Bặt âm tiếng nhạc mù mù bóng hoang*
*Thôi qua dặm ấy điêu tàn*
*Nghe xa tiếng vọng lời không vọng ngàn*
*Đấy em ngựa đã tan đàn*
*Chúng ta càng lớn khôn càng chia xa...*

Và hơn mấy mươi năm qua làm thơ với các thể loại.

Thi sĩ DTL vẫn luôn ưu ái dành một góc trời lớn cho dòng thơ lục bát, ông đã sinh sôi nảy nở, vun bồi xây đắp từ trong tâm thơ, trái tim ông.

Và cũng như những thể thơ khác. Lục bát của DTL là một vườn hoa riêng của ông, sắc nét và hương vị.

Lục bát của DTL vẫn hương sắc và quyến rũ... thánh thiện và đam mê, ngọt ngào và cởi trói, triết lý và nhân sinh, chân thành và nhân ái. Bởi ông lồng cài vào một đức nhân tâm thầm kín, và kêu gọi ký thác ở nội dung...

Những lục bát với các thi sĩ khác tên tuổi đã để đời. Trong đó có Du Tử Lê...

Người viết HDT Viết Vào Hạ 2015

## VIẾT VỀ THƠ HỮU THỈNH THEO CẢM NGHĨ TÔI!

Lẽ ra tôi chưa bao giờ nghĩ viết về một nhà thơ Hữu Thỉnh. Nhưng rồi tôi lại có duyên và tôi cầm bút...

Số là tôi có dự định năm tới về ra mắt Thơ Văn ở VN, và sau đó tôi sẽ có một chuyến thăm chơi Huế, Hà Nội, Hải Phòng tất nhiên tôi đi sẽ mời một số bạn bè ở QN đi. Tôi muốn làm quen với một người ở Hà Nội, khi chúng tôi ra thì có bạn bè đỡ khỏi bỡ ngỡ, và sẽ vui hơn, vì tôi chưa bao giờ ra Hà Nội (Từ trước đến mãi hôm nay!) Thế nên trên một trang web tôi quen biết một "Thi Sĩ Người Hà Nội" Vì trang luôn có mail cho tác giả giao lưu. Chúng tôi được biết nhau hơn, nói chuyện qua email. Tôi không thể nói tên anh ở đây vì tế nhị cho nhau. Anh ta giới thiệu cho tôi xem nhiều trang blogs của anh, và các trang khác anh tham gia. Tôi thật ngỡ ngàng khi thấy anh lên tiếng, phản bác thơ Hữu Thỉnh với lý luận của anh. Tôi đọc thì lại thấy sự ngược lại: Thơ Hữu Thỉnh lại đi vô trái tim tôi hơn, và những lời anh nói lại chạy ra ngoài. Mà anh cứ oang oang là "Thơ anh hay. Thơ Hữu Thỉnh không là gì cả, em nhầm..." Thế rồi tôi khuyên anh đừng nên như vậy. Thơ anh không thể so với level thơ Hữu Thỉnh nổi, những bài anh đem ra tố cáo thơ Hữu Thỉnh, đó là những bài thơ hay, xuất sắc, và độc đáo, có thể nói tôn vinh là tuyệt tác!

Và như thế tôi lại kiếm thơ Hữu Thỉnh đọc thêm. Đọc xong thơ Hữu Thỉnh tôi có cảm giác lạ, thật tuyệt vời, một lối thơ mới toanh, sản phẩm rất ư mới lạ, như một chất rượu ngon tuyệt, mà tôi chưa từng uống bao giờ! Như mùi hương thơ mới bám vía trong hồn tôi khó nhạt. Đọc xong năm ngày. Tôi để hồn và cảm xúc lắng đọng xuống... Sau đó tôi mới viết bài này. Thường tôi không buộc và ép mình viết khơi khơi. Tôi viết một cái gì đó là tôi thấy ở một điều tối thiểu tôi cần làm, và nên làm! Bởi vì...

Tôi không biết trình độ tôi thưởng thức thơ tới đâu, thấp kém hay là uyên thâm, tồi tệ hay là đẳng cấp! Song tôi biết tôi, ít nhất là tôi không thiên vị khen ai. Khi tôi cảm nhận được vào hồn tôi, chất thơ lâng lâng ấy thì mới khen. Tôi không dám nói là tôi hiểu thơ tinh tường, hay tinh tế. Nhưng tôi nhớ cách đây mấy năm, vào 2011 khi tôi ra Cộng Đồng Huế ở tiểu bang GA sinh hoạt, sau đó anh chủ bút tặng cho tôi 9 tập sách những năm kỷ niệm "Huế Hương Giang Xuân." Mỗi tập gần trên 20 người làm thơ. Vậy trên 150 người, nhiều năm gộp lại. Vậy mà tôi lượm và lựa ra khoảng 5 nhà thơ mà tôi cho hay: đó là LTMD, MM và TDT, NC và TDL. Và còn lại chỉ coi được, tạm... Và cũng có số quá nhàm nhạt chẳng coi được? Anh chủ bút bảo tôi: "Em thật hay nha! Năm bông hoa em chọn hết rồi, người ta nổi tiếng mà! (Tất nhiên Nhã Ca, Trần Dzạ Từ thì có thơ riêng của họ, anh đã tặng tôi trước rồi!)

Thôi chuyện đó coi như cất nơi đây, đi lại vấn đề tôi muốn nói về thơ Hữu Thỉnh. Thơ Hữu Thỉnh đọc rất hay, rất mới lạ nhưng phù hợp, và chất thơ phong phú thánh thoát lại âm vọng... Tôi rất là thích. Mục đích tôi viết bài này là để ủng hộ dòng thơ Hữu Thỉnh. Chống lại những định kiến, những thành phần quá khích của giới phản bác, chê chát. Và có lẽ tôi không thích những kẻ dùng bút chiến, xiên xỏ, bôi nhọ, để mưu mô... dìm hàng người ta xuống để nâng mình lên (?) Hoặc là những tâm hồn rỗng tếch, thì không thể nào mà đi ngồi chung để đàm luận văn thơ được!

Các bạn đọc thử đọc bài thơ:

**Biển, Nỗi Nhớ Và Em -**

*Anh xa em*
*Trăng cũng lẻ*
*Mặt trời cũng lẻ*
*Biển vẫn cậy mình dài rộng thế*
*Vắng cánh buồm một chút đã cô đơn*
*Gió không phải là roi mà đá núi phải mòn*
*Em không phải là chiều mà nhuộm anh đến tím*
*Sóng chẳng đi đến đâu nếu không đưa em đến*
*Vì sóng đã làm anh*
*Nghiêng ngả*
*Vì em...*

Đừng bao giờ thắc mắc quá tủn mủn hoặc vặt vãnh cho thơ. Vì thơ và nhạc, vì nó luôn có góc độ lãng mạn, và chỗ đứng riêng của nó. Cứ viết như thật hết thì thơ với nhạc ra gì? Thơ và nhạc thì phải thăng hoa, phải thiêng liêng, là trừu tượng có khi! Hơn nữa mỗi nghệ sĩ luôn tìm tòi, sáng tạo cái hay, cái vượt lên, bằng một tư tưởng chính mình. Cái nét kiều mị, hoặc đê mê, hoặc sóng sính. Đó chính là những câu thơ hay, bất luận không cần phải mổ xẻ tỉ mỉ quá mức, không thể hiểu theo nghĩa gò bó, để buộc thơ đi vào logic cứng đơ. Vậy là thơ chết. "Giết thơ mất" Không thể là như vậy được. Tỉ dụ như một người dịch nghĩa từ English sang Việt, hoặc Việt sang English mà ráp từng từ để thành câu, để hiểu, thì điều đó không còn nghĩa lý gì cả, nó sẽ nằm ngoài sức tưởng tượng, nó sẽ phá đi ý tưởng, mất hết ý nghĩa hay, và sẽ có thể rất buồn cười với chức năng, kỳ dị dịch xê của nó thôi... Nhất thiết bạn phải hiểu cái nghĩa bao trùm nó, chức năng nó, cách liên tưởng, tu từ, ẩn dụ, nhân cách hóa, so sánh, hình tượng! Hoàn toàn phải nâng cao cái mỹ quan và mỹ cảm khi ta đọc chứ, v.v...

Trong một bài nào đó người ta có viết *"Đặc điểm của ngôn ngữ thơ không nhất thiết cần tính lô-zic, đôi lúc nó sẽ làm sáo mòn câu thơ, hoặc khô khan, hoặc như cái máy nhã chữ, mất hết tính thơ, năng động thơ..."* Thật là tuyệt diệu nếu như ta cảm được dấu hiệu này, và gạt bỏ được những lề lối của nhược điểm thiển cận kia.

Vâng! Coi ông ta, "thi sĩ ấy" lý luận là "Bài thơ hay nhất của Hữu Thỉnh, lại chính là bài thơ viết... hỏng. Nếu đem phân tích nó sẽ lộ ra những yếu điểm, rất non yếu của một quá trình tư duy sáng tác."

Ông ta lập luận. Người ta nói: «nước chảy đá mòn» chứ không ai nói «gió thổi núi mòn»? "Hình ảnh thơ dùng không đúng nghĩa nên tính lô-gích của ý thơ bị kém đi." Cái nhìn thi sĩ của ông ấy quá là tầm thường thì làm sao tựa sánh với trái tim và ánh mắt nhìn của thi sĩ Hữu Thỉnh mà ông lại nói càn, hoặc ông ta tỏ ra độc đoán, cục bộ duy lý như thế.

Còn đối với câu thơ dưới: ví "em" không phải là "chiều" mà nhuộm anh đến tím. Nghe chừng hình tượng ví von này còn gượng gạo? Ông ta bảo thế. Hiểu thơ của người "vị thi sĩ này." Như thế thì tôi chỉ còn bó tay@.com. (Hi hi.) Còn gì để nói, khi là không hiểu chi thơ cả, hoặc cố tình giả vờ không biết. Tôi cũng khó đi vào sâu được chủ tâm của ông ta, và cũng không thể phân định được, thế giới cảm thơ, hoặc gì gì của một tư tưởng ông ta nữa!

*"Gió không phải là roi mà đá núi phải mòn*
*Em không phải là chiều mà nhuộm anh đến tím"*

Những câu thơ ý vị, đẹp, song đôi và đối lập từng vế, hàm súc và ẩn dụ, so sánh quá hoàn hảo, mà sao ông ta cứ chê thế nhỉ? Tác giả Hữu Thỉnh đã viết:

*Gió không phải là roi...*

*Em không phải là chiều...* Hữu Thỉnh đã cảm nhận qua hình ảnh quá hay, quá sắc sảo! Còn gì nói nữa trời! bó tay luôn!

Nếu tác giả miêu tả em là gió, em là roi.../ Em là chiều thì cũng còn cớ ông ta nói, câu thơ sẽ kém ý vị hơn, không đáng để tôn vinh ca ngợi, nhưng đằng này, câu thơ này rất uyển chuyển: nổi bật như highlight, câu thơ lại khác một trời một vực/ Gió không phải.../ Em không phải.../ Câu thơ phủ định dịu dàng. Song thật nhấn mạnh... Câu thơ đáng tin cậy, là một câu thơ độc đáo, nổi tiếng hay đó chứ! Thật sự bài thơ hay là đòi hỏi mạch vận và bố cục. Ngôn từ vốn liếng có, mà viết rời rạc, viết khơi khơi, ưng chi viết đó, không tinh tế về cấu tứ, hoặc sự vận hành của thơ không khéo léo thì ngôn từ đọc xong trả về ngôn từ, không dễ dàng lưu giữ lại được gì trong tim người yêu thơ. (Hiện tượng làm thơ kiểu này rất là nhiều, chỉ là tán tụng của tản văn, hay mớ đoản văn xuôi, thậm chí là nói đâu đâu ngớ ngẩn mà thôi, không thể là thơ được!) Bởi vậy thơ dễ làm nhưng muốn bài thơ hay và giá trị không dễ chút nào. Thế nên Thơ mới đứng vào vị trí đặc biệt - Thế thượng phong của nó trong các môn nghệ thuật. Bởi vì bài thơ hay không thể mang một tì vết xấu đoản và dở nào? Hoặc giả ta đọc bị ngượng lại, sượng sùng dù một câu, hoặc một chữ. Nó không được chấp nhận một sự cào xước nhỏ nhít nào trong toàn bộ bài thơ. Và điều đó Chính Thơ: mới được gọi là vị Nữ Hoàng. Hoặc Nàng Hoàng Hậu - Rất khó đó các bạn. Tôi có coi một tờ báo, một bài viết tác giả nào hay lắm, đã đưa ra khái niệm và luận giải như thế, hình như tờ báo của C.N - "Vì cái đẹp lỗng lẫy tỏa sáng, tinh anh và sâu đậm của thơ, khác xa những thể loại khác. Thơ và chức năng nó, chứ không phải là truyện tích, hoặc nghệ thuật nào khác hơn, kể cả âm nhạc..."

Rồi. Chúng ta hãy đọc đến bài ***Sang Thu***...

*Vẫn còn bao nhiêu nắng*
*Nhưng:*
*Sương chùng chình qua ngõ*
*Hình như thu đã về.*
*Bỗng nhận ra hương ổi*
*Phả vào trong gió se*
*Sông được lúc dềnh dàng*
*Chim bắt đầu vội vã*
*Có đám mây mùa hạ*
*Vắt nửa mình sang thu*
*Sấm cũng bớt bất ngờ*
*Trên hàng cây đứng tuổi*

Bài thơ này ông ta cũng tru tréo chê dở, và thiên hạ mù, ông cho là như thế. Nhưng rõ ràng đúng là ông muốn chiêu bài "Bày điều đánh lận con đen." Cái cảm thức tuyệt vời mà Hữu Thỉnh đã nhận ra, không phải ai cũng dễ dàng nhìn thấy. Khi ông ta viết ra rồi thì mọi chuyện hình dung ắt không còn khó nữa. Nhưng chưa viết ra lại là khác, hoặc giả ai nhìn cũng có thể thấy vậy, mà diễn tả, cách mô diễn, cách lấy cảm hứng sẽ không được khéo léo như thế đâu, không có duyên tơ thơ hay, thì không thể tả nổi bật được ý tứ. Đó là dĩ nhiên cái hay của Hữu Thỉnh rồi, cái hơn của một tâm hồn thi sĩ, chúng ta phải chấp nhận chứ. Bức tranh "Sang Thu" như vậy là quá đủ, và quá đẹp. Trong tâm thức người đọc, tôi nghĩ số đông người sẽ đồng ý. Còn những người không hiểu thơ, không cảm được thơ, xuyên tạc để bóp méo câu thơ hay, thôi nói làm chi? Hoặc những kẻ đố kỵ với người khác thì nói làm gì, nó vô ích cả! Nhưng cuộc sống vốn dĩ đã là cái phao, thì càng dìm cái phao nó càng nổi lên...

Thơ mục đích của thơ, thì cần cảm nhiều hơn, chứ không phải cần hiểu nghĩa theo một phương thức nào, thơ là phải thấy trong cảm nhận cái mênh mông, cái thi vị xâm chiếm tâm hồn ta, len lỏi vào nội tâm ta, chứ không thể hiểu một sự độc đoán cay nghiệt để gò bó phán xét câu thơ, cắt từng chữ, từng lời, tách ra cắt nghĩa rồi gộp lại, đưa ra như một mệnh đề cạn cợt hoặc mệnh lý bề mặt thô thiển. Thế thì còn gì nói là thơ, người làm ra thơ, sẽ bị đánh phá trở nên vô lý, chán ngắt tâm tư mất! Thơ sẽ diệt chủng thơ, và nhất định không còn đất để làm thơ hay!

*Qua bài thơ **Bóng Mát** hãy đọc xem:*
*Tôi như cây biết giấu lá vào đâu*
*Giữa gió bụi cõi người*
*Nếu giấu lá thì còn đâu bóng mát*
*Bóng mát mà không che nổi chính tôi!*

Bài thơ này được ông ta chê là ẩu, là một lối thơ bất cần tính lô-gich trong tư duy triết lý v.v... Đúng là mọi sự "Thương thì trái ấu vẫn tròn, ghét thì quả bòn hòn vẫn méo.” Có thể lắm, mà tội nghiệp cho người làm thơ chứ!

Dù chỉ là một bài thơ ngắn, những từ ngữ sử dụng đụng lại với nhau trong một bài, song kiểu này có từ hồi Xuân Diệu, Nguyễn Bính, Hàn Mạc Tử, Bùi Giáng... Tuy nhiên vì người biết cách dùng nó sẽ hay, sẽ nhấn mạnh. Không biết dùng, lạm dụng thì nó cũ sáo, cà lăm, dở, hoặc gia tài thơ kém từ vựng mà sinh ra lượm thượm! Cái hay của tài thơ là chỗ đó. Vài câu thơ nhưng vẫn là thơ, là tuyệt ấn, vẫn là ám ảnh hoài người đọc, chứ sao lại khinh không lô-gich? Vì ví được biết, như một cái cây không giấu lá, đó là lẽ tự nhiên mà bóng mát không che nổi chính tôi. “Chính tôi” Ở đây là cái cây nhân hóa lên, và cũng là như một đời của con người, có thể hy sinh vất vả nhưng chưa chắc đã thấp lên được một ước mơ? “không che nổi chính tôi.” Một câu thơ còn vượt qua thơ, để nó lớn lên về mặt văn hóa, nhắn gởi lại một thông điệp, niềm khát vọng có chút nghi ngờ (?) Đó là những câu thơ duy tư cao, hướng thiện. Sao bảo thơ Hữu Thỉnh ấu trĩ? Thật không thể tưởng ngờ, người hiểu quá ngông, như thế chắc người này chưa bao giờ đọc thơ hay của Bùi Giáng, ông nói quanh, nói co nhưng lại là có tiêu điểm chừng mực rõ ràng, hay vô cùng, có trở về chủ đề của nó đó, kiểu theo thơ đó không dễ chút nào, phải có một trình độ uyên thâm, trác tuyệt mới sáng tạo nổi thể thơ này. Sự lãnh hội từ một cái xa để nói cái gần, hoặc ngược lại từ một cái gần gũi để nói lên cái xa xôi ý tưởng. Sao lại mạ lỵ tục tằn với một nhà thơ ý tứ cao siêu? Mà bản thân, nội tại mình thì thơ quá thấp hèn. Thơ Hữu Thỉnh không thể tầm thường, nhưng lại là gần gũi liên tưởng dễ thấy, dễ nhận. Cái hay của thơ Hữu Thỉnh là ở chỗ đó! Bài thơ hay thế chứ, có gì nham nhúa? Toàn là nói xằng bậy. Tôi không biết những người như thế này còn điên đến bao lâu nữa, mà phán ra bao điều, bao từ ngữ xúc phạm ấy.

Thơ hôm nay thế giới mộ điệu thơ đã đổi mới hơn, cách viết sống động, dù trong lặng lẽ, hay sôi nổi nhưng vẫn giữ được tình cảm, trái tim tình cảm, dù biến chuyển mau lẹ, vẫn không ngừng hấp dẫn... Hữu Thỉnh đã đi vào hàng ngũ đó, một trong những số người tiên phong thơ, làm mới cho thơ mới. Thơ rất đặc biệt lạ, đáng yêu! Sao lại chê ta? Đâu cần lê thê lếch thếch dài, lại không có ý tưởng, không dấu hiệu gì về nội dung? Lại càng không thể như một cỗ ti vi cũ kỹ, dám đem sánh với một hàm lượng, với sự tuyệt diệu ra đời của iPhone, iPac sao? Thơ ngắn nhưng vẫn hay, vẫn cứ đẹp, vẫn cứ thơ. Ý nghĩa vẫn hàm rộng, tinh anh... Tôi muốn nói bài thơ ngắn nhỏ nhưng chức năng nó lớn, và dĩ nhiên khi những bài trường ca lại là khác, vì trường ca phải chuyển tải những sự kiện khác hơn. Hữu Thỉnh đã có tới 7 đến 8 trường ca. Mỗi thể loại đều có giá trị khác nhau. Và rất đáng ngưỡng mộ. Tôi đã đọc trường ca của Hữu Thỉnh phần này xin nói sau. Nhưng ở lĩnh vực nào, người sáng tạo cũng phải khơi thủy biết đi, biết tạo ra nó một cách xuất sắc của mỗi thể loại, đặc trưng của nó rất mẫu mực, rất chuẩn ý để ảnh hưởng mê say rung động đến người đọc, hoặc học được bài học gì ở đó, một tác nhân của nó, văn học thẩm mỹ của nó v.v... Đó là điều cần thiết của thi ca. Chứ không phải biết lẩn quẩn những con từ không mục đích, rời rạc. Những người làm ra thơ, những kẻ sống chết với thơ, các nhà nghị luận công tác cho thơ ca, phải hiểu việc này hơn ai hết.

Chúng ta hãy đọc qua, và xem bài thơ Hữu Thỉnh tiếp:

**Mồ hôi đón ngõ**

*Đôi luống thời gian*
*Ai ải mùi đời*
*Hì hục câu thơ*
*Gieo chỗ không người*
*Tấm chăn ngôn từ*
*Dày sao không ấm*
*Thi nhân dậy chưa*
*Gà đang chuyển sớm.*

Đây không phải là bài thơ xuất sắc của Hữu Thỉnh, song nó không thể rơi vào cúi đầu chấp nhận, là bài thơ trở thành khập khiễng như ý ông ta nói, hoặc ý thơ phi lý như những người chê trách sát phạt Hữu Thỉnh kia? Để lấy lại công bằng đây là một bài thơ giàu ý niệm cốt cách, từ tâm cảm thức, nó không hay so với những bài thơ khác của Hữu Thỉnh nhưng không thể buộc nó vào bài thơ khập khiễng được. Như thế sẽ coi như là bị ép, "bị ác quá" với bài thơ! Và không đúng vậy được? Nó vẫn mang một ý nghĩa tượng trưng của thơ và nói được nhiều ý, trong ngôn từ rất gọn. Hai câu cuối lại mở ra một mệnh đề đột ngột. Thơ của Hữu Thỉnh không bị nhàm và không nghèo ý là nhờ đó. Dù bất cứ bài nào, bài thơ trên là một điển hình rõ rệt. Cái ý nó được gởi lại sâu kín cho người đọc, một triết luận sâu xa, một cảm xúc sắc sảo đậm đà. Thơ đó cũng chứng minh cho những người làm thơ ở level tài cao, hiểu rộng!

Và hãy đọc: ***Những người đi lại phía tôi***

*Những người đi lại phía tôi*
*Bao nhiêu bóng mát một lời lá bay*
*Mặc ai xô dạt mỗi ngày*
*Múc đau lòng giếng vẫn đầy sao hôm.*

Thơ quá thánh thoát đẹp, tại sao cho là vô nghĩa, tại sao cho là hoa mỹ chứ? Nhưng hoa mỹ mà đúng cũng nên hoa mỹ, còn hoa mỹ sáo rỗng thì đừng nên. Còn thơ như kiểu "dùi đục chấm nước mắm" thì thơ đâu còn gì nữa để nói!

Tôi thấy người này bóp méo xuyên tạc thơ Hữu Thỉnh, nên tôi muốn viết bài, vì tôi cảm nhận được thơ Hữu Thỉnh hay. Tôi tự coi như một trách nhiệm, hãy góp phần để phản kháng, nên giải luận thơ Hữu Thỉnh, để đẩy lùi xa, và có thể để chống lại những đầu óc hủ lậu, mà cứ đi "complaint" kêu ca phàn nàn người khác, rồi tự phong cho mình "chiếc áo" là hay hơn, giá trị hơn, trội hơn. Tôi cực ghét thái độ đó. Nên phải tôn vinh cái đẹp, và phải ngưỡng mộ người có tài làm thơ giỏi. Chúng ta nên phát huy và cổ xúy một tinh thần rộng lớn. Phải dẹp bỏ rào cản "chỉ thấy mình là hay, và không thấy người khác giỏi hơn" (Ha ha). Dù bất cứ lĩnh vực nào cũng thế. Từ thi ca văn chương, hoặc các địa hạt khác, kinh tế chính trị, văn hóa giáo dục, xã hội tư tưởng v.v... Cũng nên gióng lên "hồi chuông" hạ mình và trọng người trong công việc như thế!

Làm sao mà ý thơ trên của HT phi lý chứ? Hay là một người mù, mà tự cho mình sáng đây! Đáng thương thiệt!

Và những câu thơ Hữu Thỉnh trong bài: ***Người làm mùa***.

*Những gié vàng lại tụ hội vàng tươi*
*Mùa hoàn hảo? Thiên nhiên bầy kiệt tác*
*Sao với ta vẫn chỉ vài nét phác.*
*Tẩy xóa hoài người vẽ mãi chưa xong?*

Người kém cỏi văn hóa không thể hiểu được ý thơ của Hữu Thỉnh, tuy nhiên cũng người bình dân có tâm, có lòng, thì thơ Hữu Thỉnh vẫn nhận cảm được chứ không phải khó lắm. Thơ Hữu Thỉnh nhuần nhuyễn và thuần hậu, ý nhị và miên man, thanh lọc chiết lấy ra từ trong tâm hồn yêu thương rộng mở. Ý thơ, bốn câu thơ, như kể một câu chuyện, giàu ẩn tích, để xót thương cho thân phận mình, chưa được mỹ mãn. Nhưng để hiểu thơ, phải là người không đố kỵ, và nếu như có một bộ óc xơ cứng, chai lì thì không thể hiểu nổi thơ Hữu Thỉnh hay được? Hoặc giả là cố tình làm ra khó cảm nhận vậy thôi. Họ để cố tình bắt lý, bắt tình và bôi nhọ bài thơ vậy thôi. Thật tội nghiệp cho thơ khi người sáng tác đã bỏ ra tim óc để làm đẹp cho đời bằng những câu thơ xuất chúng, mà vẫn cứ bị ném đá, bởi một số lòng tham cá nhân, đã không muốn người khác hơn mình, cứ cố gây dị ứng cho thơ...

Hãy đọc thêm. Tôi lại ví dụ thêm bài: Vô Thanh:

*Tôi ngồi nhặt sỏi đếm buồn*
*Gió đi tìm khói chon von mấy đồi*
*Mây kia ham sự nhất thời*
*Bao nhiêu oan nghiệt mắt người ngước lên.*

Thơ hay, cảm nhận được mối tương quan con người với thiên nhiên, thơ vận hành mới mẻ nhưng mạch văn liền lạch, ý tưởng cao xa vời vợi, mà cũng gần gũi dễ nhìn, với hiện tượng, hoàn cảnh... Như thế thì hay chứ có chi mà lòe đời, mà ông ta thi sĩ kia, bảo thơ Hữu Thỉnh lên tiếng lòe đời, chỉ bản nháp vân vân? Khi có câu:

"*Tôi ngồi nhặt sỏi đếm buồn*
*Gió đi tìm khói chon von mấy đồi*"

Thật đọc lên, đó là bài thơ diễn tả, một tâm tư buồn số phận của một con người, của một tác giả, nhưng vẫn hồn nhiên không lấy gì làm trăn trở cho số phận, dù bất luận như thế nào, chất thơ đã toát ra sự điềm đạm nội tại nhân chủ, điềm đạm và ung dung nhẫn nhục, như có chút thiền kín đáo len lỏi tâm tư... Và "Nhà Thơ Hà Nội" ấy chê là bản nháp, lại là một sai lầm, để làm thơ v.v... Chúng ta phải nghĩ rằng "Thi sĩ có quyền tự chọn bất luận thời gian, sao lại độc đoán người ta đến thế? Ông ấy cho là bản thảo, bản nháp. Bài thơ có lúc làm 5 đến 10 phút, có lúc làm một vài giờ, hay có khi phải hai, đến ba ngày mới mỹ mãn ý thơ, hoặc cả tháng, hoặc giả hơn nữa. Thơ không thể đưa ra chuẩn mực thời gian để buộc bài thơ có mặt như ở trường thi, hoặc như trong lớp học được, đánh giá bài thơ hay, hoặc tệ không phải ở chỗ đó. Mà bài thơ có giá trị thuộc về ý niệm tư tưởng, cùng với sự vận hành văn chương, câu cú mà thôi. Sao lại đem ra bắt tội, để rồi đê hèn chống trả phi lý như thế nhỉ? Lại cứ lấy tên đồng nghiệp ra để vặn vẹo làm thuật đỡ đòn khi khen chê, đó là hạng người tâm mọn, hạnh kém, đức yếu, trí thấp, tài sơ, mà ham danh, ham lợi muốn trục phá người khác. Với một hư danh nào đó thì cũng không nên, điều đó trước mất là chúng ta làm mất danh dự của chúng ta, và tổn thương đến bạn bè ái hữu!

***Qua bài Lời mẹ***

*Tôi bước ra ngoài ngõ*
*Gió thổi. Nước triều lên*
*Đi hoài không gặp tiên*
*Đành quay về hỏi mẹ*
*- Hãy yêu lấy con người*
*Dù trăm cay nghìn đắng*
*Đến với ai gặp nạn*
*Xong rồi, chơi với cây!*
*Tôi lại bước dưới trời*
*Không tiếc mòn tuổi trẻ*
*Đi hoài không gặp tiên*
*Lại quay về hỏi mẹ*

*- Hãy yêu lấy con người*
*Dù trăm cay nghìn đắng*
*Đến với ai gặp nạn*
*Xong rồi, chơi với cây!*

Bài thơ ý niệm và tư tưởng hay như thế, lạ lùng thế, sao "ông ta" lại bảo không nói được gì? Theo tôi, đây là bài thơ hay, không những giàu cảm xúc chân thành mà lối miêu tả diễn cảm khéo léo, đọc dễ in sâu vào lòng! Nó mang âm hưởng không đao to búa lớn, không mang tính chất khoe khoang, cương tỏa, hô hiệu, mà mang chất thơ, với những ngôn từ mật thiết độ lượng, và gắn bó đến người đọc, để tự nhiên hay. Tại sao "ông ta" bảo Hữu Thỉnh tung hứng kể chuyện bừa, đúng là những người vô cảm mà nói chuyện văn thơ, kinh điển học, là không thể được. Nếu không cảm được làm sao thấy sự tinh túy của câu thơ, chắc lọc của văn từ, sáng tạo của khai mới, của tác giả v.v... Chuyện kiếm chuyện đi chê Hữu Thỉnh là "thơ hồ đồ." Tôi không hiểu nổi khi đối xử với cụm từ đó. "Có thể gọi là những đồng nghiệp?" Thật là một chuyện, như một bản án giả mạo, để kết tội người lương thiện. Nếu người thi sĩ đã có những cống hiến to lớn cho thơ ca. Chúng ta không nên làm rối họ như vậy.

Những câu thơ được nhắc lại của Hữu Thỉnh là tiên đề, là nhấn mạnh thêm, là khẳng định ý niệm, cớ sao cho là nhạt nhẽo lẩn quẩn. Một thứ thơ lẩn quẩn nghèo ý, thì nó rườm rà và sẽ khác xa với thơ Hữu Thỉnh chứ! Bài thơ mẹ cũng là một mệnh đề cho chính trong cuộc sống chúng ta: cần phải nhiều hy sinh thử thách, và êm dịu chấp nhận "Xong rồi lại về vui chơi với cây." Ôi bài thơ để lại một hệ quả đón nhận giá như... Và có thể xảy ra, một bài thơ cầm bằng như không, rất tự tại đó. Một lời thơ đẹp hiền, "nhẹ êm, như ru." Đó là cái tao nhã của một tâm hồn trượng phu, theo mạch thơ liên tưởng, liên sự, cởi mở, trút chảy tâm ý... Bài thơ hay chứ! Nhàm nhạt đâu, có lẽ không hiểu, không cảm được câu thơ hay, vì người ta quá đố kỵ đó thôi!

Sang bài: ***SANG THẾ KỶ***

*Sang thế kỷ với con tàu quá rộng*
*Hoa hồng sang, gai nhọn cũng sang*
*Tay vun cây và bão dập mùa màng*
*Sông ôm sóng cả bên bồi bên lở*
*Thương cảm, phản thùng, khoan dung, thớ lợ*
*Vé trên tay thanh thản bước lên tàu*
*Kẻ chậm chân có thể là mây nõn*
*Mải ngu ngơ với chim mới ra ràng*
*Kẻ chậm chân có thể là anh nữa*
*Trái tim cồng kềnh thơ phú đa mang*

Đây cũng là bài thơ hay! Hữu Thỉnh đoạt giải tôi thấy xứng đáng, hà cớ chi mà chê dở, chê không triết lý bề sâu, không có từ hay câu hay. Theo tôi câu nào cũng hay hết cả!

Hữu Thỉnh vô thơ một cách lạ lẫm, câu thơ mang nhiều góc cạnh của ý nghĩ, nó con tàu, nhưng có thể cái gì đó đó, nói con tàu của thế kỷ tượng trưng. Có thể con tàu cuộc đời tác giả và có cả trong mỗi chúng ta. Một hình ảnh mới con tàu như song hành, lại đối lập thu gọn... Là được tác giả chụp nhận, dắt qua câu thơ để sang thế kỷ con tàu song hành:

*"Hoa hồng sang, gai nhọn cũng sang"*

Một câu thơ đơn giản nhưng buộc chúng ta suy nghĩ và nó kéo lại hình ảnh đẹp, lắt léo "sang" và một lần nữa hoa lại song hành với gai nhọn trong một câu. Như vậy, câu được song hành thêm một lần nữa trong chính nó, cú pháp quá hay, cốt cách giản lược mà tuyệt vời, nếu duy tư càng sâu thì câu thơ lại càng hay, ý tưởng hun hút, "*sang*" ở đây có nhiều nghĩa *sang* vừa là đi... di chuyển của động từ, *sang* vừa có thể là tính từ trong câu, sang đẹp... Nghĩ thường tình thì nó cũng ý nghĩa rồi, nghĩ cao siêu thì nó lại hay hơn, giá trị hơn, trí tuệ hơn. Thơ hay là đòi hỏi như thế đó. Phải có mình trong đó, phải có người trong kia. Có chủ nhân, chủ quan và khách quan, thế giới quan nữa...

Phải chăng thấy người đẹp mà cứ chê xấu cho bỏ ghét. Chuyện này thiết tưởng không nên lắm! Tôi chỉ đưa ra một vài luận ý để lý giải vì họ đã công kích chê những bài thơ

Hữu Thỉnh thôi. Tôi chỉ phản biện và đưa ra những minh chứng cảm nhận. Tôi không có tính chất luận nhiều. Vì bản chất thơ vốn tự nói lên để rồi cho người đọc tự khám phá ra thêm nhiều ý tưởng. Mà nếu luận "Cho một đời người, một xã hội, cho bài sang thế kỷ" Thì tôi có thể viết cho bài thơ này tệ nhất năm trang. Riêng cho chính nó. Bài thơ được khép lại nhưng dư âm không khép, ý niệm thơ lại chan chứa, mênh tỏa. Thơ rất mới, cả nội dung và hình thức biểu đạt, phong cách. Song không có gì khó hiểu, hoặc xa vời, mà rất sâu sắc với nội tâm chủ thể. Đọc lên rất gần gũi, gởi lại ta nhiều liên tưởng. Là bài thơ hay, bài thơ xuất sắc. Tôi chỉ nói gọn bài thơ này đến đây và dừng lại bài này.

Bây giờ hãy đọc thêm bài:

***THƯƠNG LƯỢNG VỚI THỜI GIAN***

*Buổi sáng lo kiếm sống*
*Buổi chiều tìm công danh*
*Buổi tối đem trí khôn ra mài rũa*
*Tỉnh thức*
*Những hàng cây bật khóc*

Người ta, anh em một bằng hữu một thời với Hữu Thỉnh cũng phản kháng chê dở, bôi nhọ, nhưng đó là bài thơ hay, chỉ về một đời người. Đúng là "thương lượng với thời gian" Sự mô tả làm việc cố gắng, cộng hưởng theo chu kỳ. Sáng, chiều, tối. Tác giả thả gọn bằng những câu chữ như nói chuyện đơn giản, song lại mật khẩu của danh ngôn, lại là triết học của tâm tư, lại là đãi ngộ nơi bến tâm hồn... Thơ thế là có chỗ đứng, là tuyệt vời quá. Hãy để ý đi đến kết thúc một câu bất ngờ không cần diễn giải gì hơn:

*"Tỉnh thức*
*Những hàng cây bật khóc.*

Rất mộc mạc. Cây đã trở nên có hồn có tâm, nhân hóa như người, dễ thương, dễ cảm động. Cây trong thơ của Hữu Thỉnh luôn góp mặt trong đời sống con người chia vui, xẻ buồn, mà chính con tim tác giả đã nối liền, liên kết với thiên nhiên, và nhìn thấy linh hồn của nó, hòa nhập để biểu hiện cao một sóng thơ, mà vẫn tự nhiên chẳng chút gượng gạo, chẳng chút ép uổng, thế là hay rồi. Chúng ta nên công nhận, thơ nói lên nhiều thứ như thế, sao lại bảo không nói được gì? Chán nỗi thế thái nhân tình hiểu thơ, hoặc không muốn, cứ muốn làm rối lên và cứ muốn đi chậm lùi, để hiểu thơ theo "cách riêng khí phách cá nhân," thì đành chịu thôi. Tuy vậy, thương lượng thời gian ắt hẳn sẽ có tiếng nói mãnh lực từ trong bản thể của thơ, chúng ta phải chấp nhận thơ Hữu Thỉnh cấu trúc rất đơn giản đó, nhưng không phải dễ làm, bởi sóng thơ cao, sâu và hay!

Và chúng ta hãy nhận xét. Bài thơ cuối cùng của tập thơ "Thương lượng với thời gian"

***MỘT MÌNH***

*Xa em đói tiếng, đói hình*
*Trời xanh với chỉ một mình trời xanh*
*Nghe giờ nén nhớ trong anh*
*Gấp đêm làm gối chẳng thành giấc em*

Họ cho rằng bài lục bát bốn câu này cũng nằm trong "nhạt" của thơ Hữu Thỉnh. Nhưng với tôi thì cho rằng phong cách thơ thế thượng phong của Hữu Thỉnh, cách làm thơ độc đáo, hay! Chỉ có bốn câu song thấy một tình yêu mãnh liệt, như đã làm cho người mình yêu khổ sở biết chừng nào "Xa em đói tiếng, đói hình" Một khao khát bị mất mát trong vùng vắng xa... Một cung đoạn yêu đương se thắt. Một vùng sóng "cháy đói." Thật sự một cái đói rất dễ thương, rất thao thức của tình yêu. Đói, nén, gấp, những động tính từ có sức gợi tả tâm trạng trong yêu rất lãng mạn, rất đẹp và rất thực, lại rất duyên dáng, lênh láng tình nhau... Kết thúc một câu thơ giàu mộng tưởng dù có chút hư huyền, nhưng hay. Thơ không chút hư huyền thì làm sao có thơ hay? Nhà thơ Hồ Dzếnh từng viết như:

*Tình chỉ đẹp khi còn dang dở*
*Đời mất vui khi lỡ hẹn câu thề.*

Bây giờ hiểu nghe được Hữu Thỉnh than thở trách yêu:

"*Nghe giờ nén nhớ trong anh*
"*Gấp đêm làm gối chẳng thành giấc em-*

Như thế cũng đã chân thật đủ nghĩa, đủ sáng tạo, chẳng

thể nào nhàm nhạt, với ý mộng hồ đồ kẻ chê trách? Vì ý thơ bay lượn trong đam mê, thơ tình yêu cháy bỏng. Một tâm sự, một nỗi niềm miêu tả như vậy, không phải ai cũng dễ viết được, dù cách viết rất đơn giản, song tâm tư giàu có của tình yêu không đơn giản chút nào! Hay lắm là chỗ đó, tự nhiên, gần gũi thân mật là chỗ đó, mà lại bất ngờ không thể chê được. Lời thơ như thì thầm chia sẻ, giản dị, thâm tình. Đó là nói công bằng cho bài thơ trên!

Hữu Thỉnh có những bài thơ hay nhưng cũng có một số bài rơi vào bình thường, thi sĩ nào cũng thế. Song nói thơ Hữu Thỉnh dở thì không thể nói như thế được. Tôi có đọc Trường Ca Biển của ông. Tôi cho là có nhiều bài hay không thể tưởng! Nhất là trường ca 2 và trường ca 5. Để kết thúc bài viết nơi đây, tôi có thể kết luận. Nói về thơ tự do và thơ hiện đại mới, thơ cách sáng tạo mới, thì tôi chỉ thấy thơ Du Tử Lê, Tô Thùy Yên, Thanh Tâm Tuyền và bây giờ tôi lại bắt gặp thơ Hữu Thỉnh nữa, là đúng thơ hay cách sáng tạo mới, sau một trào lưu trước kia đã cổ xúy. Còn lại bao nhiêu hiện giờ cũng bắt chước làm thể loại này, nhìn tên không cũng đủ ngộp mặt, chắc lên tới hàng ngàn trăm, hay hàng vạn ngàn người, kể cả các trang web cho là uy tín nổi tiếng cũng có mặt. (Không sao vì đó là mở rộng sân chơi và tự do thách thức...) Nhưng tôi đọc cũng chỉ là cứng xơ, như mảnh gỗ ghép, hay đá cuội trơ trên... Bởi nó không thoát ra được cái hồn hay, không có chi nhuần nhuyễn của bút pháp một thi sĩ, của phạm trù thơ ca, vì không chuyển tải được sâu kín của phần tâm hồn. Hay nói một cách khác, tâm hồn người viết rỗng tếch quá chẳng có gì. (Chữ ơi là chữ, nói ơi là nói quá dài, nhưng "như qua cầu gió bay mất." Không thấy thơ ở lại trong lòng độc giả day dứt, hoặc bâng khuâng được.) Chỉ có ba vị kia và một Hữu Thỉnh hôm nay thì thành công thể loại này.

Tất nhiên các bạn có thể thích khác hơn tôi, với những người khác còn lại, nhưng tôi có quyền nói cái tôi thích. Vì như đọc thơ Hữu Thỉnh xong, tự động nó đọng lại trong lòng mình một cái gì đó rất thơ, rất đẹp, rất là khó quên những ý tưởng thơ ông đem đi, để dẫn gởi vào tâm hồn ta...

Theo tôi một cảm nhận lớn, hồn thơ Hữu Thỉnh rất mới- tha thiết nồng nàn, đôi lúc vẫn đau thương, mà vẫn cứ hồn nhiên như con tim máu chảy về nguồn, và vẫn yêu người, yêu đời bước đi trong hướng tới /*

HDT. Viết trong Autum 2015-------------

## MỘT HUỆ THU TRONG CÕI THƠ

Huệ Thu là một nhà thơ nữ ở hải ngoại. Tiếng thơ chị đã làm xốn xang bao bạn đọc, ái mộ đam mê. Và giới phê bình văn học thừa nhận khen ngợi... Hết lòng trân quí! Với một người yêu thơ chị đồng thời là một người em được chị dìu dắt. Cùng cộng tác với chị nơi nhiều trang web. HDT xin gởi đến chị cùng các bạn đọc lời cảm nhận "Một Huệ Thu Trong Cõi Thơ Chị"

Huệ Thu đến America, từ vùng đất yêu dấu của xứ sở Đà Lạt, xứ sở của sương mù của ngàn hoa dã quỳ, hoa hoàng hậu, hoa anh đào. Nên thơ chị mang khí chất lãng mạn kiều mỵ, tha thiết gần gũi, và rung cảm chân thành. Chị đến định cư tại Mỹ từ miền đất Đà Lạt cao nguyên. Hay nói đúng hơn chị rời Đà Lạt miền đất chôn nhau cắt rún, để đến bến bờ của quê hương thứ hai chắc cũng một lý do bất đắc dĩ nào đó. Nên đầu tiên tôi muốn nói tiếng thơ tha thiết nhớ quê hương trong lòng chị, và tình yêu cha mẹ vẫn cứ sâu thẳm trong chị.

Một nữ sĩ Huệ Thu một gương mặt sáng giá cho thi ca, một cõi thơ với chất thơ đẹp, sức sống... Chắc các bạn yêu thơ Huệ Thu không thể lu mờ một Huệ Thu ở những bài thơ yêu thương đất nước nồng nàn, nhớ về Đà Lạt thân yêu với những bức tranh màu sắc hiện về. Qua cây bút trào dâng nỗi niềm - Của một người viễn xứ...

**Nhớ Đà Lạt**

*1*

*Quê Hương, trời! Thao thức không tên **
*Một tiếng rao quà mới cất lên*
*Đà Lạt mây xưa mờ trước cửa*
*Trại Hầm Mận ngọt lịm nhà bên*
*Chép thơ trong lớp lòng ngơ ngẩn*
*Cởi áo qua cầu nỗi nhớ quên...!*
*Một chút nắng vàng trên lộ vắng*
*Rưng rưng ngày ấy thác Prenn*

*2*

*Những lúc bên đường ngơ ngác trông*
*Xe như là nước chảy xuôi dòng*
*Nào bè bạn cũ nào hoa cỏ*
*Cũng đất trời này, cũng núi sông*
*Thiếu tiếng chim gù trên mái rạ*
*Đâu hồi chuông đổ buổi tàn Đông ?*
*Chị em chợt nhớ xưa Đà Lạt*
*Trên dốc đồi cù mấy rặng thông...*

*4*

*Hoàng Triều Cương Thổ những ngày xưa*
*Tóc xõa chiều hôm trước bụi mưa*
*Tiếng quốc canh sương nghe nhớ quá*
*Lá thư trước cửa thấy vui chưa*
*Áo bay dốc vắng hình như thiếu*
*Xe rộn chiều hôm lại vẫn thừa*
*Lưu bút đã phai màu mực tím*
*Ai người năm cũ gửi lời thưa...*

*5*

*Bạn cũ ngày xưa, có những người*
*Như chim tan tác bốn phương trời*
*Cầm bàn tay nhỏ lòng tha thiết*
*Ăn quả me chua nhớ tuyệt vời*

*Cái nắng Ca Li sao đủ ngọt*
*Mối tình Đà Lạt lại thêm tươi*
*Chị kia, em ấy bây giờ lớn*
*Có nhớ giùm nhau những cuộc đời... ?*
*6*
*"Mày hãy cho tao đọc ké thơ*
*Để nghe ấm áp những ngôn từ..." ***
*Thời xưa ! Mới đó, đà xưa nhỉ !*
*Nước Mỹ bây giờ đã định cư*
*Vẫn nhớ đồi thông Đà Lạt cũ*
*Hôm nay đổ lại tự muôn phương*
*Ta đem nắng của ngày thơ ấu*
*Làm ấm Houston những chặng đường*
*Ta ép tuổi thơ trên gối mộng*
*Đồi thông lại nhớ mảnh trăng non...*
*7*
*Vẫn dân Đà Lạt thuở ban đầu*
*Mảnh trăng hồ mộng không tìm được*
*Con dốc Hàm Nghi có nhớ nhau?*
*Có hôm gặp gỡ tình cờ*
*Đứng trên nước Mỹ lại ngờ Việt Nam*
*Nhớ từ ngọn núi Chứa Chan*
*Hồ xưa sao lại Thở Than hở hồ ?*
*Sân trường còn chiếc lá khô*
*Rụng từ dĩ vãng mà chưa hết buồn !*
*.........*
*10*
*Trèo lên cây bưởi hái bông hoa*
*Bước xuống vườn sau bát ngát cà*
*Cái nụ tầm xuân vừa mới nở*
*Vầng trăng mười sáu sáng bao la...*
*Những câu Quan Họ chưa hề mất*
*Một tiếng chào nghe đã thấy xa*
*Ơi nhỉ tiếng ru nghe đứt ruột*
*Tiếng ru ngày ấy cứ như là...*
Huệ Thu

(*) muốn không sai luật thì câu này viết:
"Quê hương thao thức nhớ không tên"
nhưng vì ht muốn viết như thế dễ nhấn mạnh ý mình.

(**) ht và số bạn cùng lớp ngày xưa vẫn còn gọi tiếng thân thương tao mày!

Với mẹ Nữ Sĩ Huệ Thu luôn là ưu tiên cho thơ viết:

***Nhớ Mẹ***

*Mẹ ơi ! Con nhớ Mẹ vô cùng*
*Nỗi nhớ riêng, còn nỗi nhớ chung !*
*Hai chữ sinh thành khôn báo đáp,*
*Tấm lòng trời bể đã bao dung*
*Thoảng làn gió lạnh xa muôn dặm,*
*Nhìn cánh mây bay cách vạn trùng.*
*Con mới về thăm năm tháng trước,*
*Mà sao nước mắt đã rưng rưng !*

***Nhớ Mẹ 3***

*Mỗi lần ai nhắc Mẹ*
*Tôi lại muốn trở về*
*Ba mấy năm ở Mỹ*
*Tôi vẫn còn "nhà quê"*
*Thường nói như nằm mê:*
*"Má ơi! Con bé tí!"*
*Soi gương mặt bí xị:*
*"Mẹ và con quá xa..."*

*Mẹ tôi giờ quá già*
*Vẫn còn thừa nước mắt*
*Điện thoại nghe Mẹ khóc*
*Tôi ước gì lên ba*
*Tôi cũng đã khóc òa*
*Ướt bờ vai áo Mẹ!*
*Tấm áo thời gian xé*
*Mẹ vá đụp vá đùm...*
*Ôi chào ba mấy năm*
*Tôi tính thầm nát dạ*
*Mẹ, tôi gọi bằng Má*

*Kỳ quan trong đời tôi*
*Có bao giờ mưa rơi*
*Mà kỳ quan đó sụp?*
*Có bao giờ nắng rớt*
*Mà kỳ quan đó tan?*

Và chúng ta không thể quên một thể thơ vượt trội của chị mà trên đất Mỹ này khó ai theo kịp chị, đó là thơ Đường Luật. Có thể nói chị là cây viết mạnh và xanh trong thơ Đường Luật. Viết rất đẹp trong thơ Đường Luật, cả hai phương diện xướng và họa. Thơ Đường Luật là một loại thơ khó làm và đòi hỏi nhiều trí tuệ, kiến thức hổ trợ thống nhất, bố cục, tình tiết, câu cán, và nhiều thứ niêm luật khác v.v... Nhưng chị thành công. Và chị đã thành công vượt trội luôn cách xử dụng đối câu, đối xứng, đối ý, đối lời một cách đáng nể... Thơ Đường Luật nghiêm ngặt bởi quy ước của cấu trúc. Song cái thần của bài thơ vẫn mượt mà hàm súc khó ai, nữ sĩ thơ Việt Nam ở Mỹ theo kịp chị. Để chứng minh HDT xin gởi đến những bài thơ Đường Luật có tính chất liên hoàn này mời các bạn thưởng thức:

***Tình Thu 1***

*Tóc rối bờ vai em đứng đây*
*Trời cao xanh ngắt mấy tầng mây*
*Phải vì trời trở sang Thu lạnh*
*Hay tại lòng thêm tháng Nhuận đầy!*
*Một tiếng chim gù trong bụi trúc*
*Mấy con bướm lượn dưới lùm cây*
*Ta về tưởng cỏ xanh bờ củ*
*Hoa cúc vàng trong mấy chậu gầy*

***2***

*Hoa cúc vàng trong mấy chậu gầy*
*Còn tìm đâu nữa vẻ thơ ngây*
*Phù sinh nghĩ đến thêm đòi đoạn*
*Vô dụng càng buồn với cỏ cây*
*Làn gió ngày nào nao nức đợi*
*Vầng trăng thuở ấy lửng lơ đầy*
*Trời ơi ! Người đẹp muôn năm cũ*

*Vớt lại làm sao mái tóc mây ?*
***3***
*Mái tóc mây buồn dưới gốc mai*
*Nào ai còn có nhớ thương ai*
*Trời cao dẫu xếp ngàn câu mệnh*
*Để hận còn nguyên một chữ tài !*
*Chưa nối cái say vào cái nghiệp*
*Tóc thề vừa mới chấm ngang vai*
*Cho nên em dẫu không nghiêng nước*
*Tan nát lòng nhau tiếng thở dài!*
***4***
*Tiếng thở dài em lạnh tầng mây*
*Rượu chưa kịp uống đã vờn say*
*Câu thơ dạo ấy đành chưa viết*
*Món nợ ngày nào trót cũng vay*
*Người ấy không thương sao lại nhớ!*
*Cây nào có gió chẳng thèm lay*
*Tiếc chưa tha thiết câu tương ngộ*
*Để khổ cho nhau mãi thế này!*
***5***
*Mãi thế này đây chén đắng cay*
*Ngàn trùng thôi kệ cánh chim bay*
*Hoa đào trước cổng lòng chua xót*
*Cành trúc bên đình gió lắt lay*
*Chỉ tiếc mãi tìm câu hạnh ngộ*
*Nghĩ buồn cho ngọn gió heo may*
*Ai về biết có vì Thu lạnh*
*Hãy nhớ giùm nhau cái nắm tay…*

Huệ Thu một cõi thơ rất lạ. Nếu chúng ta không nói qua một điều nữa là vẫn còn thiếu sót? Đó là thể thơ lục bát của chị. Một dòng thơ lục bát nhẹ nhàng gợi cảm lả lướt, và đầy yêu thương sáng tạo của riêng chị – Chúng ta hãy lần lượt đọc nhé:

***Lục Bát Bình Minh***
*Con chim hót chẳng vô tình*
*sáng ơi đẹp quá, bình minh dậy rồi…*

*và tôi, tôi cũng dậy thôi*
*cảm ơn chim hót những lời dễ thương*
*Sáng nay tôi chắc không buồn*
*hình như hoa nở trong vườn. Đang thơm*
*tôi vòng tay chặt. Tôi ôm*
*gối chăn bên cạnh sợ hồn bay đi...*
*Tôi nằm trên phiến đường thi*
*nghe thơ lục bát nói gì rất xa*
*tiếng lòng ai nhỉ. Thiết tha*
*muôn năm thơ vẫn mặn mà. Phải không?*
*Tiếng chim cao vút mênh mông*
*tiếng thơ tôi lượn một vòng cửa gương*
*mặt trời trong mỗi hạt sương*
*long lanh như ngọc lăn tròn tới đâu?*
***Lục Bát Trưa Thu***
*Thứ Năm buồn lạ ôi buồn*
*phải chi là nước về nguồn hóa mây*
*phải chi là chiếc lá bay*
*tên tôi Thu. Nỗi buồn này. Đứng yên!*
*Tên tôi là nợ là duyên...*
*thứ Năm buồn đến nỗi mềm tóc rơi*
*bấm bảy con số nghe chơi*
*tiếng chuông vọng lại không lời hỏi han*
*Thứ Năm có chiếc lá vàng*
*bỗng dưng rơi xuống bên hàng giậu thưa*
*phải chi có một giọt mưa*
*để tôi nghe lạnh buổi trưa rất tình...*
***hoặc bài:UG***
*Ước gì ta hóa cành mai*
*Mùa Xuân hoa nở, mắt ai ghé nhìn*
*Ước gì ta hóa mái đình*
*Ai qua đếm ngói, thấy tình vô biên!*
*Giận chi mưa ướt mặt trời*
*Sáng nay buồn quá, tôi ngồi ngó mưa*
*Nghe lòng buốt lạnh như thơ*
*Nghe thương chi lạ những tờ giấy thơm!*

Bất cứ cái gì đến với Huệ Thu cũng trở thành thơ cả.

Chúng ta nghĩ gì thơ? Có phải Thơ là một yếu tố sáng tạo đặt lên hàng đầu sử dụng, câu, ngữ, hình ảnh... Thơ nữ sĩ Huệ Thu- Chị là biểu hiện thơ trong cách nhìn có mới, phương thức mới, đọc lên lan tỏa chiều rộng sức quyến rũ, lắng xuống độ sâu giao cảm âm hưởng, và tác động của bề dày xúc tác, giàu ý nghĩa và hình ảnh lồ lộ trong mê ly thách thức...

Cố nhiên thơ chị không phá hủy cũ. Giữa cũ, mới đan xen. Phương pháp này chị nổ lực trong sáng tạo, nên thơ chị không còn biên giới cũ và mới. Theo tôi thì thơ chị không phá cũ tạo mới, mà là kết hợp nhuần nhuyễn cũ mới nên thơ đọc có chất truyền cảm mạnh, thuyết phục cao, không rời rạc, mà vô cùng chặt chẽ trong sức diễn đạt biểu cảm của riêng chị... Tuy nhiên để kết luận về chị, thơ Huệ Thu, giới yêu mộ văn chương và giới phê bình văn học vẫn coi Nữ Sĩ Huệ Thu như là một hiện tượng "Về thơ tân hình thức gương mặt thơ chị, vẫn là danh sách đi đầu của nền thơ sáng tạo tân hình thức."

Các bạn đọc và giới phê bình thơ văn- văn học bốn phương đã quá nhiều mỹ cảm với thơ chị. Nói về thơ chị. Với những đóng góp sáng giá cho nền thơ ca tiếng Việt tại hải ngoại. Song tôi chỉ là một người yêu thơ nên viết ra bài này để mục đích chia sẻ niềm đam mê khi đọc thơ nữ sĩ "Một Cõi Thơ Của Huệ Thu." Tôi viết sẽ còn giới hạn rất nhiều với công trình chị đóng góp. Mong chị và các bạn yêu thích văn chương nói chung và thơ ca nói riêng, hãy thông cảm với lời chia sẻ chân tình nơi tôi. Lời cuối cùng tôi muốn nói là Huệ Thu. Huệ Thu !!! Với cái tên với một bút hiệu vừa trong trắng cao sang, vừa gần gũi lịch lãm, vừa trang nhã mặn nồng. Tôi rất thích bút hiệu của chị. Phải chăng ông cha ta đã có câu "Thương nhau thương cả đường đi lối về." Tôi chắc không ngoài ngoại lệ đó nên thích cái tên Huệ Thu vô cùng.

Huệ Thu là tác giả Trần Bích Tiên ***"Nói với em lớp sáu"*** mà được giải thưởng thi ca "GPX" cùng với lời bình của Võ

Phiến vào 1972. Và những năm tháng thời gian được giáo sư Trần Văn Khuê trong một bài viết, ông cho rằng Huệ Thu Là Nữ Hoàng Của Thơ Lục Bát.

HDT. Viết năm 2013 */*__________

## TIẾNG THƠ CỦA MỘNG CẦM- HX

*MCHX: Mộng Cầm Hương Xưa

Ngày tôi đến với Hương Xưa đọc thơ nữ bút danh Mộng Cầm lòng tôi như dậy lên một nỗi niềm yêu thương Mộng Cầm thuở dòng thi ca - Mộng Cầm của Hàn Mặc Tử (1936 -1938). Một dòng thơ lãng mạn làm tôi ngây ngất yêu thương trong chan chứa...

*"Cho nên không thể nói không yêu.*

*Mà nói rằng yêu, yêu rất nhiều"* (thơ Mộng Cầm- của Hàn Mặc Tử.)

Nhưng không, Mộng Cầm của HX, là Mộng Cầm của hôm nay. Tôi tĩnh tâm và biết Mộng Cầm, của hôm nay: Tên thật HỒ THỊ MỘNG CẦM- sinh quán AN NHƠN ở THỊ XÃ AN NHƠN- BÌNH ĐỊNH. Và là một trong những thành viên chung chân gánh vác "Cao trào của nhóm thơ Hương Xưa Bình Định quê tôi." Như một chút duyên số đã vận vào, như bị ảnh hưởng bởi cái tên cho chị một chất tố thơ điềm đạm dễ thương, chín chắn và sâu nặng. Tôi nói có ngoa chút xin các bạn lượng thứ bởi khi yêu ai, mình có thể trang điểm cho khuôn mặt bạn mình thêm hương sắc một tý (?), Nhưng tất yếu, tôi không dám nói ngông và thêu dệt như một mẫu bánh mì tạo giả... Điều đó khó làm. Tôi rất hiểu là như vậy...

Để trình bày cho một nhận định về thơ của Mộng Cầm (MC) hôm nay, tôi thấy mình thật vui mà lẫn có cảm giác ngược lại. Vì thơ của MC hôm nay bàng bạc đầy chất tố buồn, dầu phong phú và đa dạng. Thơ chị được chia ra làm ba đề tài chính: mãng thơ tình, mãng thơ cho cha mẹ và thơ cho bạn bè. Chúng ta thử làm quen một bài thơ tình MC nhé:

***Bến Trăng***

*Đêm nay Phụ Ngọc lối về*
*Trăng rơi vàng võ bốn bề sông xưa*
*Bến sông trăng đổ nhạt nhòa*
*Tình em cất giữ vỡ òa nơi mô*
*Sớm chiều một bóng bơ vơ*
*Trở về chốn cũ còn trơ chỗ ngồi*
*Trăng rơi em luống ngậm ngùi*
*Lăn tăn gợn sóng trăng vùi vỡ đôi*
*Mối tình thơ cũ đầy vơi*
*Người đi xa xứ một đời tan hoang*
*Đời trai nhuốm bụi phong sương*
*Gánh gồng nỗi khổ đoạn trường nhớ ai*
*Vắt tình thay rượu đãi người*
*Ngày đi có nhớ nụ cười tiễn đưa*
*Quán bên sông một chiều xưa*
*Hoa xoan tím rụng gió mưa phũ phàng*
*Em về nhặt cánh hoa tàn*
*Chờ người hôm cũ võ vàng bến trăng!*

Đây là một bài lục bát thuần túy. Về cấu tứ ngữ pháp, có những câu không được ăn vận lắm, nhưng hay vẫn hay, vì Mộng Cầm hiểu không cần trói buộc, hoặc gò bó để ghép chữ, làm cho câu thơ sẽ vô nghĩa, sáo rỗng. Điều đó lục bát vẫn được chấp nhận lâu rồi, kể cả thi hào Nguyễn Du, thi sĩ Nguyễn Bính, thi sĩ Nguyên Sa, thi sĩ Xuân Diệu v.v... Những bài thơ nổi tiếng của họ, cũng có như sự lạc vần một chút mà ý rất hay, tư tưởng hay vẫn cứ hay, chất thơ hay vẫn hay, vẫn được công nhận và xứng đáng.

Nói về MC -HX qua bài "Bến trăng" thơ chị đã vô đề một cách rất tự nhiên, nhẹ nhàng giới thiệu được thời gian, không gian của bài thơ, nét khái quát một vài đặc sắc đêm Phủ Ngọc. Bến sông, trăng rơi, tình em, để rồi nói: lối về, bốn bề song thưa, nhạt nhòa vỡ òa, nơi mô v.v...

Cách diễn cảm đi theo một tuần tự, làm người đọc, được hình dung dễ dàng. Bốn câu thơ, mà thơ vẫn thơ, tình cảm lênh láng trong nội tâm, tình nhớ nhung, xa vắng, đau thương, chất ngất, và toàn bài thơ câu nào cũng lay động lòng người, cảm hóa được độc giả, để họ gieo mình thâm nhập, như chính họ muốn chia sẻ ý niệm cùng tác giả:

*Vắt tình thay rượu đãi người*
*Ngày đi có nhớ nụ cười tiễn đưa*
*Quán bên sông một chiều xưa*
*Hoa xoan tím rụng gió mưa phũ phàng.*

Rõ ràng MC đã sử dụng lối văn tao nhã, từ ngữ tự nhiên, pháp cú nhiều cô đọng, nhưng không kém phần lãng mạn, để thực hiện hai câu kết:

*Em về nhặt cánh hoa tàn*
*Chờ người hôm cũ võ vàng bến trăng...*

Thơ chị mạch lạc, tự nhiên trôi chảy, ít làm dáng, ít khoa trương, cũng không sử dụng từ ngữ khó hiểu để người ta nhọc trí, thơ như thế sẽ ra "thở thờ thẫn" và mất phong vị của thơ. Vì THƠ có nghĩa là đẹp, là TỰ NHIÊN. Tuy nhiên cũng phải hiểu rằng chị không dễ dãi, đụng đâu ném đó, viết đó, bằng những từ ngữ buông bừa gắn gíu làm hỏng một bài thơ? Và người ta hay nói rằng "đẹp như thơ." Có nghĩa là thánh thoát, lưu loát, siêu thoát, trang nhã hút hồn, mê ly thơ mộng v.v... Đó là người ta yêu thương thơ, và ý vị lên, cốt cách của thơ... Họ yêu thương chất thơ như thế, băng qua mắt họ, tâm hồn họ cảm nhận. Chẳng phải là cái hay của thơ MC trong hôm nay ở HX sao? Hãy đọc tiếp một bài thơ tình của chị:

***Nguyệt cầm***

*Chiều nay Bình Định mưa rơi rơi*
*Hoàng Thành sũng ướt lòng tôi thật buồn*

*Ngẩn nhìn những cánh hoa rơi rụng*
*Tan tác trong mưa rã cánh tàn*
*Tiếc thương ai một kiếp hồng nhan*
*Gặp người tri kỷ tri âm kết tình*
*Giờ xa lắc nơi phương trời nhớ*
*Một con người lận đận chốn núi rừng*
*Gia Lữ mây giăng mù tứ phía*
*Nha Trang buồn ngọn sóng có bạc đầu*
*Khắc khoải lòng ai đêm trăn trở*
*Lạc Dương sầu cỏ úa cả tâm tư*
*Bình Định_Nha Trang đôi khoảng cách*
*Hai tâm hồn vụng dại níu thời gian*
*Bao giờ gặp lại Người Thơ ấy*
*Bày tỏ tri âm họa khúc Nguyệt Cầm.*

Thường thơ tình yêu chị luôn gắn liền với vị trí Bình Định dấu yêu, và cầu Phủ Ngọc là số một. Hai địa danh đó luôn có, và hiện hữu nhiều trong chị. Thơ chị có mật độ rung cảm chân thành với quê hương, dòng cảm xúc chạy qua trái tim chị như dòng sông, con suối, bến cầu, chạy trên dãi đất quê mẹ, quê ta... Tôi đọc lòng nghẹn ngào vì hồn thơ mang chất nữ tính hiền hậu đam mê trong dòng "Sữa mẹ Bình Định" Bình Định của mến yêu. Rõ ràng không thể nào rứt chị ra được trong cảm xúc...

Thơ chị là những bài thơ ý nghĩa về nội dung, mang một hình thức cao đẹp đáng quý. Một người thơ của Mộng Cầm hôm nay!

*Phụ Ngọc Lối Về. Tan hoang xơ xác*
*Lụt bão đi rồi trắng nước mênh mông*
*Ghé lại thăm lòng xé nát âm thầm*
*Đâu còn nữa dòng sông đầy thơ mộng*
*Đâu còn nữa bao lần ta thơ thẩn*
*Làm thơ tình thả trên cánh bèo trôi*
*Nước bây giờ trắng đục ghế ta ngồi*
*Đâu còn nữa khung trời bao dấu ái*
*Phụ Ngọc Lối Về. Thênh thang cỏ dại*
*Xơ xác điêu tàn cơn lũ vừa qua*

*Khách phương xa đã bao lần ghé lại*
*Thật ngậm ngùi thương tiếc nỗi xót xa*
*Hoa xoan tan tác từng cánh rã rời*
*Nhuộm màu tim tím héo úa tình tôi*
*Giờ đây lối cũ ta buồn nhung nhớ*
*Trắng cả dòng sông trắng cả nỗi lòng* *

Cái hay của chị, đọc thơ chị ta cảm động tự nhiên, tự nhiên cảm động như cuộc sống và hơi ta thở, nó đều đặn và không có chút chi là gượng gạo hoặc tô trét về bề ngoài. Thơ tự nhiên như thế mới đi vào lòng được, bằng không nó sẽ ngược lại thôi, sẽ không đi vào lòng, không thuyết phục ai, vì nó thiếu tự nhiên, vì nó bị giả tạo... Thơ chị về sự lan tỏa ý niệm của câu thơ, vì nó có cốt cách thật như nói trên: dù thơ tình yêu hay quê hương, bạn bè hoặc cha mẹ... Chúng ta thử đọc một bài thơ chị về cha mẹ, nhất là mẹ:

***Khắc Ghi Ơn Mẹ***

*Quê nghèo một nắng hai sương*
*Đôi vai trĩu nặng mẹ buông tình đời*
*Mùa về hạt lúa vàng rơi*
*Đem ra mẹ đổ mẹ phơi nắng vàng*
*Nuôi con khôn lớn rỡ ràng*
*Mồ hôi mẹ thấm dọn đàng con đi*
*Tình nầy con mãi khắc ghi*
*Công ơn của mẹ ôm ghì trái tim*
*Bây giờ con đã lớn khôn*
*Công danh rạng rỡ mẹ mòn gót chân*
*Mẹ nuôi con lúa đòng đòng*
*Mồ hôi mẹ nhỏ ròng ròng mắt cay*
*Công thành danh toại bao ngày*
*Mẹ không còn nữa gió lay rụng rồi*
*Ai ơi còn mẹ trên đời*
*Giữ gìn trân quý đạo đời làm con!*

Đạo làm con chị thẩm thấu công ơn cha mẹ như trời biển bao la, chị thẩm thấu trong từng tế bào, trong máu, trong tim óc, nên chị bọc trực qua thơ một cách dễ dàng, chân thật, mà không thể không hay, không đáng quý của những câu thơ:

*Bây giờ con đã lớn khôn*
*Công danh rạng rỡ mẹ mòn gót chân*
*Mẹ nuôi con lúa đòng đòng*
*Mồ hôi mẹ nhỏ ròng ròng mắt cay*

Dung dị mà lại rất đằm thắm của thơ, cảm xúc nội tâm. Gọn ghẽ trong miêu tả, đẩy lên sức mạnh, của hình ảnh khắc họa. Độc giả dễ cảm nhận và ghi lòng người mẹ VN nói chung và mỗi chúng ta nói riêng, người mẹ hiền hòa và chịu đựng gian khó, hy sinh cho con trẻ nên người!

Những câu thơ của MC chân thành đẹp, hay về chiều sâu, tốt về bề dày, rộng tỏa về chiều ngang. Độ lượng về thời gian, cuốn hút về tư tưởng. Thật sự tôi cảm động những câu thơ này, nhất là mẹ tôi cũng làm nông nghiệp nên tôi rất hiểu và rất nhớ nhung, vô cùng cám ơn những câu thơ như thế!

Mộng Cầm xuất hiện những vần thơ như cũ mà không bao giờ cũ, bởi ở đó tình yêu tình người, tình bè bạn, tình quê hương sâu nặng. MC đã tặng thơ cho bạn bè con số không nhỏ. HKC, TKL, QTN, cả QA khi về nước Việt thăm bạn bè, hoặc tặng tiếc thương một người bạn đã vắn số ra đi... Tặng bạn hiền Lê Ngọc Tuyết ra đi bài thơ cứ như lấy được nước mắt mọi người lúc đọc, thương tiếc ngậm ngùi lắm...

Nhưng hơn ai hết, Mộng Cầm của hôm nay vẫn thường thích làm thơ cho Mộng Cầm và Hàn Mặc Tử thuở xa xưa, chị có ba đến bốn bài viết về HMT và MC xưa. Những vần thơ chị tiếc nuối thương người tài hoa thật xứng đáng. Bốn bài, cái hay của Mộng Cầm hôm nay là không bài nào giống bài nào, một kỷ năng cảm thụ để viết ra thơ nơi tâm chị khá phong phú dồi dào. Chúng ta hãy đọc một trong những bài đó.

***Viếng Mộ Hàn***

*Bao năm mộ đứng một mình*
*Tao nhân mặc khách tưởng tình năm xưa*
*Dốc tình thoai thoải gió đưa*

*Như ru như khóc tình xưa lỡ làng*
*Chiều về ta viếng mộ Hàn*
*Gió đùa lả ngọn thu sang ngậm ngùi*
*Chút tình ngày ấy đôi mươi*
*Đi vào tình sử muôn đời thở than*
*Tài hoa-phận bạc-chiếu chăn*
*Trốn mình trốn cả vầng trăng ân tình*
*Vết đau nhức nhói lặng thinh*
*Bán trăng chẳng bán mảnh tình đôi ta*
*Mộng Cầm em ở nơi xa*
*Lầu Ông Hoàng đó ngày xưa hẹn hò*
*Hàn giờ ở tận Quy Hòa*
*Đêm Hàn thổn thức hững hờ tình ai*
*Vết đau nhức nhối ngoài da*
*Đâu bằng vết cứa xước xa trong lòng*
*Ngậm ngùi Hàn Mạc bán trăng*
*Mộng Cầm em hỡi tình-trăng-thẫn thờ*

Trong trái tim người thơ đa cảm, đa sầu xót thương kẻ đời bất hạnh, đã lậm trong máu chị nên tiếng thơ bật ra, bật thốt não nề, chân thành quả cảm được người đọc. Có lẽ HMT đã thương tưởng và cho chị chút tài hoa chăng? Âu đó cũng là nhiều nhân duyên gộp thành, của một người làm thơ trong vũ trụ… Mà tâm hồn Mộng Cầm Hương Xưa hôm nay đã có!

Thơ chị buồn rất là nhiều nhưng ta hãy đọc một vài giai điệu ý thơ xuân trẻ, yêu đương, lãng mạn, mượt mà của chị, những mong ước của tình yêu, hãy đọc một vài bài như bài:

***"Hát"* này**
*Em ở nơi đây trời nắng rát*
*Gió mùa hè cháy rốc tình em*
*Trái tim khô chờ cơn mưa hạ*
*Ướt đẫm tình ta nỗi khát thèm*
*Anh nơi xa Đà Lạt mưa giông*
*Mưa có thấm ướt đôi môi mềm*
*Có nghe trong gió lời tình tự*
*Em đã gởi nhờ chút nhớ mong*
*Chiều mưa Đà Lạt có buồn không?*

*Mưa rơi có ướt lòng lữ thứ*
*Có nhớ quê nhà nhớ nhớ không*
*Người đi mưa gió sầu cô quạnh*
*Góc nhỏ trong tim một bóng hình*
*Dõi bước ai trên từng cây số*
*Khách lữ hành cô độc đêm xuân*
*Nhặt tình yêu đan thành nỗi nhớ*
*Mây giăng sầu biển khát mênh mông*
*Tương tư cỏ úa vàng hanh đợi chờ.*

Không biết là "chàng thơ" ở Đà Lạt của chị là có thật, hay tưởng tượng. Nhưng người thi sĩ có quyền tất cả! Hoặc giả chị có trong quá khứ hoặc giả có ngay hôm nay, những câu thơ nũng nịu khá dễ thương làm sao. Xin chúc mừng!

*Anh nơi xa Đà Lạt mưa giông*
*Mưa có thấm ướt đôi môi mềm*
*Có nghe trong gió lời tình tự...*

hoặc là:

*Chiều mưa Đà Lạt có buồn không?*
*Mưa rơi có ướt lòng lữ thứ*
*Có nhớ quê nhà nhớ nhớ không?*

Những câu thơ thật đằm thắm và duyên dáng đáng yêu, đáng nhớ lắm!

***Phụ Ngọc Chờ Những Câu Thơ***

*Anh đến rồi đi như bóng mây*
*Để em trông ngóng suốt đêm ngày*
*Ra vô thấp thỏm tình khờ dại*
*Nhìn vệt nắng tàn trên khóm mây"*

Hay là:

*"Hoa xoan vẫn rụng đong đầy nhớ*
*Cảnh cũ còn đây người xa khuất*
*Bao giờ trở lại bên nhau nhỉ?*
*Kết nối vần thơ PHỦ NGỌC chờ.*

"Trong Phủ Ngọc chờ"...

Những câu thơ đáng nhớ lắm, tình tứ dễ thương, hồn thơ chân tình...

Đọc thơ của Mộng Cầm – HX tôi thật quý hóa trái tim người làm thơ của chị, giản dị mà sắc sảo. Một bài thơ đọc xong giữ lại trong lòng người đọc những ý tứ và tư tưởng đã là hay? Nếu như chị thay đổi bước lên một cách nhìn mới trong diễn đạt từ vựng chọn lọc nhạy hơn nữa, vì chị có chất rồi, nó sẽ bay bổng hơn, gợi cảm hơn, lung linh hơn. Tôi nghĩ có thể chị biết nhưng chị lại chọn cách này, chị muốn giữ một phong vị riêng của chị, và thủy chung của chị với nàng thơ chăng? Hỡi Nữ Sĩ Mộng Cầm Hương Xưa hôm nay*/*

HDT. Viết năm 2014

## NHÀ VĂN NHÀ THƠ THÁI QUỐC MƯU

Thái Quốc Mưu là một Nhà văn - Nhà thơ hoạt động khá nổi tiếng ở Hải ngoại, anh có mặt hầu như mạnh trên các diễn đàn thơ văn ở Hải ngoại và các Tạp chí, Đặc san... Có thể nói anh là một trong những người nỗ lực phát triển sinh hoạt thơ ca nơi Hải ngoại. Trong mục đích giữ gìn tiếng Việt ở xứ người...

Tôi được biết anh vào 2002 nhưng chỉ được biết qua tờ báo Dân Việt. Đến Mỹ thời gian đầu tôi hay tìm báo Việt đọc tin quảng cáo và xem thơ văn. Tôi thích thơ Đường Luật và những bài thơ giàu lòng yêu quê hương của anh. Giống sự đồng điệu tâm hồn tôi yêu thơ, thích làm thơ. Sẵn có tập thơ "Hương Yêu" làm ở Việt Nam mang theo, tôi tuyển ra 10 bài gởi qua cho báo Dân Việt, thế là sau đó anh đăng cho tôi mỗi kỳ 2 bài suốt mấy tháng vào năm 2002. Đó là bài "Thuở ấy em mơ." "Mùa xuân thắm." "Hẹn em." "Nắng tươi." "Anh Cho em mùa Hạ." "Kỷ niệm một tình yêu." "Bài thơ anh viết." "Mùa thu nào cho em." "Suối trong." "Trời chiều" v.v...

Thời gian có công ăn việc làm cuộc sống Mỹ quá bận rộn, tôi không gởi thơ mong anh đăng nữa.

Nhưng thỉnh thoảng tôi vẫn đọc báo Dân Việt của anh và thơ của các tác giả khác... Thơ của chính anh phần nhiều.

Mãi đến khi 2012 được sự quen biết chị Thảo Nguyên giới thiệu tôi tham gia đặc san Thơ Văn Việt nhóm Mê Linh, của 17 phụ nữ vùng Georgia Atlanta. Chị Thảo Nguyên - Nguyên là chủ bút tờ báo phụ nữ Georgia trước đây. Khi ra mắt đặc san 17 phụ nữ của nhóm Mê Linh, nhà văn – nhà thơ TQM có đến tham dự.

Khi tặng hoa cho các phụ nữ Nhóm Mê Linh, TQM có tặng cho tôi bó hoa tôi cầm lấy rất vui nhưng không nói gì cả... chỉ nhẹ nhàng mỉm cười.

Mãi đến sau (buổi ra mắt sách ấy) thời gian rảnh rổi hơn, tôi mới tự giới thiệu tôi là HDT đã gởi thơ cho anh đăng 10 bài thơ từ năm 2002, nhưng hôm nay mới hân hạnh gặp... Anh nghe tôi nói, anh quá ngạc nhiên và mừng rỡ nhưng vẫn không nhớ ra được. Làm sao anh nhớ tôi nổi? Khi một thầy giáo khó nhớ một học trò nhưng học trò sẽ dễ nhớ ra một thầy giáo là lẽ đương nhiên, huống hồ chi anh và tôi chưa bao giờ trò chuyện với nhau trước đây. Mà giờ đã cách qua 10 năm...

Sau khi nói chuyện một hồi, anh ra xe lấy tặng cho tôi biết bao là sách của anh. Có lẽ anh để sẵn khi gặp ai quen, ái mộ thì cho, tôi nghĩ vậy.

Trong lần ra mắt thơ - văn phụ nữ Mê Linh đó, tôi và anh gặp nhau rất vui. Anh có mời tôi nhảy đầm trong chương trình dạ vũ, nhưng tôi không giỏi môn này đành ngại ngần từ chối...

Sau đó chúng tôi chia tay và tôi ôm sách anh tặng về nhà đọc.

Đọc sách QTM tôi có những cảm nghĩ:

Thơ anh là khá hay về Đường Luật. Dẫu Đường Luật hay không Đường Luật, thơ TQM mang nhiều ý tưởng châm biếm, những kẻ xấu xa dốt nát, những kẻ ăn trên ngồi trước đục khoét nhân dân lao động, kẻ dốt hay nói chữ, kẻ tham bã vinh hoa, kẻ không biết xấu hổ là gì, khi hành động điên rồ hèn nhát. Thơ QTM cũng ngợi ca tình yêu quê hương của người dân xa xứ, dùng thơ dạy con cái, lòng mến yêu quê hương thương quý đồng bào, nghĩa trọng ông bà cha mẹ, đạo làm con, tình bạn hữu v. v...Thơ anh phong phú nhiều ý tưởng...

Văn TQM lối văn miền Nam của anh không tha thiết bi lụy lắm, ít lãng mạn như con thuyền sở hữu tùy duyên mơ mộng, ít hoặc không sử dụng một trời thơ trăng, hoa, mây nước nhiều... Nhưng là lối văn trực tính, kể chuyện, trần thuật gần gũi, táo bạo và súc tích... Đôi lúc bất ngờ cho người đọc, và cũng chuyển ý mau lẹ làm cho người đọc không nhàm chán. Vì mỗi nhà văn có một phong cách viết. Phong cách văn viết TQM đã không kém phần mạnh mẽ và độc đáo. Truyện viết có bố cục và tình tiết khá hấp dẫn... Tưởng chừng tác giả, có trải nghiệm nhiều trong cuộc sống...

Tôi đọc xong truyện và thơ anh, lòng lắng xuống với nhiều cảm xúc. Tôi hiểu một tác phẩm đương nhiên có những cái nhìn và nhận định không giống nhau, hoặc không cùng một quan điểm, là bình thường từ phía độc giả.

Tôi cũng biết ơn anh tặng cho tôi những quyển sách đó coi như một món quà cho tinh thần và bồi bổ văn chương. Vì nhận cảm văn chương TQM nên tôi viết bài này để tri ơn anh, nhà thơ - nhà văn TQM chỉ thế thôi.

Đây là những bài thơ tình khá ướt át, khá nên thơ của Thái Quốc Mưu tôi thích:

Đổi thay

*Em đi, bóng ngã đường chiều*
*Em về-Ngọn nước thủy triều trôi xuôi*
*Thuyền con đậu bến ngậm ngùi*
*Nghe con chim nhỏ hót lời nỉ non*

***Nhớ chăng em***

*Em nhớ chăng em những buổi đầu*
*Ấm lòng tay gối tóc lên nhau*
*Hương thơm làn thở mùi lưu luyến*
*Ngây ngất hồn anh muôn kiếp sau*

**Hong tóc**

*Ai ngồi hong mái tóc mây*
*cho con chim nhỏ ngất ngây trên cành*
*Cho ta rớt vận sai vần*
*Cho mây dạt gió, trôi đùn cuối sông*

**Cá trê vàng**

*Đi câu được cá trê vàng*
*Đem vô em nướng- Mắm gừng chua cay*
*Nhà nghèo mình chẳng bằng ai*
*Nghĩa tình chồng vợ chẳng ai bằng mình*

**Mắt em**

*Sáng như ánh nguyệt ngày rằm*
*Trong như sương sớm dưới làn nắng mai*
*Dịu dàng như ánh mắt nai*
*Hồn anh chao đảo, đắm say tháng ngày...*

Gần đây khoảng hai tháng thôi, anh có thân tặng tôi một quyển sách khá dày "Một Đời Cầm Bút" 600 trang. Một quyển sách giá trị điểm qua cuộc đời anh, những văn thi sĩ bạn hữu, những người linh mục tên tuổi. Tôi rất thích và hãnh diện câu nói trong lời phi lộ mà anh đem ra để chia sẻ đó là "*... Ngoài ra tôi không quên bằng hữu xa gần, đã sống hết tình nghĩa trực tiếp hay gián tiếp, giúp tôi cân bằng cánh chim thiên di bay lượn chao đảo trong mùa bão táp.*" Câu nói hay, đẹp, biết ơn trong lời phi lộ của anh.

Và một câu cuối cùng của lời phi lộ anh viết:

*"Cuộc phù sinh đời người chưa biết kết thúc lúc nào, nhưng những gì chân lý sẽ tồn tại vĩnh cửu."*

Đúng là như thế trong cõi sinh tồn này. Tôi tin vậy!

Cũng thời gian gần đây tôi thỉnh thoảng đọc tạp chí Dân Việt anh để học hỏi thêm về cuộc sống con người, qua bao thế hệ. Tìm hiểu cội nguồn con người, thi ca và văn chương trên báo Dân Việt... Thì tôi lại thấy ngoài những bài thơ anh luôn có mặt, lại có thêm những bài viết của anh mang nhiều triết lý nhân sinh. Luận về nhiều điểm mạnh yếu của con người. Tôi rất thích câu này của anh:

*"Không đem tâm địa tiểu nhân của mình ra suy đoán.*

*Phán xét lòng quân tử của kẻ khác."*

Và một vài câu khác nữa trong bài viết, anh viết: *"Cái bả hư danh chỉ là cái bánh vẽ, năng lực mới dựng nên tên tuổi, đồng tiền chỉ là phương tiện, trái tim mới chính là lẽ sống." Đó là những bài học giá trị và chân lý...*

Có thể nói Thái Quốc Mưu là người đa tài và là một người có trái tim dũng mạnh trong cách nhìn cuộc sống, xin chia sẻ với nhà thơ - nhà văn TQM cùng bạn đọc yêu mến thi phú văn chương của TQM.

HDT/* Viết năm 2014.____________

## HỒ MINH DŨNG MỘT NHÀ VĂN XỨ HUẾ

HMD (Hồ Minh Dũng) là một nhà văn chính gốc xứ Huế; anh nổi danh trước 1975, và sang Mỹ anh tiếp tục nghề cầm bút, làm báo, sáng tác thơ, truyện. Nhất là truyện ngắn của anh được các độc giả yêu chuộng từ Hoa kỳ đến Canada, Úc, và các nước Châu Âu. Người Việt sinh hoạt cộng đồng đọc, đâu đâu vẫn luận bàn, yêu thích...

Tôi vốn mê văn học từ nhỏ nhưng không mấy dễ có thời gian cầm bút viết lách. Rồi thiên cơ, rồi định mệnh khiến tôi trở về với viết lách và coi như một niềm vui thú vị. Phải chăng người ta nói *"Chim có tổ người có tông, nước kia ra biển rồi trông về nguồn..."* Tôi đã trở về nguồn cảm hứng của sáng tạo một kiếp văn chương phục sinh trong tôi... Có nhiều lý do...

Tôi lại có dịp tiếp xúc gần gũi với mảnh vườn thơ văn như một khái niệm tôi vừa nêu ra ở trên *"Nước lại về nguồn."* Tôi ra sinh hoạt thơ văn cộng đồng Việt Atlanta và được biết anh, qua một chị chủ bút tờ báo Phụ nữ Georgia-Atlanta vào những thập niên 1980- 1995. Rồi anh hăm hở tặng cho tôi sách nghệ thuật viết văn, nghệ thuật làm thơ, và sách nghiên cứu để làm thơ, sách học viết văn... Những công trình nghiên cứu bình phẩm văn học, các nhà viết nổi tiếng như Nguyễn Hiến Lê. Thụy khê. Võ Phiến. Nguyễn Hưng Quốc. Bàng Bá Lân... Bùi Giáng v.v...

Tôi đọc tất cả các loại sách anh tặng cho tôi, tôi trở thành con mọt sách lại tái diễn. Bỗng dưng tôi thèm như "Con tầm ăn kén để nhả tơ." Nhưng thưa thật cũng đau đớn. Rồi cũng thật nhiều điều hấp dẫn thú vị...

Hôm nay tôi viết về anh, một nhà văn một nhà thơ để trình làng, tôi ao ước viết cho anh HMD từ lâu. Song tôi bận rộn cho những "chương trình của tôi" và những thân hữu khác. Nên hôm nay tôi mới viết cho anh hơi trễ tràng chăng? Có muộn màng lắm không? Nhưng tôi nghĩ vẫn còn kịp lúc.

HMD vốn là người gốc Huế, quê hương bao giờ cũng tạo nên phong cách viết, như tiếng nói và xứ sở da thịt ấy... Anh là người của Sông Hương Núi Ngự nên thơ văn anh tha thiết, lãng mạn, êm đềm và nhiều gợi cảm...

Anh lần lượt tặng cho tôi một tập thơ và 4 đầu sách truyện ngắn mang tên "Hoa vạn hạt" "Một mình em đến giữa đời" "Câu Nam ai thất lạc" "Vết cuồng lưu."

Tôi không phụ lòng anh, nên bỏ công đọc về nó, mà có lẽ đúng ra anh viết hay nên tôi không thể bỏ đọc được. Nói thật ra nếu viết dở tình tiết không hay, bố cục không đặc sắc, văn chương tầm thường, như kể chuyện không hấp dẫn, là tôi rời quyển sách liền. Tôi tự động rời... Hay nói đúng hơn bức tranh không ấn tượng, không mô tả được gì, không đẹp là tôi không ngắm lâu được, tôi bỏ ngay. Nghệ thuật nó bạc bẽo nhưng nghệ thuật nó là chân lý công bằng như thế đó. Có những nhà văn nghe trên diễn đàn, hoặc sách họ gởi đến nơi nghe cũng "tiếng lắm", quảng cáo lắm, nhưng tôi ráng đọc, truyện ngắn mà! Tuy nhiên chỉ toàn là ba tác phẩm vớ vẩn ghi chép, những cái dư thừa trong cuộc sống, đem vô mà chẳng nói được gì? Đó không phải là văn chương thứ thiệt. Thì hai mắt tôi không mở được, cứ nhắm ngừ. Tôi không mở đọc được... Thật đấy.

Có lẽ sách bạn bè họ thường khen với nhau hoặc thiên

vị chăng? Tôi nghĩ thế, chắc sẽ không lầm đâu. Về thời buổi vàng thau lẫn lộn ở mọi mặt. Nhất là văn chương cái xã hội tiến hóa hay biến hóa này? Cái chi cũng viết được. Người viết văn đụng chi viết nấy. Viết không sàng lọc và không đem đến chủ đích của văn học. Viết đầy hổ lốn, vẻ nhạt nhẽo tầm thường, như một cơn bịnh của chữ nghĩa. Viết như thế người uyên thâm, am tường thư thái có lòng văn học; họ đem ra chê trách cũng phải thôi. Người viết văn phải biết điều này, mình viết cho mình, nhưng thật sự nó là sự sống còn của tác phẩm, nơi trong lòng độc giả để nhớ... Với những độc giả công tâm, họ điểm nhìn vẫn nghiêng về văn học phải chu đáo, biết tận tụy, có trí tưởng tượng phải siêu việt, kết hợp với đôi mắt nhìn của nhà văn về nhận định mỹ cảm. Yêu nghề không chưa đủ, chưa thể thành công. Dù viết nhiều, ghi chép nhiều chưa phải là một nhà văn xuất chúng. Một nhà văn thục thụ đâu dễ tìm!

HMD đã có cái ưu việt đó. Anh vượt xa mạng nhện nhố nhăng kia, làm để lấy có kia. Anh đã vượt xa với những khuyết điểm của một người làm văn học quá dễ dàng như nói trên? Tuy cuộc sống, anh ít khoa trương, và anh âm thầm làm tờ báo quảng cáo cho những người business. Anh rất bận rộn, nên hầu hết các sân chơi văn học ở trang webside, anh không tham gia. Tôi thích đọc truyện anh vì, văn và thơ anh không phô diễn, không nhạt loãng, không diễn dịch, không tràn lan đại hải vô cớ, mà anh xây dựng hình tượng nhân vật, tự nhân vật đi, nói, đứng ngồi, nói năng hoạt động xúc cảm v.v... tự nó toát ra phong thái của nhân vật họ, nội tâm họ. (Nhân vật luôn là chủ đạo tính cách, chứ không phải kẻ cầm bút gắng gượng tạo ra.) Nên văn anh đọc thấm vào tự nhiên, mà lại ràng buộc khắng khít chúng ta hơn, chia sẻ vào tâm tư cùng chúng ta hơn, một sự truyền cảm chân thành thấu đáo, ngưỡng mộ để thích thú hơn. Người ta thích đọc truyện anh vì có nét chân tình, lại có nét son văn học, hơi thở cuộc sống được cuốn theo dòng viết chọn lọc. Bởi đa phần các nhà văn viết truyện ngắn, có rất nhiều người dùng cây bút mình, viết nói dịch giải quá nhiều, đọc thấy quá nhiều về sự nhồi nhét áp đặt, thậm chí có điều phi lý không chấp nhận vì thừa thãi, vô ích họ vẫn ghi chép đem vào vô cớ quá tải, văn chương thì lục tục. Một điều làm cho mệt mỏi với những con chữ rối rắm, không đi về mục đích (Với một kiến thức văn học họ quá đỗi tầm thường, hoặc không có, hoặc thiếu nát, hoặc điệu văn cứng khô như kiểu công thức hóa...) Khiến tác phẩm họ, người đọc hững hờ với nó. Bởi nó quá nhạt nhàm, quá chán ngắt, phản tác dụng chỉ để giết thời gian mà thôi. (Mà chúng ta biết thời gian là luôn đáng quý.) Một kiểu ghi chép tầm thường, cứng xơ rời rạc. Nó đã không lay động được tâm hồn, trong cảm nhận v.v... Nó sẽ không mang tính văn học từ nơi bản thể nữa! Ở văn học điều tối kỵ là "rao giảng" cứng đơ ấy, quá xoàng xĩnh ấy. HMD anh như đã hiểu biết sâu, nắm vững được phương cách, anh tường tận và ý thức về điều đó, anh hoàn toàn gạt nó ra bên lề văn chương anh - với những khuôn sáo trên, sai lầm trên.

Có thể nói điểm thành công thứ hai của anh, tôi cảm nghĩ đó là truyện anh viết cho cung đình xưa "Huyền Trân công chúa." "Bia đá ngậm ngùi." Hoặc nhiều truyện về triều đình Huế, các đời vua Minh Mạng, Tự Đức, Khải Định, Duy Tân v. v... Qua bao vị vua với các cung tần mỹ nữ và cách sinh hoạt của họ, anh mô tả đặc điểm đọc nghe rất thích, lại bổ ích cho ta hồi tưởng một giai đoạn lịch sử. Nghe như được nghe chứng kiến, chuyện xưa sự kiện xa gần, nên rất ư là hấp dẫn, lôi cuốn... Mà văn phong của HMD khá khéo léo, mượt mà trôi chảy, lại lưu loát tinh anh. Lại chứa đựng nhiều tâm tư chiều sâu. Thì hỏi ai không chặc lưỡi khen thầm là thế đó thôi. Các nhân vật anh mô tả từ xa sống lại với không gian, thời gian y hệt hoạt động của họ, họ đi đứng và phong thái ung dung, hoặc lễ mễ của thời đó. Điều này chứng tỏ anh có vốn hiểu biết lịch sử, và thâm nhập trong trí tưởng tượng cao độ kết hợp. Có nhiều người viết về dã sử lịch sử quá khứ, mà lại ngôn ngữ thời này đọc nghe rất choãi, rất nghịch tai! Điều này được nhà phê bình lý luận văn học Thụy Khê bà ta lên tiếng, bà viết một bài tuy không đả kích lắm. Song bà đưa ra khái niệm dẫn chứng để không chịu chấp nhận lối viết phóng túng, tùy tiện, kỳ khôi vô căn cứ đó.

Và hẳn là những tác phẩm này không được đánh giá cao. Nó chỉ một mặt nào đó được hoan nghênh tinh thần, và công nhận cho phải lễ… (Trích lời nhận xét của Thụy Khê.)

Với bài viết cho Nhà văn HMD nhưng tôi nói hơi xa. Vì cái ưu điểm vượt trội của nhà văn HMD đã được bạn bè và trong giới phê bình văn học chấp nhận, hoặc tán đồng. Nên tôi muốn chia sẻ cho rốt ráo. Thì ra là vậy đó thôi!

Anh viết cho truyện thời đại mới vẫn khá nhiều, những tình yêu ướt át, bi lụy tha thiết rồi cũng phải chia xa… Như cuộc sống luôn luôn quá đỗi bất ngờ. Thường viết cho ngôn tình, là ai cũng đeo đuổi mục kích như thế, "chiến lược" như thế. Tác phẩm của anh thường khi là như vậy, cứ làm cho bạn đọc ray rứt, và cả rơi nước mắt ngậm ngùi, tiếc thương oan uổng. Hoặc nhớ mãi nỗi đau số phận nhân vật. HMD mô tả sự giằng xé trong hoàn cảnh để vượt lên…*"Vết cuồng lưu" "Những vết thương "Những chiếc vỏ ốc lăn" "Một ngày của trời thu" "Người đền nợ nước" "Một lần da đến thịt"'Mặt trời qua thiên đỉnh ""Bên trời Hỏa Châu nở" "Không có gì phía sau" v.v…*

Truyện anh tôi đọc, với một văn phong hồn nhiên chân thành, như thấy thật từ cuộc đời bước vào tác phẩm, ranh giới giữa sự thật và hư cấu như một vết mờ không còn nữa. Tình tiết tự nhiên không gượng gạo, và lý giải chân thành mà độc đáo của tâm lý. Tất cả các nhà văn thành công phải có điểm này. Anh đã không đứng xa vào hàng ngũ đó.

Tôi có thể một câu kết luận tôi thích truyện ngắn HMD viết, và một người phụ nữ văn thi sĩ Nhã Ca. Trong hai người Huế tôi cho, như thần tượng viết truyện ngắn của họ. Tôi mê đọc vì sự hấp dẫn, vì lôi cuốn của tác phẩm họ.

Có lẽ hai người này cùng xứ Huế nên văn phong họ có một điểm nào đó giống nhau mềm mại, chân thành, uyển chuyển lưu loát, và cũng rất gãy gọn, tiết độ…

Và anh cũng hay ca ngợi Nhã Ca bảo tôi "Em vào các trang xem thơ và truyện chị Nhã Ca để học hỏi… cách viết của chị ấy… Để tiến bộ, để có thể em còn đi xa hơn nữa… Anh mong vậy!"

Không chỉ là nhà văn viết văn, anh cũng làm thơ khá nhiều. Sau đây tôi xin giới thiệu một vài bài thơ anh mà tôi yêu thích:

***Thành Nội***

*Tám cửa thành một mình em đứng đợi*
*Nhìn trời cao nhớ mấy thuở mây về*
*Rượu với em mâm tiệc đầy uống cạn*
*Giọt tình sầu lệ đắng đã bao đời*
*Đêm Nội Thành một mình em xỏa tóc*
*Thương câu Nam Ai thất lạc ở bên đường*
*Yếm đào phơi em bỏ quên ngoài dậu*
*Cho trăm khuya, trăng nhớ lá trong vườn*
*Đêm Nguyệt Cầm gió cùng em chải tóc*
*Soi tình ai cho gương lược thơm hương*
*Sông từng ngày có về thăm chân núi*
*Ngàn năm sau, em một chiếc bóng, bên đường…*

***Bài Quê Cũ***

*Nỗi buồn ta còn hơn Vô Ky*
*Ngồi vẽ chân mây lên ngọn sóng từng ngày*
*Mai về phố cũ. Qua huyện nhỏ*
*Đường gió đuổi nhau gió heo mây*
*Em dỗ dùm ta khi trăng khuyết*
*Sơn Hà ơi có lúc nhớ cũng về*
*Một mảnh hồn trong từng bụi nắng*
*Khuất núi. Lòng ơi che khuất rồi.*

***Bài Tình yêu***

*Ngàn năm giọt mưa treo đầu bút*
*Nhỏ xuống đời ta một vết son*
*Từng trang quạnh quẽ như đầm biển*
*Chỉ có sum vầy –Em núi non!*
*Trang giấy nhỏ không đủ sức chứa hết*
*Lòng ta bơi muôn cửa lạ thành này*

*Khi trùng tu em về qua đền lớn*
*Ải không em mưa bụi trắng xóa trời.*

Anh sáng tác lượng thơ trên tôi đọc trên cả vài trăm bài, nhưng thế mạnh của anh là văn chương, nên không ai kêu anh là nhà thơ mà kêu là nhà văn Hồ Minh Dũng. Đó là một điều tôi cũng xin thành thật bọc lộ nơi đây.

Và cuối cùng xin gởi đến bạn một ca khúc được nhạc sĩ Nguyễn Tất Vịnh phổ từ bài thơ Thành Nội của anh.

Và cũng xin giới thiệu thêm anh, có mặt một vài trang ở Tiền Vệ, Luân Hoán, Hợp Lưu, Du Tử Lê. Với số bài ở đó rất ít, rất hạn chế. Anyway có một quyển sách in tại hoa kỳ 30 tác giả "Lên Rừng Đếm Lá" Triều Hoa Đại đã nói về anh trong một bài phỏng vấn có giá trị.

-"Chúng ta ai yêu văn học hãy tìm đọc những tác phẩm của anh. Nó như những viên ngọc quý đang ẩn mình lóng lánh đẹp..." ( Lời Triều Hoa Đại.)

HDT. Viết năm 2015.______

## BẾN MY LĂNG!

(Viết cho nhà thơ Yến Lan.)

Tôi có ba thứ để mê đó là âm nhạc, hội họa, và thi ca... như tôi vẫn thường nói. Đặc biệt là thi ca, tôi mê thi ca từ khi còn nhỏ. 14 – 15 tuổi, tôi đã mê đọc Lục Vân Tiên, Truyện Kiều, Truyện Phan Trần, sau đó mê thơ đọc thơ Nguyễn Bính, Hàn Mặc Tử, Xuân Diệu, Lưu trọng Lư, Thế Lữ, Đinh Hùng, Vũ Hoàng Chương và nhiều nhà thơ khác v.v... Thế mà tôi chưa biết một nhà thơ Yến Lan gốc chính trên quê hương Bình Định của tôi. (Tôi thật là thiếu sót bởi tôi lớn lên sau mùa xuân 1975 là tôi 10 tuổi thôi.) Về sau này tôi mới đọc thơ nhiều. Nhưng tôi không thấy thơ in của nhà thơ Yến Lan? Và tôi nhớ không lầm, năm học 11 hay 12 tôi đã được đọc tập thơ của Lệ Thu, sau bìa có ghi là quê Bình Định, tôi mượn tại thư viện Phù Mỹ. Lúc đó tôi vẫn thường mượn đọc những nhà thơ Phụ Nữ Việt Nam tuyển tập. Đối với tôi là cô bé thèm ăn hàng quà vặt, và con mọt sách từ đó, từ thuở nhỏ...

Thế rồi tôi lớn lên niềm vui của tuổi trẻ, một tuổi trẻ hồn nhiên thơ ngây không bao giờ tôi quên trong trái tim tôi, song đất bằng cũng có khi sóng gió, trong cá nhân tôi cùng gia đình gặp nhiều điều không may, sau đó thì không biết có may hay rủi không đây? Tôi đã đi lấy chồng và giờ thì đi xa quê hương. Bên này, ở bên kia Thái Bình Dương. "*Đất nước quê hương trong lòng tôi và nỗi nhớ...*" Nơi đó sinh ra tôi, nơi đó có ba má tôi, bạn bè, họ hàng thân thích, làng xóm... Tôi lại thường buồn và lãng mạn, thường làm thơ viết văn chơi trên các trang, và tôi gặp chị Lâm Bích Thủy chị thường viết về ba chị. Tôi có điều kiện tìm hiểu thêm dòng thơ của Yến Lan trên mạng, tôi đánh vào google quả thật Yến Lan không phải là người làm thơ xoàng! Yến Lan làm thơ hay ngang ngửa với các bạn thơ ông cùng thời, thế mà ông, đời ông có nhiều bất hạnh, nên người con ông - Chị Lâm Bích Thủy đã thương cha và lên tiếng. Chị muốn đem đến cho người đời hiểu thêm đời sống và sự nghiệp ông. Đó là tư cách của người làm văn học hôm nay trên toàn cầu! Để chứng minh cho lịch sử, cho nhân loại biết được, dù thể phách hình hài, chân dung vĩ nhân đó đã ra đi...

Đây cũng là việc tốt nên làm, là trách nhiệm mỗi chúng ta, khi hơi thở ta còn hòa nhịp với đất trời, nghĩa là khi chúng ta còn đang sống!

Hầu hết thơ của Yến Lan mang phong vị không sôi động, lạnh buồn, tĩnh êm, song không thể không hay? Vì thơ ca cũng như hương hoa, mỗi người làm thơ mang phong vị khác nhau của một hương hoa. Tôi nghĩ thi sĩ Yến Lan mang ảnh hưởng cung cách thơ Tàu của Đỗ Phủ, Lý Bạch, Bạch Cư Dị, nên thơ buồn khá hay, chất thơ điềm đạm như dòng sông, chảy nước êm đềm, của mùa thu lặng lẽ, trông có vẻ huyền hoặc của thơ, lối thơ rất riêng của Yến Lan! Qua bài Bến My Lăng:

*... Trôi quanh thuyền những lá vàng quá lạnh*
*Tơ vương trời, nhưng chỉ rải trăng trăng.*
*Chiều ngun ngút dài trôi về nẻo quạnh,*
*Để đêm buồn vây phủ bến My Lăng.*(trích)

Bức tranh đẹp, nên thơ được vẽ qua một nét họa của thi sĩ Yến Lan, Yến Lan dùng ngôn từ, như đưa một cây cọ, đường nét làm chủ mình, để vẽ cảnh, với một tâm thức, toàn tâm toàn ý. Yến Lan vừa là tư cách một họa sĩ vừa là tâm hồn một thi sĩ, nên ông đã hòa nhập và kiến tạo được, ra một bài thơ nét đẹp tinh khôi, trong một không gian tuyệt mỹ… Bức tranh bến My Lăng của ông không rườm rà huyên náo, mà bức tranh, bức họa đầy chất thơ, chất sáng tạo trong lành đáng yêu, diễn tả ở một không gian tĩnh lặng, rồi có một chàng trai:

*Nhưng đêm kia đến một chàng kỵ mã,*
*Nhúng đầy trăng màu áo ngọc lưu ly*
*Chàng gọi đò, gọi đò như hối hả*
*Sợ trăng vàng rơi khuất lối chưa đi.*
(Bến My Lăng trích.)

Không cường điệu lắm, vẫn cho ta thấy sự hối hả của chàng như thúc giục điều chi, song lại là chàng trai hiền từ "chàng kỹ mã" quân tử kiếm cung đó, không thể thiếu tư cách khiếm nhã, dễ thương quá "sợ trăng vàng rơi" "khuất lối chưa đi." Toàn bộ bài thơ đã cho người yêu thơ cảm nhận: một miên man biểu tượng lớn nơi dòng thơ của Yến Lan "Bến My Lăng." Một Bến My Lăng đã đi vào huyền thoại tỉnh nhà, trên đất nước Việt Nam và Hải Ngoại. Một tinh thần thơ Yến Lan sắc bén tao nhã, nhưng không thiếu vẻ đẹp lỗng lẫy cực kỳ của tự nhiên, nếu mình biết rung cảm và định hình ra nó. Quả là một nhà thơ ưu tú Yến Lan!

Thơ Yến Lan phần lớn là thơ yêu thiên nhiên, lấy thiên nhiên khởi xướng làm đề tài thi vị, cũng giống như các nhà thơ bên Tàu bên Tây muôn đời vẫn thế, và tình yêu con người. Nhưng thơ ông ít hào nhoáng về bề ngoài, song ánh kim là một "hồng ngọc ẩn" chứa sau lớp đá nham thạch bình thường đó, cải trang đó. Thơ ông có khi toát lên tâm trạng nặng trĩu của ưu tư, nặng trĩu ở đây không phải là nặng trĩu tâm trí mệt nhọc, mà đó nặng trĩu nỗi lòng của thi nhân, của tình yêu muôn trượng, nặng trĩu của xứ sở tình yêu, chân lý và tâm linh, về kiếp người. Hãy đọc các câu thơ:

*Xanh biêng biếc, con sóng chồm bạc tóc,*
*Vọng Hải đài sương khóa kín tâm tư.*
*Đá chồng chất, phải chăng ôm mộng ngọc,*
*Chút kho tàng ngày tháng giữ khư khư.*
(nguồn: Xa – Xanh)

Lấy, chiết ra một câu ta cũng đủ quá hiểu cho ý tình diễn đạt của thơ ông "Đá chồng chất, phải chăng ôm mộng ngọc." Với Yến Lan ông duy tư đá cũng trở nên có linh hồn và không thua kém chi con người nữa, ấp ủ những yêu thương, thơ như thế là tài tình, khéo viết lắm! Tấm lòng của thơ Yến Lan bao dung, lại đầy chất tố lãng mạn, niềm sung sướng và tự hào, một thứ cảm giác rất nhiệt huyết, dâng ngập vào, vào trái tim thi sĩ Yến Lan lúc bây giờ. Bởi vậy thơ ông không thể không tuyệt vời:

*Hoa sói, hoa nhài tự bốc hương,*
*Dạ lan theo gió tỏa đêm trường.*
*Lòng em đang nở mùa sim dại*
*Có đợi tình anh hương chuyển sang?*
*(Hoa và hương)*

Lòng cô gái được miêu tả "*Lòng em đang nở mùa sim dại*" thật là ngây thơ trinh trắng và đáng yêu quá, khó ai mà nghĩ ra để so sánh. Ngoại trừ thi sĩ có tài. "Lòng em "đang nở mùa sim dại" "tình anh hương chuyển sang"... So sánh một cách đồng nhất thi vị và song song. Mặc khác nhà thơ Yến Lan luôn nghĩa tình với thơ, ông miêu tả quê hương, ông hình dung về quê hương An Lão nơi đó có rừng núi đẹp lắm, có con người hiền hòa chất phác, đi vào một góc thơ ông, một xứ sở thực của Bình Định, không biết ông thi sĩ Yến Lan có từng sống ở nơi đó chưa? Nhưng đã bám lấy vào tâm trí ông, với những nhớ mong hệch hoạt, vậy mà đầy ắp yêu thương bên trong:

*Đường họp chợ biến ra đường áp giải*
*Bòng bưởi quăn queo, guồng xe ngấc ngoải*
*Vại dầu nghiêng, khung cửi mục bên đìa*
*Dừa sả tàu mối băng đạn tuần khuya.* (Trong An lão)

Ông không phải là một người làm thơ vớ vẩn giỡn chơi,

mà là một người làm thơ thứ thiệt, và tài hoa ông cũng đâu thua kém, nếu ông không được khuyến khích gợi nhớ, bị quên lãng là một điều đáng tiếc. Và giờ đây chúng ta hãy đọc những bài thơ tình của ông, để nghe phong vị dư âm của thơ tình ái Yến Lan có gì lạ lắm:

*Lầu cửa Đông có nghe em tâm sự,*
*Em đi trong tình sử của lầu thơ.*
*Hai chúng ta bước qua đêm quá khứ,*
*Ngoảnh đôi đầu không còn thấy bơ vơ.*

hoặc là những câu thơ sau:

*Đây là chốn nương mây và cậy nguyệt,*
*Đàng chờ xe, sông nước ước mong thuyền*
*Tịch dương – liễu không biết mình đang biếc,*
*Tương tư trời – tương tư..... nhạc triền miên.*
*..... Trời Bình Định có thương em lẻ chiếc,*
*Em nằm thương xanh biếc của trời buồn.*
*Trên đài trán thơ hằng lên vọng nguyệt,*
*Nguyệt còn nương thuyền nhạc khuất trong sương ...*

(Theo: Bình Định1934)

***Vàng***

*Ai về xóm cửi năm năm trước,*
*Đều thấy em ngồi dệt đoạn tơ,*
*Quanh em vàng tựa trời gieo xuống,*
*Vàng ở trong màu xuân lắm thơ.*
*Tơ em vàng quá cho nên những*
*Vàng ở màu Ngâu nhạt mất rồi,*
*Ánh đèn bạch lạp vàng hơn nữa,*
*Xuyên tận hồn em mộng sáng ngời.*

(Tiểu thuyết thứ năm, số 6, 10/11/1933)

***Hương tự hoa***

*Hương tự nơi nào đáp tới hoa*
*Hay em bên ấy dưới trăng tà*
*Thấy anh tha thẩn quanh vườn lạnh*
*Hé chút lòng riêng lén gửi qua.*
*Từ ấy theo hương để nhận người*
*Ngờ đâu hương ấy tự hoa thôi*

*Ra đi đã hết thời trai trẻ*
*Dễ phải tìm ai đến trọn đời*
(Hè 1938)

***Hoa tặng***

*Tuổi trẻ băng đồng đi hái hoa*
*Tặng em ngấp nghé chực quanh nhà*
*Người không ra đón, hoa dần héo*
*Héo cả làn mây đỉnh núi xa.*
*Không trách ai đâu, chỉ trách mình*
*Dáng nghèo, lam lũ áo thư sinh*
*Bó hoa đơn giản, hương đồng nội*
*Lầu gác, ai đâu dễ động tình*
*Trở lại cành trơ tự hổ ngươi*
*Giá hoa còn đấy, hẳn đang tươi*
*Vụng về đến phải vô duyên vậy*
*Bởi hiểu hoa thôi, chẳng hiểu người.*
(1936)

***Khuya***

*Khuya ơi, có một khuya tràn*
*Bờ ao đầy cả trăng vàng như trăng,*
*Gió đi theo gió nhọc nhằn,*
*Chùa xa giữa kín những lằng mõ xa*
*Im thôi im cả canh gà,*
*Một cầu nhìn nước chẻ ra một cầu,*
*Thuyền chàng còn khuất nương dâu,*
*Thuyền nàng đã ghé bên cầu nước reo,*
(TTTN, số 8, 21/11/1938)

**Tỉnh nhỏ**

*Đìu hiu.*
*Mặt trời ngủ giữa chiều,*
*Trở mình trên mái rạ.*
*... Tỉnh nhỏ*
*Cô em*
*Nằm xem*
*Kiếm hiệp.*
(Lại về tỉnh nhỏ)

Yến Lan làm thơ tình, là một mãng không nhỏ chút nào vẫn có thể lên đến số hàng ngàn bài!

Yến Lan làm thơ cho quê hương bè bạn, đề tài trong thơ Yến Lan rộng mở, từ quê hương nỗi nhớ khôn nguôi, được thắt thỏm trong lòng người xa cách chí lý làm sao:

*"Cùng nhớ lại những nguồn vui nhỏ nhất*
*Bông gòn bay, chùm me rụng thành xưa*
*Bình Định đây, từng sợi tơ cái tóc*
*Vẫn chứa chan, tin tưởng tự bao giờ"*
*để rồi..."Trời Bình Định long lên mắt thức"*
(Bình Định mắt thức.)

Niềm rung cảm thi sĩ có từ những điều nhỏ nhặt nhất mà lên câu thơ hay nhất, đó không đáng để ta nhớ đời sao? "Bông gòn", "hàng me", "rụng thành xưa." Tình tiết ông đưa ra nhỏ nhưng tâm hồn thi sĩ ông quá lớn trang trải cho nỗi đời "Trời Bình Định long lên mắt thức." Hỡi những người chúng ta hôm nay Bình Định lòng lên mắt thức, câu thơ như một ánh quang tỏa, dù nó chỉ có mấy từ, rất giản lược nhưng cháy lên nỗi lòng, mấy từ nhưng cứ ánh lên như ngôi sao niềm tỏa, miền xa...! Ấy là cũng một góc, về thế giới thơ hôm nay vẫn đồng hành là như thế đó, ngắn, gọn, nhỏ, nhưng tỏa rộng đi xa... Bởi nó được chắp cùng những câu thơ đứng bên trên nó, nên nó có hồn, có khí chất, không thể rời rạc và khô khốc của những nhà thơ kém tài, đọc thì đọc mà không có thần, có hồn chi cả. Đọc rồi như nước trôi sông chẳng để lại dấu vết gì, nói cách khác dễ dàng quên như nước chảy lá môm ngoài trời! Nói là nói "có tài" và "kém tài" vậy thôi, chứ thơ hay thường có tâm đức đi đầu, tài quyện trong đức, đức ẩn trong tài thơ sẽ hay! Thơ hay có giá trị đọc tự nhiên nó đọng lại, và chắp cánh bay xa phần ý nghĩa, gợi lên được nhiều ý tưởng, đa phần là như vậy!

Nhiều khi Thơ Yến Lan lột tả niềm rung cảm cho quê hương mạnh mẽ để dấy lên trong ông nỗi buồn nhớ đất quê thăm thẳm, đó chính là gắn liền với tình yêu chân tình nơi cố hương ông!

*Sang canh, bìm bịp kêu đầu lán,*
*Đất mới, nhà đơn, lạ láng giềng.*
*Nhớ bạn, nửa đêm ra tựa liếp,*
*Khuyết cong mày bạc, ngấn trăng in.*
(Nhớ bạn)

Thơ của Yến Lan hay tinh túy chân chất, nhưng ít mộng mà thực nhiều, nên ít ru ngủ đến tuổi trẻ, chúng ít ham muốn đọc, ít có cơ hội để ý tiếp xúc dòng thơ ông. Song chúng ta cần nâng đỡ, cần trải rộng, cho các em làm quen, nhân rộng lên, trong các nhà trường thư viện, quảng bá, v.v... Vẫn biết "Hữu xạ tự nhiên hương" Nhưng mà thời đại mới tiếp cận và quảng bá sẽ là một hiệu quả mau hơn, chuyện sẽ là thiết thực hơn hết. (Như con tôi ở đây từ khi qua Mỹ học lớp ba, lớp bốn nhưng ngày nào cũng vào thư viện tìm sách, để đọc dù ra đời có kỷ sư bác sĩ, thì văn học vẫn đã làm nền tảng cho chúng ngay từ nhỏ! Tôi thấy cách Mỹ nền giáo dục họ cũng có nhiều thứ hay lắm, rất chú ý tạo cơ hội, cho một tài năng, khả năng...)

Nói lại thơ Yến Lan. Xét nghĩ cho Thi sĩ Yến Lan thì phải xét nghĩ cho toàn cuộc, xét những cái lớn hơn của ông. Ông công nhiều, lao khổ nhiều, ông là chủ nhân của vở kịch được thi sĩ Hoàng Cầm khẳng định, dù có viết chung với Nguyễn Bính đi chăng nữa? Cũng không làm giảm giá trị ông, ông còn viết vở kịch riêng khác. Như thế tài ông được phủ sóng lên một sự đa năng, và ông tấm lòng đối với bạn bè, thân hữu trong tình cảm thâm trầm, nhân nghĩa, tư cách con người. Như thế cũng đủ cho ông bước vào danh dự như những nhà hoạt động nghệ thuật văn thơ cùng thời với ông. Một quan tâm cần có để khuyến khích tài năng, tôn vinh cuộc sống, và làm việc hữu ích vì tài năng, đến với mọi người. Cớ sao lại chậm rãi cho vinh danh ông, (thiếu công bằng cho ông.) Là một điều tôi thấy vậy đáng tiếc lắm. Chị Lâm Bích Thủy con ông tiếc nuối, và... và lên tiếng đòi hỏi, điều đó không phải là quá lắm đâu!

Người Viết: HDT, 2014

## CÁI HAY CỦA NHÀ VĂN MANG VIÊN LONG

Nói về Mang Viên Long (MVL) tôi không biết nói thế nào cho hết về cuộc đời và văn nghiệp trong suốt hơn 50 năm qua. Và anh đã sở hữu một lượng văn khổng lồ. Với trang giấy hạn hẹp này, tôi chỉ nói cái hay nhất của MVL mà tôi tìm thấy qua một vài tác phẩm đặc trưng và miêu tả của anh.

Số là con bé Jinni con tôi hè năm nay -2015 nó được về nước làm một chương trình tìm hiểu thơ văn của những người trước và sau chiến tranh 1975. Tôi lại chọn ngay cho con bé gặp MVL.

*Thứ nhất. Bởi vì anh là vốn là nhà văn ngay trên quê hương của tôi - BĐQN.

*Thứ hai anh viết văn có tiếng rồi.

*Thứ ba anh là nhà văn có trước và sau 1975.

Thế là tôi không cần bốc xăm cũng đã chọn được anh. Cho con gái tôi gặp gỡ và làm việc.

Xin thưa, khi về lại America nó mang một lượng sách đồ sộ mà MLV ký gởi cho tôi, mà nó quên đi một CD thơ tôi đã làm ở Sàigòn nơi chị Hồng Vân thực hiện. Thật là lúc đầu tôi buồn vì con mình quên cái của mình? Nhưng sau tôi nghĩ trấn an: Của mình thì đã có trong mình, cần gì giận con? Hãy xem của người khác và tích lũy, học hỏi. Con tôi cho cái đó là lòng rộng lượng của tôi, và coi như mẹ cũng hợp lý quá.

Ở Mỹ thì công việc không bận rộn lắm với người lười biếng, nhưng với tôi thì quá bận rộn vì vừa đi làm job, còn làm thơ, làm văn viết truyện, học English thêm… Tuy nhiên tôi dành thời gian đọc khi anh đã gởi…

Trước khi đọc truyện bằng những quyển sách anh gởi, tôi đã đọc truyện anh từ các trang trên mạng qua từng tác phẩm: Quán café tulip. Các truyện dì Lucia… Vôi trường Úc. Một thời để yêu thương…

Truyện MVL dọc xong chúng ta không thể không ám ảnh bởi vì cái đức lớn của anh thể hiện trong truyện là tình cảm và nhân bản.

Tôi muốn đưa ra hai tác phẩm mà tôi mới đọc.

Truyện anh viết phản ánh cuộc sống và số phận trung thực của xã hội.

Cách viết mỗi truyện, anh vào truyện rất khác nhau. Lúc dẫn nhập, đôi lúc đôi khi những truyện chỉ cần mấy dòng là đưa vào đối thoại, nhưng có những truyện anh không cần như thế, đầu tiên thì anh giới thiệu bối cảnh, sự việc để đặt vấn đề cho nét viết sau này: về thân thế sự nghiệp sơ qua, cá tính, mối quan hệ v.v…

Văn anh đọc có khi lúc vào đầu có phần dong dài mà không phải dong dài. Vì sự hữu lý của nó, tỉ mỉ của nó. Và có thế, đó mới giới thiệu hoàn chỉnh về con người ấy - Nhân vật sau này ấy chứ. Cái dài dòng anh đặt đúng chỗ, cho mình - Độc giả phải hiểu cái gốc gác "chân dung sự nghiệp nhân vật chính," chứ không phải dài dòng hoa lá cành của một số văn sĩ sáo rỗng hiện nay. Phần này chỉ có người cầm bút chuẩn viết mới hay được, không có "cứng cựu nghề" thì viết sẽ rơi vào trường hợp thao thao bất tuyệt, mà không biết nói gì, rơi về đâu, đọc sẽ ngán ngẩm vì nhạt nhẽo.

Phần này MVL viết rất thành công, vì anh đã là thạo nghề, rất chặt chẽ với cách viết như các nhà văn lớn sừng sỏ, từng thách thức...

Thành công nghệ thuật của anh nữa là lối văn vừa đủ không ngắn, không dài, rất gọn ghẽ sắc sảo.

Qua tác phẩm "T/Y không đơn giản" MVL diễn tả.

*Toàn nhìn chậm lên khuôn mặt Thương cười... (Khi nói chuyện với Thương) ..., băn khoăn của Thương đọng cứng trên nét mặt im lìm mà xao động...* Hoặc như những câu văn diễn tả trong các đoạn: *trận chiến còn ác liệt, như vết cháy rừng, như cơn nước lũ cuốn đi. Anh như chạm vào bức tường lửa v.v...*

MVL đã không tả dài dòng để câu văn mệt mỏi để sa vào vô vị hay vô nghĩa, hoặc như tổ mả nhập ma lối văn rối tung, huyên thiêng lạng quạng, để đi vào loạn xà ngầu. Mà miêu tả của anh rất gọn gàng súc tích, hình tượng sắc bén. Người đọc dễ cảm nhận anh muốn nói gì. Anh bọc lộ được tâm tư, cái thần, cái hồn người viết "rất mãnh mẽ, rất ăn ảnh" rất ấn tượng.

Cái hay của MVL là miêu tả ngược lại về quá khứ, lồng trong câu chuyện đang viết đang hiện hữu, hình như lối viết này anh chiếm 1/3 truyện anh. Là một lối viết có từ lâu nhưng hiện giờ được yêu chuộng trên toàn cầu - Về cấu trúc hình thể văn chương. Anh viết kiểu này rất thu hút người đọc, để gởi vào độc giả liên tưởng những chuỗi hình thành, lên nó, lên tính cách số phận nhân vật ... ký sự lên mối tương quan của quá khứ, được tạo dựng thành chất, trong quá trình, tiến triển tính cách nhân vật, dịch chuyển, biến đổi nơi nhân vật. Viết kiểu này một nhà văn không có duy tư khéo để viết, dưới hình thức này sẽ dễ rơi vào chai cứng, và áp đặc phi lý rồi huyên thuyên mãi v.v.. Nhưng MVL đã bỏ túi nhẹ nhàng với lối viết như trên.

Cái hay truyện ngắn của MVL bắt kịp lối văn thế giới đang ngưỡng mộ, là không còn tả cảnh nhiều lê thê, chỉ phớt qua một vài cảnh nào đó như: ngọn gió, cánh hoa, cành cây, con sóng, dòng sông, áng mây lúc đó, để nhập cái hồn cần một chút thôi, nói lên cái vừa đủ, và cho người ta suy nghiệm thêm, không dành nói hết... Anh luôn cần một khoảng cho độc giả chiêm nghiệm thêm, họ nghĩ thêm nhiều nẻo. Đó là lối viết mới của các nhà văn hay ở Nhật, Châu Mỹ La Tinh!

Nói về nghệ thuật MVL còn nhiều thứ hay. Anh sử dụng từ ngữ địa phương, như cụm từ "mừng húm" "phỉnh đó" "chớ sao" "chớ em" "hỏi gì nữa v.v..." "...Từ địa phương rất nhiều trong văn anh, là một thứ ngôn ngữ, để chuyển tải cho người ta ấn tượng mến yêu về tiếng địa phương mình - một bản xứ, một địa danh, một vùng đất, đồng thời cũng nói lên một tâm tình trân trọng - Tiếng nói với lề lối tập quán, kiểu cách dung dị quê hương mình, đem đến các nơi khác mình cần san sẻ, qua ngôn từ đó thật chân thành.

Và về nội dung cái hay của MVL, là anh nuôi đề tài tình yêu để nói lên mặt diện của xã hội. Từ lúc những mùa trăng có nhau 1973. Từ một cuộc nói chuyện với cô bé Hồng "Trăng 18 nám trấu..." đến tác phẩm "Tình yêu không đơn giản -2011" MVL đã trải qua đời "trôi nổi" của tình yêu qua truyện. Thương và Toàn trong cuộc chiến xảy ra, đành đánh mất một tình yêu thơ mộng, nỗi đau đáu, tâm hồn cho cả hai. Họ, Toàn và Thương qua nghịch cảnh. Qua tác phẩm MVL cho ta thấy phần đời của một sinh viên vô cùng đắng cay cùng tội nghiệp. Nhưng sức vươn dậy, của tác phẩm của nhân vật không phải là không có.

Qua tác phẩm khiến người đọc băn khoăn nhớ lại, những gãy đổ của thanh niên trước cuộc chiến 1975 mà tác phẩm đã như gói nhỏ bức tranh. Nhưng chiều sâu tác phẩm vì sức lan tỏa của nó không dễ dừng lại... Một tác phẩm mang nhiều khắc khoải qua nhân vật Thương. Một đại diện, một mẫu người đem ra những bàn cãi đáng yêu hay đáng ghét? Một tác phẩm có giá trị về mặt nội dung.

Và tôi đọc qua tác phẩm "Lộn Ngược"của MVL với một nghiệp văn rất lớn. MVL, một tâm hồn rộng mở phóng khoáng, một tư tưởng phong phú tuyệt vời. Một duy tư đa chiều, không non kém chút nào để nhận diện xã hội cho cây bút mình nhả chữ. Với MVL không tô hồng và xu thế, không nịnh bợ xô bồ, anh có thể mở rộng toang, toạc cánh cửa cho mọi người nhìn thấy những đen đúa bên trong xã hội, có những trường hợp xảy ra, đáng sợ hãi. Đó là tình người con đối với cha mẹ không còn đậm đà sâu sắc, mà vô cớ lại trở nên nhạt nhẽo tầm thường, hoặc mất đi quá nhiều điều tôn trọng, mà nơi cha mẹ là những người đã sinh ra mình. Bên Mỹ vẫn thế, đã có nhiều trường hợp như thế trên các báo Việt. (Vì báo chí là phản ảnh đời sống tinh thần cùng vật chất nơi con người mà!) Về con cái đối xử ngược đãi khi ăn ở sinh hoạt với cha mẹ. Song mỗi người có một cái nhìn thấy riêng, sáng tạo rung động riêng, và sự bất bình riêng. Tất nhiên hẳn MVL không trùng lập ai. Là tiếng nói là hơi thở là trái tim của MVL cảm nhận. Tác phẩm này cũng dễ làm con người mềm lòng, với ai giàu tình thương về máu mủ, buồn bã cho thế cuộc, rã rời cho tình cha con...

Qua tác phẩm lộn ngược đó, MVL xây dựng hình tượng phản diện (Thu) chính diện (ông Thiết ) và trung gian hơi nghiêng về phản diện ( bà Tâm). Truyện mang tính chất kịch truyện – dù chỉ là vẫn một phạm trù, tản văn nhỏ. Nhưng ông dám phơi lên mặt trái của xã hội hôm nay. Ai - Chúng ta, cũng phải nên hiểu, định nghĩa văn học là gì? Văn học không có nghĩa là cứ đem cái tốt ra nói hết. Từ nghìn xưa đến hôm nay qua bao thế hệ, qua bao câu chuyện, qua bao giai thoại cổ tích đi nữa vẫn có kẻ hiền lành, người mưu mô độc ác, có kẻ nghĩa trọng nghìn cân, vẫn có người coi vàng, bạc tiền của cải là mục đích v.v... Văn học không có nghĩa là nói cái hay, cái tốt để "treo bảng, để khoa trương" như một chiếc bánh vẽ hoặc như hình đẹp lộng kiếng chưng kia! Mà đôi khi văn học phải đi sâu vào thực tế tìm thấy được cái phũ phàng, cái phi- nghịch- lý, trong cuộc sống đan chen và đua tranh với nhân bản. Điều đó mới là một tác phẩm văn học. Và một nhà văn học thật sự, một tri kiến để thắp sáng lên sự hoàn mỹ nào đó, thì phải biết nhìn cho toàn cuộc rất cần.

Song ở tác phẩm "Lộn Ngược" cuối cùng ông khép lại. "Rất diễm phúc cho tôi, trời cho tôi còn con Thủy hiếu thảo, nghĩa tình..."

Tác phẩm đã gởi lại một niềm lạc quan một câu nói nhẹ nhàng, mang được tính giáo dục cao.

Trong tác phẩm "Lộn Ngược" người vợ đưa ra ông có nghe:

"Thầy cô nể học trò. Chồng nể vợ, sự thật nể giả dối, chân lý nể sợ gian tà!

Tác phẩm mượn nhân vật cũng đã nói lên nỗi đau của ông Thiết, nỗi đau của thời đại, chuyện không phải là không có. Chuyện không phải là không thể xảy ra dưới bầu trời hôm nay?

Tác phẩm nhỏ nhưng chúng ta đọc để nhiều trăn trở và trách nhiệm với xã hội, cần muốn sửa đổi tốt đẹp hơn!

Nhìn lại nhà văn MVL anh đã chọn nhiều đề tài nhiều cung bậc khác nhau, để thể hiện qua cách viết nghề nghiệp và chỉnh chu của anh. Khi thì tình yêu hạnh phúc trọn vẹn, khi thì đau đớn nhớ nhau, khi thì "lỡ bước sang ngang"... cho đời đau khổ. Anh trở nên nhà văn có tư cách, và nội tâm đẹp, cao lớn tầm vĩ.

Qua nhiều truyện MVL vẫn ca ngợi tình yêu là một, là bài ca bất hủ, sức hút trong từng áng thơ, lời văn, bố cục anh chặt chẽ. Tình tiết rõ ràng, nét văn mạch lạc. Song anh ít nghiêng về độ ước lệ trữ tình và, (có đi nữa cũng còn rất hạn chế.) Nét lãng mạn trong những cuộc tình, tần số anh rất khiêm tốn. Trong khi các nhà văn khác cùng thời với anh và sau này vẫn miệt mài quay cuồng khai thác những "thước phim quyến rũ nồng nàn, táo bạo, hấp dẫn của tình yêu..." Nhưng với anh? Có lẽ cây bút anh chọn chỉ đến đó, và như thế đó (?)

Truyện anh đơn giản, và cũng ít mâu thuẫn. Lẽ ra tôi nghĩ anh không chê, thì nên đụng tới chiếc đàn phím bên kia, sờ vào "nàng văn ướt át của mình." Và đột biến trong nhiều mâu thuẫn, may ra anh sẽ có nhiều tác phẩm còn nhức nhối hơn chăng?

Anh cứ thử đi. Tôi nghĩ anh còn sung sức để viết...

Người viết cho MVL.

HDT @2015.

## CHÚT TẢN MẠN VỀ NHÀ THƠ VÂN HÀ

Nói đến Georgia - Atlanta quê hương nhà văn nổi tiếng Margarget Mitchell - Cuốn Theo Chiều Gió. Và quê hương của Jimmy Carter, Vị Tổng Thống thứ 39 của Mỹ nhiều quyền lực- Người đã đem lại cuộc sống nhân sinh tốt lành cho nhân dân Mỹ một thời... Chính nơi đây sản sinh ra nhiều người tài hoa khác nữa. Và người Việt cũng đã nhập cư ở đây khá đông, sau California và Texas, cùng một số bang khác...

Nơi đây Cộng Đồng Người Việt lớn mạnh về mọi mặt.

Trong đó mặt sinh hoạt Cộng Đồng- Văn hóa Văn Nghệ khá phát triển những năm gần đây...

Chính nơi này nhiều người biết Vân Hà một nhà thơ, một người biết hát hay, một MC cho nhiều chương trình ra mắt thơ văn ở CĐ, và nhiều chương trình, sự kiện lễ lộc, từ thiện khác...

Tôi được biết Vân Hà vào mùa xuân năm 2012.

Lúc đó tôi học Cosmetology tại trường Thúy Ái. Thì chị Thảo Nguyên có học ở đó trước tôi ( Thảo Nguyên chị là chủ bút báo PNĐM vào thập niên 1980 - 1995 ở đây.) Vì quen biết chị giới thiệu tôi đến với Vân Hà để tham gia vào nhóm thơ Mê Linh, do Vân Hà sáng lập và chị đồng ủng hộ... Thường nhóm họp nhà Vân Hà.

Tôi được đến nhà Vân Hà trên đường chính BufordHwy, và sau đó rẽ phải vào nhà Hà tên đường là Lake Drive... đường nhỏ nhưng đầy hoa của mùa xuân, trên dọc đường tôi thích thèm nhìn nó làm sao! Tôi lái xe và lòng tôi lãng mạn ca cẩm *"Đường vào nhà em nghiêng nghiêng sân nắng, nghiêng nghiêng mây hồng. Chiều nao đuổi bướm, bướm bay vô vườn mà nước mắt rưng rưng. Rồi một ngày kia. Em khoe áo mới xinh hơn mây trời."*

(Ấy chết tôi nói lang bang. Nhưng có lẽ thi vị một tình tiết nên tôi khó bỏ qua... trong bài viết này!)

Thế là tôi đến nhà Vân Hà, chị Thảo Nguyên giới thiệu về tôi vài nét cho Vân Hà biết. Rồi như thế tôi gia nhập hội thơ nhóm Mê Linh. Vân Hà "đã ký nhận"

Sau khi triển khai sự hoạt động của nhóm sắp tới, sẽ ra mắt tập thơ. Chúng tôi ăn lunch và uống nước trái cây rồi chia tay ra về, tại nhà Vân Hà...

Hà tặng cho tôi tập thơ. Tôi thật mừng và vui vẻ, về nhà đọc ngay.

Tôi thật xúc động đọc hết tập thơ một mạch. Tánh tôi đã thích yêu gì thì đam mê tới bến...

Nên tôi không ngại thời gian, tôi nướng gần hai tiếng đồng hồ thả hồn trong cảm xúc mà Vân Hà đã viết lên những bài thơ tình, thơ quê hương thật hay, thật giàu cảm xúc... Một trái tim ấm nồng cho thi ca!

Vân Hà làm thơ, yêu thơ say đắm. Cô quả có tài, cùng có một tâm hồn phong phú. Nếu một tâm hồn nghèo ý thì thơ sẽ bế tắc, hay nó bị hạn chế liền! Nhưng không? Thơ Vân Hà cô đã làm tuôn ra như suối ngàn...

Vân Hà trái tim thơ. Cô viết nhiều đề tài cho thơ. Nhưng nhiều nhất là cho thơ tình yêu "hai kẻ yêu nhau" và thơ cho quê hương, thơ cho ba mẹ, bạn bè cô nữa v.v...

Thơ tình trong cô là thứ khát khao, những bài thơ thật dễ thương, thường óng ả mướt rượt. Vân Hà thường đeo đuổi cũng như các thi sĩ ái tình khác, đã luôn khám phá chuyện bí mật... mãi mãi của tình yêu?

Trên đời này ai mà sống không từng yêu nhỉ?

*Qua bài **"Ao ước"** Thi thơ cô đã thể hiện:*

*Em nghĩ ước gì ta có nhau*
*Để đêm trăn trở giấc đêm thâu*
*Gối chăn không lạnh vì đơn lẻ*
*Em khỏi chạnh lòng gió lao xao*
*Có anh âu yếm nhìn em mãi*
*Ngây ngất mùi hương anh đắm say!*
*Bên nhau cùng bước theo nhạc điệu*
*Anh dìu em đến chốn thiên thai*

*Ước gì tình đến khi không muộn*
*Mình được bên nhau hết cuộc đời*
*Em làm thơ để anh ca tụng*
*Ý đẹp lời hay, mãi trên ngôi!*
*(Trích trong Ngõ Đợi)*

Bài Dang dở

*Trong khung trời kỷ niệm của tình yêu*
*Nghe nỗi nhớ cồn cào trong cơ thể*
*Thế mới biết muốn quên không phải dễ*
*Dù con tim không run rẩy gọi mời*

*Dù bây giờ tình đã mất tăm hơi*
*Dù đã nói ngàn lời câu tống biệt*
*Vẫn cháy bỏng vẫn nhớ nhung tha thiết*
*Tình yêu ơi kỷ niệm khó phai mờ*
*(Trong-Ngõ đợi)*

Trên đời này khó khăn về vật chất là một điều đã khó, nhưng còn bi thương hơn đó là nỗi khổ của con tim. Khi con tim mình dành cho người mình yêu thương; được nhà thơ Vân Hà khắc họa qua tiếng thơ "Nàng đại diện cho hàng trăm hàng triệu trái tim, không ai mà không một lần đã khổ vì yêu... Đã khổ vì ái tình."

Bởi vậy Thi sĩ Hàn Mặc Tử đã viết những câu thơ "*Người đi là nửa hồn tôi mất. Nửa hồn kia bỗng dại khờ*"

Hoặc như Xuân Diệu- Ông Hoàng thơ tình quan niệm qua thơ là *"Yêu là chết trong lòng một ít"*

Qua thơ Vân Hà thấy nó gần gũi như một lời chia sẻ chân thành mà tha thiết:

*"Tình yêu ơi kỷ niệm khó phai mờ"* Làm sao mờ nhạt được?

Vâng đúng thế. Một lần nữa Nữ Sĩ Vân Hà mang một thông điệp tình yêu cho chúng ta! Cho bao con tim mắc nợ ái tình! Vâng! Kỷ niệm nào dễ nhạt phai? Vâng! Thật chính xác trong thơ và trong đời sống!

Câu thơ giản dị nhưng hàm súc chứa đựng nguyên lý mà nhà thơ Vân Hà đã miêu tả rất ư là cảm xúc, không một mảy may duy lý. Nên thơ "Nàng" uyển chuyển, sâu sắc mà tài tình, song cũng dễ dàng nhận ra ý tứ, thật đáng ngưỡng mộ lối thơ này!

Và tôi rất thích bài lục bát "Em Ước." Ôi một bài thơ có vẻ lả lướt, nhưng thơ ngây hồn nhiên, hỏi ai chẳng đem lòng ưa thích nhỉ? Vân Hà diễn tả:

*Ước gì em được là mây*
*Em mang mưa tới phủ đầy nhà anh*
*Ước gì là lá rời cành*
*Gió mang em tới thổi nhanh vào phòng*
*Nếu anh đã có chăng bông*
*Em biến thành gối trong lòng anh ôm*
*Cho dù sáng tối chiều hôm*
*Tình anh em nhất định gôm một mình!*

Bài thơ đã quá thành công trong cảm xúc lãng mạn, đưa bao hương vị tình yêu, gợi cảm nồng nàn, say đắm với những ẩn dụ, so sánh đẹp! Và có ảnh hưởng một chút *"Ghen" Đừng ôm gối chiếc đêm nay ngủ, Đừng tắm chiều nay biển lắm người... Tôi muốn mùa thơm của nước hoa, Mà cô thường xức chẳng bay xa. Chẳng làm ngất ngây người qua lại. Dẫu chỉ qua đường khách lại qua...*

Quá trời như trong thơ Nguyễn Bính nữa đó. Với nàng là *"Tình anh, em nhất định gôm một mình!"* Thế là ý thơ quá dữ dội, và thế là nóng bỏng của thơ nữ sĩ Vân Hà...!

"*Nghĩa là ghen quá đấy mà thôi. Thế nghĩa là yêu quá mất rồi* - Của Nguyễn Bính không sai.

Và đây còn nhiều nữa. Bài không kém phần lãng mạn cho thơ tình của nàng. Bài thơ thật dễ thương, dễ cảm. Cảm hóa ngay lòng khao khát tình yêu mật ngọt ân tình! Âm nhạc chúng ta thưởng thức vì giai điệu. Thơ chúng ta thưởng thức bằng cái hồn, cái cốt lõi, cái tâm tư thầm kín của thơ, của trái tim người làm ra thơ...

Hãy nghe tiếng thơ cô vọng động tâm thức ta:

*Em nằm nghe tiếng mưa rơi*
*Xôn xao tý tách như khơi đêm dài*
*Ngẩn ngơ thèm một bàn tay*
*Vuốt lên cho sợi tóc mai thẹn thùng*
*Gối chăn êm mịn như nhung*
*Sao nghe khấp khểnh như khung gỗ sầu*
*Chợt thèm giấc ngủ thêm sâu*
*Trong cơn mộng mị canh thâu... gặp chàng* (Trích từ Ngõ đợi.)

Và đặc biệt tôi thích bài thơ sau đây. Hãy nghe cô miêu tả con tim qua thơ rất "dễ ghét" đó nha!

Tiếng thơ thật lay động người:

*Nếu anh không được thấy em cười*
*Là ngày đó ông trời không có nắng*
*Rồi cả gió mây cũng đều đi vắng*
*Nếu anh chờ không thấy tóc em bay*
*Nếu một ngày thiếu hơi thở nồng say*
*Là Vụ trụ sẽ không còn không khí*
*Và anh sẽ, thôi không còn ý chí...*
*Nếu cả ngày không nghe giọng nói em*
(Trích- trong tập thơ Một Mình)

Thơ tình Vân Hà còn rất nhiều, tôi chỉ mới đem ra cái cảm của tôi, mới 1/10 của thơ cô. Qua một bài thơ trong tập "Ơn Đời" Thi sĩ Vân Hà- Cô đã trở về với ước vọng một bài thơ mới mẻ ý tưởng...

Một bài thơ nó không còn chất ước lệ lãng mạn, thi vị trong ái tình nữa, nhưng nó là bài thơ được đẩy lên chất sóng thơ về hiện thực, một hiện thực thủy chung và trọn vẹn, tôi thật sự được cảm kích. Vân Hà được viết qua tim mạch, mới nhất của mình:

*Anh đi làm, em đi ngủ*
*Anh về ngủ em đi chơi*
*Hai chúng ta còn lại cuối cuộc đời*
*Cùng quấn quít khi nào anh thức dậy*
*Quên hết nỗi đau mình từng trải*
*Khi dỗi hờn em nũng nịu trách anh*
*Vừa vuốt ve vừa cuống quít dỗ dành*
*Anh cứ tưởng mình đang thời mới lớn*
*Tình ta đó món quà do định mệnh...*

(Trích trong tập Ơn Dời)

Thơ tình của Vân Hà không xa xôi huyền ảo, không phải đi mường tượng vô cớ, nhưng nó vẫn là lãng mạn nhất, lại thầm lặng rất gần gũi chúng ta nhất, thân quen với chúng ta nhất, truyền cảm dễ dàng vào chúng ta, tâm hồn người đọc, người nghe để nhận biết nhất. Đó cũng là một thể thơ ưu thế hôm nay, trong làng giải trí thi ca đương đại!

Thơ tình Vân Hà là như thế, chuyển sang thơ quê hương cô bừng bừng khí thế "Thương cho con cháu Lạc Hồng, thương cho non sông." Bài thơ mà tôi xúc động đến khó giải bày, đó là một bài thơ ý tưởng thầm kín sâu xa, gởi "người trượng phu, hoặc người quân tử nào đó" khi nghĩ đến non sông đất nước. Nàng thơ Vân Hà đã viết: Qua bài Nếu Lỡ.

*Lỡ mai em chết anh đừng khóc*
*Đừng vẩn vơ buồn hay nhớ nhung*
*Để dành nước mắt mà thương xót*
*Cho nợ núi sông chẳng vẹn toàn*
*Lỡ mai em chết anh đừng nhớ*
*Thân phận mọn hèn sống tha phương*
*Để dành tâm huyết cho nòi giống*
*Triệu triệu người còn khổ thê lương*
*Làm thân nhược tiểu không tiếng nói*
*Cả đám nhà giàu đến rồi đi*

*APEC, WTO rồi cũng vậy*
*Dân chào, dân tiễn có khác chi*
*Lỡ mai em chết cầu xin được*
*Thiên đường bên ấy hết đau thương*
*Xã hội không còn điều bất nghĩa*
*Công bình tồn tại với quê hương!*
(Trong tập Ngõ Đợi)

Đó là bài thơ của Vân Hà, với một lối viết bình dị sáng trong, nhưng chứa đựng tâm tư của một người lưu vong nhớ nước thương nòi ngấm ngầm trong tìm thức! Ngấm trong từng làn da thớ thịt! Của riêng Vân Hà hay của muôn triệu con tim, người lưu vong nhớ tổ quốc mình!

Bài thơ đọc lên ta thấy tác giả gửi gắm một tâm sự, một tâm hồn cao thượng, một ý chí phi thường, đã làm ta xúc cảm trong từng con chữ, mạch thơ, ta như hòa điệu cùng tác giả để nhớ thương xứ sở, tận cùng! Mong một "chàng" nào đó biết! "Nếu mai em chết" Nhìn tâm tư - của thơ nàng có đáng dễ thương không chứ?

Vân Hà còn làm thơ cho mẹ đọc rất tình cảm ấm áp, và đó là nỗi niềm của mỗi chúng ta, ai vẫn bồi hồi cảm ơn xúc động. Có những bài đọc muốn chảy cả nước mắt. Vì thơ đã chế ngự, đã nói với chúng ta nhiều điều của ngôn ngữ, của mật ngữ thơ ca. Đặc biệt trong tập "Ơn Đời" Cô tự phổ lên bài thơ "Quê Ngoại" và hát lên một giai điệu khá thành công: ngọt ngào sâu lắng, truyền cảm, bâng khuâng...!

Thật ra tôi cứ tưởng nhạc sĩ nào phổ chứ. Sau tôi hỏi Vân Hà mới nói cho tôi hay "Vân Hà tự phổ đó."

Thế là tôi cười chọc: "- Tài nhiều mặt quá! Bộ định lấn sang sân làm nhạc sĩ nữa sao?"

Vân Hà chỉ cười...!

Bài viết khá dài mà tâm tình cho thơ Vân Hà, tôi như chưa trút cạn. Thôi thì như một tình bạn và một độc giả ngưỡng mộ tôi chỉ chia sẻ bấy nhiêu... Xin dành cho Vân Hà một bài viết khác để nói đầy đủ hơn. Và dành cho bạn đọc, ủng hộ "nàng thơ" sẽ tìm đến thơ Vân Hà từng có năm tập thơ ra đời, để thấy những bước chân cô đi qua các nẻo, cho thơ ca được phủ sóng đầy niềm tin yêu thương nơi ấy - Và chất thơ cô đã trổ bông sáng lạng từng ngày, từng ngày...!

Người viết (Chút Tản Mạn Về Nhà Thơ Vân Hà:)

HDT. Viết năm 2017.

## HÀ THẢO YÊN
## - CON NGƯỜI KHÍ PHÁCH CỦA THƠ

(Bài viết gởi tặng nhân ngày birthday của Thi Sĩ. )

Một người mà tôi sắp viết chân dung văn học người này là rất lạ. Cả cuộc đời cống hiến cho văn học thi ca không phải là ít, từ những năm tháng của miền Nam - Việt Nam đến khi qua định cư bên Mỹ, vẫn sáng tác thơ, làm văn và dìu dắt bao tài hoa, xuất bản, in ấn đặc san từng thế hệ... Anh tập rèn cho bao người khác trưởng thành thơ văn mà anh phát hiện, nhưng anh vẫn ôm về phần thua thiệt, cả tình cảm và sự nghiệp, anh luôn luôn che giấu khiêm nhường, không tranh hơn thua, công cán.

Ở anh phẩm chất của một người văn học thật sự tuyệt vời, tôi chưa dám nói đến là vĩ đại. Anh không cho tôi viết về anh, song tôi cảm tưởng rằng, tôi viết cho bao người mà không viết nơi anh; coi như *nửa hồn tôi thương đau* và thiếu đi tính chân thật, thiếu đi một điều chi, nên tôi cầm bút viết cho nốt một con người có chút "vĩ nhân" này.

Trước hết tôi xin giới thiệu về thơ của anh, anh làm thơ rất sớm từ trước 1975, cùng thời với Trần Tuấn Kiệt, Hoài Khanh, sau đó thì Thiếu Khanh nhưng anh cứ muốn hiu hắt bên lề, anh từng tâm sự với tôi:

- Khi buồn khi có cảm xúc anh làm, làm như một cái nghiệp cho vui, chứ anh chẳng hề mong đợi nổi tiếng hay cần ai đọc. Tôi thấy hơi lạ kỳ một con người...

Nhưng rồi anh trả lời:

- Cuộc đời anh yêu thế mà, hồi đó báo chí cũng đăng thơ anh, nhưng anh vẫn cứ thui thủi cho những đóa hoa văn học khác, vì thơ mình có chi đặc biệt?

Nhưng tôi lại thấy nó khá đặc biệt. Tôi năn nỉ anh đến mỏi miệng, anh mới tìm lại những bài thơ trước 1975, những bài thơ đã úa vàng, đau thương giấy nhòa qua ngày tháng, nhưng tôi vẫn đọc và thật cảm xúc một tâm hồn thơ của anh, một nhà thơ mang chất thơ, không thể không kỳ vĩ lạ lùng. Chắc lúc đó anh có nỗi niềm gì đó nên thơ đọng lại, như một chất thuốc sắc keo, mùi vị ắt là linh ứng biết chừng nào, khi ta thưởng thức qua bài: ***Trương Chi ơi***

*tôi ra biển rộng giang tay*
*sầu theo sóng ngọn bủa vây quanh mình*
*hai mươi năm một bóng hình*
*chợt cơn bảo dậy khóc tình trương chi!*

Thơ sao mà buồn thảm thế. Tôi hiểu được tâm sự của anh bọc bạch qua thơ, nỗi buồn như muốn chia sẻ với biển cả mênh mông, nét thơ phóng khoáng mà tâm ý lại ràng buộc.

Thơ luôn luôn là sự tác động của ngoại cảnh vào tâm hồn mình, ở tâm thức mình. Anh ra biển không phải để vui chơi ngắm biển tung tăng, để hai người dào dạt ân tình cùng sóng biển. Mà anh ra biển với tâm hồn lạc loài, ngẫm nghĩ cô đơn hoài mộng "Tôi ra" "Biển rộng giang tay" "Sầu theo sóng ngọn..." Với anh: Người buồn, cảnh trở nên tan loãng trong tâm, thật hiu hắt bơ vơ chẳng khác nào như Nguyễn Du một thuở "Ầm ầm tiếng sóng kêu quanh ghế ngồi" mà đại thi hào Nguyễn Du đã từng kết tủa vần thơ, viết lên một thi phẩm Truyện Kiều tuyệt vời nhất - Vì những câu thơ ái mỹ, tâm trí miên man sâu thẳm ấy nhất...

Hạ Thảo Yên (HTY) cho ta nghĩ rằng biển chỉ đẹp khi

hai người cùng đi, cùng ngắm, biển sẽ lặng buồn khi một mình đối diện với sóng khơi, muôn nẻo, muôn trùng, sóng biển mênh mông mà mình thì lạc lõng "khóc tình Trương Chi" Là anh bắt được nhịp, lòng cực đoan của anh, của con người tâm lý hạnh phúc và khổ đau. Chính vì vậy mà bao thơ ca, bao bài ca, phim ảnh cũng đã thể hiện một cách tinh tế về ngoại cảnh này, nhân vật mình rung động theo từng hoàn cảnh là như thế với biển cả, tâm hồn cảm thức thi ca, ứ đọng bung ra để "giang tay đón lấy để khóc tình" qua câu *"hai mươi năm một bóng hình"* thì còn gì son sắc kỳ bí nào bằng nữa!

Câu thơ anh là câu thơ khoắc khoải niềm đau thương được tính theo một dung lượng thời gian, đến sự giằng xé trải dài mà anh tiên đoán.

"hai mươi năm một bóng hình," "chợt cơn bão dậy khóc tình Trương Chi."

Theo thơ anh, cho phép chúng ta nghĩ quả là đáng nể. Trái tim niềm đau và sự chung tình thật đáng "làm quà quý hóa cho nhân sinh này!"

***Qua bài: giấc ngủ chiều***

*chiều buồn giấc ngủ quanh co*
*mưa phong hiên vắng con đò về xuôi*
*một đời tình ái nổi trôi*
*nay đêm thị trấn mai rồi bãi hoang*
*đường dài lòng nặng hoang mang*
*môi không rượu tiễn võ vàng bước đi*
*mùa thu vàng tuổi dậy thì*
*vết chân cỏ úa về ghi ân tình*
*đêm buồn bóng tối điêu linh*
*xác xơ gối bạn lẻ mình bâng khuâng*
*ơi em chớm mộng tàn xuân*
*anh thôi ngày tháng lỡ lầm tình nhau!*

Thơ anh vẫn buồn thiu thỉu, buồn vô bờ, buồn không cập bến, buồn như vồ vập, buồn không nghỉ ngơi. Nhưng rồi anh chấp nhận từ trong tâm tư anh:

*ơi em chớm mộng tàn xuân*
*anh thôi ngày tháng lỡ lầm tình nhau*

Anh đã biết tình yêu vốn dĩ mong manh như nắng lụa, lạt như tơ trời, muộn phiền như dòng nước huyền hoặc phiêu du, ra đi không ngừng nghỉ... thì đành rằng chấp nhận, sự phó thác cho duyên tình. Thơ anh nhìn từ một ý niệm sâu xa, hình dung được cuộc tình dâu bể mai đây ngăn cách lỡ lầm *"anh thôi ngày tháng lỡ lầm tình nhau!"*

"Anh thôi" cho anh cảm nhận ra nó. Thật ra thơ anh HTY không chịu khó đọc, sẽ không dễ dàng cảm nhận giá trị đích thực hay của nó, vì tứ thơ nó sâu thăm thẳm, gói chặt chẽ trong niềm cô quạnh thôi miên, mới đọc thì câu thơ có vẻ phớt lờ giản đơn, bề mặt. Nhưng đọc kỹ lại khác lắm, nó không phải là như vậy!

Rồi chúng ta hãy đọc thêm một bài, đây là bài thơ tôi cho hay nhất, ý nhị nhất trong tôi cảm nhận. Bốn câu đầu tôi rất là thích, ý nghĩa tự thiền của nó.

*đêm tịnh yên*
*tôi ngồi đốt củi canh thâu*
*bóng xa lay lắt mang sầu hư vô*
*tôi giơ tay dập tay vồ*
*ôm vào khoảng trống chịu xô vì đời*

Thơ tình yêu nhưng phong vị thiền, vì thiền từ trong nội tâm nhân chủ của nó. Chứ không phải thiền ở miệng, thiền của sự hô hào rỗng tếch, được thổi phồng như một chiếc bánh vẽ, không có thật kia.(?) Theo tôi thơ thiền là chí ý hào khí của nó toát lên ung dung, vô tư lự, mặc khải với cuộc đời, yên ắng tự tại, chứ không phải mình cố nói ra thiền, để gọi là thiền. Thiền hay không là bậc chí sĩ người ta đọc lên sẽ cảm nhận, con chữ trừu tượng nhưng vẫn có thần trí, và hồn tính, có bản chất của nó! Chứ thơ không thể nào nhận sự tặng "ầm bừa" từ nơi chúng ta. Hoặc là một cách tán đồng nói hùa hè vô lối đâu!

Và chúng ta hãy lắng tai đọc những câu thơ tiếp:

*tôi ngồi đốt củi canh thâu*
*bóng xa lay lắt mang sầu hư vô*

Tâm trạng tác giả chấp nhận ngồi mà đốt củi, ai đã từng nghe ngồi trước ánh củi lửa bập bùng sẽ thấy lòng tự ấm, quên hết phiền não, niềm đau cắt hết, mọi phức tức buông bỏ, thiền là chỗ đó. Chân thể trống không, trả lại cho đời "bóng xa lay lắt..." Âm hưởng của thơ, chẳng còn chi chút than phiền của Hà Thảo Yên. Cách sáng tạo trong tâm tư thơ Hà Thảo Yên rất chi là lạ, tha thiết tự tại, mà lại bình thường chuẩn mực, nghiêm mẫu định đoạt, hiểu biết sự sống tình yêu, con người vốn tự như thế!

Bốn câu cuối:

*từ tôi áo trận quay đi*
*lưng hong lửa đạn da chì nắng mưa*
*tôi lần từng kẻ tay thưa*
*cát rơi vội xuống còn thừa lại tôi.*

Đọc bốn câu cuối ta như nghe qua anh nói gì rồi, anh muốn gì rồi. Nỗi buồn được chiết ra để kết luận cho cảnh buồn trong chính mình.

*"tôi lần" từng kẻ tay thưa, "cát rơi" vội xuống còn thừa lại tôi.*

Như một sự chấp nhận của phiên bản, không lối thoát đã là như thế, chỉ thấy cát rơi qua ngón tay trong cảm nhận, nhận lại niềm đau, thế là hết, là hết rồi... Một cuộc tình, một tình yêu, sự ly tan trả về quá khứ, để hiện tại đổ nát, vụn vỡ...

Không thấy giọng thơ buồn rên rỉ, nhưng cho ta thấy một nỗi buồn lớn biết chừng nào để lại của câu thơ thẩn thờ hồn sắc, mênh mông như thiền định mà tác giả đã chịu đựng và chấp chứa như tựa đề anh lấy là *"Đêm Tịnh Yên"* có lẽ là như thế.

Sau đây tôi xin giới thiệu khái quát một số bài thơ anh nổi bật tôi thích...

***đêm tịnh yên***

*tôi ngồi đốt củi canh thâu*
*bóng xa lay lắt mang sầu hư vô*
*tôi giơ tay dập tay vồ*
*ôm vào khoảng trống chịu xô vì đời*
*từ em xa cách tiếng cười*
*nụ hôn vàng lạnh môi người vu quy*

*từ tôi áo trận quay đi*
*lưng hong lửa đạn da chì nắng mưa*
*tôi lần từng kẻ tay thưa*
*cát rơi vội xuống còn thừa lại tôi.*

**giấc ngủ chiều**

chiều buồn giấc ngủ quanh co
*mưa phong hiên vắng con đò về xuôi*
*một đời tình ái nổi trôi*
*nay đêm thị trấn mai rồi bãi hoang*
*đường dài lòng nặng hoang mang*
*môi không rượu tiễn võ vàng bước đi*
*mùa thu vàng tuổi dậy thì*
*vết chân cỏ úa về ghi ân tình*
*đêm buồn bóng tối điêu linh*
*xác xơ gối bạn lẻ mình bâng khuâng*
*ơi em chớm mộng tàn xuân*
*anh thôi ngày tháng lỡ lầm tình nhau.*

Hà Thảo Yên nói về tài anh làm thơ để chia sẻ, để thể hiện tâm hồn, đau thương ngấn lệ. "Thương hoài thương mãi nghìn năm" là chuyện không có gì đáng nói nữa. Cái đáng nói là anh có một tấm lòng lượng biển, khó ai sánh bằng. Anh không yêu, không ghét, không giận, không hờn ai, ngay cả những kẻ làm tổn thương anh hoặc đối xử với anh tệ bạc. Cái văn chương thơ ca thì mỗi người một vẻ tôi không cần nói nhiều, mà điều tôi cần nói là tinh thần bao dung độ lượng với đời - với người, với thi ca anh như nhau, anh không hơn thua ai làm gì, giỏi không khen, dở không chê, anh biết và để bụng. Có cơ hội anh đem kinh nghiệm, hiểu biết sách báo chỉ dẫn mong người khác tiến bộ, là anh mừng. Đó là điều tôi muốn nói ở anh, con người nhà thơ Hạ Thảo Yên - Một nhà thơ khí phách rất lỗi lạc, hơn vần thơ lỗi lạc kia*/

HDT. Viết năm 2017

## ÔNG HOÀNG THƠ TÌNH XUÂN DIỆU

Tôi thật sự ngày trước ít say mê thơ tình Xuân Diệu- (X.D). Vì có lẽ say mê cái gì đó cũng là do nhiều những nhân duyên gộp thành mà thôi. Nếu chưa đủ duyên thì khó mà cảm nhận được theo ý người khác muốn. Tôi lớn lên là yêu hai dòng thơ đó là HMT và NB. Tuy nhiên nếu tôi cố nhớ lại là sau 1975. Những quyển nhạc, các anh chị thanh niên yêu thích và chép hát. Trong số đó các chị tôi thấy có ghi bài thơ Biển của Xuân Diệu, ghi bài Ngập Ngừng thơ của Hồ Dzếnh. Có lẽ các chị tôi yêu cái lãng mạn của dòng thơ đó. Tôi vẫn ghé mắt đọc các con chữ của dòng thơ trên, nhưng tôi không để ý lắm, và không thấy nó hay.

- Có lẽ tôi còn nhỏ quá hay sao ấy? Tôi chưa đủ cảm nhận v.v... Rồi lớn lên tôi chỉ dành trái tim cho thơ HMT và NB. Như tôi thấy nó hạp với tôi nhiều hơn... Chuyện này cũng không thể lý giải hết. Có lẽ cuộc đời và số phận hai nhà thơ kia HMT, NB gây cho tôi cái cảm động xót xa nhiều hơn chăng? Có thể chắc vậy!

Mãi đến năm 2012 tôi đã ở Mỹ. Tôi có một dịp biết nhà thơ Huỳnh Kim Bửu, qua phone anh ta ở đất Quy Nhơn. Anh ta nói với tôi:

- Em có biết Quê Hương NQBĐ mình có một nhà thơ nổi tiếng là nhà thơ tình Xuân Diệu không? Tụi anh đang sinh hoạt CLBXD ở đó. Khi nào em về có dịp ghé qua thăm...

Cuộc sống ước muốn là một chuyện, nhưng sự hội ngộ lại là một chuyện. Nó luôn lệ thuộc rất nhiều vào các yếu tố khác. Và cũng có nhiều rào cản bất ngờ, hoặc cố ý... Tôi chưa về được. Và tới khi anh HKB qua đời đột ngột. Ba năm sau tôi vẫn chưa về thăm quê hương được. Tôi cứ dự tính bao lần rồi hụt hẫng... Rồi tôi có người bạn về VN lại mua thơ của Xuân Diệu đem tặng cho...Tôi cười bảo bây giờ thích nhà thơ nào thì lên mạng gõ chứ cần chi anh?

Anh ta bảo tôi:

- Thì anh tặng em. Vì em thích thơ mà. Hơn nữa em cũng từng in thơ không phải để cho người ta cầm đọc dễ dàng, hoặc cảm thụ sâu hơn à?

Tôi cười vì thấy anh nói đúng và có lý. Nên đưa tay nhận tập thơ tình. Sau đó cái đêm đến... Tôi đọc, thu người đọc ngấu nghiến tập thơ: Thi Ca VNCL - Thơ Tình Xuân Diệu ...Thế là bây giờ... Sau đó tôi lại có cảm nhận mới mẻ hơn, khác hơn. "Nếu mà đọc thơ tình, mà không đọc nhiều bài thơ tình của Xuân Diệu quả là một sự thiếu sót đáng tiếc. Chắc chắn là như vậy. Tôi khẳng định... Và tôi đã đọc lại, mê man đọc chiêm nghiệm hết, mới thấy thơ tình của XD có một nét hay mê ly, uy nghi thách đố, tuyệt vời rung cảm, độc đáo kỳ tài. Nhưng vẫn hết sức trong lành... và đồng thời cũng lãng mạn hết sức tưởng tượng!... Rồi tôi lại phải viết bài này để biểu dương tư tưởng tôi cảm thụ. Xin được chia sẻ với những ai đã mến mộ dòng thơ tình Xuân Diệu.

Ông được mệnh danh là ông Hoàng Thi Ca điều đó không phải là ngoa, hoặc vô lý chút nào. Theo tôi nghĩ bài "Biển" của ông khó mà có người thi sĩ nào rượt tới, hoặc là biểu đạt hay hơn, sắc sảo hơn - Với hình ảnh và ngôn từ của ông chọn lựa, sử dụng... Đành rằng mỗi nhà thơ có một nét hay riêng, nét nhìn lãng mạn riêng. Nhưng cái sự tưởng tượng, niềm rung động của ông quá mức hay, quá sức xinh, quá sức tuyệt mỹ! Sự khám phá trong từng con chữ đầy nét kiều mị, để đưa những ý thơ thật thăng hoa, tinh tế vô bờ...!

Một sự nhập đề hết sức tự nhiên và gợi cảm. Hãy nghe và đọc bài Xuân Diệu viết.

*Anh không xứng là biển xanh*
*Nhưng anh muốn em là bờ cát trắng*
*Bờ cát dài phẳng lặng*
*Soi ánh nắng pha lê...*
*Bờ đẹp đẽ cát vàng*
*Thoai thoải hàng thông đứng*
*Như lặng lẽ mơ màng*
*Suốt ngàn năm bên sóng...*
*Anh xin làm sóng biếc*
*Hôn mãi cát vàng em*
*Hôn thật khẽ, thật êm*
*Hôn êm đềm mãi mãi*
*Đã hôn rồi, hôn lại*
*Cho đến mãi muôn đời*
*Đến tan cả đất trời*
*Anh mới thôi dào dạt...*
*Cũng có khi ào ạt*
*Như nghiến nát bờ em*
*Là lúc triều yêu mến*
*Ngập bến của ngày đêm*
*Anh không xứng là biển xanh*
*Nhưng cũng xin làm bể biếc*
*Để hát mãi bên gành*
*Một tình chung không hết*
*Để những khi bọt tung trắng xóa*
*Và gió về bay toả nơi nơi*
*Như hôn mãi ngàn năm không thoả,*
*Bởi yêu bờ lắm lắm, em ơi!*

Một bài thơ thuộc thể tự do, câu có lúc 5 lúc 6 lúc 7 lúc 8 chữ. Có vần điệu xuyên qua nhưng không nhiều lắm, vài câu không vần điệu bắt ngang... Thế nhưng không phải là bài thơ cộc lốc dở hơi, hoặc thiếu vần điệu đến khô khan! Mà là bài thơ điệu nghệ lạ lùng. Đọc cái âm hưởng ta không thể dễ dàng quên hoặc dễ biến mất trong trí nhớ... Ý lời thật trong sáng, sinh động hình ảnh tuyệt diệu, ngôn từ cách thể hiện mỹ cảm, diễn đạt súc tích mênh mang... mang đi cùng với sự ướt át và mỹ lệ ẩn chứa... Và nhiều bài hay khác của Xuân Diệu, vẫn không phải là thứ vần điệu cứ ráo riết ôm theo, nhưng mà hay vẫn hay, vượt bậc vẫn vượt bậc, đi đầu vẫn đi đầu. Thơ thì tự nhiên rung cảm nó mới hay, áp đặt gượng gạo là dở lắm, theo tôi. Và nhiều người quan niệm thơ, giàu kinh nghiệm thơ, đã chứng minh được điểm này. Thi sĩ Nguyên Sa từng khẳng định "*cho rằng vần thơ nếu luôn luôn thật sát thì sẽ nhàm chán. Vần không sát hẳn, thậm chí lạc vận, nếu sử dụng đúng cách, đúng chỗ, vẫn ra một bài thơ hay.* (Ông nói nhiều về thuyết này trong Nguyên Sa Hồi Ký.) Thật là chí lý. Có nhiều người làm thơ 8 chữ, hoặc 7 chữ chuẩn nhưng đâu phải dễ hay. Thấy lềnh khắp... Thơ như thế người ta có bảo: "văn chương hạ giới rẻ như bèo" cũng không có gì lấy làm xấu hổ - Dù một câu nói cục bộ hoặc cực đoan phản bác này! Bởi vì chính thơ, chất của thơ là cảm nhận sâu xa. "Thơ hay là hoa trong gương trăng dưới nước, nhìn cảm nhận, nhưng không thể nào nắm bắt được." Một người nào đó am tường thơ, đại diện giới phê bình - và đại diện cả cho quần chúng tiến bộ, thưởng thức thơ, họ đã nói lên ý như vậy. Câu nói này thật đúng nghĩa cần được học hỏi và phát huy hơn! Hầu hết những bài thơ của Xuân Diệu nổi tiếng để đời là những bài thơ hay vì ý tưởng, và giá trị ngôn ngữ biểu đạt đẹp.

Sở dĩ người ta bảo Xuân Diệu là nhà thơ tình vĩ đại hoặc "ông hoàng thơ tình" điều đó không phải là một danh xưng không thật. Rõ là Xuân Diệu có chiếc vương miện đó, quả thật không thể ai dành. Vì nhà thơ tình đỉnh trên đỉnh, hay trên hay, đặc biệt trên đặc biệt. Thơ Xuân Diệu dòng thơ của thi sĩ mang hai đặc trưng nổi bật khó ai theo kịp. Cái hạnh phúc của tình yêu, và cái khổ đau của tình yêu. Thơ ông tình tự thơ mộng, nhưng khá giàu triết luận nhân sinh.

Và cái khổ đau trong thơ ông vốn dĩ tự nhiên… Mà trên đời này "muôn thế kỷ tới nay" tình yêu vẫn không thoát ra hai lưỡi hái đó…

Tình yêu mang đến hương vị ngọt ngào, đê mê thi vị, phấn chấn yêu đời v.v… Ngoài bài "Biển» một bài thơ cao trào điển hình sáng giá nhất! Còn rất nhiều bài như thế trong tập thơ tình chọn lọc của ông quá bất hủ; *Nụ cười Xuân, Nguyên Đán. Trăng, Xa cách, Phải nói,* Vô *biên, Hoa đẹp là hoa nhìn với ánh mắt em v.v…* Các bạn cùng tôi hãy đọc lần lượt để xem cảm hứng tác giả mô tả "chân dung tình yêu" khéo léo hớp hồn như thế nào nha.

***Nụ cười Xuân,***

*Giữa vườn inh ỏi tiếng chim vui*
*Thiếu nữ nhìn sương chói mặt trời*
*Sao buổi đầu xuân êm ái thế!*
*Cánh hồng kết những nụ cười tươi*

*Ánh sáng ôm trùm những ngọn cao*
*Cây vàng rung nắng lá xôn xao*
*Gió thơm phơ phất bay vô ý*
*Đem đụng cành mai sát nhánh đào*

*Tóc liễu buông xanh quá mỹ miều*
*Bên màu hoa mới thắm như kêu*
*Nỗi gì âu yếm qua không khí*
*Như thoảng đưa mùi hương mến yêu*

*Này lượt đầu tiên thiếu nữ nghe*
*Nhạc thầm lên tiếng hát say mê*
*Mùa xuân chín ửng trên đôi má*
*Xui khiến lòng ai thấy nặng nề…*

*Thiếu nữ bâng khuâng đợi một người*
*Chưa từng hẹn đến - giữa xuân tươi*
*Cùng chàng trai trẻ xa xôi ấy*
*Thiếu nữ làm duyên, đứng mỉm cười*

***Nguyên đán***
*Xuân của đất trời nay mới đến;*
*Trong tôi, xuân đến đã lâu rồi:*
*Từ lúc yêu nhau, hoa nở mãi*
*Trong vườn thơm ngát của hồn tôi.*
***Và bài: Trăng***
*Trong vườn đêm ấy nhiều trăng quá,*
*Ánh sáng tuôn đầy các lối đi.*
*Tôi với người yêu qua nhẹ nhẹ...*
*Im lìm, không dám nói năng chi.*

*Bâng khuâng chân tiếc giậm lên vàng,*
*Tôi sợ đường trăng tiếng dậy vang,*
*Ngơ ngác hoa duyên còn núp lá,*
*Và làm sai lỡ nhịp trăng đang.*

*Dịu dàng đàn những ánh tơ xanh,*
*Cho gió du dương điệu múa cành;*
*Cho gió đượm buồn, thôi náo động*
*Linh hồn. yểu điệu của đêm thanh.*

*Chúng tôi lặng lẽ bước trong thơ,*
*Lạc giữa niềm êm chẳng bến bờ.*
*Trăng sáng, trăng xa, trăng rộng quá!*
*Hai người nhưng chẳng bớt bơ vơ*
***Và bài: Xa cách -***
*Có một bận, em ngồi xa anh quá,*
*Anh bảo em ngồi xích lại gần hơn.*
*Em xích gần thêm một chút: anh hờn.*
*Em ngoan-ngoãn xích gần thêm chút nữa.*
*Anh sắp giận, em mỉm cười, vội-vã*
*Đến kề anh, và mơn-trớn: «Em đây!»*
*Anh vui liền; nhưng bỗng lại buồn ngay.*
*Vì anh nghĩ: thế vẫn còn xa lắm.*
*Đôi mắt của người yêu, ôi vực thẳm!*
*Ôi trời xa, vừng trán của người yêu!*

*Ta thấy gì đâu sau sắc yêu kiều*
*Mà ta riết giữa đôi tay thất vọng.*
*Dầu tin-tưởng: chung một đời, một mộng.*
*Em là em; anh vẫn cứ là anh.*
*Có thể nào qua Vạn Lý Trường Thành*
*Của hai vũ trụ chứa đầy bí mật.*
*Thương nhớ cũ trôi theo ngày tháng mất,*
*Quá khứ anh; anh không nhắc cùng em.*
*- Linh hồn ta còn u ẩn hơn đêm,*
*Ta chưa thấu, nữa là ai thấu rõ.*
*Kiếm mãi, nghi hoài, hay ghen bóng gió,*
*Anh muốn vào dò xét giấc em mơ.*
*Nhưng anh giấu em những mộng không ngờ,*
*Cũng như em giấu những điều quá thực...*
*Hãy sát đôi đầu! Hãy kề đôi ngực!*
*Hãy trộn nhau đôi mái tóc ngắn dài!*
*Những cánh tay! Hãy quấn riết đôi vai!*
*Hãy dâng cả tình yêu lên sóng mắt!*
*Hãy khắng khít những cặp môi gắn chặt*
*Cho anh nghe đôi hàm ngọc của răng;*
*Trong say-sưa, anh sẽ bảo em rằng :*
*"Gần thêm nữa! Thế vẫn còn xa lắm!"*

***Phải nói (Trích...)***

*Yêu tha thiết, thế vẫn còn chưa đủ,*
*Phải nói yêu, trăm bận đến ngàn lần;*
*Phải mặn nồng cho mãi mãi đem xuân,*
*Đem chim bướm thả trong vườn tình ái.*
*Em phải nói, phải nói, và phải nói:*
*Bằng lời riêng nơi cuối mắt, đầu mày,*
*Bằng nét vui, bằng vẻ thẹn, chiều say,*
*Bằng đầu ngả, bằng miệng cười, tay riết,*
*Bằng im lặng, bằng chi anh có biết!*
*Cốt nhất là em chớ lạnh như đông,*
*Chớ thản nhiên bên một kẻ cháy lòng,*
*Chớ yên ổn như mặt hồ nước ngủ.*
*Yêu tha thiết, thế vẫn còn chưa đủ.*

***Hãy đọc thêm bài:***
***vô biên***

*Như kẻ hành nhân quáng nắng thiêu,*
*Ta cần uống ở suối thương yêu;*
*Hãy tuôn âu yếm, lùa mơn trớn,*
*Sóng mắt, lời môi, nhiều - thật nhiều!*

*Chớ nên tiết kiệm, hỡi nàng tiên!*
*Ta được em chăng, lại mất liền:*
*Với bạn ân tình hay với cảnh,*
*Nơi nào ta cũng kiếm Vô biên.*

*Những phen reo hót, những cơn say,*
*Những lúc mây đen ám mặt mày,*
*Là lúc lời xa muôn thế giới*
*Đến vờn trong dạ cánh chim bay...*

*Trời cao trêu nhử chén xanh êm;*
*Biển đắng không nguôi nỗi khát thèm;*
*Nên lúc môi ta kề miệng thắm,*
*Trời ơi, ta muốn uống hồn em!*

Và đây là bài cuối cùng tôi minh chứng cho dòng thơ lãng mạn hạnh phúc trong tình yêu thơ của ông qua bài:

***Hoa đẹp là hoa nhìn với ánh mắt em.***

*Hoa đẹp là hoa nhìn với mắt em*
*Cửa sổ là khung có hình em ở giữa*
*Tách nước - là ngón tay em cầm,*
*Quyển sách chao đèn là bóng em đọc mở...*

*Đường nhựa là đường in dấu vạn chân,*
*Duy có một dấu chân - em yêu dấu.*
*Tàu điện là tàu một đêm anh tiễn em đi -*
*Em có nhớ một buổi chiều*
*Ta dạo trong Văn Miếu ?*

*Vũ trụ là chốn anh được gặp em*
*Thời gian là nơi anh với em sinh cùng thời đại.*
*Em ơi! Em đã mở cho anh*
*Cánh cửa vô cùng xin chớ bao giờ khép lại*

Và còn rất nhiều bài khác...

Còn gì đẹp hơn, ái mị hơn những bài thơ ái tình hạnh phúc trên! Đọc lên mà cứ nghe như thơ ru, như mộng, như chào đón như van lơn, như tha thiết đong đưa! Đúng nghĩa là của thơ: đọc lên nghe bởi cái hồn, cái tâm thức cái lóng lánh, cái vĩ đại bên trong của tình yêu, như đi trong gân cốt, trong hơi thở trong từng tế bào, đang ràng rịt đam mê, đang đắm say chung cuộc yêu này... Yêu và được yêu, sự cảm thụ cảnh vật mới mẻ với một thế giới chung quanh, chung mộng, chung tâm ràng rịt nhau "chung chạm ân tình." Nói sao cho hết sóng tình cuồn cuộn yêu đương, hoặc trái tim ân tình, muôn hoa mở cửa, để tuyên dương với hạnh phúc tràn trề... Một "Mật quý tình yêu!" Một "Tràng thơm trong sóng mắt người tình" v.v...! Trong thơ Xuân Diệu là như thế.

Nhưng có một điều nữa chúng ta phải nói là, chúng ta không thể thờ ơ một khía cạnh khác của tình yêu. Đó là định nghĩa tình yêu vốn tự là khổ đau. Nếu ai bảo thơ tình yêu hay, mà không có bài thơ tình khổ đau cho ra đời. Thì tôi xin nói là chưa có thể gọi là thơ tình hay. Tôi tin chắc là như vậy. Nói ý này tôi lại liên tưởng đến câu thơ của thi sĩ Hàn Mặc Tử "*Hương không ngọt Xuân sớm lẽ nào thơm. Mật không đắng là ân tình không thi vị*" Cũng cốt chỉ có thể là như thế đó.

Đúng thế, tâm hồn thi sĩ Xuân Diệu vẫn nói "*Tôi buồn không hiểu vì sao tôi buồn*" Yêu quá nên phải buồn chăng? Hoặc đau đáu cay đắng ngậm lòng, ở những bài thơ, hồn quật dậy một hồn thơ tan thương ủy mị, xui khiến ray rứt? Nhưng nếu mà không có tan thương ủy mị, không có xui khiến ray rứt, thì làm gì có những câu thơ tình hay tuyệt trác kia chứ. Nó là chư vị thật, sự cứu cánh thi hóa bởi một tâm hồn nghệ sĩ đa cảm... Nó chính là nhựa sóng của con tim bắt nguồn khát vọng, để rồi chạy qua, lại bất ngờ hụt hẫng, mất mát, chia ly. Như tình yêu sẵn sàng đẩy họ đến nỗi khổ đau không lường được. Một "trời" ái ân nhớ nhung, tiếc nuối v.v... Kể cả ích kỷ con tim, kể cả đau thương trăn trối, đến khốn cùng... Ta cũng có thể đọc lần lược để thấy cái hay mất mát và chiêm nghiệm chiều sâu ân tình của thơ Xuân Diệu *qua bài*:

***Bên ấy bên này.***

*Lòng ta trống lắm, lòng ta sụp*
*Như túp nhà không bốn vách xiêu;*
*Em chẳng cứu giùm, em bỏ mặc*
*Mưa đưa ta đến bến Đìu hiu.*

*Em ở bên mình; ta ngó say,*
*Song le bên ấy với bên này*
*Cũng xa như những bờ xa cách,*
*Không có thuyền qua, không cánh bay.*

*Ta thấy em xinh, khẽ lắc đầu.*
*Bởi vì ta có được em đâu!*
*Tay kia sẽ ấp nhiều tay khác,*
*Môi ấy vì ai sẽ đượm mầu.*

*Họ sẽ ôm em với cánh tay;*
*Và em yêu họ đến muôn ngày;*
*Thôi rồi! Em chẳng thờ ơ nữa*
*Như đối cùng ta tự bấy nay.*

*Như đối cùng ta giữa cảnh mưa*
*Mà lòng không hiểu, trán bơ vơ,*
*Không tăng âu yếm trong câu nói,*
*Trong mắt còn nguyên vẻ hững hờ*

**hoặc qua bài*****: Muộn màng.***

*Anh biết yêu em đã muộn màng,*
*Nhưng mà ai cưỡng được tình thương!*

*Ngậm ngùi tặng trái tim lưu lạc*
*Anh chỉ xin về một chút hương.*

*Một chút hương phai của ái tình*
*Mà em không thể gửi cùng anh;*
*Để lòng ướp với tình phai ấy,*
*Anh tưởng từ đây bớt một mình.*

*Mắt ướt trông nhau lệ muốn tuôn,*
*Gượng cười anh phải khóc thầm luôn:*
*Em là người của ai ai đấy,*
*Lưu luyến chi nhau để sớt buồn.*

*Dầu chiếm tay em, anh vẫn hay*
*Rằng anh chỉ nắm cánh chim bay;*
*Bao giờ có được người yêu dấu!*
*Chất chứa trong lòng vạn đắng cay.*

*Anh chỉ như con chim bơ vơ*
*Lạnh lùng bay giữa gió, sương, mưa;*
*Qua gần tổ ấm đôi chim bạn,*
*Bỗng thấy lòng cuồng yêu ngẩn ngơ.*

*Yêu ngẩn ngơ rồi đau xót xa,*
*Số anh là khổ, phận anh là*
*Suốt đời nuốt lệ vào trong ngực,*
*Đem ái tình dâng kẻ phụ ta.*

*Chưa đi mà đã xa cách nhau,*
*Lúc biệt ly rồi, xa đến đâu?*
*Thôi hãy để anh đi hốt hoảng,*
*Gấp đem thương nhớ khuất mây mù.*

*Thôi hãy để anh đi thất thơ,*
*Mặc luồng gió lạnh, mặc mưa to*
*Đánh vào thân thể run như sậy.*

*- Tôi chẳng cần ai thương hại cho.*

**hoặc bài:Than thở**.
*Tôi là một kẻ điên cuồng*
*Yêu những ái tình ngây dại*
*Tôi cứ bắt lòng tôi đau đớn mãi,*
*Đau vô duyên, đau không để làm gì.*
*Ôi! tình si*
*Không có một giờ yên ổn!*
*Nếu bỏ được trải lòng cho gió cuốn,*
*Đem vứt đi, như là trái chua cay!*
*Nếu một chiều có thể rải tung bay*
*Tất cả linh hồn thổn thức!*

*Nhưng mỗi lần đưa tay lên nén ngực*
*Lại nghe tình nhiều hơn số ngón tay*
*Với mi kia, mắt nọ, với môi này,*
*Với chuỗi tên người liên tiếp...*

*Yêu với mến! mến và yêu! tiếng điệp*
*Của khúc ca nào vừa cắt, vừa say?*
*Lòng tôi lạnh lẽo, đêm nay,*
*Theo một con đường mấy nẻo.*
*Và đêm nay, lòng tôi lạnh lẽo...*
*Như sáng trăng trên mặt nước thu lờ.*
*Tôi là một kẻ bơ vơ*
*Yêu những ái tình quạnh quẽ.*
***Và qua bài Dối trá. Xuân Diệu viết ...***
*Nói chi nữa tiếng buồn ghê gớm ấy*
*Để lòng tôi sung sướng muốn tiêu tan?*
*Tất cả tôi run rẩy tựa dây đàn*
*Nghe thỏ thẻ chính điều tôi giấu kĩ,*
*Sợ đôi mắt điềm nhiên và diễm lệ.*
*Vâng, nói chi để khêu lại nguồn sầu*
*Tôi ngỡ đã cạn hẳn trong bấy lâu*
*Để lại nhóm cho cháy thêm ngọn lửa*
*Tưởng gần tàn - Yêu? yêu nhau? làm chi nữa!*

*Tôi vẫn biết rằng tôi chẳng xứng người;*
*Mùa xuân tôi chưa hề có hoa tươi;*
*Tôi như chiếc thuyền hư, không bến đỗ;*
*Tôi là một con chim không tổ.*

*Lòng cô đơn hơn một đứa mồ côi,*
*Nhặt nụ cười của thiên hạ, than ôi,*
*Để tự nhủ: «Ta được yêu đấy chứ».*
*Tôi chỉ sống để hoài hoài tưởng nhớ,*
*Mãi mãi yêu nhưng giấu giếm luôn luôn;*
*Mà người thì, lơ đãng, giậm trên buồn,*
*Bận đi hái những cành vui xanh thắm.*
*Tôi biết lắm, trời ơi, tôi biết lắm!*
*Hỡi lòng dạ sâu xa như vực thẳm!*
*Tôi biết rằng người nói vậy cười chơi*
*Tiếng đã làm tôi tê tái cả người,*
*Tim ngừng đập, để thu hồn nghe lắng,*
*Máu ngừng chạy, để cho lòng bớt nặng,*
*Tôi biết rằng, chỉ cách một ngày sau,*
*Cây bên đường sẽ trông thấy tôi sầu,*
*Đi thất thểu, đi lang thang, đi quạnh quẽ.*

*Vì vội kiếm tìm nhau, tôi sẽ*
*Chỉ thấy người thương nhưng chẳng thấy tình thương,*
*Và như màu, theo nắng nhạt, như hương*
*Theo gió mất, tình người đà tản mác.*
*Tôi sẽ trốn, thẫn thờ, ngơ ngác,*
*Trái tim buồn như một bãi tha ma,*
*Gượng mỉm cười: "người quên nghĩ rằng ta*
*Sẽ đau đớn bởi một lời nói vội".*

*Vì, khốn nỗi! Tôi vẫn còn tin mãi*
*Sự nhầm kia; - tôi không thể không yêu.*
*Dầu không tin, tôi càng cứ yêu nhiều:*
*Khi người nói, tiếng người êm ái quá...*

*Có lúc tưởng, chỉ để rơi tàn lửa,*
*Tay vô tình gieo một đám cháy to;*
*Người tưởng buông chỉ đôi tiếng hẹn hò*
*Tôi hưởng ứng bằng vạn lời say đắm*
*Đang rạo rực, thì thào, rối rắm,*
*Ngập lòng tôi - Mà ai ngó tới đâu!*
*Tôi điên cuồng, tất nhiên phải khổ đau,*
*Tôi biết lắm, trời ơi, tôi biết lắm!*

*Vậy trót lỡ, tôi sẽ đành lẳng lặng*
*Chịu mối tình gây lại bởi tay ai,*
*Không cầu xin, không trách móc, vì - ôi!*
*Tôi chẳng biết làm cho lòng người cứng cỏi*
*Cứ như thế cho đến giờ đen tối*

*Hoa ái tình chung phận đóa hồng khô,*
*Mà trái tim đã ghê dáng hững hờ*
*Sẽ chung phận của tro tàn bếp lạnh.*

*Tôi giấu sẵn một linh hồn hiu quạnh,*
*Cho nên, liền chiều đó, tôi hết vui.*
*Không thấy người bằng không thấy mặt trời,*
*Tôi ôm ngực thử tìm xem biên giới*
*Của sầu tủi. Nhưng hỡi người yêu hỡi!*

*Nó mênh mông, vô ảnh, bủa vây tôi;*
*Yên ổn đi, thắc mắc đến đây rồi,*
*Mơ ước tới, mà chán chường cũng lại.*
*Và mơn trớn cả một kho ân ái,*
*Tôi một mình đối diện với tình không*
*Để lắng nghe tiếng khóc mất trong lòng.*

Và đó chính là cái khổ tình yêu mãnh liệt trong họ, biết làm sao hơn! Chính xác là *"Yêu là chết trong lòng một ít/ Vì mấy khi yêu mà chắc được yêu?* (Yêu- Xuân Diệu.)

Sâu sắc và đỉnh nhất được dồn vào qua bài:

***Dại khờ.***

Thi Sĩ Xuân Diệu đã khắc họa:
*Người ta khổ vì thương không phải cách,*
*Mơ sai duyên, và mến chẳng nhầm người.*
*Có kho vàng nhưng tặng chẳng tùy nơi,*
*Người ta khổ vì yêu không phải chỗ.*

*Đường êm quá, ai đi mà nhớ ngó!*
*Đến khi hay, gai nhọn đã vào xương.*
*Vì thả lòng không kìm chế dây cương,*
*Người ta khổ vì lui không được nữa.*
*Những mắt cạn cũng cho rằng sâu chứa;*
*Những tim không mà tưởng tượng tràn đầy;*
*Muôn ngàn đời tìm cớ dõi sương mây,*
*Dấn thân mãi để kiếm trời dưới đất.*

*Người ta khổ vì cố chen ngõ chật,*
*Cửa đóng bưng nên càng quyết xông vào.*
*Rồi bị thương, người ta giữ gươm dao,*
*Không muốn chữa, không muốn lành thú độc.*

Hoặc bài **Tình thứ nhất.** Chúng ta sẽ được nghe. Một lời thơ thật vô tiền khoáng hậu:
*Anh chỉ có một tình yêu thứ nhất,*
*Anh cho em, kèm với một lá thư.*
*Em không lấy, và tình anh đã mất*
*Tình đã cho không lấy lại bao giờ.*

*Thư thì mỏng như suối đời mộng ảo;*
*Tình thì buồn như tất cả chia ly.*
*Giấy phong kỹ mang thầm trong túi áo;*
*Mãi trăm lần viết lại mới đưa đi.*

*Lòng e thẹn cũng theo tờ vụng dại,*
*Tới bên em, chờ đợi mãi không về.*
*Em đã xé lòng non cùng giấy mới,*
*- Mây đầy trời hôm ấy phủ sơn khê.*

*Cũng may mắn, lòng anh còn trẻ quá.*
*Máu mùa xuân chưa nở hết bông hoa;*
*Vườn mưa gió còn nghe chim rộn rã,*
*Anh lại còn yêu, bông lựu, bông trà.*

*Nhưng giây phút đầu say hoa bướm thắm,*
*Đã nghìn lần anh bắt được anh mơ*
*Đôi mắt sợ chẳng bao giờ dám ngắm,*
*Đôi tay yêu không được nắm bao giờ.*
*Anh vẫn tưởng chuyện đùa khi tuổi nhỏ,*
*Ai có ngờ lòng vỡ đã từ bao!*
*Mắt không ướt, nhưng bao hàng lệ rỏ*
*Len tỉ tê thầm trộm chảy quay vào.*

*Hoa thứ nhất có một mùi trinh bạch;*
*Xuân đầu mùa trong sạch vẻ ban sơ.*
*Hương mới thấm bền ghi như thiết thạch;*
*Sương nguyên tiêu, trời đất cũng chung mờ.*

*Tờ lá thắm đã lạc dòng u uất,*
*Ánh mai soi cũng pha nhạt màu ôi,*
*Anh chỉ có một tình yêu thứ nhất*
*Anh cho em, nên anh đã mất rồi!*

Xuân Diệu là một nhà thơ tri kiến, một nhà thơ đại tài, nhà thơ rất diệu kỳ. Xuân Diệu ông để lại cho đời có cả những bài thơ tình mang cả hai âm hưởng: buồn vui cộng hưởng chung, vẫn cứ nồng nàn say đắm, vẫn cứ tha thiết mạnh mẽ trong cái ủy mị chế ngự đó.

Đó chính là hạnh phúc và khổ đau đi chung trong một bài thơ. (Thơ Rất Đẹp.) Ít có thi sĩ nào giàu cảm xúc để tạo được một nội dung và hình thức nghe oái ăm như vậy - Nhưng qua thi sĩ Xuân Diệu phơi bày tâm trí rất là hồn, rất sinh động. Điều này đúng là ít có thi sĩ nào có được như ông, bởi ông tài tình hay con tim nhỏ máu trên vũng hoa tình yêu ấy. Bởi ông rung cảm trong cả hạnh phúc và thương đau chung cột, chung phận, quấn quyện thương yêu... Rất có lý nơi thời gian và không gian cho phép ông. Xuân Diệu đã trải nghiệm qua những câu thơ đẹp như thế đó:

***Gửi hương cho gió.***
*Biết bao hoa đẹp trong rừng thẳm*
*Đem gửi hương cho gió phũ phàng!*
*Mất một đời thơm trong kẽ núi,*
*Không người du tử đến nhầm hang!*

*Hoa ngỡ đem hương gửi gió kiều,*
*Là truyền tin thắm gọi tình yêu.*
*Song le hoa đợi càng thêm tủi:*
*Gió mặc hồn hương nhạt với chiều.*

*Tản mác phương ngàn lạc gió câm,*
*Dưới rừng hương đẹp chẳng tri âm;*
*Tên rừng hoa đẹp rơi trên đá,*
*Lặng lẽ hoàng hôn phủ bước thầm.*

*Tình yêu muôn thủa vẫn là hương;*
*Biết mấy dòng thơm mở giữa đường,*
*Đã mất tình yêu trong gió rủi,*
*Không người thấu rõ đến nguồn thương!*

*Thiên hạ vô tình nhận ước mơ,*
*Nhận rồi không hiểu mộng và thơ...*
*Người si muôn kiếp là hoa núi,*
*Uổng nhụy lòng tươi tặng khách hờ!*

***Tình mai sau,***
*Ngày thuở ấy, lâu rồi tôi đã chết,*
*Tháng năm qua chôn lấp mộ hoang tàn,*
*Hòa với đất, mình tôi thôi đã hết,*
*Nhưng hương hồn còn luyến ở không gian.*

*Đi sao được khi mặt trời vẫn nở*
*Bỏ sao đang những mái ngói yên buồn*
*Đường rất lặng, với hàng cây hay nhớ,*
*Xa sao đành mắt đẹp của hoàng hôn!*

*Tay ân ái như những làn thân thể*
*Đã ôm đời vào ngực để mơn ru...*
*Thu biếc tỏ, hè nâu thơm vị quế,*
*Xuân như đàn, đông cũng quyện đường tơ.*

*Khi còn sống tôi vẫn hằng tan nát*
*Mỗi phen đau, lòng vỡ lại tràn rơi;*
*Tình rải khắp. Huống là khi dã thác.*
*Sao không tan lưu chuyển giữa vòng đời?*

*Tôi vẫn có hồn tôi trong gió ấy,*
*Vì xưa kia ngồi nghỉ dưới trăng sao*
*Từng mảnh biếc hồn tôi trăng đã lấy*
*Gió đem luôn đi tận tháng năm nào*

*Lòng tôi đã thẩn thơ cùng bãi vắng*
*Thì muôn sau bãi vắng nhắc lòng tôi*
*Từ thế kỉ mờ chân trên cát trắng,*
*Như sóng lên còn gợi ngực bồi hồi.*

*Cổ tôi đó lúc chim ngàn vọng hát:*
*Mộng tôi còn khi trời biếc lên sao*
*Suối thương nhớ thầm qua trong bóng mát,*
*Trái tim chiều than thở giữa lau cao.*

*Người thi sĩ đã vào làng mây khói*
*Không ở đâu và ở khắp mọi nơi*
*Như tiếng vọng trong sương xa dắng dỏi.*
*Máu vu vơ thơ giữa trái tim đời*

*Chiều mai mốt trong tương lai thân mến*
*Một nàng tơ dạo bước dưới hàng cây,*
*Hơi gió thở như ngực người yêu đến*
*Bướm đâu bay xinh cả buổi chiều này...*

*Gió rên rỉ như lời ai thuở trước;*
*Trời nhung mơn như lòng ấy xưa yêu,*
*Không khí thì êm, đêm sương khẽ bước*
*Xưa tìm ai mơn trớn cũng như chiều...*

*Tình tự quá, thiêng liêng êm ái quá...*
*Thơ ở đâu thong thả xuống đường mưa...*
*Những hoa quí toả hương vương giả...*
*Mây đa tình như thi sĩ đời xưa...*

*Môi hé nở, nàng tơ tay vịn lá*
*Bước xinh xinh đứng lại, mắt dâng đầy...*
*Vòng sẽ khép, chiều ôm thân óng ả.*
*Gió qua người làm động má thơ ngây...*

***Khác mộng.***
*Cùng giường khác mộng sao em ?*
*Tình ta đau đớn hơn đem tử hình!*
*Trăm muôn mơn trớn dục tình*
*Bằng sao được bóng in hình trong tim!*
*Nếu anh lạc mất hồn em*
*Thì ôm thân thể khôn tìm tình yêu!*
*Ấm là tim bạn rõi theo*
*Khi xa biết có người yêu nhớ mình;*
*Vui là trong dạ đinh ninh*
*Hai ta, ta chẳng một mình đơn cô.*
*Buồn là một trái tim trơ.*
*Phía sau không hậu phương chờ đợi ta!*
*Giữa khi nắng hạn, lạnh là*
*Biết ai tin cậy để mà mến yêu!*
*Anh không muốn mộng phiêu diêu*

*Muốn yêu em, được em yêu suốt đời*
*Hỡi em, anh nhớ thương hoài*
*Kề nhau, mộng đã xa rồi hay sao ?*

**Có phải là em.**
*Cứ phải là em; chẳng phải ai*
*Là em, em nữa, chỉ em thôi*
*Sao người anh quí anh yêu thế*
*Mà chẳng cùng anh ở suốt đời?*

*Khác chi cây sống mà đem chặt*
*Chặt giữa ngang lưng sự sống còn,*
*Chặt giữa đang hoa, ngang giữa lá*
*Khác chi hoa nở phải vùi chôn!*

*Em có bao giờ tưởng tượng xem*
*Một mình anh sẽ sống không em,*
*Bơ vơ như đã muôn lần chết,*
*Đã chết nhưng còn phải sống thêm!*

*Lời ước cùng nhau thuở sánh đôi*
*Anh còn vẹn vẻ giữ y lời*
*Rằng không ai thể thay em được*
*Em vắng, yêu em vẫn suốt đời.*

*Duy có lòng em, vẫn hẹn hò,*
*Ấy là ân huệ của em trao*
*Cho anh một đóa hoa tinh túy*
*Một đóa hoa lòng chẳng héo khô.*

Và còn rất nhiều những bài thơ khác tương tự như vậy cộng hợp vui buồn. Nghe rất lạ, ý rất dồi dào. Đọc rất ngạc nhiên thương mến, thi vị và hấp dẫn.

*Điều thứ tư tôi muốn nói là thơ Lục Bát Xuân Diệu hay vô cùng. Không thể kém thua một thi sĩ nào trong bản lãnh làm thơ tình, ý tứ, nhịp điệu - sang và đẳng cấp. Tuy nhiên lời thơ rất giản dị gần gũi, quyến cảm, cảnh trí thân quen…

**Bài: *Áo em*** được miêu tả

*Áo em để lại dáng hình*
*Treo trên mắc áo cho mình thấy thương.*
*Đôi vai nho nhỏ bình thường,*
*Khuỷu tay áo gợi hình xương tay gầy.*

*Sờn sờn đôi chỗ đâu đây,*
*Áo em nhuộm chắc xanh tày biển xa,*
*Mấy khuy cúc áo thật thà,*
*Ngắn rồi - em để về nhà mặc thêm.*
*Áo nhìn, anh thật thương em,*
*Hiểu còn gian khổ cho nên tay gầy.*
*Áo em gần với anh thay!*
*Những khi khoai sắn là ngày cùng nhau.*

*Áo em thoang thoảng hoa cau*
*Áo em say đắm một màu trầm hương*
*Áo em ngày nhớ đêm thương*
*Áo em chín nắng mười sương anh chờ...*

Hoặc bài lục bát này: ***Hoa anh ơi***. Một sự lãng mạn vô cùng tận...

*Hoa này là hoa "anh ơi"*
*Là hoa một buổi đẹp trời, ta đi*
*Nắm tay trò chuyện thầm thì*
*Bỗng nhiên em thốt: "Hoa gì? anh ơi"*
*Cây thanh một tán lá cười.*
*Một vùng hoa nở hồng tươi một vùng*
*Sắc đào như thể rung rung*
*Toàn cây là một nỗi lòng nở hoa*
*Anh tìm tên mãi không ra*
*Phải anh đào ? Hoặc như là ô môi ?*
*Biết bao yêu mến trong lời*
*Thốt kêu hai tiếng từ nơi ruột rà*
*Từ rày xin đặt tên hoa:*
*"Hoa anh ơi" một chiều ta nở dầy.*

Hoặc một bài lục bát: Vợ chuẩn bị hành trang cho chồng đi vào hỏa tuyến. Đã đem lại cho chúng ta sự xuyến xao, cảm mến vô cùng với những hình ảnh, và ngôn từ lục bát rất tình tứ, rất gần gũi, Xuân Diệu đã hoài tả:

*Em choàng lưới mũ cho anh,*
*Áo anh em nhuộm màu xanh lá rừng*
*Chiếc ba lô cũ đã dùng,*
*Tay em khéo léo chữa từng đường kim;*
*Gọn gàng túi buộc gạo đem;*
*Muốn hôn nghìn bận tay em đậm đà*

*Anh đi công tác đường xa*
*Những nơi bom đạn hay là hiểm nguy*
*Có tình em dõi theo đi*
*Ấm trên trăm dặm sợ gì chông gai*
*Hang chẳng thẳm, núi không dài*
*Một người chiến đấu với hai tâm hồn*

*Trên đường mát bóng chiều hôm*
*Nhớ em anh lại bước dồn thêm nhanh*
*Lá cây cài mũ nhớ mình*
*Khoác ba lô lại đeo tình trên vai*
*Khải hoàn hát khúc ngày mai*
*Có em rực rỡ tươi hoài bên anh.*

***Bài "Lạ"*** Cũng mang đầy thanh sắc lục bát đáng yêu...

*Người nào xa lạ đâu đây*
*Người mi thanh sáng, người tay dịu hiền*
*Tôi nhìn quên đẹp, quên duyên.*
*Quên câu ăn nói, tôi nhìn người thôi*
*Người nào một nửa thân tôi*
*Bước chân êm ái, nụ cười thần tiên*
*Người nào tôi tưởng đã quen*
*Một ngày không gặp, lại nên mới rồi*
*Một kho vàng ngọc thêm hoài*
*Người nào như cả loài người đến đây,*
*Khiến tôi giận cả nước mây,*
*Vòng tay khăng khít, mở tay: giao hòa*

*Ôm em trong cánh tay xòa*
*Nghe là vũ trụ, nghe là nhân gian.*

**Bài :Trăng khuya trên hắc hải.** Vẫn là một lục bát tuyệt vời. Chúng ta cùng khám phá, cùng đọc:

*Trăng trên Hắc Hải rạng ngà*
*Biển như hồ rộng bao la mới kì!*
*Ngút ngàn sóng lượn li ti*
*Sao con đôi chấm nghĩ chi trên trời.*

*Khuya không ngủ được ra ngồi*
*Tựa bao lơn ngắm trùng khơi một mình.*
*Nếu như không có ân tình*
*Thì anh lạnh đến ghê mình, em ơi.*

*Nhưng hồn anh sáng anh vui,*
*Anh nghe đây đó cuộc đời gần quanh*
*Có em: ấm cả trời xanh;*
*Sóng bên chân khẽ cùng anh chuyện trò.*

*Nếu anh tả biển bây giờ*
*Thì trăng kia cũng đợi chờ tả trăng*
*Tả đêm tả cát sao bằng*
*Tả anh thương nhớ lòng giăng vạn trùng*

***Hoặc bài: Dấu nằm.*** Một lục bát ý tưởng rất nên thơ, rất gợi cảm:

*Ghe lui còn để dấu dằm*
*Người yêu đâu vắng, dấu nằm còn đây*
*Dấu nằm cũng vẫn xinh thay*
*Đường vai phảng phất, nét tay mơ màng.*

*Đêm qua bốn phía trăng vàng,*
*Bên em anh cứ bàng hoàng tỉnh mơ,*

*"Tưởng bây giờ là bao giờ"*
*Thật đây, em vẫn là thơ trên trời.*

*Dấu nằm còn đó, em ơi*
*Dấu hương vương vấn từng hồi ngất ngây*
*Thoảng thơm lan xạ nào tày*
*Hơi thương em thở, ngát đầy hồn anh*

*Dấu người yêu dấu thanh thanh,*
*Mình trong chăn đắp, tóc quanh gối nằm*
*- "Ghe lui còn để dấu dằm"*
*Người yêu đâu vắng, dấu nằm còn thương...*

Bài thơ **Hôn**. Cũng rất ư là lạ. Lục bát của Xuân Diệu rất say sưa cánh cửa tâm hồn. Thật là đáng yêu một dòng lục bát "xinh xắn" tuyệt vời vô cùng.

*Trời ơi, ôm lấy say sưa*
*Mặt khao khát mặt, lòng mơ ước lòng*
*Hôn em nước mắt chảy ròng;*
*Em ơi! Như ngọn đèn chong vẫn chờ.*
*Em hôn anh suốt một giờ*
*Anh hôn em mấy cho vừa lòng đau*
*Sao mà xa cách giữa nhau*
*Để cho tháng thảm ngày sầu thế em?*
*Chao ôi mãi mãi mắt tìm*
*Thấy rồi sung sướng ta đem nhau về*
*Hôn em ngàn thuở chưa xuê*
*Ấp yêu da thịt, gắn kề tâm linh*
*Chiêm bao mà chẳng mơ mòng*
*Rõ ràng chân thật như trong cuộc đời.*

Lại càng dễ thương quá sá với bài lục bát này, như được "tuyển chọn" Xuân Diệu viết thật nhẹ nhàng và thánh thoát. Khiến chúng ta rung động theo từng ngữ điệu của con chữ- Hỡi một thi sĩ Xuân Diệu:

***Trăm ba mươi đóa.***
*Anh vừa dạo khắp vườn hoa*
*Vì em, tháng lại ngày qua anh trồng*
*Sáu năm lệ tưới đôi tròng,*
*Lệ tươi cười với não nùng lệ đau*

*Rễ ăn huyết lệ từ sâu*
*Màu hoa mới được bền lâu thế này.*
*Lệ thường yêu dấu xưa nay.*
*Gai đâm rách toạc tim này - chớ than!*

*Trăm ba mươi đóa thời gian*
*Chim muôn tiếng nhạc, gió ngàn lời ca.*
*Máu xuân đã cạn đâu mà?*
*Nếu cần tưới nữa cho hoa rực hồng!*

Và tôi có thể đem ra một bài thơ lục bát cuối này để chứng minh vị trí và thế hấp dẫn của thơ lục bát Xuân Diệu - Ông Hoàng thi ca. Qua bài:

***Thân em.***

*Đôi tay anh khẽ ôm mình*
*Lòng anh tỏa ấp thân hình sáng trong;*
*Tay em ôm ấp bên lòng*
*Thân em, nghìn tía muôn hồng cũng thua*
*Không nền, sao dựng lầu thơ?*
*Không thân thể, chỉ bâng quơ cái hồn.*
*- Nhưng thân mới chỉ là nguồn*
*Đục trong, dòng nước hãy còn tùy sau.*
*Thân em, anh quí như châu*
*Hình em anh có dám đâu coi thường;*

*Trong thân, anh đã thấy hồn*
*Tinh hoa ánh mắt, xinh giòn cánh tay*
*Anh ôm khe khẽ mình đây*
*Ôi thân yêu quí, chứa say tâm tình!*

Xuân Diệu. Nhà thơ tình nhưng còn là nhà văn hóa lớn. Ngay trong thơ ông đã thể hiện điều đó. Một nhà thơ tình hay, e ra còn dễ tìm. Nhưng thơ mang vẻ đẹp của một nhà văn hóa lớn, thì không dễ chút nào? Hay nói đúng hơn: Nhà thơ đi xa hơn vẻ đẹp của nhà thơ tình lãng mạn thuần túy, điều đó hẳn đã chứng minh rõ nét trong thơ tình của Xuân Diệu. Vì thường rằng các thi sĩ người ta vẫn thường ca ngợi những cái khó tìm, cao xa vời vợi, sang trọng nhất

nhất, "mắt phượng mày ngài, chân tay thon thả, nõn nà, điệu phái..." Không phải là Xuân Diệu đã không có những chất thơ đó. Nhưng Xuân Diệu đi xa hơn, khác hơn - Một thi sĩ vẫn ca ngợi cái đẹp mỹ miều của lao động, của vất vả của siêng năng, của cái cần cù ý trách. Ông thể hiện một nét rung cảm tầm thường, mà không tầm thường chút nào, mà lại trở nên kỳ vĩ lắm. Chúng ta đọc, đọc rất cảm động. Qua bài "*Em làm bếp*" "*Gặp gỡ*" "*Khung cửa sổ*" "*Đứng chờ em*" Những câu thơ quán xuyến được tấm lòng nhân hậu của nhà thơ. Sự quan tâm rộng lớn của nhà thơ. Sự gần gũi với cuộc sống cần lao của nhà thơ...

Bài "Áo em" - Là một ví dụ điển hình nhất.

*Áo nhìn anh thật thương em.*
*Hiểu còn gian khổ nên tay em gầy.*
*Áo em gần với anh thay*
*Những ngày khoai sắn, những ngày cùng nhau!* (Trích)

Thi sĩ mà thấm được tình sâu nghĩa nặng, hiểu được và trân trọng được người mình yêu trong hoàn cảnh, không mấy gì làm giàu sang nhung lụa, đã không cách ly những người gian khổ mình yêu, dãi dầu mưa nắng, dãi dầu cần lao...? Điều đó là thi sĩ - Một nhà văn hóa lớn có trong máu trong tim họ. Thi sĩ Xuân Diệu đã chứng minh được tâm hồn mình cao cả đến như vậy! Điều khẳng định Xuân Diệu- Ông Hoàng thơ tình nhưng nhà văn hóa lớn. Đó là một thông điệp tự bản thể của thi sĩ Xuân Diệu gởi đến chúng ta. Kết nối tình yêu trân trọng, chứ không phải nói để tạo điểm.

Thưa các bạn. Khi đọc về thơ của ông thật là quý hóa vô cùng, vẫn cảm thấy một cái gì đó chưa đủ nên tôi tìm thêm tư liệu để biết về đời ông cho sâu sắc hơn. Thì tôi đánh vào google không thể ước lượng bao nhiêu trang, bao nhiêu bài nói về ông vua thơ tình này. Thơ thì chúng ta đọc lên thấy rõ ràng rồi. Còn họ nói khen, nói chê, chê về đời tư Xuân Diệu. Họ cố tình "vạch lá tìm sâu, bới lông tìm vết" v.v... Trên đời này người nào có chút hào quang luôn bị kẻ xấu ghanh tỵ gây rối. Họ cố quất vào những trận roi đánh phá. Những cuộc đánh phá không cơ sở, không ai tin họ vẫn cứ cố làm, cố đánh. Nhưng tôi tin chắc rằng những bài viết về Xuân Diệu lối sống tiết kiệm và ngăn nắp, làm việc siêng năng, cần mẫn, tâm tốt từ bi, hữu thiện... Xuân Diệu là người sống nặng tình cảm là đúng hơn. Vì có tính chất khoa học, và dựa vào chất thơ ông biểu cảm. Thơ văn là người, và ngược lại người là thơ văn. Một câu nói nổi tiếng của nhà văn Pháp, rất chí lý và không thể hữu hạn. Còn những lời lẽ miệt thị xuyên tạc Xuân Diệu kia kia, là sai phạm, là vu khống, là áp đặt. Nếu nói đúng ra là xúc phạm lớn. Bằng chứng cụ thể là cha Xuân Diệu tên là Ngô Xuân Thọ... Thế mà lấy một bài thơ có cái tên xa lắc, xa lư kia, dè xẻm chê bai nhà thơ Xuân Diệu. Thì thật là trơ trẽn, lố bịch, nhố nhăng hết sức. Và hơn nữa theo tôi nghĩ thơ là nghe theo, cảm theo cái hồn chứ không thể hiểu theo một cách áp đặt trịch thượng, hay độc đoán vô lý, xa xỉ nào!

Để quý kính nhà thơ trên đất mẹ quê hương Bình Định, tôi muốn đem tâm tư và trái tim cảm thơ của tôi viết ra bài này.

Và cuối cùng kết thúc bài viết này với cảm xúc của tôi. Tôi xin viết ba câu thơ để trân trọng kính dâng lên hương hồn nhà thơ Xuân Diệu rất đáng để quý trọng, kính phục.

*Xuân Diệu một tài hoa thơ đã vĩnh biệt.*
*Xuân Diệu không sống cho người nổi danh oanh liệt.*
*Xuân Diệu chỉ sống với trái tim người đã vắt kiệt...*

HDT viết cuối thu 2017...

# PHẦN 1: HIỂU VỀ TRÁI TIM...

**(Lời hay ý đẹp dành cho con gái Jinni- Thúy Hằng)**

1- Con có thể đổi một tình yêu nhỏ để có một sự nghiệp lớn sẽ hay hơn là đánh đổi một sự nghiệp lớn để có một tình yêu nhỏ.

2/ Con luôn có quyền ca ngợi tình yêu và lòng ngưỡng mộ, nhưng phải tự trân trọng bản thân, và tôn trọng những người thân của mình.

3/ Tình yêu có thể mất đi trong tim nhưng nhân cách xin con đừng mất!

4/ Đừng nghe những lời bằng xảo mồm, con hãy nhận ra một thực tế. Ai họ cũng muốn đi chiếc xe lành lẽ hơn là chiếc xe đã rách bể...

5/ Nói và việc làm còn xa lắm, nhưng hãy nói và làm cho bằng được để khỏi xấu hổ.

6/ Họ không có phương cách làm việc để tỏ rõ lòng nhân đạo, nhưng viết một quyển sách có giàu lòng nhân ái, xin hãy trân trọng họ.

7/ Con ơi con có ba kho tàng: Kho tàng tình cảm. Kho tàng trí tuệ. Kho tàng ngôn ngữ. Con hãy yêu quý kho tàng tình cảm nhất con nhé, dù hai kho tàng kia vẫn cần...

8/ Muốn biết tình yêu đó có thật sự yêu mình hay không, con cần kiểm chứng. Thực tế không dễ. Nhưng con phải biết đặt những lá bùa để thử thách họ.

9/ Cuộc sống tiền bạc má vẫn cần, nhưng má thích sáng tác. Đơn giản là khi xa quê hương má sáng tác, má thấy má đỡ nhớ, và má thấy má có niềm vui với nó. Và hình như má trải nghiệm má cần ghi lại đó thôi.

10/ Con cần có một tình yêu thật sự hơn là tình yêu: một chiếc bóng.

11/ Tình yêu giết chết ước mơ con. Nhưng tình yêu nuôi sống ước mơ con. Hãy biết hai lối rẽ đó.

12/ Đàn ông đẹp là một ước mơ con mong được yêu. Nhưng người đàn ông đẹp con không thể giao hết sinh mạng cho họ, để kêu trời không thấu.

13/ Đàn bà đẹp thông minh ai cũng thích, nhưng má muốn con; Nếu có hai cái đó hãy gắng rèn cái thứ ba: Là tính nhân hậu nữa.

14/ Nhiều khi thất bại như cánh hoa bị héo. Con phải làm thế nào để cánh hoa đó tươi lại vẫn có thể... Vì cánh hoa héo tươi lại, sẽ được chú ý hơn là cánh hoa đã không bị héo của trước kia!

15/ Khi người ta chúc tụng ca ngợi ngưỡng mộ con. Con thành thật cám ơn, và xúc cảm. Hơn là phơi lên lòng kiêu hãnh con nhé.

16/ Thế giới đang đo lường thành công bằng tiền tài danh vọng. Nhưng cũng có những con người ngoài hai bằng danh dự đó, họ còn có tấm lòng. Con hãy đi theo những con người có tấm lòng kia.

17/ Nếu con làm một lawyer điều mẹ mong không phải là tiền nhiều, mà là con là một luật sư công bằng và sáng suốt.

18/ Chúng ta con người, con có thể kiêu hãnh tự hào về mình vì đó là nguồn vui cần có, nhưng tránh kiêu căng và xem thường mọi người chung quanh. Vì nó sẽ bất lợi cho con, và phá đi khung trời của tình yêu, đạo đức.

19/ Khi yêu một tình yêu rồi mất trong một hoàn cảnh không cho phép, thì đỡ hơn con yêu một người đàn ông đểu giả nằm vùng.

20/ Là người: Con phải biết giận, người con đã đối xử tốt với họ mà họ tìm cách phá con, ganh tỵ con. Nhưng con đừng thù ghét họ, và hãy tha thứ cho họ. Con ngửa mặt nhìn trời, trời sẽ thấu con và lấy lại công bằng cho con! Thử nhé.

21/ Lòng con mềm lại khi một câu nói hay của người khác phái. Nhưng con hãy lắng nghe dư âm họ có thật không?

22/ Ngày chị em con thành đạt má không mong nở nụ cười, mà ngày đó những giọt nước mắt má cần chảy, má muốn thế...

23/ Má sinh con ở Việt Nam; con lại sống ở Mỹ, nhưng má không muốn con quên, những hạt cát con đã được giẫm lên ở quê hương lúc lên ba tuổi, trong bàn chân con.

24/ Tìm năng lớn nhất trong con là tự con khai thác, chứ không phải ba má cho, hay bạn bè hiến...

25/ Dù con có giỏi mấy cũng nên tìm đến sách tra cứu và học thêm cái gì đó. Sách vẫn luôn là người thầy rộng lượng và lớn nhất của con.

26/Tôn giáo lớn nhất của con để thờ kính ba má. Quê hương sinh ra con là đóa hoa thơm nhất. Và thế giới là con đang như ngồi trên du thuyền của biển cả...

26/ Khi bắt đầu một công việc mới khó khăn và thử thách. Con cứ mỉm cười và coi như đó là một bản nhạc, hay nhất mà con chưa được nghe.

27/ Khi công việc đã cũ và quá quen thuộc con đừng nghĩ làm theo thói quen mà phải nhớ rằng luôn cẩn trọng. Vì có thể một chút sơ hở con phải nhận lấy một "sản phẩm" tồi tệ nhất.

28/ Chỉ có thách đố, con mới thật sự thấy được khả năng con đến đâu? Và tài năng trí tuệ con sẽ điều hợp, bộc phát hơn.

29/ Làm sao để người ta tin lòng tốt của con: Đừng cho họ thấy lần đầu tiên mà hãy cho họ biết buổi cuối cùng.

30/ Đừng ước vọng như một giấc mơ mà hãy thực nghiệm hành động. Như con đói không ước mà no? Hãy cầm đũa lên ăn một bữa cơm, mẹ tỷ dụ thế.

31/ Giữ thân như đuốc sáng
Trau tâm như gìn vàng
Một lời như hạt ngọc
Ý nghĩ như hương hoa.

Bài thơ "tâm ý" mẹ tặng con ghi nhớ mỗi ngày. Xin coi nó là một giải luận trong đời con, không thể đánh mất nhé.

32/ Mẹ không giàu cho con của cải, nhưng mẹ cho con

điều trải nghiệm tình yêu và lòng nhẫn nhục.

33/ Mẹ không có vật thể kim cương tặng con, nhưng mẹ có ý chí kim cương tặng con. Con có chịu nhận không?

34/ Tập rèn con ơi:

Mặt nhân từ mang nhiều hiền đức
Dạ hiền lương chứa những sáng trong
Tâm dịu dàng như giọt mưa xuân
Ý chí đẹp như hoa kia đua nở!

35/ Khi trên đời này có những lúc con phải buồn một điều gì đó, để con biết trạng thái buồn của những người khác mà thương họ.

36/ Làm gì để biết lòng của một người khác? Con hãy kể một em bé nghèo đang cần sự giúp đỡ, coi thái độ phản ứng người nghe con kể, họ sẽ ra sao?

37/ Đừng kết luận quá sớm hành vi nào đó quá sớm. Hãy coi lại, và tra cứu chớ tin. Dù có bằng chứng chưa hẳn là sự thật con nhé!

38/ Bước chân con đi trăm nẻo không in dấu. Nhưng chính nơi đó đã in dấu bước chân con. Hãy ôm đôi chân và tự ôn lại hỏi nó: "Mày đã đi những đâu?"

39/ Đừng khinh người nghèo con nhé. Chính có họ mới thử được lòng người trên trần thế. Và trong đó có con.

40/ Hãy hít thở khí trời bình thản nhất, nó sẽ cho tâm con bình thản nhất. Đừng hít vội ngốn ngồn nó sẽ cho con bịnh tật từ tâm linh. Ngoại trừ...

41/ Con đừng bao giờ nghĩ con đã làm được nhiều việc lớn. Mà luôn nghĩ rằng phần làm của con còn nhỏ bé thôi... Hãy cố gắng hơn thôi!

42/ Đạo đức không phải là cái tự có mãi mãi. Như dòng sông không mưa thì hết nước con nhé. Phải cảm giác như vậy và vun bồi, vun bồi... Như dòng sông đợi con nước.

43/ Đạo đức vẫn như một cái giếng đào để hình thành, khi bắt đầu là một lỗ nhỏ khơi mạch thôi.

44/ Học những điều hay giúp người, loại bỏ điều xấu, là con như đang trau dồi đạo đức đó.

45/ Người đạo đức chân thành, không áp đảo một việc vô lý để buộc tội người lương thiện!

46/ Đạo đức không thể không có từ bẩm sinh nhưng phải rèn luyện nhiều, thử thách nhiều: Tựa hồ còn hơn là chuyên viên cầu thủ phải. ( Học hỏi, trải nghiệm, đối diện và thách đố... )

47/ Lúc còn nhỏ Nguyên Đán tết Việt Nam, má không đi xem đấu võ đài. Bạn bè kể má nghe thích, nhưng quyết không đi. Vì má đã tự ký một "hiệp đồng" cho chính bản thân má. Và ngày càng lớn, má hình thành phong cách khác hơn mấy chị em trong gia đình.

48/ Má không bao giờ lấy đinh chích vào con bò để nó đi nhanh hơn bị dù cậu mợ la, má thà bị cậu chửi, theo thói thường phải cho bò đi nhanh về nhà sớm... Nhưng má biết nó đang chở nặng vật dụng lắm, tội nghiệp... Con biết vì sao má sớm có.

49/ Khi má lên xe đò má thường quan tâm nhìn đến người bịnh tật hơn là người đẹp đẽ lành lẽ.

50/ Khi đời má gặp gì đó không may chẳng hạn. Má không buồn và cứ bình thản vì cho đó là số phận: Để được bình an.

51/ Má chưa bao giờ đánh mất lạc quan con cố gắng học má điểm này!

52/ Má đặt giả sử nếu con trở thành nhà hoạt động, nhà chính trị giỏi ( Nhà chính khách). Con phải nghĩ rằng má mong con: đừng vào nhóm gây chiến tranh mà hãy vào nhóm chăm nghĩ đến con người cuộc sống. Họ sung túc an bình hơn, và làm sao để mọi người về an sinh xã hội tốt hơn.

53/ Nếu mà ước mơ cơ hội lại không đến, đời không cho phép con trải rộng ước mơ. Thì hãy làm một người vợ tốt, mẹ tốt, một người láng giềng tốt, công dân tốt... Yêu thương cái đẹp, quý cái lương thiện, trọng nghĩa tình trong cõi người cũng đủ rồi con ạ!

54/ Sức mạnh thay đổi lỗi lầm trong con là chiếc chìa khóa lớn đó.

55/ Bí mật trong con là tư tưởng chứ không phải trí tuệ. Mẹ nghĩ thế.

56/ Phải biết ơn một cánh hoa đã làm cho lòng con lay động. Biết ơn một mặt trời cho con thứ ánh sáng. Và biết ơn cả đêm tối cho con một sợ hãi...

57/ Nhiều khi con giỏi lên bởi tình yêu của bạn bè, cha mẹ những người xung quanh tốt khích lệ. Nhưng đôi khi thành công vượt bậc là vì kẻ thù, là những người đã làm tổn thương con.

58/ Thật sự trí khôn của con người là lòng dũng cảm

chứ không phải ở trí tuệ con nhé.

59/ Con phải check- kiểm tra hạnh kiểm con như bác sĩ check sức khỏe con vậy. Định kỳ và có thể mỗi ngày. Không thể lơ là và cho qua. Mối quan ngại đó con nên biết.

60/ Sự nổ lực của con sẽ tạo được một thành tích rực rỡ. Nhưng không phải ai cũng muốn cắm hoa trên bàn tay con!

61/Một người có nói chuyện hay, cũng không thể nào, không có trải nghiệm mà nó được. Con nên nhớ.

62/ Con phải học ba thứ trải nghiệm. Đó là trải nghiệm cuộc sống, trải nghiệm tình yêu, và trải nghiệm cả ngay tư tưởng.

63/ Thời gian luôn là di sản quý. Ta nên coi nó như quả bóng không để ý đến nó, nó sẽ xì hơi, vô vị. Phải quý nó và làm việc với nó, thì coi như quả bóng con luôn hiệu lực trên tay con!

64/ Phải tích cực làm việc nhưng để ham show một kết quả khi còn non kém, sẽ làm hỏng cả một công trình con. Con cần tích lũy hơn nhé.

65/ Mẹ không phủ nhận những người bạn tốt đã ủng hộ cho con để có sự thành công. Và chính họ những nhân tố tích cực cần, để cộng hưởng đưa cho con đi đến thành công nhanh hơn!

66/ Sự chạm tay đến thành công trên địa hạt nào là một điều đáng mừng. Nhưng phương pháp con đường (cách thức) để đến đó, chính là viên ngọc quý duy nhất của một đường đi, con phải biết điều đó.

67/ Sáng tạo là một món quà của thượng đế mà ngài đã dành cho ai? Khi ngài đã biết và thương yêu họ. Con phải biết và cám ơn điều đó cho thân nhân con, bạn bè con và ngay cả chính con.

68/ Rốt cuộc, không dễ gì thượng đế cho một món quà vĩ đại cho kẻ vô lương. Con phải tin điều đó như từng tin một tôn giáo...

69/ Phải tiêu tiền bằng cách khôn ngoan dù mai đây con giàu hay nghèo khổ. Tiền là mồ hôi phải biết xót và phải biết giá trị của nó.

70/ Thà tiền con làm từ thiện chứ không thể đem ra làm một việc nhục nhã hay hư đốn!

71/ Mệnh danh của vòng hoa thành công là hành động.

72/ Cái mà người ta nghi ngờ, thì ta lại cầm chắc trong đôi tay, khả năng của ta. Vì không ai biết ta bằng chính ta biết ta? Vì ta cầu xin được từ nơi thượng đế. Ngài sẽ cảm động với sự nổ lực của ta và chào đón đó con. Hãy nhớ lấy.

73 / Một số người bạn đem lòng tồi tệ để hạ gục ta. Và xiên xỏ hòng làm mất uy tín ta... Nhưng thượng đế vẫn bảo vệ ta: Vẫn dành cho ta một hướng đi còn đẹp đẽ hơn. Và họ sẽ nhận lãnh những gì tồi tệ hơn họ tưởng, đó là sự công bằng dành cho lòng tham!

74/ Hương thơm lớn nhất là ta biết thưởng thức những duy tư mới lạ của chúng ta. Và làm giàu tình thương, tri thức đến mọi người.

75/ Bất luận ai khen, chê... Họ muốn sống cuộc đời của ta nhưng không được, có thể nên làm bộ bác bỏ, chê chối? Sự bỉ ổi của họ con không nên để ý, nếu mua coi như không đáng một xu...

76/ Chung quanh ta thượng đế vẫn trao tặng những con người tốt để hổ trợ cho nhau... Sá chi những kẻ háo danh, phá phách. Đừng nhầm lẫn họ, và xác nhập chuyện này.

77/ Con ơi khi con làm một việc chi. Phúc lợi phải cho nhóm đông. Chứ không phải vì con mà ưu tiên trước, để thúc đẩy con.

78/ Con đừng vì một lợi danh nhỏ mà sẵn sàng đứng về

phe phi nghĩa, để hòng chà đạp phe chính nghĩa.

79/ Con yêu ai rồi lỡ chia tay cũng không sao. Để thấy lòng chân thành của con. Và sự giả dối của đối tượng nếu có. Và cũng để chứng minh sự trong sáng tâm hồn con, là một điều cần thiết lắm.

80/ Sự lịch thiệp của phụ nữ được đánh giá trên đôi mắt. Chứ không phải đôi môi. Con nên ghi nhớ điều đó.

81/ Chất giọng luôn thể hiện một tâm hồn. Nhưng nó vẫn có thể là sai số...

82/ Tâm hồn con người rất quý, nhưng sức khỏe mới là cái quý thượng hạng con phải biết điều đó nhé. Chớ làm ngơ cho Sức Khỏe.

83/ Trái tim con không rộng mở khép kín, thì làm sao có được tình yêu khác bên ngoài hướng vào. Mẹ tỷ dụ điều đó.

Làm người tri thức mà lãnh đạm, thật phí một đời người...! Vì đó là tồn tại trên ngôi vị chứ không phải sống thật...

84/ Yêu tha thiết nhưng không bi lụy lắm. Say đắm nóng bỏng, nhưng không trắc nết hoặc lang tâm. Nhớ điều này là biểu bối mẹ có được để dạy con.

85/ Chân thật vẫn là một điều cần bí mật, nếu không thuận lợi con không nên tiết lộ quá sớm.

86/ Xấu hổ nhất là lừa dối với chính mình, và ngu dại nhất đi thờ phượng khả nghi.

87/ Muôn loài hoa có chất hương khác nhau. Con là một loài hương cũng quá đủ.

88/ Sách không thể là một đồ trang sức để đánh bóng. Không thể tin vào sách hoàn toàn, nó sẽ đóng khung tri thức ta, hoặc giả khác nào như ta tự nguyện vứt một tri thức ta đang đi xuống bùn.

89/ Ba người đứng nhìn dòng nước chảy nhưng có lẽ ba người sẽ có ba cảm xúc khác nhau. Con phải biết và hiểu vì sao trong tâm linh mỗi người?

90/ Sung sướng nhất trên đời là con đem lòng yêu mọi người. Chứ không phải đòi hỏi mọi người đem lòng yêu con hết. Hiểu được câu nói mẹ không?

91/ Tài năng được đánh giá cao nhưng cơ hội được đánh giá lớn hơn. Khi lỡ mất một cơ hội, con nên biến chuyển nó để trở thành huyền thoại.

92/ Con phải biết tình yêu ban đầu là nhớ nhất, nhưng tình yêu cuối là quý nhất.

93/ Khi hạnh phúc có con thường chia sẻ với chồng. Nhưng cam go, khó khăn, hoạn nạn, đau khổ v.v... thì luôn muốn chia sẻ với ba mẹ hơn. Mẹ hiểu điều đó, con chớ lo ngại.

94/ Cuộc đua luôn kết thúc bất ngờ thú vị, thì ai cũng thích.

95/ Đừng tưởng con ngựa chạy nhanh kia sẽ tới đích trước!

96/ Nắng đổ trên đầu, mưa có thể đổ trên đầu, nhưng trái tim là nơi được cảm xúc.

97/ Một người bạn thân con có thể quay lưng với con, nhưng con đừng vì sợ hãi mà không dám có một người bạn thân.

98/ Mỉm cười là hạnh phúc lớn nhất cuộc sống. Nhưng khóc vẫn cho ta niềm lớn lao và rung cảm tuyệt vời, con phải nhận ra điều này.

99/ Ứng cử viên thất bại khi con đã hết sức nổ lực, còn hơn là nếu như khoác lác mà không dám ra ứng cử?

100/ Linh hồn ta nhẹ khi ta có đức tin, lòng thành thật khi ta có thánh linh không đánh mất.

101/ Luôn nghĩ rằng không phải ta làm việc cần để có, mà phải nghĩ rằng cần có để ta làm. Sự nổi tiếng ta không ước vẫn có thể có. Ta ước ao vẫn chỉ là hoài vọng và không thể xảy ra. Vì sự nổi tiếng là làm việc đáng khen, tự nó tỏa sáng thật sự, chứ không phải là một việc mua bán, hoặc giả cố đánh bóng, hay cố nhờ vào nơi thiên hạ đãi bôi mà có được. Con nên nhớ điều này.

@HDT2015.

**Nhân Ảnh**
**2025**

*Liên lạc tác giả*
tranhieuthaovi@gmail.com
(678) 462-4754

*Liên lạc Nhà xuất bản*
han.le3359@gmail.com
(408) 722-5626

www.ingramcontent.com/pod-product-compliance
Lightning Source LLC
LaVergne TN
LVHW090220051026
849517LV00001B/130